வடிநிலம

கடலூர் மாவட்ட வரலாறு

இரா. இராதாகிருட்டினன்

பாரதி
புத்தகாலயம்

Vadinilam: Cuddalore Mavatta Varalaru (in Tamil)
R.Radhakrishnan
First Published: September, 2023
Published by
BHARATHI PUTHAKALAYAM
7, Elango Salai, Teynampet, Chennai - 600 018
Email: bharathiputhakalayam@gmail.com / www.thamizhbooks.com

வடிநிலம்: கடலூர் மாவட்ட வரலாறு
இரா. இராதாகிருட்டினன்
முதல் பதிப்பு: செப்டம்பர், 2023
வெளியீடு:
பாரதி புத்தகாலயம்
7, இளங்கோ சாலை, தேனாம்பேட்டை, சென்னை - 600 018
தொலைபேசி : 04424332424, 24332924, 24330024

விற்பனை நிலையங்கள்
அருப்புக்கோட்டை: *கதவுஎண் 49 A/4 மெயின் ரோடு, தெற்கு தெரு - 9994173551*
ஈரோடு: *39: 39 ஸ்டேட் பாங்க் சாலை - 9245448353*
கரூர்: *நாரத கானசபா அருகில் (TNGEA OFFICE) - 9442706676*
காரைக்குடி : *12, 2 வது தெரு, கம்பன் மணிமண்டபம் பின்புறம் - 9443406150*
கும்பகோணம்: *352, ரயில் நிலையம் எதிரில் - 9443995061*
குன்னூர்: *N.K.N வணிக வளாகம் பெட்போர்ட்*
கோவை: *77, மசக்காளிபாளையம் ரோடு, பீளமேடு - 8903707294*
சிதம்பரம்: *22A / 18B தேரடி கடைத் தெரு, கீழவீதி அருகில் - 9994399347*
செங்கல்பட்டு: *1 D ஜி.எஸ்.டி சாலை - 044 27426964* | ***சேலம்:*** *15, வித்யாலயா சாலை சாலை*
சேலம்: *பாலம் 35, அத்வைத ஆஸ்ரமம் சாலை 0427 2335952*
தஞ்சாவூர்: *காந்திஜி வணிக வளாகம் காந்திஜி சாலை - 9655542400*
திண்டுக்கல்: *பேருந்து நிலையம் - 9942331105, 9976053719*
திருச்சி: *வெண்மணி இல்லம், கரூர் புறவழிச்சாலை - 9994289492*
திருநெல்வேலி: *நவஜீவன் டிரஸ்ட் வளாகம், 48-B/10, அம்பை ரோடு, வீரமாணிக்கபுரம் - 9442149981*
திருப்பூர்: *447, அவினாசி சாலை - 9486105018*
திருவண்ணாமலை: *முத்தம்மாள் நகர்* | ***திருவல்லிக்கேணி:*** *48, தேரடி தெரு - 9444428358*
திருவாரூர்: *35, நேதாஜி சாலை - 9442540543* | ***நாகர்கோவில்:*** *699 கே.பி.ரோடு R.V.புரம் - 9443450111*
நெய்வேலி: *பேருந்து நிலையம் அருகில், - 9443659147*
பழனி: *பேருந்து நிலையம் அருகில் - 7010760693*
பாண்டிச்சேரி : *கிழக்கு கடற்கரைச்சாலை, இலாசுப்பேட்டை, 9486102777*
பெரம்பூர்: *52, கூக்ஸ் ரோடு - 9444373716* | ***மதுரை:*** *37A, பெரியார் பேருந்து நிலையம் - 045 22324674*
மதுரை: *சர்வோதயா மெயின்ரோடு*
வடபழனி: *பேருந்து நிலையம் எதிரில் அடையார் ஆனந்தபவன் மாடியில் - 9444476967*
விருதுநகர்: *131, கச்சேரி சாலை - 0456 2245300* | ***வேலூர்:*** *பேஸ் III, சத்துவாச்சாரி - 9442553893*

நினைத்த நூல்கள்... நினைத்த நேரத்தில்... thamizhbooks.com 8778073949

ரூ.295/-
அச்சு : பிரிண்டெக், சென்னை - 600 005.
BharathiTV | www.bookday.in

வடிநிலம்-கடலூர் மாவட்ட வரலாறு

உங்களுடன் கொஞ்சநேரம் ...

ஒவ்வொரு மனிதனும், தான் வாழும் மண்ணின் சூழலையும், அதன் தொன்மையையும் அறிந்துகொள்ள விழைவதே வரலாறு ஆகும். மனிதன் தன் வாழ்க்கையின் பட்டறிவு கொண்டே தன் வரலாற்றைப் படைக்க முடியுமென்றால், தான் வாழ்ந்த இடம், ஊர் அதைச் சுற்றியுள்ள ஆறு, குளம், வாய்க்கால், மலை, தோப்புகள், காடுகள், விலங்குகள், கடல், போன்ற சூழலைக் கொண்டும், ஆன்மிகம், அரசியலை உள்வாங்கியும் அப்பகுதியின் தொன்மை வரலாற்றை எழுதிவிட முடியும். எனக்கான நம்பிக்கை இது.

போரும் பகையும் மாறி மாறி களம் கண்ட மண்; ஆன்மிகம் படர்ந்த மண்; மாமனிதர்கள், சித்தர்கள் வாழ்ந்த நல்லூழ் மண்; சான்றோர் தோன்றி வாழ்ந்து தமிழ்மணம் பரப்பிய அடையாளங்களைக் கொண்ட மண்; அனைத்து வளங்களையும் தன்னுள் புதைக் கொண்ட புதையல் மண்; நன்னீரும், உவர்ப்பு நீரும் தேங்கியுள்ள மண்; ஆறுகள் கட்டற்று ஓடி கடலில் கூடும் மண்; உழைப்பையும் வீரத்தையும் களம் கண்ட மண்.

'தேவாரம்' கண்டு தொகுக்கப்பட்டது இம்மண்ணில்தான்; நாலாயிர திவ்வியப் பிரபந்தம் சேகரித்து, தொகுத்து, பண்அமைத்து, இசைத்தது இம்மண்ணில்தான்; சீறாப்புராணம் அரங்கேறியதும், தேம்பாவணி அரங்கேறியதும் இந்த மண்ணில்தான். அருள்மிகு சிவன் கோயிலில் வைணவப் பெருமாள் திருவுருவத்தை நிறுவக்கூடாது எனப் போராடித் தன்உயிரை மாய்த்துக்கொண்டோர் வரலாறும் இம்மண்ணில்தான்.

ஆங்கிலேயரிடமிருந்து இந்தியா விடுதலைப் பெற, நம் மாவட்ட மானமிகு மக்களின் எழுச்சியும், போராட்டமும், உயிர் இழப்பும், அவர்கள் இந்தியாவிலுள்ள பல சிறைச்சாலைகளில் பெற்ற கடின வாழ்க்கையையும் படித்து வியப்பின் உச்சம் தொட்டேன். அவர்களை இந்நூலின் மூலம் உங்களுக்கு அறிமுகப்படுத்தியிருக்கிறேன். படித்தறியுங்கள்; நம் முன்னோர்களுக்கு நன்றி சொல்லுங்கள்;

இளையதலைமுறைக்கு இவர்களை அடையாளம் காட்டுங்கள்; அதுவே நமது கடமையாகும்.

'தொண்டை நன்நாடு சான்றோர் உடைத்து' என்பதை மெய்ப்பித்துக் காட்டிய மாவட்டம் இது. இம்மண்ணின் மைந்தர்கள் ஆன்றோர்களாக, சான்றோர்களாக உச்சி வெயிலென உலகுக்கு காட்டியிருக்கிறார்கள். நெஞ்சை நிமிர்த்தி கண்களில் பெருமை வழிய நிற்போம்.மகிழ்வோம்.

நம் மாவட்டத்தைச் சுற்றியுள்ள மாவட்டங்களில் பெய்யும் மழை உபரிநீர் கடலூர் மாவட்டம் வழியாகத்தான் கடலில் கலக்கிறது. பல ஆண்டுகாலமாக பிற மாவட்ட உபரிநீரால் நம் மாவட்டம் மண் அரிப்புக்குள்ளாகி அதன் தாக்கம் முகத்துவாரம் தூர்ந்துவிடுகிறது. விளைவு, மாவட்டம் வழமையாக நீரில் மிதக்கிறது. வடிநிலமாக இயங்கும் நம் மாவட்டத்தைக் காப்பாற்றிக்கொள்ள என்ன வழிவகை? அதற்கான தீர்வு என்ன? என்ற மக்களின் கேள்விகளையும் இந்நூல் சுமந்துள்ளது.

வரலாறு காட்டும் தொன்மையும் அதன் தொடர்ச்சியும் கடலூர் மாவட்டத்தை மிகுந்த அளவு அழுத்தமாகத் தொட்டுச் சென்றுள்ளதை அறிந்த போழ்து வியப்பும் மகிழ்வும் ஒருங்கிணைந்து என்னை அணைத்துக்கொண்டன. தீனி தின்னப்போகும் அந்தி சவாரி மாடுபோல் மனசு பறந்தது; வரலாற்று அடையாளங்களைத் தேடியலைந்தேன்; தொடர்புடைய தொன்மைசார் நூல்களைப் படித்தேன்; தண்ணீர் மேல் நடந்துபோகும் லேசான பூச்சியைப் போன்று பட்டும் படாமல் அல்ல; ஆழ்ந்து படித்தேன்; படித்த தகவல்களுக்குச் சான்றுகள் தேடினேன்; தன்னந்தனியனாக அகவையை மறந்து. தேடியவை கிடைத்தன; வாய்ப்பும் சூழலும் அமைந்தன; தொகுத்தேன்; இன்று உங்கள் கையில் மாவட்ட வரலாற்றுப் பெட்டகமாக. படித்து மகிழ்வீர்கள் என நம்புகிறேன். நம்பிக்கைதானே வாழ்க்கை.

என்னை யார் என அறியாமல், முன் அறிமுகம் ஏதுமின்றி, எனது முந்தைய நூல்களைப் படிக்காமல், கைப்பேசி மூலம் என் கோரிக்கையை ஏற்று "வடிநிலம்" நூலுக்கு அணிந்துரை நல்கிய அடுத்தவரை மதிக்கும் நல்உள்ளங்களான சாகித்ய அகாதெமி விருதாளர் திரு.குறிஞ்சிவேலன் அவர்களுக்கும், அரசு செயலாளராகப் பணியாற்றிய முனைவர் திரு. கி.தனவேல், இ.ஆ.ப., அவர்களுக்கும் நெஞ்சார்ந்த வணக்கத்தையும், நன்றியையும் பதிவு செய்கிறேன்.

இவ்வரலாற்று நூலைப் படித்து வாழ்த்துரை வழங்கிய கடலூர் மாவட்ட ஆட்சியர் திரு.கி.பாலசுப்ரமணியம் இ.ஆ.ப.அவர்களுக்கு வணக்கத்தையும், நன்றியையும் பதிவு செய்கிறேன்.

இந்நூல் செப்பமுற வெளிவர உதவி நல்கிய திரு அ.அந்தோணிராஜ், முதுநிலைத் தமிழாசிரியர், புனித வளனார் மே.நி. பள்ளி, கடலூர், மேனாள் வங்கி மேலாளர், அன்புத் தம்பி பாவலர் திரு. எழிலேந்தி அவர்களுக்கும் மனமகிழ் நன்றியை பதிவு செய்கிறேன்.

இந்நூலைச் சிறப்பான முறையில் பதிப்பித்து வெளியிட்டுள்ள பாரதி புத்தகாலயத்திற்கு என் மனமகிழ்ச்சியையும் நன்றியையும் பதிவு செய்கிறேன்.

அன்புடன்,
இரா.இராதாகிருட்டினன்
9442531688

கி.பாலசுப்ரமணியம், இ.ஆ.ப.
மாவட்ட ஆட்சித் தலைவர்
மற்றும்
மாவட்ட நிர்வாக நடுவர்,
கடலூர் - 607 001.

அலுவலகம் : 04142 - 230999
இல்லம் : 04142 - 230777
: 04142 - 230666
நிகரி : 04142 - 230555
e-mail : collrcud@nic.in

நாள்: 19.11.2022

வாழ்த்துரை

வரலாறு என்பது தொன்மை தகவல்களை ஒருங்கிணைத்து ஓர் ஒழுங்குக்குள் அமைத்துக்காட்டி அதன் மூலம் கடந்த காலம் குறித்ததொரு மனச்சித்திரத்தை உருவாக்குவதாகும்.

"வடநிலம்" எனும் இந்நூல், கடலூர் மாவட்ட வரலாற்றை எளிய தமிழில் அனைவரும் புரிந்துகொள்ளும் வகையில், இலக்கியத் தன்மை கொண்டதொரு வரலாற்று நூலாக அமைத்திருப்பதின் மூலம் இம்மண்ணின் மீதான அதீத பற்றுதலை நூலாசிரியர் திரு.இரா.இராதாகிருட்டிணன் வெளிப்படுத்தியுள்ளது பாராட்டிற்குரியது.

நம் மாவட்டத்தின் அருமை பெருமைகளை நம் மாவட்ட மக்கள் அறிந்துகொள்ள வேண்டும் என்பதோடு, பிற மாவட்ட மக்களும் இவ்வரலாற்றை அறிந்துகொள்ள விழைகிறேன்.

சிறப்பான முறையில் வரலாற்றை வடிவமைத்த நூலாசிரியருக்கு பாராட்டும் வாழ்த்தும். வளர்க அவரின் தமிழ்ப்பணி.

மாவட்ட ஆட்சித்தலைவர்,
கடலூர்.

பெறுதல்:

திரு.இரா.இராதாகிருட்டிணன்,
நூலாசிரியர்,
குண்டு உப்பலவாடி,
கடலூர்.

முனைவர் கி. தனவேல் இ.ஆ.ப. (பநி),

90, 8வது குறுக்குத் தெரு
முகப்பேர் மேற்குத் தோட்டம்
நொளம்பூர் பிரிவு - II
சென்னை – 600037
அலைபேசி : +91 9500073400
dhanavel.ias@gmail.com

அணிந்துரை

வடிநிலம் : கடலூர் மாவட்ட வரலாற்றுக் காவியம்.

இதுவரை நாம், கடலூரைத் தலைமை இடமாகக் கொண்ட ஒருங்கிணைந்த தென்னார்க்காடு மாவட்ட வரலாற்றுக் குறிப்புகளை படித்திருக்கிறோம். கடலூர் மாவட்டம் குறித்த சில செய்தித் தொகுப்பு நூல்களை படித்திருக்கிறோம்; இவற்றுக்கெல்லாம் மாறுபட்ட ஒரு புதிய படைப்பினை இந்த நூலின் ஆசிரியர் திருவாளர் இரா.இராதாகிருட்டினன் அவர்கள் 'வடிநிலம்' என்ற பெயரில் கடலூர் மாவட்டத்தின் வரலாற்றை ஒரு காவியமாகவே படைத்துள்ளதை இப்போது படிக்கிறோம்.

'உங்களுடன் கொஞ்ச நேரம்...' எனத் தொடங்கும் நூலாசிரியரின் முகப்புரையே வாசகனை ஈர்த்துவிடுகிறது. தனது ஆசானுக்கு பணிவோடு நன்றி தெரிவிக்கும் பாங்கிலேயே தான் எத்தகையவர் என்பதை அருமையாக அடையாளம் காட்டி விடுகிறார் ஆசிரியர். அதிகாலை அழகு, கடற்கரை அழகு, துறைமுக நகர் அழகு, அடிநாள் வரலாற்றின் அழகு... என நூலின் தொடக்கப் பகுதியே ஆசிரியரின் கவிதைநடை வண்ணத்தால், வாசகனை வசீகரித்து விடுகிறது. இதோ ஓர் எடுத்துக்காட்டு. "கரையில் காத்திருக்கும் மீனவப் பெண்கள், தங்கள் கூடையுடன் கடல் நோக்கி தங்கள் உறவுகளின் படகுகளை அடையாளம் காண முற்பட்டனர். தங்கள் படகு எங்கு கரையேறும் எனத் தீர்மானித்து அந்த இடம் நோக்கி கரையோரமாக நகர்ந்தனர். இவர்களின் நடையதிர்வால், கரையோர செந்நண்டுகள் ஒற்றைக்கொடுக்கை தூக்கியபடி விரைந்து ஓடி வளையில் புகுந்தன." (அதிகாலை அழகு).

வரலாற்றை புதினத்தைப்போல சுவைபட எழுதுவது என்பது ஒரு தேர்ந்த எழுத்தாளனுக்கே சாத்தியம். அதைச் சாதித்திருக்கிறார் இந்நூலாசிரியர் இரா.இராதாகிருட்டினன் அவர்கள். பலரும் அறிந்திராத கடலூர் மாவட்டம் பற்றிய பல்வேறு வரலாற்றுச் செய்திகளை ஆர்வத்துடன் தேடி ஆராய்ந்து, தொகுத்து, அழகு நடையில் தந்திருக்கிறார் ஆசிரியர்.

அதேவேளையில் மூலச் செய்திகளுக்கான ஆதாரங்களையும், ஆசிரியர்களையும் முறையாகக் குறிப்பிட்டு ஓர் எழுத்தாளனுக்கான அறத்தினையும் கடைப்பிடித்துள்ளார்.

கூடலூர், கடலூர், திருப்பாதிரிப்புலியூர், கடைஞாழலூர், கன்னிவலம், பாடலிபுத்திரம் முதலிய பல்வேறு பெயர்களால் கடலூர் அழைக்கப்பட்டுள்ளதையும் சான்றுகளோடு ஆசிரியர் குறிப்பிடுகிறார். கி.பி.1780இல் ஹைதர் அலியின் கட்டுப்பாட்டில் கடலூர் நகரம் இருந்தபொழுது 'இஸ்லாமாபாத்' என்ற பெயரைப் பெற்றிருந்த செய்தி பலரும் அறியாதது.

கடலூர் துறைமுகம் 200 ஆண்டுகள் பழமையானது என்பதும், அக்காலத்தில் சேலத்திலிருந்து வெட்டி எடுக்கப்பட்ட இரும்பு தாதுத்துகள்கள் நீர்வழிப்பாதை மூலமாக கடலூர் துறைமுகத்துக்கு கொண்டுவரப்பட்டு பிற நாடுகளுக்கு ஏற்றுமதி செய்யப்பட்ட வரலாறும், நாடு விடுதலை அடைந்த சில ஆண்டுகள்வரை இத்துறைமுகம் வழியாக சிங்கப்பூர், மலேசியா போன்ற தூரக்கிழக்கு நாடுகளுக்கு கப்பல்கள் மூலம் பயணிகள் போக்குவரத்து நடைபெற்ற வரலாறும், நிகழ்காலச் சந்ததிகளுக்கு வியப்பூட்டுவன.

கடந்த நூற்றாண்டின் தொடக்க காலம் வரையில், உள்நாட்டு பரிசல்கள் மூலமாக கொள்ளிடம் வழியாக திருச்சிக்கும், பின்னர் வடவாறு வழியாக வீராணம் ஏரிக்கும், வீராணம் ஏரியிலிருந்து கான்சாஹிப் வாய்க்கால் மூலம் பரங்கிப்பேட்டைக்கும் அரிசி, எள், உப்பு, பருத்தி, கரித்துண்டுகள் முதலிய பொருள்கள் கொண்டு செல்லப்பட்டன என்கிற செய்தி நமக்கு வியப்பூட்டுகிறது.

இந்தியாவின் முதல் எஃகு ஆலை (1833) பரங்கிப்பேட்டையில்தான் தொடங்கப்பட்டது என்ற செய்தியும், பரங்கிப்பேட்டை கடந்த சில நூற்றாண்டுகளில் ஒரு முக்கிய கேந்திரமாக விளங்கிய செய்திகளும் நமக்கு வியப்பூட்டுகின்றன. பரங்கிப்பேட்டைக்கும், திருப்பாதிரிப்புலியூருக்கும் இத்தனை பெயர்களா? நீங்களே படித்துப் பாருங்கள்.

நெல்லிக்குப்பம் சர்க்கரை ஆலைதான் தமிழ்நாட்டின் முதல் சர்க்கரை ஆலை என்கிற செய்தியும், தமிழகத்தின் முதல் வங்கியான

'இம்பீரியல் வங்கி' கூடலூரில்தான் இயங்கியது என்கிற செய்தியும் கடலூர் மாவட்டத்திற்குப் பெருமை சேர்க்கின்றன. அண்ணாமலை பல்கலைக்கழகம் சிதம்பரத்தில் தொடங்கப்பட்ட வரலாறு ஆசிரியரால் அழகுற கூறப்பட்டுள்ளது.

வீராணம் ஏரியின் அழகும் அதில் விரால்மீன்கள் துள்ளிக் குதிக்கும் அழகும் நயம்பட உரைக்கப்பட்டுள்ளன. 700 ஆண்டுகளுக்கு முன்னால் இந்தியாவுக்கு வந்த பாரசீக யாத்திரிகன் அல்பெரூணி, வீராணம் ஏரியைப் பார்த்து "இது மனிதர்கள் வெட்டிய ஏரி என்பதை நம்ப முடியவில்லை" என எழுதி வைத்துள்ளார் என்ற செய்தி பெருமை அளிக்கிறது.

கடலூர் மாவட்டத்தில் முந்திரி அறிமுகம் செய்யப்பட்ட வரலாறும், இது 'மல்லாட்டை மாவட்டம்' என்கிற விளக்கமும் மகிழ்ச்சியைத் தருவன. நூலாசிரியர் ஆய்ந்தறிந்து குறிப்பிட்டுள்ள, நெய்வேலி நிலக்கரி சுரங்கம் உருவான வரலாறு, அத்திட்டத்திற்காக இடம்பெயர்க்கப்பட்ட ஊர்களின் விவரங்கள், அவற்றில் ஒன்றான, நான் பிறந்த எனது பூர்வீக ஊரான கூரைப்பேட்டை பற்றிய, பிறர் அறிந்திராத (தாடிக்காரன் கூரைப்பேட்டை, வேதக்காரன் கூரைப்பேட்டை) குறிப்புகளையும், பதிவுகளையும் வாசித்தபொழுது எனக்குள் ஏற்பட்ட சிலிர்ப்பை, எப்படி நான் குறிப்பிடாமல் இருக்க முடியும்?

நூலாசிரியர் இராதாகிருட்டினன் அவர்கள் அரிதின் முயன்று, கடலூர் மாவட்டத்தில் அமைந்துள்ள பழமையான ஊர்களின் வரலாறு, பழமையான கல்வி நிலையங்களின் வரலாறு, பழமையான ஆலயங்களின் வரலாறு, நிலவியல் வரலாறு, நதிகளின் வரலாறு, நீர்மேலாண்மை வரலாறு ஆகியவற்றை பல்வேறு சான்றுகளுடன் குறிப்பிட்டுள்ள விதம் மிகவும் பாராட்டுக்குரியது. நடுநாடு, கெடிலநாடு, கெடிலக்கரை நாகரிகம், திருமுனைப்பாடி நாடு, பட்டான் பாக்கை நாடு என்பன குறித்த வரலாற்றுச் செய்திகள் ஆர்வத்தை தூண்டுவன. கேப்பர் மலை, கரையேறவிட்டகுப்பம், வேகாக்கொல்லை, வெங்கடாம்பேட்டை, வேலுடையான்பட்டு முதலிய ஊர்களின் சிறப்பும் அறிய வேண்டியவை. நூலாசிரியர் கடலூர் மாவட்டத்தின் வரலாற்றை விளக்குவது மட்டுமல்லாமல், மாவட்ட மண்ணின் மாமனிதர்கள், ஆன்மிகச் சான்றோர்கள், புகழ்பெற்ற ஞானிகள், அரசியல் தலைவர்கள், சுதந்திரப் போராட்டத் தியாகிகள், தமிழறிஞர்கள் மற்றும் பிரமுகர்கள் பற்றிய குறிப்புகளையும் உரிய தரவுகளுடன் மிகவும் கவனமாகப் பதிவு செய்துள்ளார்.

திருநாவுக்கரசர், உமாபதி சிவாச்சாரியார், நம்பியாண்டார் நம்பி, ஸ்ரீமன் நாதமுனிகள், வடலூர் இராமலிங்க அடிகள், இராகவேந்திர சுவாமிகள் முதலிய ஆன்மிகச் சான்றோர்கள் குறித்த வரலாற்றுச் செய்திகளை நூலாசிரியர் திறம்பட எழுதியுள்ளார். இராமலிங்க வள்ளலார் எழுதிய 'மனுமுறை கண்ட வாசகம்' என்கிற படைப்புதான் தமிழின் முதல் வரலாற்றுப் புதினம் என ஆசிரியர் குறிப்பிடுகிறார். தமிழ் வளர்த்த ஞானியார் அடிகள் பற்றிய வரலாறு போற்றுதலுக்குரியது.

திவான்பகதூர் சுப்புராயலு ரெட்டியார், சுவாமி சகஜானந்தா, எஸ். எஸ்.இராமசாமி படையாச்சியார் முதலிய அரசியல் தலைவர்கள் பற்றிய வரலாற்றுக் குறிப்புகள் ஆசிரியரின் ஆழ்ந்து விரிந்த வாசிப்பிற்கு அடையாளங்கள். கடலூர் மாவட்டத்தைச் சேர்ந்த விடுதலைப் போராட்ட தியாகிகள் வரிசையில் குறிப்பாக, மகாத்மா காந்தி அவர்களால் தென்னாட்டு ஜான்சி ராணி என்று போற்றிப் பாராட்டப்பட்ட திருமதி. அஞ்சலை அம்மாள் அவர்களின் தியாகத்தை நூலாசிரியர் சிறப்பாக குறிப்பிட்டுள்ளார். கடலூர் அஞ்சலை அம்மாள் குடும்பத்தின் தியாக வரலாறு நம்மை மெய்சிலிர்க்க வைக்கிறது. இதுபோலவே கடலூர் மாவட்டத்தில் இருந்து விடுதலைப் போராட்டத்திற்காக சிறை சென்றவர்களின் விவரங்களையும் ஆசிரியர் பதிவு செய்துள்ளது பாராட்டுக்குரியது.

கடந்த மூன்று நூற்றாண்டுகளில் ஆங்கிலேயர், பிரெஞ்சுக்காரர், டச்சுக்காரர், போர்ச்சுகீசியர், மராத்தியர், முகமதியர் ஆகியோருக்கிடையில் கடலூர் மாவட்டத்தில் நிகழ்ந்த பல்வேறு அரசியல் போட்டிகளையும், போர்களையும் அவற்றின் விளைவுகளையும் நூலாசிரியர் ஆய்ந்து. அறிந்து சிறப்பாக பதிவு செய்துள்ளார். புதுச்சேரியை ஆண்டு கொண்டிருந்த பிரெஞ்சுக்காரர்களால் பலமுறை தாக்குதலுக்கு ஆளாகாமல் வலுவுடன் இருந்திருந்தால், புனித டேவிட் கோட்டையால் கடலூரே தமிழ்நாட்டின் தலைநகராக வளர்ந்து புகழ் பெற்றிருக்கும் என நூலாசிரியர் குறிப்பிடுவது கடலூர் வரலாற்றின் பின்னடைவு திருப்புமுனை எனலாம்.

கடலூர் மாவட்டத்தின் பழம்பெரும் ஆன்மிகத் தலங்களான சிற்றம்பலம் (சிதம்பரம்), திருப்பாதிரிப்புலியூர், திருவதிகை, திருமுதுகுன்றம் (விருத்தாசலம்), திருக்கடந்தை (பெண்ணாடம்), திருச்சோபுரம், திருவயிந்திரபுரம், வீரநாராயண சதுர்வேதி மங்கலம் (காட்டுமன்னார்கோவில்) முதலிய திருத்தலங்களின் சிறப்பையும், ஆலயங்களின் சிறப்பையும் ஆசிரியர் அற்புதமாக எடுத்துரைத்துள்ளார்.

காட்டுமன்னார்கோவில் நகரத்தில் அமைந்துள்ள அருள்மிகு அனந்தேசுவரர் திருக்கோயில் சிறப்பினை விளக்கும் ஆசிரியர், ஆதித்த கரிகாலன் கொலையுண்ட வரலாற்று தகவல் கொண்ட கல்வெட்டு அங்குள்ளது என்றும் குறிப்பிடுகிறார்.மேலும் இராசராச சோழனின் பாட்டியும் சோழப்பேரரசியுமான, செம்பியன் மாதேவியாருக்கு திருமணம் நடைபெற்ற தலம் இது எனவும் பதிவு செய்துள்ளார்.

சமண மதத்திலிருந்து சைவத்திற்கு மாறிய பல்லவ மன்னன், பாடலிபுரம் சமணக் கோயிலை இடித்துக்கொண்டு வந்து திருவதிகையில் சைவக் கோயிலைக் கட்டினான் என்பதும், அப்பர் பெருமான் முதல் பதிகம் பாடிய இடம் திருவதிகை என்பதும் முக்கிய வரலாற்றுச் செய்திகள்.

ஊரும் பேரும் என்னும் தலைப்பில் நூலாசிரியர் பல்வேறு பக்கங்களில் பதிவு செய்துள்ள துணுக்குச் செய்திகள் மிகவும் பயனுள்ளதாகவும், நூலுக்கு அணி சேர்ப்பதாகவும் அமைந்துள்ளன. இவ்வாறு இந்த நூல், சங்க காலம் தொடங்கி சமீபகாலம் வரையிலான கடலூர் மாவட்டத்தின் வரலாற்றுச் செய்திகளை சிறப்புடன் எடுத்துக் கூறுகிறது.

இவை மட்டுமின்றி, மற்ற மாவட்டங்களுக்கு இம்மாவட்டம் வடிநிலமாக மாறிய அவலத்தையும் (வடிநிலம்- ஒரு முடிவுரையின் தொடக்கம்) ஆசிரியர் கவலையுடன் விவரித்துள்ளார். மேலும் நச்சுவாயுவால் சீரழியும் உலக நகரங்களில் கடலூர் நகரமும் உள்ளது என்று தக்க ஆதாரத்துடன் குறிப்பிட்டுள்ள ஆசிரியர், இத்தகைய பிரச்சனைகளுக்கு தீர்வு காண்பது எப்படி என்பதற்கு மாவட்ட மக்களின் கருத்தறிந்து அவற்றை பட்டியலிட்டுள்ள விதம் மிகுந்த பாராட்டுதலுக்குரியது. மேலும் கடலூர் மாவட்டம் பற்றிய பொதுவான விவரங்களை பயன்தரும் வகையில் பின்இணைப்பாக ஆசிரியர் வழங்கியுள்ளளார்.

மொத்தத்தில் “வடிநிலம்” என்ற நூலை “கடலூர் மாவட்ட வரலாற்றுக் காவியம்” என்று குறிப்பிட்டால் அது மிகையல்ல. கடலூர் மாவட்ட மக்கள் மட்டுமல்லாமல் தமிழ்நாட்டின் வரலாற்றில் ஆர்வமுள்ள அனைவரும் படிக்க வேண்டிய நூல் இது. பெருமுயற்சி எடுத்து பேரார்வத்துடன் கவின்மிகு நடையில் இக்காவியத்தை படைத்துள்ள நூலாசிரியர் திருவாளர் இரா.இராதாகிருட்டினன் அவர்களை, தமிழ் கூறும் நல்லுலகம் போற்றிப் பாராட்ட கடமைப்பட்டிருக்கிறது. அவரது எழுத்துப்பணி மேலும் சிறப்படைய அனைவரும் வாழ்த்துவோம்.

என்றும் அன்புடன்

12-06-2022 **கி.தனவேல்**

குறிஞ்சிவேலன்
சாகித்ய அகாதெமி விருதாளர்
ஆசிரியர் 'திசை எட்டும்'

6, பிள்ளையார் கோயில் தெரு
மீனாட்சிப்பேட்டை
குறிஞ்சிப்பாடி – 607302
கைப்பேசி : 9443043583

அணிந்துரை

வரலாறுகள் என்பவை பலவகைகளில் உள்ளன. தனி மனித வரலாறு, சமுதாய வரலாறு, சமூக வரலாறு, ஊர் வரலாறு, மாவட்ட வரலாறு, மாநில வரலாறு, தேசத்தின் வரலாறு, உலக வரலாறு, மொழி வரலாறு என ஏகப்பட்ட வரலாறுகளை சொல்லிக்கொண்டே போகலாம்; எழுதிக்கொண்டே போகலாம். இவற்றில் எந்த ஒரு வரலாறாக இருந்தாலும் அதன் உள்ளும் புறமும் அறிந்து, இடமும் வலமும் புரிந்து வாழ்ந்து வெளிப்படுத்தும் போதுதான் அந்த வரலாற்று நூல் காலத்தால் அழிக்க முடியாததாக நிலைத்து நிற்கிறது. அதுதான் பிற்கால தலைமுறையினருக்கு வழிகாட்டியாகவும் வாழ்வியல் ஆதாரமாகவும் விளங்குகிறது.

நண்பர் இராதாகிருட்டினன் எழுதியுள்ள இந்த வரலாறு தமிழகத்தின் கடற்கரையோர மாவட்டமான கடலூர் மாவட்டத்தைப் பற்றிய ஒரு சிறந்த வரலாற்று நூலாக பதிவாகி உள்ளது என்பதில் எவ்வித சந்தேகமும் இல்லாமல் சொல்லக்கூடியதாக இருக்கிறது. இந்த வரலாற்று நூலின் தலைப்பே மாவட்டத்தின் ஒட்டுமொத்த வரலாற்றின் தன்மையை ஒத்த சொல்லால் வெளிப்படுத்தும் விதமாகவும் அமைந்துவிட்டது. அதற்காகவே இந்நூலின் ஆசிரியரை எத்துணை பாராட்டினாலும் தகும்.

இந்நூலாசிரியர் இந்த மாவட்டத்தின் அழகைப் பற்றியே பல அத்தியாயங்களில் பல தலைப்புகளில் பதிவு செய்துள்ளார். அவர் பதிவைப் பாருங்களேன்-

அதிகாலை அழகு, கடற்கரை அழகு, துறைமுக அழகு, மணற்குன்றுகளின் அழகு, தொன்மையின் அழகு, ஆறுகளின் அழகு, நகரங்களின் அழகு என ஆசிரியரின் பார்வை எல்லாவற்றையுமே அழகாகப் பார்க்கின்றன.

ஆசிரியர் இந்த மண்ணை, இந்த மாவட்டத்தை, இந்த மக்களை அங்குள்ள ஊர்களை, மாவட்டத்தின் ஆறுகளை, அதனால் ஏற்படும் வளங்களை இந்நூலில் விவரிக்கும் அழகே என்னை மெய்சிலிர்க்க வைக்கின்றது.

அதேபோல் இங்கு பிறந்து, வளர்ந்து மக்களை மேம்படுத்திய மேன்மக்களான வடலூர் வள்ளலார் இராமலிங்க சுவாமிகள், ஸ்ரீ ராகவேந்திர சுவாமிகள், பாபாஜி, திருநாவுக்கரசர், நம்பியாண்டார் நம்பி, ஸ்ரீநாதமுனிகள், ஸ்ரீஆளவந்தார், ஞானியார் அடிகள், சுவாமி சகஜானந்தா போன்ற ஆன்மிகப் பெரியவர்கள் ஆகட்டும், அரசியலில் தலைநிமிர்ந்து நின்ற எஸ்.எஸ். இராமசாமி படையாச்சி, சாமிக்கண்ணு படையாச்சி, இளையபெருமாள், சுப்பராயலு ரெட்டியார், கி.வீரமணி, அஞ்சலையம்மாள், அசலாம்பிகை அம்மாள், கல்யாணசுந்தரம் ஐயர், கருப்பையா, சி.எஸ்.தண்டபாணி பிள்ளை, நைனியப்ப பிள்ளை, சுப்பராயலு நாயுடு, தணிகாசலம் பிள்ளை, பரமானந்தம் பிள்ளை, சின்னசாமி ரெட்டியார், இராமச்சந்திரன் செட்டியார், பாண்டுரங்கன் படையாச்சி போன்ற அரசியலில் நுழைந்து சுதந்திரத்திற்காகப் போராடிய தியாகிகளையும் சிறப்பாகவே அலசியுள்ளார்.

கடலூர் மாவட்டத்தின் முக்கிய மும்மதங்களின் இறைவிகள் உறையும் இடங்களான அருள்மிகு பாடலீஸ்வரர், திருவந்திபுரம் தேவநாதசுவாமி, திருவதிகை வீரட்டானேசுவரர், திருமாணிக்குழி வாமனபுரீஸ்வரர், தீர்த்தனகிரி சிவகொழுந்தீஸ்வரர், திருச்சோபுரம் மங்களபுரீஸ்வரர், சிதம்பரம் நடராசர், தென்னம்பாக்கம் ஐயனார், விருத்தாசலம் விருத்தகிரீஸ்வரர், மணவாளநல்லூர் கொளஞ்சியப்பர், வேலுடையான்பட்டு சிவசுப்பிரமணியர், திருமுட்டம் பூவராகவர், பெண்ணாடம் பிரளயகாலேஸ்வரர், மேலக்கடம்பூர் அமிர்தகடேஸ்வரர், கூடலையாற்றூர் நெறிகாட்டுநாயகர், காட்டுமன்னார்கோவில் அனந்தீஸ்வரர் மற்றும் வீரநாராயணபெருமாள், ஓமாம்புலியூர் வியாக்ரபுரீஸ்வரர், கடலூர் முதுநகர் கிறிஸ்து தேவாலயம், கோணான்குப்பம் புனித அன்னை பெரியநாயகி தேவாலயம், பரங்கிப்பேட்டை ஜாமிஆ மஸ்ஜித் மீராப்பள்ளி போன்ற இறைத் தலங்களின் வரலாறும் இந்நூலில் உண்டு.

அது மட்டுமல்ல, சமகாலத்திய இலக்கிய ஆளுமைகளையும் இணைத்திருப்பது நூலுக்கு மேலும் கணம் சேர்த்திருக்கிறது. பெரும்புலவர் க.சம்பந்தனார், சுந்தரசண்முகனார், பேராசிரியர் நன்னன், பாவலர் தமிழ்ஒளி, ஞானபீட எழுத்தாளர் ஜெயகாந்தன்,

சி.ஆர்.கண்ணன், வே.சபாநாயகம், சாகித்ய அகாதெமி விருதாளர் குறிஞ்சிவேலன், சாகித்ய அகாதெமி விருதாளர் இமயம், பேராசிரியர் குழந்தைவேலன், பாவலர் அறிவுமதி, எழுத்தாளர்கள் முனைவர் ஆறு.இராமநாதன், இர.வாசுதேவன், குறிஞ்சி ஞான.வைத்தியநாதன், கண்மணி-குணசேகரன், தங்கர்பச்சான், அமலநாயகம், பெ. கருணாகரன், ஜெ.பி.சாணக்கியா, இரத்தின புகழேந்தி, பல்லவிகுமார், மன்றவாணன் ஆகியோரும் இடம் பெற்றுள்ளனர்.

மேலும் இந்திய ஆட்சிப்பணியில் சிறப்பாகச் செயலாற்றி ஓய்வுபெற்ற திருவாளர்.கி.தனவேல், சமூக செயற்பாட்டாளர் முத்துக்குமரனார், தொழிலதிபர் அரங்கநாதன் போன்றவர்களையும் நூலில் அடையாளப்படுத்தியுள்ளது அருமையான செயல்.

சேர, சோழ, பாண்டிய, பல்லவ நாட்டுடன் தமிழகத்தின் மத்தியில் அமைந்துள்ள நடுநாட்டின் ஒரு பகுதிதான் தென் ஆற்காடு. அந்தத் தென்ஆற்காட்டின் ஒரு மாவட்டம்தான் கடலூர். இந்த மாவட்டத்தைப் பற்றித் தொன்மையான வரலாறு ஒன்றையும் ஆசிரியர் பதிவு செய்திருக்கிறார்.

புராண காலத்தில் ஸ்ரீராமஷேத்ராவின் ஒரு பகுதி எனவும், சோழநாடு, தொண்டைநாடு, நடுநாடு எனப் பலவாறு அழைக்கப்பட்டாலும் “சான்றோர் உடைத்து” என்ற பெயரே இந்த மாவட்டத்தின் பெருமை என்கிறார்.

வரலாற்றுக்கு முந்தைய காலத்தில் இப்பகுதி சடாரண்யம் (ஆறு காடுகள்) என்று அழைக்கப்பட்டாலும் ஆர்மரங்கள் (ஆத்தி மரங்கள்) நிறைந்து காணப்பட்டதால் ஆர்க்காடு என்ற பெயர் வரலாயிற்று என்று கூறுகிறார் ஆசிரியர்.

ஆங்கிலேய ஆட்சியாளர்களுக்கு கடலூர்தான் தலைநகரமாக இருந்திருக்க வேண்டும் என்றும் பிரெஞ்சுக்காரர்கள் பலமுறை கடலூரில் அமைந்திருந்த புனித டேவிட் கோட்டையை தாக்கி அழித்ததால் சென்னைக்கு தங்கள் தலைநகரை மாற்றிக்கொண்டார்கள் என்றும் இந்நூலில் பதிவு செய்கிறார்.

இன்னொரு முக்கியமான தகவல் 1906ஆம் ஆண்டு சர்பிரான்சிஸ் ஆட்சியராக இருந்தபோது பரிசல்கள் மூலமாக கொள்ளிடம் ஆற்றின் வழியாக திருச்சிக்கும், வடவாறு வழியாக வீராணம் ஏரிக்கும், வீராணம் ஏரியிலிருந்து கான்சாகிப் வாய்க்கால் வழியாக பரங்கிப்பேட்டைக்கும் அரிசி, உப்பு, பருத்தி, கரித்துண்டுகள் கொண்டு செல்லப்பட்டு அங்கிருந்து கடல் வழியாக பல்வேறு நாடுகளுக்கும் வணிகம் நடைபெற்றது என்னும் அரிய தகவலும்

இந்நூலில் உண்டு. அதுமட்டுமல்ல, பரங்கிபேட்டையில் இரும்புத் தொழிற்சாலை இருந்ததாகவும், அந்தத் தொழிற்சாலையிலிருந்து உற்பத்தியாகும் இரும்புகள் உலகத்தரம் வாய்ந்ததாக இருந்ததால் லண்டனிலுள்ள புகழ்பெற்ற பாலத்துக்கும் கொண்டுசென்றதான தகவலும் ஆச்சரியமளிக்கிறது.

வீரமாமுனிவர் இயற்றிய 'தேம்பாவணி' பற்றி தமிழறிந்த பலருக்கும் தெரியும் என்றாலும், அந்த நூல் விருத்தாசலம் அருகேயுள்ள முகாசபரூர் அருகே இருக்கும் கோணான்குப்பம் என்னும் சிற்றூரில் அமைந்துள்ள புனித அன்னை பெரியநாயகி தேவாலயத்தில்தான் 1720ஆம் ஆண்டில் அரங்கேற்றப்பட்டது என்பது நூலின் மூலம் அறிய முடிந்தது ஆச்சரியமளிக்கிறது.

இந்திய பல்கலைக்கழகங்களில் முதன்முறையாக பதிப்புத்துறையை நிறுவியது அண்ணாமலைப் பல்கலைக்கழகத்தில்தான் என்னும் அரிய செய்தியும் இந்நூலின் மூலம் அறிய முடிகிறது. இத்துறையின் மூலம் தமிழ், ஆங்கிலம், இந்தி, உருது மற்றும் சமஸ்கிருதம் உள்ளிட்ட மொழிகளில் 600க்கும் மேற்பட்ட நூல்கள் வெளிவந்துள்ளதையும் இதன் மூலம் அறிய முடிகிறது.

உமறுப் புலவர் "சீறாப் புராணத்தை" இயற்றியதும், அது 1842 இல் அரங்கேற்றம் ஆனதும் பரங்கிப்பேட்டையில்தான் என்பதை இந்நூலின் மூலம் அறியும்போது பெருமையாக இருக்கிறது. பரங்கிப்பேட்டை கும்மத் பள்ளித் தெருவிலுள்ள அபுல்காசிம் மரைக்காயர் இல்லத்தில் உள்ள மேடையில் அரங்கேற்றமானதால், அந்தப் பெருமைமிகு மேடை இன்றும் பாதுகாக்கப்பட்டு வருகிறது என்பதும் சிறப்பான தகவல்.

திலகவதியாரும் திருநாவுக்கரசரும் திருத்தொண்டு புரிந்த இடம் திருவதிகை. தேவாரத்தின் முதல் பாடல் பெற்ற ஸ்தலம் என்பதுடன் திருஞானசம்பந்தர், சுந்தரர், அருணகிரியார் ஆகியோரின் பதிகங்களையும் இத்தலம் பெற்றுள்ளதும், சிறந்த சைவ சித்தாந்த நூலாகிய 'உண்மை விளக்கம்' நூலை இயற்றிய திருவதிகை 'மனவாசங்கடந்தார்' என்னும் சான்றோர் அவதரித்த திருவதிகையும் கடலூர் மாவட்டத்தைச் சேர்ந்தது என்பதும் தெரிய வரும்போது பெருமைகொள்ள வைக்கிறது.

மற்ற மாவட்டங்களில் உற்பத்தியாகி, இங்கு நன்மைகளைப் புரிந்தபின் இறுதியாக தஞ்சமடையும் கெடிலம், தென்பெண்ணை ஆற்று நீருக்கு கடலூர் மாவட்டம் வடிநிலமாக மாறியுள்ளது என்பதை ஆசிரியர் விவரிக்கும்போது உண்மையிலேயே ஆசிரியர் மாவட்டத்தைப் பற்றியும் மாவட்ட மக்களைப் பற்றியும்

எந்த அளவுக்கு ஆழ்ந்து கண்காணித்து உள்ளார் என்பதும் அவற்றுக்கெல்லாம் என்ன தீர்வு என்பதற்கு அவர் இந்நூலின் பின்னிணைப்பில் நன்றாகவே பதிவு செய்துள்ளார் என்பதும், அதற்காக நூலின் ஆசிரியர் இராதாகிருட்டினன், இந்த மண்ணை, இந்த மக்களை எந்த அளவிற்கு நேசிக்கிறார் என்பதை அறியும்போது ஒரு மகானைக் காணுவதுபோல் நான் பெருமைப்படுகிறேன்.

இம்மாவட்ட மக்களிடம் மட்டுமல்ல, மாநிலத்தின் பிற மாவட்ட மக்களிடமும், தமிழறிந்த அனைவருடைய கைகளிலும் இந்த நூல் அவசியம் இருக்கவேண்டும் என்பதற்குக் காரணம், மற்ற மாவட்டங்களான விழுப்புரம், கள்ளக்குறிச்சி, அரியலூர் மற்றும் மயிலாடுதுறை மாவட்டங்களிலிருந்து பாய்ந்து வரும் மழைநீர் நதிகளின் மூலம் குவிந்து வரும் மணலாலும், உள்வாங்கி உயர்ந்து வரும் வங்கக் கடலாலும், நெய்வேலி பழுப்பு நிலக்கரி சுரங்கத்தாலும், கடலூர் சிப்காட் தொழிற்சாலைகளின் புகையாலும் பாதிக்கப்படும் இம்மாவட்டத்துக்கு என்ன தீர்வு என்பதை இந்த நூலின் ஆசிரியரே மிகவும் சிந்தித்து, எந்தெந்தப் பாதிப்புக்கு என்னென்ன தீர்வு என்பதையும் தெளிவாக ஒரு தேர்ந்த சுற்றுச்சூழல் ஆர்வலரைப்போல் கூறியுள்ளாரே அதற்குத்தான்.

பின்தங்கிய மாவட்டம் என அழைக்கப்படும் கடலூர் மாவட்டம் அனைத்து வகைகளிலும் முன்னேறி சிறந்த மாவட்டமாக உருவாவதற்கு உதவுவதுதான் நூலாசிரியருக்கு வாசகர்களாகிய நாம் செய்யும் கைமாறு. வாழ்க நூலாசிரியர். வளம் பெறுக கடலூர் மாவட்டம்.

நாள்:21-10-22

அன்புடன்
குறிஞ்சிவேலன்

ஆசானுக்கு பணிவான நன்றி!

நான் சிறுவனாக இருந்த காலந்தொட்டே என் மனத்தில் உறங்கிக்கிடந்த எழுதும் ஆர்வத்தைத் தட்டியெழுப்பி, எழுத உசுப்பி விட்டவர்; பணி ஓய்வுக்குப்பின் விடாது தூண்டி எழுத வைத்து அதை வாசித்து மகிழ்ந்தவர் அண்ணன், ஆசான், அன்பின் நீரூற்று கவிச்சித்தர் க. பொ. இளம்வழுதி அவர்கள்தான்.

ஆசானுக்கு நன்றி செலுத்த தோதான தருணமும் இடமும் இது என்பதால், அவர் பற்றிய ஒரு சிறுகுறிப்பை மட்டும் இங்கு பதிந்து என் நன்றியை காணிக்கையாக்குகிறேன்.

கவிச்சித்தர் க.பொ.இளம்வழுதி.

எழுத்துலகில், தமிழ் அறிஞர்கள் நெஞ்சில் நிறைந்திருப்பவர் கவிச்சித்தர் க.பொ. இளம்வழுதி அவர்கள். இவரின் இயற்பெயர் பொ.பாலசுப்ரமணியன். கடலூர் மாவட்டத்தில் வட்டார வளர்ச்சி அலுவலராகப் பணியாற்றி ஓய்வுபெற்றவர்.

நாம் வாழும் காலத்தில் தமிழோடும், தனிப்பெரும் புகழோடும் கடலூரில் நம்மோடு வாழ்ந்து மறைந்து ஆண்டுகள் ஒன்பது கழிந்தாலும், அவரின் நினைவுகள் மட்டும் நம்மோடு ஒட்டிக்கொண்டிருப்பது உண்மை. வரலாற்று வரிசையில் மீசை மிடுக்கோடும் மலர்ந்த முகத்தோடும் நம்முன் நிற்கின்றார்.

கருவறையில் உருவான கவிஞர் இவர். இவரால் 14 கவிதை நூல்களும், எட்டு வரலாற்று நூல்களும், ஒரு விளையாட்டுக்கான நூலும், பிற கருப்பொருள்களில் நான்கு நூல்களும் படைக்கப்பட்டுள்ளன.

இவரின் உரைநடை நூல்களைப் படிக்கும்போது கவிதை படிப்பது போன்றதோர் உணர்வு ஏற்படுவதைத் தவிர்க்க இயலாது. இவரது ‘சிவப்பு நிலா’, ‘சிவப்புச் சிந்தனைகள்’, ‘விளையாட்டுகள் அன்றும் இன்றும்’, ‘மரபும் திரிபும்’ ஆகிய நூல்கள் தமிழக அரசின் பரிசினையும், ‘வேர்கள்’ என்னும் நூல் புதுவை அரசின் பரிசினையும் பெற்றதோடு மேலும் ஐந்து நூல்கள் தமிழகத்தில் உள்ள பல்வேறு

தமிழ்ச்சங்கங்களின் பாராட்டையும், பரிசினையும்,விருதுகளையும் பெற்றிருக்கின்றன.

தமிழ்ச் சான்றோர்களைத் தேடி அழைத்து விழா எடுத்து பாராட்டுவது கவிச்சித்தர் க. பொ. இளம்வழுதி அவர்களுக்கே உரித்தான தனிப்பண்பாகும். கவிஞரேறு வாணிதாசனின் வரலாறு இவரால் எழுதப்பட்டு, புதுச்சேரி மாநில அரசால் வெளியிடப்பெற்றது.

மொழி ஆளுமையுடன் இலக்கியப் பணியில் பொன்விழா கண்டவர். பயனில சொல்லாப்பண்பு, நுண்மாண் நுழைபுலம், எப்பொருள் பற்றியும் செந்தமிழில் எழுதும் திறன் இவருடன் பிறந்தவை. இவரின் பேச்சு, தமிழும் அன்பும் இசைந்து பிசைந்தார் போலிருக்கும்.

கவிச்சித்தர் க.பொ. இளம்வழுதி புகழ் போற்றுவோம்.

புதுடெல்லி நடுவண்அரசு தொலைக்காட்சி
இயக்குநராகப் பணியாற்றியபோது
தீநுண்மியால் (கொரோனா) காலமான என் மருமகன்
திரு.செ.குப்பனின் நினைவாக
இந்நூலைப் படைக்கிறேன்.

வடிநிலம் உள்ளே...

1. அதிகாலை அழகு 27
2. கடற்கரை அழகு 28
3. கடற்கரை துறைமுக நகர் இயங்கும் அழகு 31
4. மணல் குன்றுகளின் அழகு 34
5. அடிநாள் வரலாற்றின் அழகு 36
6. கெடிலம் ஆற்றின் அடிநாள் வரலாற்று அழகு 41
7. வங்கக் கடற்கரையின் இரண்டு தீவுகளின் அழகு 43
8. கரையேறவிட்டகுப்பம் 46
9. திருமுனைப்பாடி நாட்டை ஆண்டவர் வரலாற்றுஅழகு 47
10. வரலாற்று நிகழ்வுகள் 48
11. ஆங்கிலேயர்களின் புனித டேவிட் கோட்டை 50
12. கடலூர் நகர அழகு 51
13. சுங்கச்சாவடி வரலாற்று அழகு 56
14. பெருவெளித் திடல் அழகு 57
15. உப்பனாற்றில் ஒரு சிறிய இறக்குமதித் தளம் 58
16. பான்பரி அங்காடி 60
17. கடலூர் கேப்பர்மலை அழகு 61
18. கடலூரின் குடிநீராதாரம் 64
19. கூடலூர் பாக்டரி அவுஸ் . . 64
20. கடலூர்(கூடலூர்) துறைமுகம்-ஒரு நினைவு 65
21. பாடலிபுத்திரம் - பாதிரிக்குப்பம் 68
22. வேங்கடம்பேட்டை மண்டபங்கள் 69
23. டென்ட் கொட்டாய் 71
24. ஆங்கிலேயர் கால நாணயத் தொழிற்சாலைகள் 74
25. பரங்கிப்பேட்டை வரலாற்றின் தொன்மை அழகு 75

26. இந்தியாவின் முதல் எஃகு ஆலை. 78
27. பிச்சாவரம் சதுப்புநிலக் காடுகள் 82
28. நெல்லிக்குப்பம் சர்க்கரை ஆலை வரலாறு. 85
29. நீர் ஆதாரங்கள் மற்றும் நீர் மேலாண்மை. 87
30. ஏரிகள் 89
31. மாவட்ட வளங்கள் .95
32. தமிழ்நாட்டின் முதல் நீள் தண்ணீர்த் தொட்டிப்பாலம் .98
33. பாலூர் வேளாண்மை ஆராய்ச்சிப் பண்ணை 1905 . . . 100
34. வீராணம் ஏரிக்கரையின் வெற்றிலை வேளாண்மை. . 100
35. கல்வி- மாவட்டப் பள்ளிகள், கல்லூரிகள் 103
36. தூய தாவீது மேல்நிலைப்பள்ளி–கடலூர் துறைமுகநகர். 105
37. கர்னல் தோட்டமும் கல்லூரி வளாகமும் 107
38. சிதம்பரம் அண்ணாமலைப் பல்கலைக்கழகம். 110
39. கடல்வாழ் உயிரின ஆய்வு மையம், பரங்கிப்பேட்டை 112
40. அரசு மருத்துவக் கல்லூரி, சிதம்பரம் 113
41. நூலகம் 115
42. தொழில்துறை-நெய்வேலி பழுப்பு நிலக்கரி சுரங்கம் 118
43. அருள்மிகு வடலூர் இராமலிங்க வள்ளலார். 121
44. அருள்மிகு சுவாமி பாபாஜி 124
45. ஸ்ரீ இராகவேந்திர சுவாமிகள், புவனகிரி 125
46. திருநாவுக்கரசர் (அப்பர் பெருமான்) 126
47. திருமிகு நம்பியாண்டார்நம்பி 127
48. வைணவ ஆச்சாரியார்கள்- ஸ்ரீமன்நாதமுனிகள் 128
49. வைணவ ஆச்சாரியார்கள்- ஸ்ரீஆளவந்தார் 129
50. தமிழ் வளர்த்த ஞானியாரடிகள் 131
51. திவான் பகதூர் சுப்பராயலு ரெட்டியார் 138
52. சுவாமி சகஜானந்தா – சிதம்பரம். 139
53. திரு.எஸ்.எஸ். இராமசாமி படையாச்சியார்-கடலூர் . . 143
54. திரு.சாமிக்கண்ணுபடையாச்சி - கானூர் 145

55. திரு. இல.இளையபெருமாள்-காட்டுமன்னார்கோவில் . 148
56. பெரும்புலவர் க. சம்பந்தனார் 151
57. பேராசிரியர் திரு. சுந்தர சண்முகனார் 152
58. பேராசிரியர் மா. நன்னன் 155
59. பாவலர் திரு.தமிழ்ஒளி 158
60. எழுத்தாளர் திரு. சி.ஆர். கண்ணன் (அபர்ணா நாயுடு) 159
61. திரு கி.வீரமணி, திராவிடர் கழகத் தலைவர் 160
62. ஞானபீட விருதாளர், படைப்பாளி திரு. ஜெயகாந்தன் 162
63. பேராசிரியர் வே.சபாநாயகம் விருத்தாசலம் 164
64. புலவர் பொறிஞர் திரு.சி.செந்தமிழ்ச்சேய் 164
65. சாகித்ய அகாதெமி விருதாளர் திரு. குறிஞ்சிவேலன் . 166
66. பேராசிரியர் திரு.இரா.ச. குழந்தைவேலனார் 169
67. அணுசக்தி விஞ்ஞானி திரு.சீ. இராஜேந்திரன். 171
68. படைப்பாளி குறிஞ்சி திரு.ஞான. வைத்தியநாதன் . . 172
69. முனைவர் திரு. கதிர். முத்தையன் 173
70. பாவலர் திரு. அறிவுமதி 175
71. பாச்சுடர் திரு. வளவ.துரையன் 177
72. முனைவர் திரு.ஆறு. இராமநாதன்-எழுத்தாளர் 179
73. முனைவர் திரு.இர.வாசுதேவன் எழுத்தாளர் 180
74. திரு.இராம. முத்துக்குமரனார், சமூக செயல்பாட்டாளர் 181
75. முனைவர் திரு.கி.தனவேல், இந்திய ஆட்சிப் பணி. . 182
76. தொழிலதிபர் திரு.சி.கே.அரங்கநாதன் 184
77. திரு. கோ. மன்றவாணன், வழக்குரைஞர் 185
78. திரு.ராஜா வாசுதேவன்-மூத்த செய்தியாளர் 186
79. திரு. தங்கர்பச்சான்-பன்முகத்திறனாளி 187
80. முனைவர் திரு. பல்லவிகுமார் – எழுத்தாளர் 190
81. சாகித்ய அகாதெமி விருதாளர் திரு. இமையம் 191
82. சாகித்ய அகாதெமி விருதாளர் திரு. ஆயிஷா நடராசன் 193
83. திரு.அ.அந்தோணிராஜ் (அமலநாயகம்), எழுத்தாளர் . 196
84. திரு.பெ.கருணாகரன்-எழுத்தாளர் 197

85. திரு. கரிகாலன், எழுத்தாளர், கவிஞர் 198
86. திரு.இரத்தின புகழேந்தி, எழுத்தாளர் - 199
87. திரு. கண்மணி குணசேகரன், நடுநாட்டு எழுத்தாளர் . 201
88. திரு.ஜெ.பி. சாணக்கியா, எழுத்தாளர் 203
89. இந்திய விடுதலைப் போராட்ட வீரர்கள். 204
90. திருமதி. அஞ்சலை அம்மாள், கடலூர் முதுநகர். . . . 205
91. திருமதி. அசலாம்பிகை அம்மையார், கடலூர். 208
92. திரு. எஸ்.பி. கல்யாணசுந்தரம் ஐயர், திட்டக்குடி . . 209
93. திரு.எஸ்.கருப்பையா, திட்டக்குடி 209
94. திரு.சி.என். தண்டபாணிப்பிள்ளை, சிதம்பரம் 210
95. திரு.தே.நயினியப்ப பிள்ளை. சிதம்பரம் 211
96. திரு.கி.சுப்பராயலுநாயுடு, பண்ருட்டி 211
97. திரு.எம்.வி.சுதர்சனநாயுடு, கடலூர் 212
98. திரு.பி.தணிகாசலம்பிள்ளை, கடலூர் முதுநகர் 213
99. திரு.மு.பரமானந்தம் பிள்ளை, ஆண்டார்முள்ளிப்பள்ளம்214
100. திரு.எஸ்.டி. சின்னசாமி ரெட்டியார், கடலூர் . . . 214
101. திரு.கு. இராமச்சந்திரன் செட்டி, கடலூர் முதுநகர் . 214
102. திரு.பி.பாண்டுரங்கன் படையாச்சி, கடலூர் 216
103. திரு.மு.மா.பாவாடைராயன், திட்டக்குடி 216
104. திரு.ஆர்.இரத்தின ஆசாரி, கடலூர் 217
105. திரு.தெ. இராசலிங்கம், கொம்பாடிக்குப்பம் 217
106. தேசத்தந்தை மகாத்மாகாந்தியின் மறைவும்-சோகமும் 218
107. புனித அன்னை பெரியநாயகி தேவாலயம், கோணான்குப்பம் 219
108. தேம்பாவணி காவியம் அரங்கேறிய இடம் 220
109. கூடலூர் துறைமுகநகர் - கிறிஸ்து தேவாலயம் . . . 221
110. பரங்கிப்பேட்டை மீராப்பள்ளியின் வரலாறு 222
111. சீறாப்புராணம் அரங்கேறிய பூமி 224
112. லால்பேட்டை - அரபுக்கல்லூரி. 224
113. அருள்மிகு பாடலேசுவரர் திருக்கோயில் திருப்பாதிரிப்புலியூர் 227

114. அருள்மிகு தேவநாத சுவாமிகள் திருக்கோயில் - திருவயிந்திரபுரம் 232
115. அருள்மிகு வீரட்டானேஸ்வரர் திருக்கோயில் - திருவதிகை 235
116. அருள்மிகு வாமனபுரீஸ்வரர் திருக்கோயில், திருமாணிக்குழி 239
117. அருள்மிகு சிவகொழுந்தீஸ்வரர் திருக்கோயில் - தீர்த்தனகிரி 242
118. அருள்மிகு மங்களபுரீஸ்வரர் திருக்கோயில் - திருச்சோபுரம் (தியாகவல்லி) 243
119. அருள்மிகு அழகுமுத்து ஐயனார் திருக்கோயில் - தென்னம்பாக்கம் 244
120. அருள்மிகு தில்லை நடராசர் திருக்கோயில் சிதம்பரம் 246
121. திரு.சிதம்பரநாத சூரப்ப சோழனார், பிச்சாவரம் . . 258
122. அருள்மிகு தில்லை காளியம்மன் திருக்கோயில் – சிதம்பரம் 259
123. அருள்மிகு விருத்தகிரீஸ்வரர், திருக்கோயில்- விருத்தாசலம் 261
124. அருள்மிகு கொளஞ்சியப்பர் திருக்கோயில்- மணவாளநல்லூர் 263
125. அருள்மிகு சிவசுப்பிரமணியர் திருக்கோயில்- வேலுடையான்பட்டு-நெய்வேலி 265
126. அருள்மிகு பூவராக சுவாமி திருக்கோயில் – ஸ்ரீமுஷ்ணம் 266
127. அருள்மிகு பிரளயக்காலேஸ்வரர் திருக்கோயில்- பெண்ணாடம் 270
128. அருள்மிகு அமிர்தகடேஸ்வரர் திருக்கோயில் – மேலக்கடம்பூர் 272
129. அருள்மிகு நெறிகாட்டுநாயகர் திருக்கோயில் - கூடலையாற்றூர் 273
130. அருள்மிகு வீரநாராயண பெருமாள் திருக்கோயில் – காட்டுமன்னார்கோவில் 274

131. அருள்மிகு அனந்தேசுவரர் திருக்கோயில் காட்டுமன்னார்கோவில் 275
132. அருள்மிகு பிரணவ வியாக்ரபுரீஸ்வரர் திருக்கோயில் – ஓமாம்புலியூர் 276
133. மாமனிதர்களின் கல்லறைகள் இருக்கும் இடம் . . 278
134. வடிநிலம் - முடியுரையின் தொடக்கம். 283
135. அச்சம் தரும் ஒரு செய்தி 285
136. இதற்கு என்ன தீர்வு? என்ன செய்யலாம்? 286
137. இணைப்பு – 1 மாவட்ட பொது விவரம் 290
138. இணைப்பு - 2 விடுதலைப் போராட்ட வீரர்கள் . . 296
139. நேத்தாஜி படை வீரர்கள் 303
140. வடிநிலம் - ஆதார ஆவணங்கள் 304

அதிகாலை அழகு - பறவைப் பார்வையில்

அதிகாலை வங்காளவிரிகுடாக் கடல் அடிவானத்தில் வெளிச்சப் புள்ளிகள் விநாடிக்கு விநாடி விரிந்து பரந்து குதித்தெழுந்தன. அலைகளின் ஏற்ற இறக்கத்திற்கேற்ப, வைரக்கற்களைச் சிதறிவிட்டாற்போல் ஆங்காங்கே மின்னல் கீற்றென வெளிச்சம் கண்ணுக்கு இதமளித்தது.

மிதமான, இதமான குளிருடன் இரவு சென்ற மீனவர்கள், படகில் பிடிக்கப்பட்ட மீன் சுமையோடு கரை நோக்கி விரைந்து வந்தனர். மீன் படகுகள் கரைசேரும் வரை காத்திராமல், அவசரக் கடல்காக்கைகள், மீனவர்களை வரவேற்க கடல் நோக்கி பறக்கத்தொடங்கின.

அலைகள் ஒன்றை ஒன்று முந்திக்கொண்டும் பிந்திக்கொண்டும் இடித்துக்கொண்டு கரையைத் தொட்டன. இதனால் நீலவண்ணத் துணியில் வெண்பட்டுக்கரை அமைந்து காற்றில் அலைமோதுவதுபோல் கரையில் வெண்நுரை இழுபட்டு பின்வாங்கியது. காலை வெயிலில் வெள்ளித் துகள்கள் கலந்துவிட்டதுபோல் மணல் ஆங்காங்கே மின்னியது.

கரையில் காத்திருக்கும் மீனவப் பெண்கள், தங்கள் கூடையுடன் கடல் நோக்கி தங்கள் உறவுகளின் படகுகளை அடையாளம் காண முற்பட்டனர். தங்கள் படகு எங்கு கரையேறும் எனத் தீர்மானித்து அந்த இடம் நோக்கி கரையோரமாக நகர்ந்தனர்.

இவர்களின் நடையதிர்வால், கரையோர செந்தண்டுகள் ஒற்றைக் கொடுக்கை தூக்கியபடி விரைந்து ஓடி வளையில் புகுந்தன.

காலை வேளை கடற்கரை மக்கள் திரளால் மொய்க்கப்பட்டிருக்கும். கடலில் படகில் மீன் பிடிக்கச்சென்ற மீனவர்கள் திரும்பி கரையேறி கொணர்ந்த மீன்களை விற்பனைக்குத் தயார் செய்வர். மீன் அங்காடிக்குக் கடலூர் முதுநகர் மீன்அங்காடியே சிறப்பானதாகும். வெளியூர் மற்றும் உள்ளூர் வியாபாரிகள் மீன்களை வாங்கி வண்டி மூலமாகவோ அல்லது தலைச்சுமையாகவோ எடுத்துச் செல்வர். மீனவப்பெண்கள் தலைச்சுமையாகக் கூடையில் மீன்களைச் சுமந்து

விற்பனை செய்வர். மீன் வாங்குபவர்கள், ஈச்ச இலைகளால் பின்னப்பட்ட ஓலைப்பைகளில்தாம் வாங்குவார்கள். அந்த ஓலைப்பைக்கு 'பறி' என்று பெயர். இவ்வோலைப்பை மீன் அங்காடியில் கிடைக்கும்.

மக்கள் திரளைவிட அதிகமான பறவைகள் வானத்தில் வட்டமிட்டு தரை பாய்ந்து மீன்களைக் கொத்திச் செல்லும் நேர்த்தி வியக்கவைக்கும். அவற்றைத் துரத்தியடிக்கும் சிறுவர்களின் கும்மாளம் ரசிக்க வைக்கும்!

கடலூர் மாவட்டத்தின் முந்தைய கடல் எல்லையான வடக்கே பாலாற்று முகத்துவாரத்திலிருந்து தெற்கே போர்ட்நோவோ (பரங்கிப்பேட்டை) கடற்கரை முகத்துவாரம் வரை காணும் காலைக் காட்சிகள்தாம் மேலே விவரிக்கப்பட்டுள்ளன.

ஒரு பறவையின் பார்வையில், மேலே பறந்தபடி வடக்கிலிருந்து தெற்காக கடற்கரை ஓரமாக என்னென்ன காட்சிகளைக் காணலாம் தெரியுமா? கற்பனை இல்லை. நிகழ்ந்த நிகழ்வுகள்தாம். ஆனால் அந்நிகழ்வுகள் வரலாற்றில் அடக்கம் ஆகிவிட்டன. இன்றைய தலைமுறையினருக்கு இவ்விவரிப்பு ஒரு பழங்கதையாகக் கூடத்தோன்றலாம். வரலாற்றின் உண்மையை அவர்கள் அறிந்து கொள்ள வேண்டும்.

கடற்கரை அழகு

பாலாறு கடலில் இணையும் இடத்திலிருந்து தென் ஆர்க்காடு மாவட்ட எல்லையான பரங்கிப்பேட்டை வரை கடற்கரை நீண்டிருக்கும். கடற்கரை ஓர தென்னந்தோப்புகளும், சவுக்குமரத்தோப்புகளும், சதுப்புநிலத்தில் அலையாத்தி (*Mangrove*) காடுகளும், பெரிய சிறிய மணற்குன்றுகளும், கலங்கரைவிளக்கு உயர்கோபுரக் கட்டடங்களும் கடற்கரையின் அழகை கூட்டிக்காட்டின. இத்துடன் கரையோர மீனவக்கிராமங்களின் மக்கள் திரளும், அவர்களின் வாழ்வாதார சொத்தான சிறிய, பெரிய மீன்பிடி படகுகளும், குவியல் குவியலாகக் கிடக்கும் மீன்பிடி வலைகளும் உழைக்கும் மக்கள் இருப்பிடத்தைத் திட்டுத் திட்டாகக் காட்டின.

கடலூர் வடக்கே கடற்கரை ஒட்டி பிரெஞ்சுக்காரர்கள் ஆதிக்கத்திலிருந்த பாண்டிச்சேரி கடற்கரை தனித்து நின்று அழகில் நிமிர்ந்து நின்றது.

மரக்காணம் உப்பங்கழியின் ஓரம் மினுக்கும் வெள்ளி முத்துகளைப் பரப்பி வைத்தாற்போல் காய்ந்த உப்பளங்கள். உப்பு காய்ந்து உருகும் மணம், கொதிக்கும் வெய்யில். விளைந்த உப்புகளைக் கூடையில் வாரி எடுக்கும் பெண்கள். கரையோரம் பிரமிடுகள்போல் கொட்டியிருக்கும் உப்புக் கோபுரங்கள். விற்பனைக்கு ஏற்றிச் செல்ல தயாராக இருக்கும் மாட்டுவண்டிகள். உப்பு வயலுக்குச் சொந்தக்காரர்கள், தொழிலாளர்கள் எனக் காலை நேரம் களைகட்டியிருக்கும். உப்புவண்டிகள் மூன்று திசைகளிலும் ஊர்ந்து செல்லும் நேர்த்தி காலை நேரத்தில் கூர்ந்துநோக்கின் மகிழ்வைத் தரும்.

பாலாற்றிலும், தென்பெண்ணையாற்றிலும், கெடிலம் ஆற்றிலும் சலசலவென சீராகப் பன்னீரெனத் தண்ணீர் மேற்கிலிருந்து கிழக்காகக் கடலில் இணைய துள்ளி ஓடிவரும் இனிய காட்சி. அடுத்து கெடிலம் ஆற்றின் போக்கில் கடற்கரைக்கு மேற்கே சிறிது தொலைவில் கெடிலத்திலிருந்து தெற்குநோக்கி பிரியும் கிளைதான் 'உப்பனாறு.' பிரிந்த உப்பனாறு 4 கி.மீ. தொலைவு ஓடி கடலூர் முதுநகர் அருகில் கடலோடு கூடுகிறது.உப்பனாற்றிலும், அதன் கிளை உப்பங்கழியிலும் சரக்குகளை ஏற்றிக்கொண்டு ஊர்ந்து செல்லும் தோணிகள் மற்றும் படகுகளின் வரிசை கண்களில் ஒடுங்கும்.

ஒரு நீள்கழிகொண்டு ஆற்றின் சேற்றில் சொருகி, அதைப் பிடித்தபடியே தோணியின் வெளிப்புற வரம்பில் நடக்க, நடக்க தோணி ஊர்ந்து செல்லும் அழகு; மறுமுனைக்குச் சென்ற பிறகு ஊன்றியக் கழியை லாவகமாக எடுத்து மீண்டும் ஆற்றில் சொருகும் பாங்கு; உப்புநீர் உடல் மீது பட்டு, காய்ந்தபின் ஏற்படும் அரிப்பை உள்ளங்கையால் தேய்த்துவிடும் நேர்த்தி; தோணியை இயக்கிச் செல்பவர்களின் தடத்தோள்களைக்கண்டு வியப்பு; சிலிர்ப்பு. தோணிகளும், படகுகளும் செல்லும்போது துள்ளும் ஆற்று மீன்களின் வளமும் வனப்பும் கூடுதல் காட்சி!

கடலூர் தேவனாம்பட்டினக் கடற்கரைக்கு வடக்கே உள்ள உச்சிமேடு கடற்கரை அழகு மிளிரும் பகுதியாகும். அதன் தென்பகுதியான தாழங்குடா கடற்கரையின் சிறப்பே அதன் தென்னந்தோப்பின் அடர்த்திதான். பெருத்து உயர்ந்து தழைத்து வளர்ந்திருக்கும் நூற்றுக்கணக்கான தென்னைமரங்களின் மட்டைகள் காற்றில் ஆடிக்கொண்டேயிருக்கும். அங்கிருந்து கடலை நோக்கினால் முகத்தில் தழுவும் சில்லென்ற காற்று, அதனால் ஏற்படும் பரவசம், பட்டுணர்ந்தால் மட்டுமே தெளிவு பெறும். தென்னந்தோப்பின் உள்ளேயும், வெளியேயும் ஓய்ந்திருக்கும் அதிகாலை கரையேறிய

படகுகள். நிழலில் நின்றபடி மீன்வலைகளைச் சீர் செய்யும் மீனவர்கள், வெய்யிலில் உலர்த்தப்பட்டிருக்கும் மீன் வலைகள், மீன் வலையில் சிக்கிய தேவையற்றது என எறிந்த சிறுமீன்கள், நத்தை வகைகளைக் கொத்திச் செல்ல பறக்கும் பருந்துகள், காக்கைகள் எனக் காட்சிகளை விவரிக்கலாம்.

கெடிலம் ஆறு கடலில் கலப்பதற்கு முன்பாகத் தெற்குநோக்கி ஒரு கிளை பிரிகிறது. இதனால் தேவனாம்பட்டினம் ஊர் தனித்தீவாத் தெரிகிறது. தேவனாம்பட்டினத்தின் வடபகுதி தென்னந்தோப்பென்றால், தென்பகுதி முகத்துவாரத்தை அடுத்து சவுக்குத்தோப்பு அடர்த்தியாக இருக்கும். காலை நேரத்தில் அப்பகுதி கருமையாகத் தெரியும். சூரியன் கடல் நீருக்கு மேலே வரும் நிலையில் பார்த்தால்தான் சவுக்குத்தோப்பு நம் கண்களுக்குப் புலப்படும்.

கடலூர் முதுநகர் உப்பனாற்றிற்கும் கடலுக்கும் நடுவில் ஒரு அழகிய தீவு உள்ளது. இந்தக் கழிமுகத்தீவு 'அக்கரை' என மக்களால் அழைக்கப்படுகிறது. இத்தீவில் சோணாங்குப்பம், சிங்காரத்தோப்பு, கோரி என்னும் மூன்று சிற்றூர்கள் உள்ளன. உப்பனாற்றின் மேற்குக்கரையில் அமைந்துள்ள அரசுவங்கிக் கட்டடத்திற்கு முன்பாக ஒரு படகுத்துறை உண்டு. கடலூர்முதுநகர் மக்கள் அக்கரைத்தீவுக்குச் சென்றுவரவும், அக்கரைத்தீவு மக்கள் கடலூர்முதுநகர் சென்றுவரவும் உப்பனாற்றைக் கடக்க படகுப் போக்குவரத்துதான் கதியென்ற நிலைமாறி தற்போது அழகிய மேம்பாலம் அமைக்கப்பட்டு, பயணம் எளிமையாக்கப்பட்டுள்ளது. உப்பனாற்றின் மேற்குக் கரையில்தான் கூடலூர்நகர் அமைந்துள்ளது.

கெடிலத்தின் காட்சிகளுள் மிகச்சிறந்த தலையாய காட்சி, கெடிலத்தின் தென்கிளையாகிய உப்பனாறு கடலோடு கூடும் முகத்துவாரக்காட்சிதான். ஆறு கடலோடு கூடும் இந்தக் கூடல் வரலாற்றில் குறிப்பிடத்தக்க கூடலாகும். இந்தக் கூடலால்தான் இதன் அருகில் அமைந்துள்ள நகருக்கு "கூடலூர்" என்னும் பெயர் ஏற்பட்டிருக்கலாம் எனக் கருதப்படுகிறது. இந்தக் கூடலூர் என்ற பெயர்தான் கடலூராக பின்னர் மாறியிருக்கலாம்.

கூடலூர்முதுநகர் இயற்கைத் துறைமுகத்தில் இரவு வந்து நங்கூரமிட்டிருக்கும் சரக்குக் கப்பலிலிருந்து சரக்குகளை இறக்க விரையும் வத்தல்கள் (பெரிய தோணி). முகத்துவார நுழைவாயிலில் எழும்பும் பெருவீச்சு அலைகளைச் சமாளித்து, கடலில் வத்தலை

நுழைக்க கடுமையாகப் போராடும் பரபரப்பான காட்சி மிரட்டும் கண்கொள்ளாக் காட்சி!

கடற்கரை துறைமுகநகர் இயங்கும் அழகு

கூடலூர்முதுநகர் இரயில் நிலையத்திலிருந்து கிழக்காகக் கிளைத்து தனியாகத் துறைமுகம் வரை இரயில் பாதை உண்டு. காவல் நிலையதிற்கு முன்பாகச் சாலையின் குறுக்காக இப்பாதை செல்லும். கப்பலிலிருந்து இறக்கிய பொருட்களை ஏற்றிச் செல்லவும், கப்பலில் ஏற்றுவதற்கான பொருட்களைச் சுமந்து செல்லவும் சரக்கு இரயில், இரயில் நிலையத்திற்கும் துறைமுகத்திற்கும் சென்று, திரும்பி வந்துகொண்டிருக்கும். இப்பாதையில் இரயில் செல்கையில், சாலை மூடப்படுவதால், கடலூரிலிருந்து தெற்குநோக்கிச் செல்லும் மற்றும் தெற்கிலிருந்து கடலூர் புதுநகர் நோக்கி வரும் அனைத்து வாகனங்களும் இருபுறமும் தேங்கி வரிசையாக நெடுநேரம் நிற்கும். போக்குவரத்துக்கு சாலை திறக்கப்பட்டவுடன் எதிர்திசையில் ஒன்றை ஒன்று முந்தும் வாகனங்களின் இரைச்சல், காவலர்களின் ஊதுகுழல் ஓசையோடு கடந்து சென்ற சரக்குரயிலின் சத்தமும் பரபரப்பைக் கூட்டும்!

துறைமுகத்தில் கரும்புகையைக் கக்கிக்கொண்டு 'உஸ்ஸ்' என்ற ஓசையுடன் நீராவி எந்திர சரக்கு இரயில் நிற்கையில், சரக்குகளை ஏற்றவும், இறக்கவும், பின்னர் வத்தலில் கொண்டு சேர்க்கவும் எனச் சுமை தூக்கும் தொழிலாளர்கள்; இவர்களின் பணியைக் கண்காணிப்பவர்கள் எனப் பலர் பம்பரமாக இயங்கிக் கொண்டிருப்பார்கள். காலையிலேயே துறைமுகப் பகுதியில் மக்கள் திரள் மிகுந்து காணப்படும். இப்பகுதியில் நிலக்கரி ஆங்காங்கே குவிக்கப்பட்டிருக்கும். அப்பகுதி முழுவதும் நிலக்கரி துகள்கள் சிதறி படிந்து தரையைக் கருப்பாக்கிருக்கும். நடக்கும் மக்களின் செருப்பணியா பாதங்கள் கருப்பு 'ஷூ' அணிந்திருப்பதைப் போல் தோற்றமளிக்கும்!

மற்றொருபுறம் கப்பலிலிருந்து இறக்கப்பட்ட வெள்ளை வெளேரென உழவுக்கான உரமூட்டைகளின் தொகுப்பு அணிவரிசை. உரமூட்டையை உரிய இடங்களுக்கு ஏற்றிச்செல்ல மாட்டு வண்டிகள், லாரிகள் மற்றும் இரயில் சரக்குப்பெட்டகங்கள். இவற்றில் ஏற்ற உரமூட்டையைச் சுமந்து விரைந்து நடக்கும் தொழிலாளர்கள், கண்காணிக்கும் அலுவலர்கள் எனத் தனியாக ஓர் அமைப்பு தேனீயென இயங்கிக்கொண்டிருக்கும்.

இரயில் பாதையின் இரு புருவங்களிலும் ஆங்காங்கே சிதறி பரவி இறைந்து கிடந்த இரும்புத்தாதுத் துகள்கள் சூரிய ஒளியில் மின்மினி பூச்சிகளாக மின்னிக் கொண்டிருக்கும். சேலத்திலிருந்து வெட்டியெடுக்கப்பட்ட உருக்கிரும்பு தாதுத் துகள்கள் நீர்வழிப்பாதையாக, கடலூர் துறைமுகம் கொணர்ந்து, பிற நாடுகளுக்கு ஏற்றுமதி செய்த வரலாறு உப்பனாற்றுக் கரையிலேயே புதைக்கப்பட்டு, சுவடுகூட இன்று கண்டறியா நிலை. இவை அனைத்தும் உப்பனாற்றின் மேற்குக் கரையில் நடக்கும் உழைப்பின் வியர்வைக் காட்சிகள்!

கடற்கரை கிராமங்களில் பொதுவாக மீனவ மக்கள் மட்டுமே வசிப்பர். ஆனால் தேவனாம்பட்டினம் கடற்கரை கிராமத்தில் மீனவர்களோடு விவசாயிகளும் ஒற்றுமையுடன் வாழ்ந்து வருகின்றனர். கடற்கரை ஒட்டிய பகுதியிலிருந்து தெற்கில் (தற்போது அரசுக் கல்லூரி இயங்கும் இடம்) முன்பு வெங்காயம், முள்ளங்கி, மணிலா, மல்லிகைப்பூ பயிரிட்டார்கள். சவுக்குக்கான நாற்றங்கால் வளர்ப்புக்கு இப்பகுதி பேர்பெற்றது. நான்கு அடி ஆழத்துக்கு மணலை அகற்றினால் நன்னீர் கிடைக்கும். இந்நீரே பயிரிட போதுமானது.

தேவனாம்பட்டினத்துச் சவுக்கு நாற்றுக்கு மாநிலம் முழுவதும் எதிர்பார்ப்பு மிகுந்திருந்த காலம் அது. அதிகாலை நேரம் நாற்றினை வேருடன் எடுத்து ஒன்று சேர்த்து, ஆயிரம், இரண்டாயிரம் எனக் கட்டுப்போடுவர். ஆயிரம் நாற்றென்றால் ஐந்நூறு ஐந்நூறாகப் பிரித்து, இரண்டு பிரிவுகளின் வேர்ப்பகுதிகளை இணைத்தவாறு பச்சைத் தென்னங்கீற்றால் வேர்ப்பகுதி மறையும் அளவிற்கு சுற்றிக் கட்டிவிடுவார்கள். சவுக்கு நாற்றுகளை தலைச்சுமையாகத் தூக்கிக்கொண்டு கடலூர் பழைய நகர் மற்றும் திருப்பாதிரிப்புலியூர் பேருந்து நிலையம், இரயில் நிலையம் எனக் குழுவாகப் பிரிந்து தூக்கிச் செல்வர். சவுக்கு நாற்று சுமப்பவர்கள் நல்ல உடற்கட்டுடன் இருப்பார்கள். நாற்றைத் தலையில் சுமந்தபடி அவர்கள் நடப்பதில்லை. சிறு ஓட்டம் என்பார்களே அந்த அளவிற்கு அவர்களின் நடை வேகம் இருக்கும்!

கடலூர் முதுநகருக்குச் செல்பவர்கள், கடற்கரையிலிருந்து வன்னியர்பாளையம் முகப்பு தோப்பு வழியாக (தற்போது தீ அணைப்பு நிலையம் உள்ள இடம்) ஊரில் நுழைந்து, உப்பனாற்று கழிமுகம் தாண்டி, கெடிலம் ஆற்றின் ஆழமில்லா இடம் கண்டு, கடந்து வெள்ளிப்பிள்ளையார் கோயில் வழியாகச் செல்வர். திருப்பாதிரிப்புலியூர் செல்ல தற்போதைய தீ அணைப்பு

நிலையம், புதுப்பாளையம் சாலை வழியாகச் செல்வர். பேருந்து மற்றும் இரயில் மூலம் நாற்றுகள் அனுப்பப்படுவதால் குறித்த காலத்தில் செல்ல ஓட்டமும், நடையும் தேவைப்படுகிறது. இடுப்புத் துண்டோடு வேர்வை வழிய வழிய விரையும் இவர்களின் கட்டுடல் அழகை அக்காலப் பெண்கள் சிலர் ரசிப்பதுவும் உண்டு!

நல்ல ருசியுள்ள முள்ளங்கிகிழங்குக்கு நாணமேடும், தேவனாம்பட்டினமும் பேர்பெற்றவை. நாணமேடு சிறிய குண்டு கத்திரிக்காய்க்கு, மீன்குழம்பும், சாம்பாரும் ஏங்கிக்கொண்டிருக்கும். தற்போதைய அண்ணாநகர் பகுதி மற்றும் அதன் கிழக்குப் பகுதிகள் மரவள்ளிக்கிழங்கு பயிரிட தோதான நிலமாகும். உயர்ந்த வெண்குச்சியில் குடை விரித்தாற்போல் பசுமையான இலைகளுடன், இராணுவ அணிவகுப்பு என நிற்கும் மரவள்ளிக் கிழங்கு வயல்களைக் கண்ணால் அளக்காமல் தாண்டிச் செல்ல இயலாது.

ஒரு ரூபாய்க்கு முள்ளங்கி கூடை நிறைய வாங்கி வீதியில் விற்றால், இரண்டணா லாபம் கிடைக்கும். முள்ளங்கி, கத்திரிக்காய், மரவள்ளிக்கிழங்கு வாங்கி வீதியில் விற்கும் பெண்கள் நிறைய இருந்தனர்.

இப்பகுதியில் காலை முதலே, முல்லை, மல்லிச் செடிகளிலிருந்து அரும்பு சேகரித்து விற்பனைக்காக நகரத்துக்கும், வெளியூருக்கும் அனுப்பும் பணியில் எறும்பெனச் செயல்படுவோர் பலர் உண்டு. திருப்பாப்புலியூர் பேருந்து நிலையம் அருகில் இருந்த முத்தையா திரையரங்கு முகப்புச்சாலையில் இருந்த பூக்கடையின் முகப்பில் ஒரு தகவல் பலகை வைத்திருப்பார்கள். அதில் இன்றைய முல்லை விலை சேர் ஒன்றுக்கு ரூ(பாய்) அ(ணா). பை(சா) என எழுதி வைத்திருப்பார்கள். இப்பூக்கடை தேவனாம்பட்டினம் திரு. ஆறுமுகம் என்பவருக்குச் சொந்தமானது.

முதல் நாள் விற்பனையாகாத மீன்களை உப்பு கலந்து கடற்கரை மணலில் தென்னங்கீற்றில் உலர வைப்பார்கள். இவை நாள் கணக்கில் உலர்ந்து கருவாடு என மீண்டும் விற்பனைக்கு வரும். இதனால் மீன் கவிச்சை நாற்றத்தை அப்பகுதியில் உணரலாம்.

மணல் குன்றுகளின் அழகு

கடற்கரை மணல் மிகுந்த வெண்மை நிறத்துடன் இருப்பதோடு, 50, 60 அடி உயரத்திற்கும், 1000 அடிக்கும் மேலான பரப்பளவில் பல வெண்மணல் குன்றுகள் பிரமிடுகள்போல் குடியிருப்பின்

தென்புறத்தில் இருந்தன. இவற்றை உற்று நோக்கினால், காற்றில் மணல்துகள்கள் மெலிதாக சுழன்று பறப்பதைக் காணலாம். மணல் குன்றின் உயரம், அகலம் காற்றின் போக்கினால் அவ்வப்போது மாறிக்கொண்டேயிருக்கும்.

மாலை வேளையில் சிறார்கள் இந்த மணல் குன்றின் மீது ஏறி உட்கார்ந்தோ அல்லது படுத்தோ கீழே சறுக்கி விளையாடுவார்கள்.

சறுக்கி வருவது சுலபமாகத் தெரிந்தாலும், உச்சிக்கு ஏறுவதற்குச் சிரமமாக இருக்கும். காற்றின் ஊடே பறக்கும் மணல் துகள்கள் கண்ணிலும், மூக்கிலும் நுழையும் என்பதால், சிரமப்பட்டுதான் உச்சிக்குச் செல்ல முடியும். சில இடங்களில் மணல் குன்றுகள் மீதும், தரைப்பகுதியிலும் ஒருவிதமான கொடி பசுமையாகப் படர்ந்திருக்கும்; மஞ்சள், ஊதா எனப் பூக்கள் பூத்திருக்கும்; கண்களுக்கு விருந்தளிக்கும்!

எகிப்திய பிரமிடுகள்போல் அருகருகே அமைந்திருந்த மணற்குன்றுகள், காலப்போக்கில் இயற்கையின் சீற்றம் மற்றும் மாற்றம் காரணமாகக் காற்றில் கரைந்து ஒட்டகத் திமில் போல் காட்சி கொடுத்து, காளையின் திமிலாகக் குறைந்து தரைமட்டமாகி தாம் இருந்ததற்கான அடையாளத்தைச் சிறிது காலம் காட்டிக்கொண்டிருந்தன. பின்னர் அதுவும் கரைந்து, எங்களுக்குள் உயர்வு, தாழ்வு இல்லையெனச் சமமணற்பரப்பாக நெளிந்து நெளிந்து கடற்கரையின் அழகைக் கூட்டின.

சென்னை மெரினா கடற்கரைக்கு அடுத்து அழகான கடற்கரை கடலூர் தேவனாம்பட்டினம் கடற்கரைதான். இக்கடற்கரையில் உள்ள முகத்துவாரம் வழியாக கெடிலம் ஆறு கடலோடு கலக்கும் இனிய காட்சியைக் காணலாம். இக்கடற்கரைப் பரப்பு முழுவதும் வெண்மணல் சூழ்ந்து வெயிலில் வெள்ளியென மின்னுவதால் இது "வெள்ளிக்கடற்கரை" எனப் பெயர் பெற்றுள்ளது. மக்கள் மாலை வேளையில் இங்குக் கூடிக்களிக்க இன்னும் விரிவான ஏற்பாடுகளை செய்தால், நல்லதொரு சுற்றுலாத் தலமாக விளங்கும். கடலூர் கடற்கரை அமைப்பு இங்கிலாந்து நாட்டிலுள்ள "கவுண்டி கடற்கரை" போன்றதெனப் புகழப்படுகிறது.

அதிகாலை ஆலய வழிபாட்டின் அழகு

மாவட்டத்திலுள்ள இந்து திருக்கோயில்களில் சுவாமி திருமேனிகளுக்கு அபிஷேக ஆராதனைகள் முடிந்திருக்கும் நேரமிது.

சந்தனத் தூளையும் சந்தனச் சீவுகளையும் அகில்,அகரு பச்சிலை சிச்சிலிக்கிழங்கு, கிளியூரற்பட்டை மட்டிப்பால் பாற்சாம்பிராணி முதலான மணப்பொருள்களுடன் கலந்து இடித்து, இடித்த தூளைத் திருக்கோயில்களில் இறைவனெதிரே நெருப்பிலிட்டுப் புகைத்த புகையின் நறுமணம், திருக்கோயில்கள் உள்ளேயும், சுற்றியுள்ள வீதிகளிலும் பரவி மக்களை இறைவன்பால் ஈர்க்கச்செய்யும்!

கிறிஸ்துவத் தேவாலயங்களில் பிராத்தனை முடிந்ததற்கான அடையாளமாக கோயில் மணிகள் ஓசையை எழுப்பி ஓயும். பள்ளிவாசல்களிலும், தர்க்காக்களிலும் உள்ள இமாம்கள் அதிகாலை பாங்கு ஓதி இசுலாமிய பெருமக்களைத் தொழுகைக்கு தயார்படுத்துவர்.

ஏரி நீர்த்தளும்பும் அழகு

முதலாம் பராந்தக சோழன் வெட்டிய வீராணம் ஏரி நிரம்பித் தளும்பிக்கொண்டிருந்தது. ஏரியின் கிழக்குக்கரை 16 கி.மீ. நீளத்தில் காட்டுமன்னார்கோவிலையும் சேத்தியாத்தோப்பையும் இணைக்கும் சாலையாகும். தளும்பும் தண்ணீர் சிற்றலையாக உருமாறி கரையைத் தாக்கி, காற்றில் கலந்து கரையோரம் இருந்தவர்கள் மீது பன்னீரெனத் தெளித்தது.

விரால் மீன்களிலேயே இவ்வேரியில் வளரும் நாங்கள்தாம் உயர்ந்தவர்கள் என விரால்கள் துள்ளிக் குதித்து கட்டியம் கூறின. எங்களைத்தான் புலவர்கள் பாடியிருக்கிறார்கள் என்ற செருக்கோடு அயிரை மீன்கள் நொடிக்கொருதரம் நீருக்கு மேலே தலை நீட்டி உள்வாங்கின. இதைப் பார்த்தவர்கள் நாக்கில் எச்சலூற சித்திரை எப்பொழுது வரும், ஏரித்தண்ணீர் எப்பொழுது குறையும் என ஏக்கப் பெருமூச்சு விட்டனர்!

இந்த விவரிப்புகள் எதற்கான முன்னோட்டம் என நினைக்கலாம். தமிழ் மண்ணில் பிறந்தவர், இங்கிருந்து வெளிமாநிலங்களுக்கோ அல்லது வெளிநாட்டிற்கோ சென்று, ஆங்கே ஒரு தமிழனைக் கண்டால் ஏற்படும் மகிழ்வும், அவர் தம் மாவட்டத்தைச் சார்ந்தவர் என்றாலும், அல்லது தம் ஊரைச் சார்ந்தவர் என அறிந்தாலும் ஏற்படும் உள்ளக் கிளர்ச்சியை எழுத்தில் வடிக்க முடியாது. இது மாந்த குணம். பிறந்து, வளர்ந்து, படித்து, உழைத்து, சேமித்து, குடும்பத் தலைவனாகி, மூப்பெய்து உதிர்ந்து மண்ணோடு மக்கிப் போவதே மானிடப் பிறப்பின் மாண்பு என நினைப்போர் உண்டு.

தன்னையும், தன்னைச் சுற்றிய நிகழ்வையும், தாம் பிறந்த மண்ணின் மாண்பையும் அதில் வாழ்ந்து வழிகாட்டிய ஆன்றோர்களையும் சான்றோர்களையும் அறிந்துகொள்வதோடு அதனை தன் பிள்ளைகளுக்கும் கற்பிக்க வேண்டும் என்ற மனப்பக்குவம் அனைவருக்கும் இருக்க வேண்டும். அதற்கான ஓர் ஆவணத் தொகுப்பென நினைவுக்கு கொணரவே தென் ஆர்க்காடு மாவட்ட அடிநாள் வரலாறாக இந்நூல் அமையலாம்!

கல்வி அறிவு பெருக்கிய அண்ணாமலை பல்கலைக்கழகம், அதில் தமிழ்இசைக் கல்வியையும் ஊட்டிய வரலாறு. இருள் நீங்க நெய்வேலி அனல் மின் நிலையத்தின் மின்னாற்றல்; 200 ஆண்டுகள் பழமை வாய்ந்த கூடலூர் இயற்கைத் துறைமுகத்தில், உலக நாவாய்கள் பலமுறை நுழைந்து நுகர்ந்து சென்ற தகவல்கள்; இந்திய சுதந்திரப் போராட்டத்தில் களம் கண்ட நம் முன்னோர்களின் வீரம்; நடுநாட்டின் தொன்மையை தாங்கிக்கொண்டிருக்கும் தொன்மைத் திருக்கோயில்கள்; ஒரு நூற்றாண்டாக தென்னிந்தியாவின் தலைநகராக விளங்கிய இஸ்லாமாபாத் என்ற கூடலூர் என்ற கடலூர் நகரின் அடிநாள் வரலாற்றை ஒரு சுருக்கத் தொகுப்பாக வழங்கவே இம்முயற்சி.

அடிநாள் வரலாற்றின் அழகு

புராண காலத்தில் இப்பகுதி ஸ்ரீராமஷேத்திராவின் ஒரு பகுதி எனவும், சோழநாடு, தொண்டை நாடு, நடுநாடு எனப் பலவாறு அழைக்கப்பட்டாலும், 'சான்றோர் உடைத்து' என்ற பெயரே நமக்கான பெருமையாகும். சோழர், பல்லவர், முகலாயர், ஆங்கிலேயர் ஆகியோரால் ஆட்சி செய்யப்பட்ட பூமி இது. தமிழ் நாட்டின் மிகப்பழமை வாய்ந்த சரித்திர முக்கியத்துவம் கொண்ட மாவட்டமாகத் திகழ்ந்தது; திகழ்கிறது; தென் ஆர்க்காடு மாவட்டம் என்று அழைக்கப்பட்டு தற்போது சுருங்கிய நிலப்பரப்போடு இயங்கும் கடலூர் மாவட்டம்.

வரலாற்றுக்கு முந்தைய காலத்தில் இப்பகுதி சடாரண்யம் (ஆறு காடுகள்) என்று அழைக்கப்பட்டாலும், ஆர்மரங்கள் (ஆத்திமரங்கள்) நிறைந்து காணப்பட்டதாலும் ஆர்க்காடு (ஆர்க்காடு) என்ற பெயர் வரலாயிற்று என்பது வரலாற்று ஆசிரியர்களின் கூற்று. 1962ஆம் ஆண்டின் சென்னை மாவட்ட கெஜெட்டில் தென்ஆர்க்காடு பற்றிய வரலாறு சொல்லும்போது 'ஆர்க்காடு' என்பது ஆறு

காடுகளையும் அதில் வாழ்ந்த ஆறு ரிஷிகளையும் குறிக்கும் எனக் குறிப்பிடப்பட்டுள்ளது.

மூவேந்தர்கள் ஆண்ட காலத்தில் தென்பெண்ணை ஆற்றுக்கு வடக்கே இருந்தது தொண்டை நாடு. வெள்ளாற்றுக்குத் தெற்கே இருந்தது சோழநாடு. இரண்டுக்கும் நடுவில் இருந்த தென் ஆர்க்காடு மாவட்டத்தை உள்ளடக்கிய பகுதி 'நடுநாடு' என்று அழைக்கப்பட்டது.

தேவாரம் பாடிய அப்பர் பெருமான், தேவாரத்தைத் தொகுத்தளித்த திருநாரையூர் நம்பியாண்டார்நம்பி, நாலாயிர திவ்வியப் பிரபந்தத்தைத் தொகுத்த காட்டுமன்னார்கோவில் ஸ்ரீமன் நாதமுனி, சுவாமி பாபாஜி, இராகவேந்திர சுவாமிகள், வள்ளலார் இராமலிங்க சுவாமிகள், சைவ சந்தானக் குரவர்கள் நால்வர், தமிழ் வளர்த்த ஞானியார் அடிகள் எனச் சான்றோர்கள் பிறந்த நல்லூழ் பூமி இது!

திருநாவுக்கரசர், திருஞானசம்பந்தர், சுந்தரர் பெருமான், திருமங்கையாழ்வார், தொல்காப்பியத்தேவர், சேக்கிழார், அருணகிரிநாதர், இலக்கணம் சிதம்பரநாத முனிவர் மற்றும் சிவசிதம்பரப் புலவர் ஆகிய பெருஞ்சான்றோர்கள் இம்மாவட்டத்தில் பாயும் கெடிலம் ஆறு பற்றியும் இம்மாவட்டத்தில் அமைந்துள்ள திருக்கோயில்களின் இறைவனைப்பற்றியும் பாடியுள்ளது இம்மாவட்டமும் மக்களும் பெற்ற நற்பேறாகும்.

பரங்கிப்பேட்டையில் 1833 இல் சூளை,உலை, இரும்பு உருட்டு ஆலை நிறுவி தரமான இரும்பை இங்கிலாந்துக்கு விற்பனை செய்த வரலாறு வியப்பைத் தரலாம். பரங்கிப்பேட்டையிலிருந்து பக்கிங்ஹாம் கால்வாய் ஆந்திரா வரை நீண்டு அதில் படகு போக்குவரத்து நடத்திய வரலாறு அறிய தேவையான தடயங்கள் இன்றும் காணக்கிடைக்கின்றன.

அருள் ஓங்க ஆன்மிகத் தலங்கள் பரவலாக இம்மாவட்டத்தில் உள்ளன. 1400 ஆண்டு பழமைவாய்ந்த சிவன் கோயில்கள், பழமையான வைணவக் கோயில்கள், ஆங்கிலேயர்களால் எழுப்பப்பட்ட தேவாலயங்கள், இசுலாமியர்களின் பள்ளிவாசல்கள், தர்க்காக்கள் என அனைத்து மதத்தாரும் வழிபட்ட வரலாற்றை நாமும் நம் வழித்தோன்றல்களும் அறிந்துகொள்ள வேண்டாமா?

வரலாற்றுக் குறிப்புகளின்படி, கடலூர் பகுதி, சோழர், பல்லவர், முகலாயர், ஆங்கிலேயர் ஆகியோரால் ஆட்சி செய்யப்பட்டுள்ளது.

அக்காலத்தில், ஞாழல் மரங்களைக்கொண்டு அல்லது ஞாழல் மரத்தின்கீழ் சிவன் கோயில் அமைக்கப்பட்டதால், ஞாழற்கோயில்

எனப்பட்டது. மகேந்திரவர்மன் சைவ சமயத்திற்கு மாறுவதற்கு முன்பு திருப்பாதிரிப்புலியூர் கோயில் ஞாழல் மரத்தால் இருந்தது எனவும், அக்கோயில் ஞாழல் மரத்தின்கீழ் அமைந்திருந்தது என்பது வரலாறு. இதனால் இத்தலம் **"கடைஞாழலூர்"** என வழங்கலாயிற்று. கடை என்பதற்கு கீழ்இடம் எனப் பொருள் வழங்கப்படுகிறது. கடைஞாழலூர் எனும் பெயரே **கடலூர்** என மருவியிருக்கவேண்டும் எனவும் கருதப்படுகிறது.

வடக்கே பெண்ணையாறும், நகரின் மையப்பகுதியில் கெடிலம் ஆறும், தெற்கே உப்பனாறும் அடுத்து வங்காள விரிகுடாக்கடலும் அமைந்துள்ள எழில்மிகு நகரான கடலூர் இம்மாவட்டத்தின் தலைநகர். பெண்ணையாறும், கெடிலம் ஆறும் அருகருகே கூடிக் கடலில் கலப்பதால் **கூடலூர்** என்று அழைக்கப்பட்டு பின்னர் கடலூர் ஆனது எனவும், கடல் சார்ந்து கடற்கரையில் அமைந்த நகரமென்பதால் கடல் ஊர் கடலூராயிற்று எனவும் சொல்வர்.

கி.பி.1780இல் மைசூர் மன்னர் ஹைதர் அலியின் கட்டுப்பாட்டில் கடலூர் நகரம் இருந்தபோது 'இஸ்லாமாபாத்' என்ற பெயர் பெற்றிருந்தது வியப்பாகத் தெரியலாம்! மன்னர் ஹைதர் அலி மறைவிற்குப்பின், 1783இல் ஆங்கிலேயர்கள்(பிரித்தானிய கிழக்கிந்திய கம்பனி) போரில் வெற்றி பெற்றுக் கடலூரை தங்கள் கட்டுப்பாட்டில் கொண்டு வந்தனர்.

ஆங்கிலேயர்கள் இந்நகரை ஒரு பெரிய துறைமுகமாக மாற்றினர். நெல்லிக்குப்பத்தில் தாங்கள் தொடங்கிய சர்க்கரை ஆலையின்(EID Parrys Ltd 1780) சரக்குகள் இத்துறைமுகத்தில் கையாளப்பட்டன. ஆங்கிலேயர் ஆட்சியில் இத்துறைமுகப் பகுதி முக்கிய பங்கு வகித்ததால், இங்குள்ள சில தெரு, ஊர் பெயர்களில் ஆங்கிலேயர்களின் பெயர்கள் இடம்பெற்றுள்ளதைக் காணலாம்.

புருக்கீச்பேட்டை	:	1767 முதல் 1769 வரை ஆட்சி செய்த ஹென்றிப்ரூக்கர் பெயரில் வழங்குகிறது.
கமியம்பேட்டை	:	1778இல் ஆட்சி செய்த வில்லியம் கம்மிங் பெயரில் வழங்குகிறது.
கேப்பர் மலை	:	1796இல் ஆங்கிலப்படைத் தளபதி ப்ரான்சீக்கேப்பர் பெயர் வழங்குகிறது.
வெலிங்டன் தெரு	:	ஆட்சியர் வெலிங்டன் துரை பெயரில் வழங்குகிறது.
கிளைவ் தெரு	:	ஆங்கில ஆட்சியை இந்தியாவில் நிறுவிய ராபர்ட் கிளைவ் பெயரில் வழங்குகிறது.

லாரன்ஸ் சாலை : தேவனாம்பட்டினம் செயின்டேவிட் கோட்டையை பிடிக்க முயன்ற பிரெஞ்சு ஆளுநர் தூப்ளேவின் முயற்சியை முறியடித்த ஆங்கிலேய படைத்தலைவன்தான் 'லாரன்ஸ்'. இவர் பெயர்தான் திருப்பாதிரிப்புலியூர் கடைத்தெருவுக்கு வழங்கப்பட்டுள்ளது!

17ஆம் நூற்றாண்டின் பிற்பகுதியில் முகலாயர் தென்னிந்தியாவில் தங்கள் ஆட்சியை இழந்தபோது, ஆற்காடு பகுதிகளை உள்ளூர் ஆற்காடு நவாப்புகள் ஆட்சிபுரிய தொடங்கினார்கள். ஆற்காடு தலைநகரை கி.பி. 1801ஆம் ஆண்டு பிரித்தானிய கிழக்கிந்தியக் கம்பனி கையகப்படுத்தியது. தனது நிர்வாகத்தை எளிமைப் படுத்துவதற்காக, வடஆர்க்காடு, தென்ஆர்க்காடு என இரு மாவட்டமாக பிரித்து ஆண்டது.

கி.பி.1801ஆம் ஆண்டில் தென்னார்க்காடு மாவட்டம், வடக்கே பாலாற்றின் தென்கரையிலிருந்து தெற்கே உள்ள பரங்கிப்பேட்டை வெள்ளாறு வரை நீண்டு பரவி விரிந்து வளமான எல்லைக்குட்பட்டிருந்த பரந்த பகுதியாகயிருந்தது. அப்போது இம் மாவட்டத்தின் பரப்பு 5,217 சதுர மைல் ஆகும். (13,510 சதுர கிலோமீட்டர்)

இதன் தலைநகரம் கடலூர். அக்காலகட்டத்தில் கேப்டன் கிரஹாம் (captain Graham) என்பவர் தென் ஆர்க்காட்டின் முதல் ஆட்சியராகச் (collector) செயல்பட்டார். அப்போது அதில் கீழ்க்கண்ட 21 வட்டங்கள்(Taluk) அடங்கியிருந்தன.

1. ஆர்க்காடு 2. வேலூர் 3. திருவாத்தூர் 4. போளூர் 5. ஆரணி 6. வந்தவாசி 7. சேத்துப்பட்டு 8. திருவண்ணாமலை 9. செஞ்சி 10. திண்டிவனம் 11. வழுதாவூர் 12. விழுப்புரம் 13. அன்னியூர் 14. திருக்கோயிலூர் 15. திருவெண்ணைநல்லூர் 16. திருவடி 17. எலவனாசூர் 18. கள்ளக்குறிச்சி 19. விருத்தாசலம் 20. திட்டக்குடி 21. புவனகிரி.

இதில் கடலூர் புனித டேவிட் கோட்டையும், பாண்டிச்சேரி பகுதியும் தனி நிர்வாகத்தில் செயல்பட்டன. மேலும் 1805 ஏப்ரலில் திருச்சிராப்பள்ளி மாவட்டத்திலிருந்த மன்னார்குடி தாலுக்கா, (தற்போதைய சிதம்பரம்) தென் ஆர்க்காடு மாவட்டத்துடன் இணைக்கப்பட்டதால் எல்லை மேலும் விரிவடைந்தது.

கி.பி.1808இல் ஆர்க்காடு, வேலூர், திருவாத்தூர், போளூர்,ஆரணி தாலுக்காக்கள் வடஆர்க்காடு மாவட்டத்திற்கும், வந்தவாசி தாலுக்கா, செங்கல்பட்டு மாவட்டத்திற்கு மாற்றப்பட்டன. கி.பி.1816இல் பாண்டிச்சேரி பகுதி முற்றாக முடிவாக பிரெஞ்சிக்காரர்களின் ஆட்சி அதிகாரத்திற்கு மாறியது.

பின்னர் கி.பி.1901 இல் தென் ஆர்க்காடு மாவட்டம் கிழ்க்கண்ட எட்டு வட்டங்களைக் (Taluk) கொண்டிருந்தன

1.கடலூர், 2.சிதம்பரம், 3.விருத்தாசலம், 4.விழுப்புரம், 5.திண்டிவனம், 6.கள்ளக்குறிச்சி, 7.திருக்கோயிலூர், 8.திருவண்ணாமலை.

கி.பி.1911 ஆம் ஆண்டு வடஆர்க்காடு மாவட்டத்திலிருந்து சித்தூர் பிரிந்து தனி மாவட்டமாக ஆகியபோது, தென்ஆர்க்காடு மாவட்டத்திலிருந்து திருவண்ணாமலை வட்டம்(Taluk) வடஆர்க்காடு மாவட்டத்துடன் இணைக்கப்பட்டது.

ஒரு நூற்றாண்டுக்கு மேலாக கடலூர், தென் ஆர்க்காடு மாவட்டத்தின் தலைநகராகச் செயல்பட்டது.

விழுப்புரம், கடலூர் மாவட்டம் பிரிவுக்கு முன், தென் ஆர்க்காடு மாவட்டத்தில், செஞ்சி, திண்டிவனம், விழுப்புரம், கடலூர், திருக்கோவிலூர், கள்ளக்குறிச்சி, விருத்தாசலம், சிதம்பரம் என்னும் எட்டு வட்டங்கள் (Taluk) செயல்பட்டன. செங்கல்பட்டு மாவட்டத்துக்கும் தஞ்சாவூர் மாவட்டத்துக்கும் இடையில் வங்காளகுடா கடலையடுத்துத் தென் ஆர்க்காடு மாவட்டம் இயங்கியது.

நிர்வாகத்தை எளிமைப்படுத்தும் நோக்கில், மறுசீரமைப்பு செய்து, கி.பி.1993ஆம் ஆண்டு செப்டம்பர் 30 ஆம் நாள் தென் ஆர்க்காடு மாவட்டத்தை, கடலூர் மாவட்டம், விழுப்புரம் மாவட்டம் என இரண்டாகப் பிரிக்கப்பட்டது.

பிரிக்கும்போது, கடலூர் மாவட்டம் "வள்ளலார் மாவட்டம்" எனவும், விழுப்புரம் மாவட்டம், "இராமசாமி படையாச்சியார் மாவட்டம்" எனவும் பெயர் பெற்றன. மாவட்டங்கள் பொதுவாக தலைநகரங்கள் பெயராலேயே அழைக்கப்பட்டு வந்த நிலையில், பெயர்பெற்ற சான்றோரின் பெயர்களைச் சூட்டி அழைக்கும் முறையால், சில நிர்வாகச் சிக்கல்கள் ஏற்பட்டதால் கி.பி.1996 இல் மீண்டும் மாவட்டத் தலைநகரங்களின் பெயராலேயே அழைக்கப்படும் மாற்றம் வந்ததால் இப்போது "கடலூர் மாவட்டம்" என அழைக்கப்படுகிறது.

இதில் 1. கடலூர் 2. சிதம்பரம் 3. காட்டுமன்னார்கோவில் 4. விருத்தாசலம் 5. திட்டக்குடி 6. பண்ருட்டி 7. குறிஞ்சிபாடி 8. புவனகிரி 9. ஸ்ரீமுஷ்ணம் 10. வேப்பூர் எனப் பத்து வட்டங்கள் (Taluk) உள்ளடங்கியுள்ளன.

கெடிலம் ஆற்றின் அடிநாள் வரலாற்று அழகு

ஆற்றங்கரை நாகரிகம் என்பது ஆற்றங்கரைகளில், மக்கள் உறைவிடங்களை அமைத்து வாழ்ந்த ஊர்களைப்பற்றியும் அவ்வூர் மக்கள் குறித்தும் அவர்களின் வாழ்நிலை, இயல்பு மற்றும் வளர்ச்சி குறித்தும் விவரிப்பதாகும்.

ஆற்றங்கரையில் அமைந்த ஊர்களே செழுமை பெற்று வளர்ந்து வளம்பெற்று உலகிற்கு வழிகாட்டியுள்ளன.

நைல்நதி நாகரிகம், தேம்ஸ் நதி நாகரிகம் என அயல் நாடுகளில் நாகரிகங்கள் ஆற்றோடு இணைத்துப் பேசப்படுகின்றது. இந்தியாவின் வடபகுதி நாகரிகம் சிந்துவெளி நாகரிகம், கங்கைச் சமவெளி நாகரிகம் என ஆற்றின் பேரால் அழைக்கப்படுகின்றன.

தமிழ்நாட்டில் பொருநை ஆற்றங்கரையில் திருநெல்வேலியும், வைகைக் கரையில் மதுரையும், காவிரிக்கரையில் உறையூர், திருச்சி, திருவரங்கம் ஆகியனவும், பாலாற்றங்கரையில் காஞ்சியும் ஆறுகளின் கொடையே.

அவ்வகையில் நாமும் பெருமைப்படத்தக்க அந்நாகரிக வழியில்தாம் பிறந்து, வாழ்ந்து வளர்ந்துள்ளோம் என்பதை "கெடிலக்கரை நாகரிகம்" எனும் வரலாற்று நூல் மூலம் அறிந்து கொள்கிறோம்!

கெடிலநதிக்கரையில் பிறந்து வளர்ந்து வாழ்ந்து பழகிய பேராசிரியர் திரு.சுந்தரசண்முகனார் அவர்கள் ஆற்றோரத்தில் பயணம் செய்து வரலாற்று செய்திகளைத் திரட்டி இந்நூலை எழுதியுள்ளார். பல்வேறு சூழ்நிலைகளால் வெளியுலகிற்குத் தெரியாதபடி மறைந்திருக்கும் இடங்களின் நாகரிகங்களையும் உலகுக்கு அறிமுகப்படுத்த வேண்டுவது இன்றியமையாதது ஆகும். அவ்வாறு உலகினர்க்கு அறிமுகம் செய்தற்குரிய நாகரிகங்களுள் கெடிலநதிக்கரை நாகரிகமும் ஒன்று என வரலாற்று ஆசிரியர் உறுதியோடு பதிவு செய்துள்ளார்.

இவ்வாசிரியர் ஒரு வரலாற்று அறிஞர், சமூகவியல் ஆய்வாளர். ஆதலால் தமிழ்ச் சமூகத்தின் நாகரிக, பண்பாட்டுக் கூறுகளைத் திட்ப நுட்பத்துடன் இந்நூலில் பதிவு செய்திருக்கிறார். இலக்கியங்களில்

ஆழங்கால்பட்டவர், அரிய ஆராய்ச்சி நூல்கள் பலவற்றை எழுதியவர் என்ற நிலையிலும், நம் மாவட்டத்துக்காரர், நம் பெருமையை, நம் வரலாற்றை நமக்கு அளித்தவர் என்பதினால் மகிழ்வோடு அவர் புகழ் ஓங்க நன்றி சொல்வோம்.

இனி அவரின் கெடிலக்கரை நாகரிகம் நூலிலிருந்து சில முக்கியக் குறிப்புகளை காணலாம்.

“ஆறில்லா ஊருக்கு அழகு பாழ்” ஔவை பிராட்டியின் அமிழ்த மொழி இது. கடலூர் மாவட்டத்தில் ஆறு ஆறுகள் பாய்ந்து அழகையும், செழிப்பையும் கொடுக்கின்றன. அப்பர் பெருமானால் “தென்கங்கை” என்று சிறப்புப் பெற்றது கெடிலம் ஆறு ஆகும். அதன் வரலாற்றை அறிவோம்.

கள்ளக்குறிச்சி வட்டத்தில் மையனூர் என்னும் ஊருக்கருகில், மையனூர் மலையில், கருடன் பாறையின் கீழ்ப்பால் உள்ள சுனைதான் கெடிலத்தின் தோற்றுவாய் (மூலம்) ஆகும். சுனைநீர் மையனூர் ஏரியில் கலந்து, அந்த ஏரியிலிருந்து வாய்க்கால் வடிவத்தில் பிரிந்து செல்லும் நீரோட்டம் கெடிலம் ஆறு ஆகும். ஏரி நிரம்பி வழியும் கோடி கிழக்கேதான் உள்ளது. அந்தக் கிழக்குக் கோடிதான் ஆற்றின் இரண்டாவது பிறப்பிடம். இங்கிருந்து சித்திரைக் கோடையிலும் சிறுஊறல் நீர் சுரந்து சென்றுகொண்டேயிருக்கிறது. இதனால்தான் கெடிலம் ஓர் உயிர்ஆறு (சீவநதி) என்று சொல்லப்படுகிறது. கெடிலம் ஆறு 70 கல் (112 கி.மீ.) தொலைவு பயணிக்கிறது.

சேந்தநாடு என்னும் ஊருக்கு வடகிழக்கே 3 கி.மீ. தொலைவில் கடலூர் வட்டத்துக்குள் கெடிலம் ஆறு புகுகிறது. திருக்கோவிலூர் வட்டத்தில் தாழனோடை என்னும் சிறு துணை ஆறு வந்து கெடிலத்தோடு தென்கரையில் மாறனோடை என்னும் ஊருக்கருகில் கலக்கிறது. திருக்கோவிலூருக்குக் கிழக்கே 6 கி.மீ. தொலைவில் வீரமடை - சித்தலிங்கமடம் என்னும் ஊருக்கருகில் தென்பெண்ணையாற்றிலிருந்து ஒரு சிற்றாறு பிரிந்து வந்து தென்கிழக்காக 35 கி.மீ தொலைவு ஓடி கடலூர் வட்டத்தில் அப்பர் பிறந்த திருவாமூருக்கு மேற்கே மிக அண்மையில் கெடிலத்தின் வடகரையில் “மலட்டாறு” எனும் பெயருடன் கலக்கிறது.

பெண்ணையாற்று வெள்ளத்தின் ஒருபகுதி மலட்டாற்றில் திரும்பிவிடுவதால் அதன் வேகம் தணிய, அதன் கரையிலுள்ள பகுதிகள் ஓரளவு தப்புகின்றன. அதே நேரத்தில் அந்த வெள்ளம் மலட்டாற்றின் வழியாகக் கெடிலத்தில் பாய்வதால் கெடிலக்கரைப் பகுதிகள் கேடுறுகின்றன.

இன்னொரு மலட்டாறு, விழுப்புரம் வட்டத்தில் பெண்ணையாற்றின் இடப் பக்கத்திலிருந்து பிரிந்து விழுப்புரம் வட்டம், கடலூர் வட்டம், புதுச்சேரி மாநிலம் வழியாக ஓடி கடலூருக்கு வடக்கே மதலப்பட்டு என்னும் ஊருக்கருகில் கடலில் கலக்கிறது. இந்த மலட்டாற்றுக்கு " விருத்த பினாகினி" என்றும் விருதுப் பெயர் உண்டு.

மல்லிகா ஓடை, மாறனோடைக் கால்வாய், நாவலோடை, இராகவன் வாய்க்கால், நரியன் ஓடை (பெரியது), இலந்தை மேட்டான் ஓடை, நடுவீரப்பட்டு வாய்க்கால் ஆகிய வாய்க்கால்கள் கெடிலம் ஆற்றுடன் இணைகின்றன.

கடலூர் புருகேசுபேட்டை என்னும் ஊர் எல்லையில், கேப்பர் மலையின் அடியில் "கொண்டாங்கி" என்னும் ஏரி கெடிலத்தின் கிளைக் கால்வாயால் நிரப்பப்படுகிறது.

கெடிலம் ஆற்றின் கிழக்குக் கரையில் திருவயிந்திரபுரம் உள்ளது. வடக்கு நோக்கி ஓடும் ஆற்றங்கரையில் ஊர் இருப்பது ஒரு பெரிய சிறப்பாம். இதனால் கெடிலம் 'உத்தர வாகினி' என வேதாந்த தேசிகர் போன்ற பெரியோர்களால் அழைக்கப்பட்டது. உத்திரம் என்றால் வடக்கு. வடக்கு நோக்கி ஓடும் ஆறு எனப் பொருள்!

திருவயிந்திரபுரத்துக்கும் கடலூர் புதுப்பாளையத்துக்கும் நடுவே நான்கு திசைமாற்றத் திருப்பங்களைப் பெற்றுள்ள கெடிலம், புதுப்பாளையத்திலிருந்து கிழக்கு நோக்கி மூன்று கிலோ மீட்டர் தொலைவு வளைந்து நெளிந்து ஓடி வங்கக்கடலில் கலக்கிறது. கடலில் கலப்பதற்கு முன்னால், கெடிலத்திலிருந்து வடக்கு நோக்கி ஒரு கிளையும் தெற்கு நோக்கி ஒரு கிளையுமாக இரண்டு கிளைகள் பிரிகின்றன.

வங்கக் கடற்கரையின் இரண்டு தீவுகளின் அழகு

கெடிலத்தின் வடகிளை தேவனாம்பட்டினத்தைச் சுற்றி வளைத்துக்கொண்டு கடலில் கலக்கிறது. இவ்வூரின் கிழக்கே கடலும், தெற்கே கெடிலமும், மேற்கிலும் வடக்கிலும் கெடிலத்தின் வடகிளையும் இருக்கின்றன. எனவே தேவனாம்பட்டினம் ஊர் ஓர் அழகிய தீவில் அமைந்துள்ளதைக் காணலாம்!

பிரிந்த கெடிலத்தின் தென்கிளை உப்பனாறு என அழைக்கப்படுகிறது. இது தெற்கு நோக்கி ஓடி கடலூர் முதுநகருக்கு அருகில் துறைமுகப் பகுதியில் கடலோடு கலக்கிறது. கிழக்கே உப்பனாற்றிற்கும் கடலுக்கும் நடுவில் மேலும் ஓர் அழகிய

தீவு இருக்கிறது. இந்தத் தீவுக்கு கிழக்கு எல்லையாகக் கடலும், வடக்கு எல்லையாகக் கெடிலத்தின் தென்கிளையாகிய உப்பனாறும் அமைந்துள்ள இந்தக் கழிமுகத் தீவு "அக்கரை" என மக்களால் அழைக்கப்படுகிறது. இந்த அக்கரைத்தீவில் சோனாங்குப்பம், சிங்காரத்தோப்பு, கோரி என்னும் மூன்று சிற்றூர்கள் உள்ளன. இத்தீவுக்குச் செல்ல முன்பு படகுப் போக்குவரத்து இருந்தது. தற்போது அழகான இணைப்புப் பாலம் அமைக்கப்பட்டு மக்கள் எளிதாகச் சென்று வருகிறார்கள்.

முகத்துவார கூடல் அழகு

கெடிலத்தின் காட்சிகளுள் மிகச் சிறந்த தலையாய காட்சி, கெடிலத்தின் தென்கிளையாகிய உப்பனாறு கடலோடு கூடும் முகத்துவாரக் காட்சிதான். ஆறு கடலோடு கூடும் இந்தக் கூடலினால்தான் இதன் அருகில் அமைந்துள்ள நகருக்குக் "கூடலூர்" என்னும் பெயர் ஏற்பட்டிருக்கலாம். இந்தக் கூடலூர் என்னும் பெயர்தான் கடலூராக மாறியிருக்க வேண்டும் எனவும் எண்ண இடமளிக்கிறது என்கிறார் கெடில ஆறு ஆராய்ச்சியாளர் பேராசிரியர் சுந்தர சண்முகனார். கூடல் என்றால் ஒரு கூடல் அன்று; இரண்டு கூடல் அன்று; இங்கே நான்கு கூடல்கள் நடைபெற்றுக் கொண்டிருக்கின்றன. அவையாவன:

கெடிலத்தின் தென்கிளையாகிய உப்பனாறு கடலோடு கலக்கும் இடத்தில், தெற்கேயுள்ள சிதம்பரம் வட்டத்திலிருந்து பரவனாறு என்னும் ஓர் ஆறுவந்து உப்பனாற்றோடு சேர்ந்து கடலில் கலக்கிறது. எனவே, உப்பனாறு கடலோடு கூடுவது ஒரு கூடல்; பரவனாறு கடலோடு கூடுவது இரண்டாவது கூடல்; உப்பனாறும் பரவனாறும் தமக்குள் கூடுவது மூன்றாவது கூடல்; உப்பனாறும் பரவனாறும் இணைந்தபடியே கடலோடு கூடுவது நான்காவது கூடல் என நான்கு கூடல்கள் நிகழ்கின்றன. சுருக்கிச் சொன்னால் இந்த நான்கு கூடல்களும் ஒரே கூடல்தான்; அதாவது உப்பனாறும் பரவனாறும் ஒரே இடத்தில் இணைந்து கடலோடு கலக்கின்றன.

கெடிலம் ஆற்றின் தொன்மை அழகு

பல்லாயிரம் ஆண்டுகளாக ஆற்றில் அடித்துக்கொண்டு வரப்படும் பொருள்கள் முகத்துவாரத்தில் படியப்படிய, அந்தப் படிவுகளால் முகத்துவாரப்பகுதி மேடிடுகிறது. அதனால் ஆறு நேரே சென்று

கடலில் கலக்கும் இடத்திற்கு முன்னால் அதிலிருந்து கிளைகள் பிரிந்து வேறு இடங்களில் கடலில் கலக்கின்றன. அதனால் கழிமுகத்தீவுகள் ஏற்படுகின்றன. இந்த அமைப்புகளைக்கொண்டு ஆற்றின் தொன்மையை அறிந்துகொள்ளலாம்.

இப்படி ஓர் ஆறு கடலில் கலப்பதற்கு முன்னால் அதிலிருந்து கிளையாறுகள் பிரிவதும், அவற்றிற்கும் கடலுக்கும் இடையே கழிமுகத்தீவு ஏற்படுவதும் அந்த ஆற்றின் மிகுந்த தொன்மையை அறிவிக்கின்றன என்று புவியியல் ஆராய்ச்சி அறிஞர்கள் கூறுகின்றனர்.

கெடிலக்கரையில் மரக்கற்கள் காணப்பட்டதாலும், கெடிலம் கடலோடு கலக்குமிடத்தில் கழிமுகத்தீவுகள் ஏற்பட்டிருந்ததாலும் கெடிலம் பன்னூறாயிரம் ஆண்டுகட்கு முன்பே தோன்றியிருக்க வேண்டும் என அறியப்படுகிறது.

சான்றோர்களின் பாடல்களில் கெடிலஆற்றின் அழகு

கெடிலம் ஆறு பழைய இலக்கியங்களில் 'கெடிலம்' என அழைக்கப்பட்டுள்ளது. அப்பர் தேவாரம், பெரியபுராணம், அருணகிரியார் திருப்புகழ், திருப்பாதிரிப்புலியூர் புராணம், திருஞானசம்பந்தர் தேவாரம், சுந்தரர் பெருமான் தேவாரம், முதலிய நூல்களில் கெடிலம் என்னும் சொல்லே காணப்படுகிறது. கெடிலம் என்னும் சொல்லுக்கு "ஆழமான ஊற்று ஓடை" என்னும் கருத்துப்பட பொருள் சொல்லப்படுகிறது. அப்பர் பெருமான் கெடில ஆற்றை "தென் கங்கை " எனச் சிறப்பிக்கிறார்!

திருஞானசம்பந்தர் தமது தேவாரத்தில், திருவதிகைப் பதிகத்தில் இரண்டு இடங்களிலும், திருமாணிக்குழி பதிகத்தில் இரண்டு இடங்களிலும் கெடிலம் ஆற்றைப் புகழ்ந்து பாடியுள்ளார்.

சுந்தரர் பெருமானும் தமது தேவாரத்தில் திருவதிகைப் பதிகத்தில் கெடிலத்தைக் குறிப்பிட்டுப் பாடியுள்ளார்.

திருமங்கையாழ்வார் திருமொழியுள் இந்நதி பற்றி பாடியுள்ளார். தொல்காப்பியத்தேவர் தமது திருப்பாதிரிப்புலியூர்க் கலம்பக நூலில் கெடிலம் ஆற்றைப் பாடியுள்ளார்.

சேக்கிழாரின் பெரியபுராணத்தில் கெடிலம் பல பாடல்களில் புகழிடம் பெற்றுள்ளது. அருணகிரிநாதர் தமது முதல் திருவதிகைத் திருப்புகழின் ஈற்றில் கெடிலத்தின் வளப்பெருக்கைப் புனைந்து புகழ்ந்துள்ளார்.

இலக்கணம் சிதம்பரநாத முனிவர் தாம் இயற்றிய திருப்பாதிரிப்புலியூர் புராணத்தில் பலவிடங்களில் கெடிலத்தைக் குறிப்பிட்டுள்ளார். திருப்பாதிரிப்புலியூர்ச் சிவசிதம்பரப் புலவர் தமது கரையேறவிட்ட நகர்ப் புராணத்தில் கெடிலத்தின் நீர்வளம் பற்றி குறிப்பிட்டு, திருநாவுக்கரசரையும், சேக்கிழாரையும் பின்பற்றிக் கெடிலத்தை "தென்கங்கை" என சிறப்பித்துள்ளார்.

கரையேறவிட்டகுப்பம்

திருவதிகையில் சிவத்தொண்டு புரிந்து வந்த திலகவதியம்மையாரின் தம்பி திருநாவுக்கரசர் பாடலிபுத்திரம் என்னும் ஊர் சென்று சமணசமயத்தில் சேர்ந்தார். இடையே சூலைநோய் ஏற்பட, திருவதிகை போந்து மீண்டும் சைவ சமயத்திற்கு மாறினார். இது பொறாத சமணர், சமண சமயத்தவராக இருந்த பல்லவ மன்னனிடம் இதைக்கூறி, நாவுக்கரசரைக் கல்லிலே கட்டி கடலிலே போட ஏற்பாடு செய்தனர். கடலிலே எறியப்பட்ட நாவுக்கரசர், கடலோடு கலக்கும் கெடிலம் ஆற்றின் வழியாக மேற்கு நோக்கி முன்னேறி திருப்பாதிரிப்புலியூருக்குப் பக்கத்தில் ஓர் இடத்தில் கரையேறினார். அப்பகுதியே " கரையேறவிட்டகுப்பம்" என்னும் பெயர் பெற்றது. பின்னர் நேரே திருப்பாதிரிப்புலியூர் திருக்கோயிலை அடைந்து சிவபெருமானை வழிபட்டார். இது சேக்கிழாரின் பெரியபுராண நூலை ஒட்டிய வரலாறு. செவிவழி வரலாறும் இப்படித்தான் சொல்கிறது.

திருநாவுக்கரசராம் அப்பர் அடிகள் இந்த இடத்தில் வந்து கரையேறினமையால் இது 'கரையேறவிட்டகுப்பம்" என்னும் காரணப்பெயர் பெற்றது. இந்த ஊருக்கு "வண்டிப்பாளையம்" என்னும் வேறு ஒரு பெயரும் உண்டு. இந்தப் பெயர்தான் மக்கள் நாவிலும் எழுத்திலும் உள்ளது. ஆனால் ஆவணப்பதிவுகளில் இன்னும் கரையேறவிட்டகுப்பம் மதுரா என்றே உள்ளது. இதன்படி பார்த்தால் வண்டிப்பாளையம் ஒட்டி கெடிலம் ஆறு ஓடியிருக்கிறது என அறியலாம்!

கெடில நாடு

திருநாவுக்கரசராம் அப்பர் அடிகள், தமது தேவாரத்தில் 'கெடில நாடர் எனவும் 'கெடில நாடன்' எனவும் இறைவனைக் குறிப்பிட்டுள்ளார். காவிரி நாடு என்னும் பெயர் பன்னிரண்டாம் நூற்றாண்டில் கம்பரால் சோழநாட்டிற்கு இடப்பட்ட பெயராகும்.

ஆனால் கெடில நாடு என்னும் பெயரோ ஆறாம் நூற்றாண்டிலேயே நாவுக்கரசரால் கெடிலம் ஆறு பாயும் பகுதிக்கு இடப்பட்ட பெயராகும். இந்தக் கெடில நாடு என்ற பெயருக்கு உரியது முழுவதும் பழைய தென் ஆர்க்காடு மாவட்டமே (கள்ளக்குறிச்சி, திருக்கோவலூர், கடலூர்).

திருமுனைப்பாடி நாட்டை ஆண்டவர் வரலாற்று அழகு

கெடில நதிக்கரையில் உள்ள சேந்தமங்கலத்தைத் தலைநகராகக் கொண்டு திருமுனைப்பாடி எனும் நாட்டை ஆண்ட கோப்பெருஞ்சிங்கக்காடவராயனுக்கு உரியதாக இருந்த கடலூர் துறைமுகத்தை, வீரநரசிம்மன் என்னும் போசாள மன்னன் தாக்கிப் பிடித்தழித்தான். இப்படியாக, போசாளரின் ஆதிக்கம் கி.பி.1340 வரை சில வட்டாரங்களில் இருந்தது.

திருவதிகை கோயில் கல்வெட்டின்படி கி.பி.1313 தொடங்கி கி.பி 1327 வரையும் குலசேரன் என்னும் சேரவேந்தன் கடலூர் வட்டாரத்தை ஆண்டதாக ஒரு செய்தி சொல்கிறது!

செஞ்சி நாயக்கர்கட்குப்பின் கி. பி. 1648 முதல் 1677 வரை திருமுனைப்பாடி நாடு பீஜப்பூர் சுல்தான் கைக்குள் அகப்பட்டுக் கிடந்தது. சுல்தானின் ஆணையர்களான சையதுநாசிக்கானும், நாசிர் முகமதுகானும் ஒருவர் பின் ஒருவர் முறையே ஆட்சி நடத்தினர். இந்த ஆட்சிக்காலத்தில்தான் கடலூருக்கு "இஸ்லாமாபாத்' எனப்பெயர் வழங்கப்பட்டிருந்தது!

பதினேழாம் நூற்றாண்டின் பிற்பகுதியிலேயே தென் ஆர்க்காடு மாவட்டத்தில் ஐரோப்பியர்கள் நன்கு வேரூன்றத் தொடங்கினர். போர்ச்சுக்கீசியரை பரங்கிப்பேட்டை கவர்ந்தது. டச்சுக்காரர்கள் கடலூரில் தொழிற்சாலை கட்டத் தொடங்கினர். ஆங்கிலேயர்கள் கடலூரில் சரக்குக்கொட்டடியும் (1683),செயின்டேவிட் (St.David Fort) என்னும் பெயரில் ஒரு கோட்டையும் கட்டினர் (1702).

தென் ஆர்க்காடு மாவட்டம் கி.பி. 1748 முதல் கி.பி.1795 வரை ஆர்க்காட்டு நவாப் முகமதுஅலியின் ஆட்சியின் கீழ்தான் இருந்தது. இறுதியாக கி.பி. 1801இல் தென் ஆர்க்காடு மாவட்டம் ஆங்கிலேயர்களின் முழு ஆட்சிப்பொறுப்பின்கீழ் வந்துவிட்டது.

தென்பெண்ணையாற்று அழகு

கடலூர் மாவட்டத்திற்கு அழகும் பயனும் சேர்ந்து கொடுப்பது தென்பெண்ணையாறு. மக்கள் இதனைப் பெண்ணையாறு என்றே

அழைக்கின்றனர். இந்தத் தென்பெண்ணையாறு, கர்நாடக மாநிலம் கோலார் மாவட்டத்தில் நந்திதுர்க்கத்திற்கு வடகிழக்கே சன்னராயன் பெட்டாவில் தோன்றுகிறது; கோலார் மாவட்டத்திலிருந்து வந்து பெங்களூரு மாவட்டம் வழியாகத் தமிழ்நாட்டில் சேலம் மாவட்டத்திற்குள் புகுகிறது. பின் அம்மாவட்டத்தைக் கடந்து வடார்க்காடு மாவட்டத்தின் தென்மேற்கு மூலையில் புகுந்து செங்கம், திருவண்ணாமலை வட்டங்களின் வழியாக வந்து, கள்ளக்குறிச்சி வட்டத்தின் வடக்கு எல்லையை ஒட்டி திருக்கோவிலூர் வட்டத்தில் புகுகிறது. மேலும் இந்த ஆறு விழுப்புரம் மாவட்டம் வழியாக கடலூர் மாவட்டத்தில் நுழைந்து கடலூருக்கு வடக்கே வங்காள குடாக் கடலில் கலக்கிறது. தென்பெண்ணையாறு தோன்றிய இடத்திலிருந்து கடலில் கலக்க 400 கி.மீ. பயணிக்கிறது.

கெடிலமும் பெண்ணையும் திருக்கோவிலூரிலிருந்து கடலூரில் கடலில் கலக்கும் இடம் வரை பக்கத்தில் பக்கத்தில் நெருங்கி தொடர்ந்து வந்துகொண்டிருக்கின்றன. கடலூருக்கு அருகில் கெடிலத்திற்கும் பெண்ணையாற்றுக்கும் நடுவே உள்ள இடைவெளி வெறும் ஒன்றரை கிலோமீட்டர் தொலைவுதான். பெண்ணையாறு கெடிலத்தினும் நீளமும் அகலமும் உடையது. சங்ககாலத்திற்குப் பின்னும் தேவாரம், பெரியபுராணம் முதலிய பல்வேறு இலக்கியங்களிலும் பெண்ணையாற்றின் பெருமை பெரிதும் பேசப்பட்டுள்ளது. கெடிலம் போலவே பெண்ணைக்கும் தெய்வநெறிப் பெருமை உண்டு!

வரலாற்று நிகழ்வுகள்

கடலூர் பழைய நகர் கடைவீதியில், சிதம்பரம் சி.என். தண்டபாணி பிள்ளை தலைமையில் 24-3-1921 அன்று கவியரசர் பாரதியார் இந்திய விடுதலை வேட்கையைத் தூண்டி பெருமக்கள் திரளில் உரையாற்றினார். மறுநாள் 25-3-1921 அன்று மாலை கடலூர் கெடில நதிக்கரையில் பரமானந்தம், சுதர்சன நாயுடு இவர்கள் ஏற்பாடு செய்த மாபெரும் பொதுக்கூட்டத்தில் மீண்டும் தண்டபாணி பிள்ளை தலைமை தாங்க... கவியரசர் பாரதியார் விடுதலை வேட்கை எழுச்சியுரையாற்றினார்.

திரு.வி.கல்யாணசுந்தரனார் (திரு.வி.க.) அவர்கள், கடலூர் திருப்பாதிரிப்புலியூரில் 1921 அக்டோபர் 15,16 தேதிகளில் நடைபெற்ற அரசியல் மாநாட்டிற்குத் தலைமை ஏற்று எழுச்சியுரையாற்றியுள்ளார். அவர் பேசும்போது இம்மாவட்டத்தின் அருமை, பெருமைகளை எடுத்துரைத்து, மாவட்டத்திலுள்ள திருக்கோயில்களையும் அவற்றில்

உறைந்திருக்கும் இறைவனையும் போற்றி வணங்கி, மக்களின் மாண்பையும் சிறப்பித்துப் பேசியுள்ளார்.

தொழிற்சங்கத் தலைவராக இருந்த திரு.வி.க.வை ஆங்கில அரசு அச்சுறுத்துவதாவும், இருந்தும், அதை எதிர்த்து தாம் போராடுவதாகவும் பேச்சின்போது குறிப்பிட்டுள்ளார். மேலும் இந்திய உரிமைப் போராட்டத்திற்காக மக்களின் பங்கு என்ன என்பதை மிக விரிவாகப் பேசியிருக்கிறார். ஆங்கில ஆட்சிமுறையில் தோன்றிய வெறுப்பை பிரிட்டிஷ் அமைச்சர்கள் உணர்ந்து வேண்டுவன செய்ய முந்தாமையால், இந்தியாவின் கிளர்ச்சி படிப்படியாக வளர்ந்து ஒத்துழையாமையாகி, முறுகி எழுந்து கொழுமை பெற்றியங்குகிறது என்று விவரித்திருக்கிறார். மக்கள் சுயஆட்சிக்காகப் போராடவேண்டும் என உருக்கமாகப் பேசியிருக்கிறார். இறுதியாக "தமிழ்நாட்டுச் செல்வர்களே, நீங்கள் பிறந்த நாடு, திருவள்ளுவர் பிறந்த நாடு. அவர் நூல் உங்கள் கையில் விளங்குகிறது. அதுவே உங்களுக்கு உரிமை கொடுக்கும் கருவி. அதை ஓதுங்கள்: அதன்படி ஒழுகுங்கள்" என அன்பொழுக பேசியிருக்கிறார்.

இந்திய உரிமைப் போராட்ட காலத்தில் எத்தனையோ இந்தியத் தலைவர்கள் கடலூர் வந்து மக்களிடம் எழுச்சியுரை ஆற்றியிருக்கிறார்கள். 1921ஆம் ஆண்டு செப்டம்பர் 17ஆம் நாள் கடலூர் வந்த காந்தியடிகள் கெடிலம் ஆற்றுக்கரை மணலில் பிரமாண்ட பொதுக்கூட்டத்தில் பேசியதைக் கேட்க பல ஆயிரம் பேர் திரண்டிருந்தனர். பெருந்திரளாக கலந்துகொண்ட நாட்டுப் பற்றுக் கொண்ட மக்கள் அண்ணலின் பரப்புரைக்குப் பின் வீறுகொண்டு எழுந்து அனைத்துப் போராட்டங்களிலும் முழு ஈடுபாடோடு கலந்துகொண்டுள்ளனர்.

விடுதலை வேண்டி பல இடங்களில் எழுச்சியுடன் பரப்புரைக் கூட்டங்கள் நடைபெற்றன. ஒத்துழையாமை இயக்கம், வெளிநாட்டுப்பொருள் விலக்கல், கதர் இயக்கம், கள்ளுக்கடை மறியல், உப்பு காய்ச்சும் போராட்டம், வெள்ளையனே வெளியேறு போராட்டம், நாக்பூர் கொடி இயக்கம், நீல் சிலை அகற்றும் போராட்டம், வரி கொடாமை இயக்கம், பதவி பட்டங்களைத் துறத்தல் போன்ற போராட்டங்கள் நடைபெற்றுள்ளன. இந்திய விடுதலைப் போராட்டக்காரர்களால் இம்மாவட்டத்தில் 1930 ஜனவரி 26 ஆம் நாள் உரிமைநாள் கொண்டாடப்பட்டுள்ளது. கடலூர், பண்ருட்டி முதலிய இடங்களில் இந்திய விடுதலை குறித்துப் பல கிளர்ச்சிகளும் நடைபெற்றிருக்கின்றன!

கி.பி.1930 ஏப்ரல் தொடங்கி மூன்று திங்கள் காலஅளவுக்கு மேல் கடலூரில் உப்பு காய்ச்சும் போராட்டம் நடைபெற்றிருக்கிறது. இதில் இம்மாவட்டத்தில் உள்ள பலர் விடுதலை வேட்கையுடன் தானாக முன்வந்து கலந்து கொண்டு அடிபட்டு, மிதிபட்டு, கைதாகி, தண்டனை பெற்று, கடலூர், திருச்சி, தஞ்சாவூர், மதுரை, வேலூர், சென்னை, பெல்லாரி, அலிபுரம், இராஜமுந்திரி, கண்ணனூர், நாக்பூர் போன்ற இடங்களில் உள்ள சிறைச்சாலையில் வாடி வதங்கி வெளிவந்தனர். கடலூர் மாவட்டத்திலிருந்து 400க்கும் மேற்பட்டவர்கள் இந்திய விடுதலை வேட்கையில் கலந்துகொண்டு போராடியிருக்கிறார்கள் என்பதே நமக்கான பெருமையாகும். அவர்களின் போராட்டம் குறித்தான தகவலும் அவர்களில் நீண்டகாலம் தண்டனை பெற்றவர்களின் பட்டியலும் நன்றி பாராட்டும் முகத்தான் இந்நூலில் குறிப்பிடப்பட்டுள்ளன. விடுதலைப் போராட்ட வீரர்களை வணங்குவோம், நன்றியுடன் போற்றுவோம்.

ஆங்கிலேயர்களின் புனித டேவிட் கோட்டை

1600-ஆம் ஆண்டில் போர்ச்சுக்கீசியர்கள் கடலூர், பரங்கிப்பேட்டை உள்ளிட்ட பகுதிகளுக்கு வந்தனர். கிறித்துவ மதத்தைப் பரப்பும் நோக்கில் அவர்களுக்கு நாயக்க மன்னர்கள் தேவாலயம் கட்ட அனுமதி அளித்தனர். அதற்கான நிலமும் நிதி உதவியும் செய்தனர்.

வணிகம் செய்ய வந்த டச்சுக்காரர்கள் 1608-இல் தேவனாம்பட்டினத்தில் (கடலூர்) கோட்டை ஒன்றைக் கட்டினர்.

புனிதடேவிட் கோட்டையின் சிறு பகுதி

முகப்பில் உள்ள கல்வெட்டு

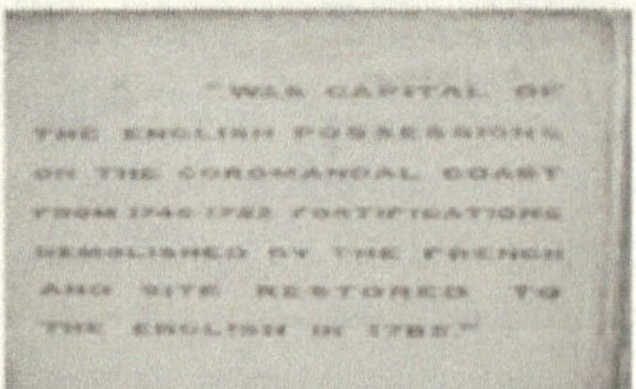

இராபட் கிளைவ்

விஜயநகரப் பேரரசரின் நெருக்குதல் காரணமாக அதை போர்ச்சுக்கீசியருக்குக் கொடுக்கவேண்டியதாயிற்று. 1610-இல் டச்சுக்காரர்கள் மீண்டும் தேவனாம்பட்டினக் கோட்டையைக் கைப்பற்றினர். இதில் உள்ள சில நகரங்களைக் கைப்பற்ற பல போர்கள் நடந்ததற்கான வரலாறு உண்டு!

1690-இல் கடலூருக்கு வந்த கிழக்கிந்திய கம்பெனி ஆங்கிலேயர்கள், அந்தக் கோட்டையையும், சுற்றியுள்ள கிராமங்களையும் மராத்தியர்களிடமிருந்து விலைக்கு வாங்கி விரிவுபடுத்தினர். இக்கோட்டைக்குச் சென்னை ஆளுநரான எலிகு யேல் என்பவர், 'புனித டேவிட் கோட்டை' என்று பெயரிட்டார். அதுமுதல் சென்னை ஜார்ஜ் கோட்டைக்கு இணையாக கடலூர் டேவிட் கோட்டை திகழ்ந்தது. இராபர்ட்கிளைவ் இங்கு தங்கி இருந்து, பிரெஞ்சுப் படைகளுக்கு எதிராகப் போரிட்டு, இந்தியாவில் பிரிட்டிஷ் சாம்ராஜ்யத்தை நிறுவ காரணமாக இருந்தார்.

ஆட்சியர் அலுவலகம் கார்டன் ஹவுஸ் ஹவுஸ் கல்வெட்டு

கடலூர் நகர அழகு

ஆங்கிலேயரின் ஆட்சித் தொடக்கத்தில் தமிழகத்தின் தலைநகராக இருந்தது கடலூர்தான். தேவனாம்பட்டினத்தில் இருந்த செயின்ட் டேவிட் கோட்டையை (St. David Fort) மையமாகக் கொண்டே அன்று ஆங்கிலேயர்கள் ஆட்சி தொடங்கினர். இந்தக் கோட்டையைப் பிரெஞ்சுக்காரர்கள் பல முறை தாக்கி அழித்ததால் தமிழகத்தின் தலைநகராய் கடலூரைத் தொடர்ந்து தக்கவைத்துக்கொள்ள ஆங்கிலேயர்களால் இயலவில்லை. எனவே ஆங்கிலேயர்கள் சென்னைக்குத் தலைநகரை மாற்றிக்கொண்டனர்.

கடலூர் என்பது குறிப்பிட்ட ஏதோ ஓர் ஊரின் பெயரன்று; பல ஊர்கள் சேர்ந்த ஒரு மாநகராட்சித் தொகுப்புக்குச் சென்னை எனப்

பெயரிட்டிருப்பதுபோல, பல ஊர்கள் சேர்ந்த ஒரு நகராட்சித் தொகுப்புக்குக் கடலூர் என்று பெயர் வழங்கப்படுகிறது. இந்தக் கடலூர் தொகுப்பில் மிகப் பழமையும் பெருமையும் உடைய பெரிய பகுதியாகக் கருதப்படுபவை திருப்பாதிரிப்புலியூர், கூடலூர் என்னும் இரண்டுமேயாகும். கூடலூர் பழையநகர், கூடலூர் புதியநகர் என இரட்டை நகரங்களாக இருந்துள்ளது!

இவற்றுள், திருப்பாதிரிப்புலியூர் திருக்கோயில் சிறப்பால் பெயர்பெற்றது; கூடலூர் தொழில்- வாணிகத்-துறைமுகச் சிறப்பால் பெயர் பெற்றது.

இந்நிலையில், பன்னெடுங்காலமாக இப்பகுதிக்கு வந்துபோன வெளிநாட்டாரை, தொழில் வாணிகத் துறைமுகச் சிறப்புடைய கூடலூரே கவர்ந்திருக்க முடியும்; எனவே அவர்கள் இந்த வட்டாரத்தைக் கூடலூர் என்னும் பெயராலேயே அழைத்திருப்பார்கள்!

ஆங்கிலேயர்கள் கூடலூரை cuddalore என ஆங்கிலத்தில் சரியாகவே எழுதி உச்சரிக்கும்போது கடலூர் என்றனர். கூடலூர் என்னும் பெயர்தான் பழைய பெயர்; கடலூர் என்பது பிற்காலத்தில் ஏற்பட்ட புதிய பெயரே. 1802ஆம் ஆண்டு வரைக்கும் மாவட்ட ஆட்சியர் அலுவலகம் கூடலூரில்தான் இயங்கியது; பின்னரே மஞ்சக்குப்பத்துக்கு மாற்றப்பட்டது!

ஆங்கிலேய ஆட்சியாளரால் தொடங்கப்பட்ட தமிழகத்தின் முதல் வங்கியாகிய "இம்பீரியல் வங்கி" கடலூர் முதுநகரில்தான் செயல்பட்டது என்பது கடலூருக்கான பெருமைதான். இவ்வங்கி உப்பனாற்றின் மேற்குக் கரையில் அமைந்துள்ளதை இன்றும் காணலாம்!

1866 வரை நகராட்சி அலுவலகம் போன்ற அரசு அலுவலகங்கள் கடலூர் முதுநகர் பகுதியிலேயே இயங்கின. நகராட்சி அலுவலகம் 1866ஆம் ஆண்டில் கடலூர் புதுநகருக்கு (தற்போதைய இடம்) மாற்றப்பட்டது. 1954ஆம் ஆண்டு கடலூர் நகராட்சி முதல் தர நகராட்சி என்னும் தகுதி பெற்றது. இதன் நூற்றாண்டு விழா 1967 ஜனவரி முதல் வாரத்தில் மிகச் சிறப்புடன் கொண்டாடப்பெற்றது. நகராட்சியின் அப்போதைய மக்கள் தொகை கிட்டத்தட்ட 80,000 ஆகும்.

செம்புறாங்கற்களால் பரத்தப்பட்ட சாலையின் இரு புருவத்திலும் அடர்த்தியான பூவரசு மரங்கள் மற்றும் புளியமரங்கள் தென்பெண்ணை ஆறு வரை நீண்டிருக்கும். சாலையின் இருபுற தரை ஓரங்களில் பூவரசுமர காய்ந்த இலைகளும், மஞ்சள் நிறப் பூக்களும் சிதறிக் கிடக்கும்!

தென்பெண்ணை ஆற்றின் இரண்டு புறமும் வெண்மணல் பரப்புக்கிடையில் சலசலவென நன்னீர் கடல் நோக்கி ஓடிக்கொண்டிருக்கும். கடல் காற்று மேற்கு நோக்கி வீசிக்கொண்டிருக்கும். தென்பெண்ணையாற்று வெண்மணல் லேசாக காற்றில் அலைமோதிக்கொண்டிருக்கும். ஆற்றங்கரையோரம் உள்ள பசும்புல்லை ஆடு, மாடுகள் மேய்ந்துகொண்டிருக்கும். துணி துவைக்கும் தொழிலாளர்கள், கரையோரம் போட்டுவைத்த பெருங்கல் மீது உச் உச் என்று அடித்துத் துவைக்கும் ஓசையும், பொழுது எப்ப சாயும் துணிச்சுமையோடு எப்ப திரும்புவோம் எனக் காத்துக்கிடக்கும் கழுதைகளும் அடிக்கடி பெருங்குரலெடுத்து கத்திக்கொண்டு தம் இருப்பைக் காட்டிக்கொண்டிருக்கும். எருமை மாட்டின் மீதமர்திருந்த பறவைகள் கழுதையின் குரல் கேட்டு பயந்து சட்டென உயர்ந்து பறந்து பின் மீண்டும் வந்தமரும் காட்சியையும் கண்ணுக்குள் புதைக்கலாம்!

கடலூர் நகர் அனைத்து நிலைகளிலும் அக்காலத்திலும் சிறப்புற்றிருந்தது எனலாம். நகரைச் சுற்றியும் நகரின் நடுவிலும் பாயும் கெடிலம நதி மற்றும் தென்பெண்ணை ஆறுகள் நகருக்குக் கூடுதல் அழகையும் வளத்தையும் சேர்க்கின்றன. வெண்மணல் பரப்பில் கடற்கரை, சென்னைக்கு அடுத்து கடலூரில்தான் அமைந்திருக்கிறது என்பது ஓர் அழகு. சிறந்த துடிப்புடன் இயங்கிய துறைமுகம்; மேலோங்கிய மீன்பிடி தொழில்; நகரின் நடுவே ஆங்கிலேயர்களால் சிறப்பான வடிவமைப்பில் சிவப்பு வண்ணத்தில் கட்டப்பட்ட மாவட்ட ஆட்சியர் அலுவலகம்; இதன் எதிரில் பதினைந்து ஏக்கர் பரப்பில் பெருந்திடல்!

கடலூர் நகரினுள் பல இடங்களில் மரங்கள் அடர்ந்த தோப்புகள் பல இருந்தன. திருப்பாதிரிப்புலியூர் பகுதியில் புளியந்தோப்பு, தென்னந்தோப்பு, மாந்தோப்பு எனத் தனித்தனி தோப்புகள் இருந்து நகருக்கு அழகைக் கொடுத்தன. தற்போதைய மரியசூசைநகர், சீத்தாராம்நகர், சுப்பராயலுநகர், கூத்தப்பாக்கம் எல்லாம் முன்பு பல்வகை மரங்கள் கொண்ட பெருந்தோப்புகளே. கடற்கரைச் சாலை இருபுறமும் தென்னந்தோப்புகளே நிறைந்திருந்தன. கடற்கரை முகப்பில் பாக்குமரச் சாலையில் மாவட்டக் காவல் உயர் அலுவலருக்கும், அரசு மருத்துவமனை உயர்நிலை மருத்துவருக்கும் தனித்தனியாக எழிலார்ந்த குடியிருப்புகள் ஆங்கிலேயர்களால் எழுப்பப்பட்டுள்ளன!

திருப்பாதிரிப்புலியூர் அருள்மிகு ஆஞ்சநேயர் கோயில் வளாகம் முழுவதும் அடர்ந்த தென்னந்தோப்பும், கோயிலின் மேற்குப்பகுதி

இரயில் நிலையம் வரையிலும் பல்வகை மரங்கள் கொண்ட தோப்பும் இருந்தன. முத்தையா திரையரங்கு வளாகத்தின் கிழக்குப்பகுதி (இன்றைய அரசுப் பேருந்து பணிமனையிலிருந்து சீமாட்டி வணிக வளாகப் பகுதி வரை) முழுவதும் எப்போதும் சதுப்பு நிலம்போல் காட்சியளிக்கும்; மழைக்காலத்தில் குளம் போல் நீர் நிறைந்திருக்கும். திருப்பாதிரிப்புலியூர் கடைத் தெருவில் அனைத்து விதமான அங்காடிகள் இருந்தாலும் அவை யாவும் சிறிய நாட்டு ஓடுகள் வேய்ந்த கட்டடத்திலேயே இயங்கின. நகரின் மேற்கே நகராட்சி எல்லை தாண்டிய முகப்பில் (திருவயிந்திரபுரம் சாலை) ஒரு பெரிய கள்ளுக்கடை அங்காடியும் இருந்தது!

இரண்டாம் உலகப் போரின்போது எதிராளிகள் குண்டுகள் வீசினால், கடலூர் நகர மக்கள் ஆங்காங்கே தரையில் அமைக்கப்பட்டிருக்கும் குண்டு காப்பு அரண் என்னும் பதுங்குக் குழிக்குள் ஓடி பதுங்கிக்கொள்ள ஏதுவாக கட்டட அமைப்புகள் உருவாக்கப்பட்டிருந்தன. இவை ஆங்கில எழுத்து இஜெட் மாதிரியான வடிவத்தில் குறுக்கு நெடுக்காகத் தரைப்பகுதிலிருந்து சுமார் ஐந்தடி ஆழத்தில் செங்கற்களால் அமைந்திருக்கும். இதில் இறங்கப் படிகள் உண்டு. திறந்த வெளியாகத்தான் இருக்கும். இம்மாதிரியான பதுங்குக்குழி அமைப்புகள் கடலூர் துறைமுகம்,

பதுங்குக் குழி

திருப்பாதிரிப்புலியூர், மஞ்சக்குப்பம், புதுப்பாளையம் மற்றும் வண்ணாரப்பாளையத்தில் இருந்தன.

தீயணைப்புத்துறைக்குத் தேவையான நீர் சேமிப்புத் தொட்டி பெரிய அளவில் நகரத்தின் பல பகுதிகளில் அமைக்கப்பட்டிருந்தன. மழை காலங்களின் சேமிப்புத் தொட்டிக்கு வெளியே பொழியும் மழைநீர் இத்தொட்டியில் வந்து வடிய வடிவமைக்கப்பட்டிருந்தது. இதில் எப்போதும் நீர் நிறைந்திருக்கும். தீ அணைப்பு பணி நடைபெறும்போது தேவையான நீரை இத்தொட்டிகளிலிருந்து எடுத்துக்கொள்வார்கள்.

நகராட்சித் தெருக்களில் மின் விளக்குகள் இல்லாத காலம் அது. இரும்பிலான ஓர் அழகிய கம்பம்; அதன் உச்சியில் சிலுவை போன்ற அமைப்பு; நீள் அமைப்பில் விளக்கும், குறுக்கு அமைப்பில் ஏணி சாய்த்து வைக்க ஏற்றதாகவும் இருக்கும். மாலையில் ஒரு குறிப்பிட்ட நேரத்தில் நகராட்சிப் பணியாளர் சிறிய ஏணியுடன் வந்து விளக்குக் கம்பத்தில் ஏறி திரியைச் சரிபார்த்து எண்ணெய் விட்டு விளக்கை எரியவிட்டுச் செல்வார். இரவு முழுவதும் தடையின்றி சீராக ஒளிரும். விளக்குக் கம்பத்தின் அடியில் கருநிழல் வட்டமும் அதை அடுத்துப் பெரிய ஒளிவட்டமும் தெருவை அடையாளம் காட்டிக்கொண்டிருக்கும். அந்த வெளிச்சப் பகுதி இரவின் அமைதியான சூழலில் ஒருவித அச்ச உணர்வைக் கொடுக்கும்!

காலை நேரத்தில் சிறுவர்களுக்குத் தெரு ஓரப்பகுதியே திறந்தவெளிக் கழிப்பிடங்களாக அமைந்தன! சிலரது வீட்டின் தோட்டப்பகுதியில் கீற்றிலான கழிவறைகள் இருந்தன. மனிதக்கழிவுகளை நகராட்சியில் பணி செய்யும் பெண்கள் வந்து அகற்றி, கூடையில் கொட்டி தலையில் சுமந்து செல்வார்கள். சில வீடுகளில் தோட்டத்திற்குச் செல்ல தனி வழி இருக்காது. அம்மாதிரியான வீடுகளில் முன்வாசல் வழியாக நுழைந்து தோட்டத்திற்குச் சென்று கழிவுகளுடன் மீளத்திருப்புவார்கள். அப்போது வீட்டில் உள்ளவர்கள் யாரும் வெளியில் தலையைக் கூட காட்ட மாட்டார்கள்! பணிப்பெண் வெளியேறிய உடன் வீட்டில் உள்ள வயதான பெண் ஒருவர் அவள் சென்று திரும்பிய தடத்தை வாசல் வரை தண்ணீர் கொண்டு சுத்தம் செய்வார்! அக்காலத்தில் கடலூர் மாவட்டத்தில் உள்ள எல்லா பெருநகரங்களிலும் இயல்பான ஒரு நிகழ்வாகவே இது காணப்பட்டது.

மனிதக் கழிவுகளைத் தலையில் சுமக்க விடுவது மனித குலத்திற்கு அவமானம் எனக் கற்றவர்கள் உரத்த குரலில் முழக்கமிட்ட பிறகே பீப்பாய்கள் பொருத்திய தள்ளுவண்டி நடைமுறைக்கு வந்தது. மாலையில் தெருவிளக்கு ஏற்ற வருபவரையும், தெரு சுத்தம் செய்ய வருபவர்களையும், காலையில் மலக்கழிவுகளை அகற்ற வருபவர்களையும் பார்த்து மக்கள் நேரத்தைக் கணக்கிட்டார்கள்! அந்த அளவுக்கு அவர்களின் பணி சுத்தமாகவும், குறிப்பிட்ட காலத்திலும் இருக்கும். இப்பொழுது?

புதுப்பாளையம் கெடிலத்தின் பாலத்துக்கு வடபுறம் ஆற்றின் கிழக்குக்கரைப் பகுதியில் ஒரு காலத்தில் மூன்றடுக்கு அரண்மனை இருந்து பின்னர் சீரழிந்து இடிபாடுகளுடன் பாழடைந்து கிடந்தது!

பின்னர் அப்பகுதி சீரமைக்கப்பட்டு 'பிருந்தாவன்' என்னும் பெயரில் ஒரு பெரிய சிறந்த உணவகமும் தங்கும் விடுதியும் நல்லதொரு வடிவுடன் 1959இல் கட்டப்பட்டது. அக்காலத்தில் இக்கட்டடம் கடலூரின் அழகையும் பெருமையையும் கட்டியம் கூறிக்கொண்டிருந்தது.

இதற்கு முன்னதாக பெருவெளித்திடலின் (மைதானம்) தென்மேற்கு மூலையில் 'பீமவிலாஸ்' என்றொரு உணவகமும் தங்கும் விடுதியும் சிறப்பாகச் செயல்பட்டது.

குறைவான மக்கள் திரளும், போக்குவரத்து சந்தடியும் இல்லாத இரவுச் சூழல் நீர் உறங்கும் அமைதியைக் கொண்டிருக்கும். இச்சூழலில் கடல் அலை வீச்சுடன் தரையை மோதும் ஓசையும், திருப்பாதிரிப்புலியூர் புகைவண்டி நிலையத்தில் நீராவிஇயந்திரம் பொருத்திய இரயில் வந்து நிற்கிற ஓசையும், புறப்படுகிற ஓசையும் அப்போது எழுப்பும் விசில் ஓசையும் துல்லியமாகக் கேட்கும்!

இதேபோன்றே அமைதியான இரவில் சிதம்பரம் அருள்மிகு நடராஜர் திருக்கோயிலில் உள்ள கோயில் மணியை நேரத்தை அறிவிக்க அசைத்து ஒலியெழுப்புவார்கள். இக்கோயில் மணியோசை கேட்டு சிதம்பரம் நகரம் முழுவதும் உள்ள மக்கள் நேரத்தை அறிந்துகொள்வார்கள். இரவின் மடியில் உறங்கும் நகரத்து மக்களுக்கு இம்மணியோசை ஒரு தாலாட்டாகவே அமையும். இனிமையான ஓசை அது!

சுங்கச்சாவடி வரலாற்று அழகு

பெண்ணையாற்றின் குறுக்கே உள்ள 1888ஆம் ஆண்டில் கட்டப்பட்ட பழைய பாலமுகப்பில் ஒரு சிறிய சுங்கச்சாவடி அலுவலகம் இயங்கியது என்பது வரலாற்று உண்மை! இப்பாலத்தின் முகப்பிலிருந்து கிழக்கே கடற்கரை வரையிலும், மேற்கே மாவட்ட எல்லை வரையிலும் வலுவான, உயரமான இரும்புக்கம்பியாலான முள்வேலி அமைக்கப்பட்டிருந்தது. புதுச்சேரி எல்லையிலிருந்து கடலூருக்கும், கடலூரிலிருந்து புதுச்சேரிக்கும் யாரும் எளிதாக சென்று வரமுடியாத காலம் அது. பெண்ணையாற்றின் வடக்குப்பகுதி பிரெஞ்ச் ஆட்சியரின் அதிகாரத்தில் இருந்தது. இருப்பினும் அப்பகுதியில் பல கிராமங்கள் கடலூர் மாவட்ட ஆட்சியர் அதிகாரத்திற்குள் இருந்ததால் மக்கள் அங்கிருந்து கடலூர் வந்து செல்ல கடவுச்சீட்டு முறை நடைமுறைப்படுத்தப்பட்டது. கடவுச்சீட்டு வைத்திருப்போர் மட்டுமே தென்பெண்ணையாற்றுப் பாலத்தை கடந்து செல்லவோ, திரும்பி வரவோ முடியும். பேருந்துகள்

சுங்கச்சாவடியில் நிறுத்தப்பட்டு, பயணிப்போரிடம் கடவுச்சீட்டு உள்ளனவா என சோதித்த பின்னரே அனுமதிக்கப்பட்டனர். இம்முறை 31-10-1954 வரை நடைமுறையில் இருந்தது. 01-11-1954 இல் பிரெஞ்ச் ஆதிக்கத்திலிருந்து பாண்டிச்சேரிக்கு விடுதலை கிடைத்து. இந்தியாவுடன் இணைக்கப்பட்டதினால் மக்கள் கடவுச்சீட்டு இன்றி எல்லை தாண்டி மகிழ்வுடன் போய்வந்தனர். வரலாற்றில் பதியப்பட்ட இப்பழைய பாலம் பழுதானதால் டிசம்பர் 2020 ஆம் ஆண்டில் அப்புறப்படுத்தப்பட்டது. இன்றும் இப்பகுதியில் கஸ்டமஸ் சாலை என்னும் பெயரில் ஒரு சாலை வரலாற்றை நினைவு படுத்திக்கொண்டிருக்கிறது!

பெருவெளித் திடல் அழகு

தமிழகத்தில் நகர் நடுவேயுள்ள பெருவெளித் திடல்களுள் கடலூர்த் திடலே மிகப் பெரியது. இத்திடலின் நீளம் 800 மீட்டர்; அகலம் 600 மீட்டர்; பரப்பளவு பதினைந்து ஏக்கர். பல ஊர்களில் இதனினும் பெரிய திடல் இருக்கலாம்; ஆனால் அவை ஊருக்கு வெளியே ஒருபுறமாக ஒதுங்கியிருக்கக் கூடும். ஆனால் கடலூர்த் திடல் நகர் நடுவேயுள்ளது. திடலைச் சுற்றி நான்கு புறமும் அழகிய மரங்களடர்ந்த சாலைகள் இருப்பது நகருக்கும் பெருந்திடலுக்கும் கூடுதல் அழகை கொடுக்கிறது.

வடபுறச் சாலையில் மாவட்ட ஆட்சியர் அலுவலகம், கிளை சிறைச்சாலை, நீதிமன்ற வளாகம்; கிழக்குச் சாலையில் காவல் தலைமையகம், நீதிபதியின் இல்லம் (அடர்ந்த தோப்புக்குள்); தென்புறச் சாலையில் மிகப்பெரிய பல்வகை மரங்கள் அடர்ந்த தோப்பு (தற்போது சீத்தாராம்நகர்); கார்மேல் தூய மரியா ஆலயம், சிறிய நீதிமன்றமாகச் செயல்பட்ட ஓர் அழகிய சிறு மாளிகை; (இங்குதான் யாழ்ப்பாணம் ஆறுமுகநாவலர்-வடலூர் இராமலிங்க அடிகளார்க்கான வழக்கு நடைபெற்றதாக வரலாறு) மற்றும் நகராட்சிப்பள்ளி, இப்பள்ளி எதிரே நான்குபுறமும் பல குழாய்கள் கொண்ட தரைமட்ட நீர்த்தேக்கத் தொட்டி; மேற்குச் சாலையில் உயர்ந்த மணிக்கூண்டு, இதன் எதிரே அழகிய மாந்தோப்பு அதனுள்ளே ஒரு பெரிய கட்டடம், அதில் இயங்கிய தீயணைப்பு நிலையம் (தற்போது சுப்பராயலு ரெட்டியார் திருமண மண்டபம்) மற்றும் ஒரு கிறிஸ்துவ ஆலயம்!

பெருந்திடலின் நடுவே எழில் கொஞ்சும் வட்டவடிவமான பூங்காவில் பல விதமான வண்ணமலர்கள் பூத்து மணம் கமழ, வண்ண மலர்கள் சொரியும் உயர்ந்த மரக்கிளைகளில் பறவைகள்

ஊஞ்சலாட, கால்பாதத்தை இதமுடன் வருடும் அழகிய புல்வெளிகளில் நடந்தவாரே கண்கள் சுற்றிலும் மேய்ந்தபடியே மாலையில் மக்கள் இங்குள்ள நீள்பலகையில் அமர்ந்திருப்பர்! அழகாக வடியமைக்கப்பட்ட ஓர் இரும்புத் தூணில் நான்குபுறமும் கூம்பு புனல் பொருத்தி வானொலியுடன் இணைக்கப்பட்டிருக்கும். நல்ல இசையும், நாட்டு நடப்பையும், உலகச் செய்திகளையும் மக்கள் கேட்டு மகிழ்வர். கார்மேல் தூய மரியா ஆலயம் அருகிலிருந்து செம்புறாங்கல் பரத்திய சாலை பூங்காவின் தென் வாயிலில் நுழைந்து வடக்கு வாயில் வழியாக மாவட்ட ஆட்சியர் அலுவலக முகப்பில் சென்றடையும். இவ்வழகிய பூங்கா 1958ஆம் ஆண்டு இந்திய பிரதமர் மாண்புமிகு ஜவகர்லால் நேரு அவர்கள் கடலூர் வந்தபோது பெருந்திடலில் பெருந்திரள் மக்கள் கூடுவதற்காக அகற்றப்பட்டு, மணிக்கூண்டு பக்கத்தில் அவர் பேசுவதற்கு ஒரு உயர்மேடை அமைக்கப்பட்டது. இப் பெருவெளித்திடலை அக்கால அரசுக் குறிப்பின்படி *The Lawn, The Green, The Esplanade* என்னும் பெயரில் அழைத்திருப்பதை அறிய முடிகிறது!

உப்பனாற்றில் ஒரு சிறிய இறக்குமதித் தளம்!

தேவனாம்பட்டினம் தீவில் அமைந்துள்ள புனித டேவிட் கோட்டையின் பின்புற உப்பனாற்றின் ஒரு கிளை மேற்கு நோக்கி வன்னியர்பாளையம் தெற்கு எல்லையைத் தொட்டவாறு அதன் சுடுகாடு வரை நீண்டிருக்கும். இந்த உப்பனாறு கடலின் கழிமுகப்பகுதியாகும். இயற்கையின் நியதிப்படி, காற்றின் அசைவுக்கேற்ப கடல்நீர் ஆறுகளில் கொஞ்சதூரம் பாய்ந்து ஓடி விளையாடி எதிர்வரும் கெடில நன்னீரை அணைத்து மீள தன் இடம் சேரும். தினமும் குறைந்தது இரண்டு முறையாவது இந்நிகழ்வு நிகழும். இந்நேரத்தில்தான் வன்னியர்பாளையம் எல்லைப் பகுதி உப்பனாற்றில் நீர் பெருகிப் பாயும் பின் வடியும். உப்பனாறு அகலமாக, மிக ஆழமாக இருக்கும். நீச்சல் தெரிந்தவர்கள் மட்டுமே இவ்வாற்றைக் கடக்க முடியும்

உப்பனாற்றின் இந்நீரோட்டத்தை படகு, தோணி இயக்குபவர்கள் நன்கு அறிந்திருந்தனர். செம்மங்குப்பம், ஆலப்பாக்கம், நடுத்திட்டு, நொச்சிக்காடு, திருச்சோபுரம் ஆகிய பகுதிகளிலிருந்து

சவுக்கை மரங்கள், துண்டாடப்பட்ட சவுக்கைக்கட்டைகள், அடுப்பெரிக்கத் தேவையான மரக்கரித்துண்டுகள், சுண்ணாம்பு தயாரிக்கத் தேவையான கிளிஞ்சல்கள் மற்றும் நெல் மூட்டைகள் ஆகியவற்றை குறைவாக இருந்தால் படகிலும் அதிகமாக இருந்தால் தோணியிலும் கடல்நீர் ஆற்றில் பாயும்போது அதன் ஓட்டத்தின் ஊடே உப்பனாற்றின் வழியாகக் கொணர்ந்து வன்னியர்பாளையம் அருள்மிகு ஐயனார் கோயில் வீரன் சிலைக்குப் பின்புறம் நிறுத்தி சரக்குகளை இறக்குவார்கள். சரக்குகளை இறக்கியபின் கடல்நீர் மீள கடலுக்குத் திரும்பும் நேரமறிந்து அதனூடேயே படகுகளையும், தோணிகளையும் இயக்கிக்கொண்டு திரும்பிவிடுவர்.

வன்னியர்பாளையம் உப்பனாற்றுக்கரை பகல் நேரங்களில் மிகச் சிறிய இறக்குமதித் தளமாக இயங்கியது என்றால் அது மிகையன்று. இறக்கப்பட்ட சரக்குகளை மற்ற இடங்களுக்கு கட்டைவண்டி மூலம் எடுத்துச்சென்று வியாபாரம் செய்வார்கள். சவுக்கை மரத்துண்டுகள் மற்றும் மரக்கரி மூட்டைகள் சரக்கு இரயில் மூலம் பல நகரங்களுக்கு அக்காலத்தில் இங்கிருந்து அனுப்பட்டன. கட்டைவண்டிகள், அதை ஓட்டுபவர்கள், சவுக்கக்கட்டையைப் பிளந்து கொடுக்க கோடரியைத் தோளில் சுமந்தபடியே வண்டியின் பின்னால் செல்லும் தொழிலாளிகள் என

படகு

தோணி

இச்சிறிய துறைமுகம் பலருக்கு வேலை வாய்ப்பை நல்கியது. 1970 வரை இயங்கிய இச்சிறிய இறக்குமதித்தளம் வெள்ளப்பாழை தடுக்க கெடில ஆற்றங்கரைகள் உயர்த்தப்பட்டபோது இக்கழிமுகப்பகுதி துண்டிக்கப்பட்டதால் நீர்வழி சரக்குப் போக்குவரத்து முடங்கிப்போயிற்று.

பான்பரி அங்காடி

அங்காடி இல்லாத நகரங்கள் கிடையாது. காந்தி அங்காடி, காமராஜர் அங்காடி, பெரியார் அங்காடி, அண்ணா அங்காடி என அந்தந்த நகரங்களில் வாழ்ந்த அல்லது புகழ் பெற்ற தலைவர்களின் பெயரில் நன்றி காட்டும் முகத்தான் அங்காடிகள் அமைந்து செயல்படுகின்றன.

அவ்வண்ணமே மாவட்டத் தலைநகரான பாரம்பரியம் மிக்க கடலூர் நகரின் மையப்பகுதியில் திருப்பாதிரிப்புலியூர் இரயில் நிலையத்திற்கு மிக அருகில் அமைந்திருக்கிறது "பான்பரி அங்காடி". அட, பெயர் வித்தியாசமாக இருக்கிறதே என்று அங்காடியைக் கடந்து செல்லும்போது நினைத்திருக்கலாம்! இதற்கான காரணம் அறிய கொஞ்சம் கடலூர் நகர வரலாற்றின் பக்கங்களைப் புரட்டிப் பாரக்கலாம்.

அந்த நாள் 1911ஆம் ஆண்டு பிப்ரவரி மாதம் 7ஆம் தேதி, கடலூர் நகரம் மிகவும் பரபரப்பாக ஒரு நிகழ்ச்சிக்காக ஆயத்தமாகிக் கொண்டிருந்தது! அன்று மதியம் கடலூருக்கு வருகை தந்தார் சென்னை மாகாண ஆளுநர் திரு. ஆர்தர் லாலி. அவரை அன்றைய தென் ஆர்க்காடு மாவட்ட ஆட்சியர் திரு. எம். அஸிசுதீன் வரவேற்று அழைத்து வந்தார்.

கடலூர் நகராட்சி அலுவலகத்தில் வரவேற்பு விழாவிற்கு ஏற்பாடு செய்யப்பட்டிருந்தது. அன்றைய கடலூர் நகராட்சித் தலைவர் திரு.அ.சுப்பராயலு ரெட்டியார், மாவட்டத் துணை ஆட்சியர் திரு.வி. சீனிவாச்சாரியார் மற்றும் திருவண்ணாமலை நகராட்சித் தலைவர் திரு.வி. சொக்கலிங்கம் பிள்ளை உள்ளிட்டோர் அவ்விழாவில் பங்கேற்றிருந்தனர்.

பங்கேற்றவர்கள் தங்களது பேச்சில் கடலூர் நகரின் வரலாற்றுப் பெருமைகளை எடுத்துரைத்தனர். அவ்விழாவில் திரு. சுப்பராயலு ரெட்டியாருக்கு "ராவ் பகதூர்" என்ற பட்டத்தை வழங்கி கௌரவித்து பேசிய ஆளுநர் "பண்ருட்டி முதல் திருச்சிராப்பள்ளி' வரையிலான இரயில்வே வழித்தடம் விரைவில் அமைக்கப்படும் என்றார்.

அடுத்த நாள் காலை கடலூர் சிறைச்சாலையைப் பார்வையிட்ட பின்னர் ஆளுநர் சென்ற இடம் "பான்பரி அங்காடி". அங்கு அமைக்கப்பட்டிருந்த மணிக்கூண்டு கோபுரத்தை ஆளுநர் திறந்து வைத்தார். அவ்விழாவில் பேசிய திரு. சுப்பராயலு ரெட்டியார் பான்பரி அங்காடி மற்றும் அதன் மையத்தில் இருக்கும் மணிக்கூண்டின் வரலாற்றை எடுத்துரைத்தார்.

கடலூர் மக்களின் நீண்டகாலத் தேவையை நிறைவேற்றும் பொருட்டு, கடலூர் நகராட்சியால் மொத்தம் ரூ. 34 ஆயிரம் செலவில் கட்டி முடிக்கப்பட்ட இந்த அங்காடிக்கு, தென்ஆர்க்காடு மாவட்ட ஆட்சியரும், கடலூர் மக்கள் மீது பேரன்பு கொண்டிருந்தவருமான திரு. ஜார்ஜ் பான்பரி தனது சொந்தப் பணம் 1100 டாலர்களைக் கொடுத்ததையும்,(1866)இத்தொகை கிடைத்ததால்தான் இந்த அங்காடியைக் கட்டுவது சாத்தியமானது என்பதையும் எடுத்துரைத்தார்.

மணிகூண்டு திறப்புவிழாவில் பேசிய ஆளுநர் திரு.ஆர்தர் லாலி, திரு.ஜார்ஜ் பான்பரியின் தாராள கொடையுள்ளத்தை வெகுவாகப் பாராட்டினார். திரு. ஜார்ஜ் பான்பரி மிகவும் நேசித்த இந்த கடலூர் நகரம் ஆண்டாண்டு காலத்திற்கு அவருடைய பெயரைப் பெருமையுடன் நினைவு கூரும் என்றார். அவருடைய பெயருடன்தான் இன்றுவரை இடைவிடாது இயங்கிக்கொண்டிருக்கிறது "பான்பரி அங்காடி"!

முன்னாள் மாவட்ட ஆட்சியர் திரு. ஜார்ஜ் பான்பரியின் புகழ் போற்றுவோம் நன்றியுடன்.

கடலூர் கேப்பர்மலை அழகு

தெற்கே பொதிகை முதல் வடக்கே இமயம்வரை எத்தனை எத்தனையோ சிறிய பெரிய மலைகள் நம் நாட்டில் பூமிக்குமேலே பூத்துப் பசுமைகாக்கின்றன. ஆனால் கடலூரில் உள்ள ஒரே மலை 'கேப்பர் மலை'. உண்மையில் கேப்பர்மலை ஒரு மலையே அல்ல!

கடலூர் நகரம் முழுவதுமே கடற்கரை சமவெளியில், பத்துமீட்டர் உயரத்துக்குள்ளேயே அமைந்துள்ளது. மேற்கே கடல் மட்டத்திற்கு நூறு அடி உயரம் உள்ள செம்மண் மேட்டுப்பகுதி மலை என்று வழங்கப்படுகிறது. இம்மலை, கடலூர் துறைமுக நகருக்கு மேற்கேயும், திருவயிந்திரபுரத்திற்குத் தெற்கேயும் அமைந்துள்ளது. திருவயிந்திரபுரத்தில் உள்ள ஹயக்ரீவர்மலை கேப்பர்மலையின் ஒரு பகுதியே!

இந்த மலையைப் பற்றிய குறிப்பு 13-6-1783-இல் ஆங்கிலேய பிரெஞ்சுப் படைகளுக்கு நடைபெற்ற போரைக் குறிப்பிடுகின்ற வரைபடத்தில் காணப்படுகிறது. பிரெஞ்சு மொழியில் உள்ள இந்த வரைபடத்தில், இந்த மலை கூடலூர் குன்று என்று குறிப்பிடப்பட்டுள்ளது. இந்த வரைபடத்தில் கடலூர் புதுநகர் காட்டப்படவில்லை என்பது குறிப்பிடத்தக்கது. முற்காலத்தில் கேப்பர் மலை கூடலூர்குன்று என்றும் செம்புறாங்கல் மலை என்றும் அழைக்கப்பட்டது. பின்னர் வண்டிப்பாளையம் மலை என்றும் அழைக்கப்பட்ட இந்த மலையின் மீது 1796-ஆம் ஆண்டு வண்டிப்பாளையத்திற்கு அருகே, ஆங்கிலேய படைத்தலைவர் பிரான்சிஸ் கேப்பர் என்பவர் மாளிகை கட்டினார். அதைக்குறிக்கும் வகையில் இந்த மலை கேப்பர்மலை என்று அழைக்கப்பட்டது. 1815-ஆம் ஆண்டு இந்த மாளிகை அரசுக்குச் சொந்தமானது. பின் சில மாற்றங்களுடன் அது கேப்பர்சிறைச்சாலையாக மாற்றப்பட்டது. இந்த வளாகம் 300 மீட்டர் நீளமும் 280 மீட்டர் அகலமும் கொண்டது.

இந்திய விடுதலைப் போராட்டத்தின்போது ஆங்கில அரசை எதிர்த்துப் பெருங்கவி பாரதியார் பாக்கள் எழுதியும் பேசியும் மக்களின் மனத்தில் போராட்ட உணர்வைத் தூண்டினார் என்பதற்காக அவர் புதுவை கடலூர் எல்லையில் கைது செய்யப்பட்டு இச்சிறைச்சாலையில் 20-11-1918 முதல் 14-12-1918 வரை 25 நாள்கள் தண்டனைக் கைதியாக அடைக்கப்பட்டிருந்தார். அந்த அறை சிறைத்துறையினரால் நினைவுச் சின்னமாகப் பராமரிக்கப்பட்டு தற்போது சிறைவாசிகள் படித்து பயன்பெறும் வகையில் நூலகமாக மாற்றப்பட்டுள்ளது.

கேப்பர்மலைப் பகுதியில் நுரையீரல் நோய்த்தடுப்பு மருத்துவமனையும் செயல்படுகிறது.

சிறைச்சாலை கடலூர் (கேப்பர் மலை)

கேப்பர்மலையில் கருங்கற்களே கிடையாது. மேலே சிவந்த நிறத்தில் செம்புறாங்கல் படிவங்களும் அதன் கீழே மணற்பாறைகளும் காணப்படுகின்றன.

கடலூர் துறைமுகத்தை அடுத்துள்ள கேப்பர்குவாரி அருகே (காரைக்காடு) அகழ்ந்தெடுக்கப்பட்ட இந்த செம்புறாங்கற்கள் சாலைகள் போட பயன்படுத்தப்பட்டன.

கடலூர் மணற்பாறைகளின் அடியில் இடையிடையே தரமான களிமண் கிடைக்கிறது. பண்ருட்டி மற்றும் வண்டிப்பாளையம் பகுதியில் இந்தக் வெள்ளைக் களிமண் கொண்டு நேர்த்தியான பொம்மைகளும் மண்கலங்களும் செய்யப்படுகின்றன.

விருத்தாசலத்தில் உள்ள பீங்கான் தொழிற்சாலையிலும் இந்தக் களிமண்ணே பயன்படுத்தப்படுகிறது. நெய்வேலியில் வெட்டி எடுக்கப்படும் பழுப்பு நிலக்கரி, இந்தப் பாறை அடுக்குகளின் கீழ் கிடைக்கிறது. கேப்பர் மலையின் அடிவாரத்தில் உள்ள 'கரையேறவிட்ட குப்பத்தில்' கல்லாக மாறிய மரம், கடந்த நூற்றாண்டின் முற்பகுதியில் கண்டறியப்பட்டதாகக் குறிப்புகள் உள்ளன. திருவக்கரை பகுதியில் உள்ள கல்மரங்களும் கடலூர் மணற்பாறைகளிலேயே காணப்படுகின்றன.

கடலூர் மணற்பாறைகளில் இரும்புச்சத்து அதிகமாக இருப்பதால் அதன் மேல் உருவாகியுள்ள செம்புறாங்கல் மற்றும் செம்மண் படிவங்கள் சிவந்து காணப்படுகின்றன. செம்மண்டலம், செம்மேடு போன்ற ஊர்களின் பெயர்களே இதற்குச் சான்றாகும். கடலூருக்கு மேற்கே உள்ள பகுதிகளில் நிலக்கடலை சிறந்த முறையில் பயிர் செய்யப்படுகிறது. பண்ருட்டிக்கும் நெய்வேலிக்கும் இடையே பரவியுள்ள செந்நிலப்பரப்பில் இரும்புச்சத்து அதிகமாக உள்ளது. இங்கு பலா, முந்திரி போன்றவை செழிப்பாக விளைகின்றன. முந்திரிப்பயிறு ஏற்றுமதி நம் நாட்டிற்கு அந்நிய செலவாணியைப் பெற்றுத் தருகிறது (இந்தியப் புவியியல் ஆய்வுத் துறையின் இயக்குநர் (ஓய்வு) கொடுத்த தகவல்).

கடலூரின் குடிநீராதாரம்!

கடலூர் கேப்பர்மலை கடலூருக்கான குடிநீர் ஆதாரமாக இருக்கிறது. மலையின் மண், மழைநீரைக் கடத்தி ஆழத்துக்கு அனுப்பும் தன்மை கொண்டது. நீர்கொள் படுகைகள் நிறைய இம்மலையில் உள்ளன. இவை 25 மீட்டர் ஆழத்திலிருந்து ஆரம்பிக்கின்றன. குடிப்பதற்கு உகந்த சுத்தமான நீர் கேரளாவுக்கு அடுத்து கேப்பர்மலையில் இருப்பதாக வல்லுநர்கள் கூறுகிறார்கள். மானுட உழைப்பும் அரசின் அரவணைப்பும் இப்பகுதிக்குக் கிடைத்தால் நல்லதொரு சூழலை உருவாக்கும் இடமாக கேப்பர்மலை திகழும்.

இம் மலையின் அடிவாரத்தில் இருநூறு ஏக்கர் பரப்பளவில் இருக்கும் கொண்டாங்கி ஏரியை பராமரித்தாலே குடிநீர் பற்றாக்குறை ஏற்படாது. இயற்கையான அமைப்பில் இவ்வேரியின் கரை அமைந்து சிறந்த அரணாக உள்ளது. இவ்வேரியால் அப்பகுதியில் உள்ள சிற்றூர்கள் பயனடைகின்றன. இந்த ஏரியை ஆழப்படுத்தி ஆண்டு முழுவதும் நீர் நிரம்பிய நிலையில் வைத்திருக்க வேண்டும். ஏரியைச் சுற்றிலும் பயன்தரும் மரங்களை நடவேண்டும். இதனால் இயற்கைச் சூழல் மேம்படும். பறவைகள் உட்பட பன்னுயிர் தேவையை இவ்வேரி பூர்த்திசெய்யும்.

இம்மலையிலிருந்து கிராவல் வெட்டியெடுப்பதை அரசு முறைப்படுத்தினால்தான், நீர்கொள் படுகைகள் பாதிக்காமல் இருக்கும் என வல்லுநர்கள் கருதுகிறார்கள். இப்பகுதியை பாதுகாக்கப்பட்ட சுற்றுச்சூழல் பகுதியாக அரசு அறிவிக்கலாம். அதற்கான பங்களிப்பை இப்பகுதி மக்களும் தானாக முன்வந்து ஆர்வத்துடன் அளிக்கவேண்டும். அடுத்த தலைமுறைக்கும் நல்ல குடிநீரை வழங்குவோம்; நல்லதொரு இயற்கைச் சூழலை வரவேற்போம்.

கூடலூர் பாக்டரி அவுஸ் (Factory house)

பழைய கூடலூரின் அடையாளமாக இருக்கிறது பாக்டரி ஹவுஸ். நில அறைகளுடன் கூடிய பாக்டரி ஹவுஸ் மாளிகை கி.பி. 1764 ஆண்டுவரை அதன் குறிப்பிட்ட நோக்கத்துக்குப் பயன்பட்டு வந்தது. பின்பு மாவட்ட ஆட்சித்தலைவர்கள் (collectors), வாணிகப் பேராளர்கள் (commercial residents) முதலியோரால்

பயன்படுத்தப்பட்டது. கி.பி. 1707 ஆம் ஆண்டளவில், இது செயின்ட் டேவிட் கோட்டையைத் தலைநகராகக்கொண்டு ஆண்ட கவர்னரின் மாளிகையாகவும் பயன்பட்டது.

ஒரு சமயம இராபர்ட் கிளைவ், தோற்றுப்போன பிரெஞ்சுக்காரர்களை இங்கே சிறை வைத்திருந்ததும் உண்டு. நாளடைவில் இம்மாளிகை மாவட்ட நீதிமன்றமாகவும் சிறைச்சாலையாகவும் பயன்படுத்தப்பட்டது.

இறுதியாக இம் மாளிகை கி.பி. 1886இல் பாரி கம்பெனிக்குப் பத்தாயிரம் ரூபாய்க்கு விற்கப்பட்டது. இன்றும் இது பாரி கம்பெனியாரின் உடைமையாகவே இருந்து வருகிறது. பாரி கம்பெனியார் பல்வேறு துறைகளில் வாணிகம் புரிந்ததன்றி, படகு கட்டும் தொழிற்சாலையும், உரத்தொழிற்சாலையுங்கூட நடத்தினர்

கூடலூர் பாக்டரி அவுஸ்

கடலூர்(கூடலூர்) துறைமுகம்-ஒரு நினைவு

கடலூர் துறைமுகத்திலிருந்து நாவாய்கள் இந்தியத் துறைமுகங்கட்கும் அயல்நாட்டுத் துறைமுகங்கட்கும் சென்று வந்ததாக திருப்பாதிரிப்புலியூர்ப் புராணம்-திருநகரப் படலத்தில் பதினெட்டாம் நூற்றாண்டில் எழுதப்பட்டிருப்பது நிகழ்ந்த உண்மையே. கூடலூர்த் துறைமுகத்திலிருந்து சிங்களம்(இலங்கை), சோனகம் (சீனம்,மலேசியா, இந்தோனேசியா, அரேபியா,

கிரேக்கம், ரோம் போன்ற நாடுகளைக் குறிக்கும் பொதுப் பெயர்), கொங்கணம் (மகாராஷ்டிரத்திற்கும், மைசூர்க்கும் இடையில் கொங்கணமொழி பேசும் பகுதி), கன்னடம் முதலிய நாடுகளுடன் கப்பல் போக்குவரத்து இருந்ததாம். பல நாடுகளிலிருந்தும் பல்வகைப் பொருள்கள் வந்து குவிந்தனவாம்.

கடலூர் துறைமுகம் ஓர் இயற்கைத் துறைமுகமாகும். மற்ற துறைமுகங்களில் கடற்பாலம் வழியாக ஏற்றுமதி, இறக்குமதி நடைபெறும். கடலூர் துறைமுகத்தில் கடற்பாலம் கிடையாது. கடற்பாலத்தின் வேலையை இங்கே கெடிலத்தின் கிளையாகிய உப்பனாறு செய்துவிடுகிறது. உப்பனாற்றிலிருந்து தோணிகள் நேரே கடலுக்குள் புகுந்து கப்பல்களை அடைகின்றன. ஏற்றிச்சென்ற பொருள்களைக் கப்பலில் ஏற்றவும், கப்பலில் வந்த பொருள்களை இறக்கி தோணியில் ஏற்றிக்கொண்டு கரை சேரவும் உப்பனாற்றின் நீரோட்டம் அதற்கு வழிவகை செய்கிறது. எனவேதான் இஃது இயற்கைத் துறைமுகம் எனச் சொல்லப்படுகிறது. ஏற்றுமதி, இறக்குமதி, அகண்டுள்ள உப்பனாற்றின் மேற்குக் கரையில் நடந்தன.

ஆங்கிலேயர்கள் காலத்தில் வாணிகக் கப்பல்கள் இங்கிருந்தபடி இந்தியக் கிழக்குக் கடற்கரைத் துறைமுகங்கட்கும், மேற்குக் கடற்கரை துறைமுகங்கட்கும் வழியிலுள்ள இலங்கைத் துறைமுகத்திற்கும் சென்று வந்துள்ளன.

சுருங்கக் கூறின், ஜப்பான், ஹாங்காங், மலேசியா, சிங்கப்பூர், இந்தோனேசியா, இலங்கை, பிரான்ஸ், பெல்சியம், ஜெர்மனி முதலிய வெளிநாட்டுத் துறைமுகங்கள், இந்தியத் துறைமுகங்கள் ஆகியவற்றோடு கடலூர் துறைமுகம் அக்காலத்தில் தொடர்புகொண்டு வந்திருக்கிறது எனலாம்.

ஒரு துறைமுகத்திற்கு இருக்கவேண்டிய தூக்கிகள், இறக்கிகள், தோணிகள், கிடங்குகள், கப்பல் வாணிக நிறுவனங்கள், கலங்கரை விளக்கம், தொடர்வண்டிப்பாதை தொடர்பு முதலிய வசதிகள் பலவும் இங்கே அப்போதிருந்தன.

இந்தியக் கிழக்குக் கடற்கரையிலுள்ள சிறியதுறைமுகங்களுக்குள் பெரிய துறைமுகம் கடலூர் துறைமுகம் ஆகும். இப்போது இத்துறைமுகம் செயல்படாமல் முடங்கியுள்ளது.

ஏற்றுமதி

இத்துறைமுகத்தில் கைலிவகைகள், அச்சுகுத்தின உடை வகைகள், மணிலாப் பயறு, மணிலாஎண்ணெய், எள், இரும்பு, மட்பாண்ட வகைகள், கட்டடப்பொருள்கள் முதலிய அக்காலத்தில் ஏற்றமதியாயின. கடலூர் துறைமுகத்திலிருந்து இரும்புத் தாதுக்கட்டிகள், சர்க்கரை, சாக்லேட் போன்ற இனிப்பு வகைகள், முந்திரிப்பருப்பு, கைலிகள், அமிலம், மட்பாண்ட வகைகள், மணிலாப்பயறு தொடர்புடைய பொருள்கள் முதலியவை அக்காலத்தில் ஏற்றுமதியாயின.

இரும்புத்தாதுக் கட்டிகள், ஹாஸ்பெட், பெல்லாரி ஆகிய இடங்களிலிருந்து தொடர்வண்டி வாயிலாக கடலூர் வந்து, பின் இந்தத் துறைமுகத்தின் வாயிலாக ஜப்பான் நாட்டிற்கு ஏற்றுமதியான வரலாறும் உண்டு.

இறக்குமதி

தேக்கு, பாக்கு, பர்மா அரிசி, இந்தோனேசியாவிலிருந்து சர்க்கரை, இன்னும் பல நாடுகளிலிருந்து நூல், நிலக்கரி, உரப்பிண்ணாக்கு வகைகள் அக்காலத்தில் இறக்குமதியாயின. மேலைநாடுகளிலிருந்து தொடர் வண்டிக்குத் தேவையான நிலக்கரி மற்றும் மேற்கு ஜெர்மனி, பெல்சியம் முதலிய நாடுகளிலிருந்து உரவகைகள் வந்து இறக்கப்பட்டன. இன்னும் பல இடங்களிலிருந்து நூல், துணிவகைகள், இரசாயனப் பொருள் வகைகள் வந்திறங்கின.

மொத்தத்தில் ஏற்றுமதியைவிட இறக்குமதியின் பெறுமானமே கூடுதலாக 1955-56ஆம் ஆண்டு காலகட்டத்தில் இருந்தது.18-19 ஆம் நூற்றாண்டுகளில் இங்கிருந்து அச்சுக்குத்தின துணிகள் இலங்கை, பிலிப்பைன்ஸ் முதலிய நாடுகட்குச் சென்றன. இந்த நூற்றாண்டில் நின்றுவிட்டன. இப்படி இங்கிருந்து ஏற்றுமதியான பல பொருள்கள் இப்போது ஏற்றுமதியாகவில்லை.

தமிழகத்தின் பழம்பெரும் துறைமுகங்கள் மறைந்துவிடினும், நடுநாட்டின் துறைமுமாகிய பழைய கூடலூர் துறைமுகமாவது இன்றும் தன் அடையாளத்தைக் காட்டிக்கொண்டிருப்பது ஒரு நற்பேறே.

ஆறுதல் செய்தி

கடலூர் துறைமுகம் பல்லாண்டுகாலமாகச் செயல்பட்டது என்ற வரலாற்றோடு முடங்கிவிடாமல், தற்போது மீண்டும் புத்துயிர்பெற்றுச் செயல்படுவதற்கான ஆக்கபூர்வ நடவடிக்கையை மாநில அரசும் நடுவண் அரசும் முன்னெடுத்திருப்பது மாவட்டத்திற்கு ஆறுதலான செய்தியாகும்.

கடலூர் துறைமுகத்தில் நடுவண் அரசு மற்றும் மாநில அரசின் பங்களிப்பின் மூலம் சாகர்மாலா திட்டத்தின்கீழ் ரூ.135 கோடி மதிப்பீட்டில் கடந்த 2018 ஆம் ஆண்டு அக்டோபர் மாதம் தொடங்கி பணி நடைபெற்று வருகிறது.

இந்தத் திட்டத்தில் துறைமுக விரிவாக்கத் திட்டமாக இரண்டு தளங்கள், அலைக்கரை மற்றும் ஆழமிடுதல் ஆகிய பணிகள் நடைபெற்று வருகின்றன. இத்திட்டத்தின் முக்கியத்துவமாக இரண்டு புதிய சரக்குக் கடல்தளங்கள் மற்றும் ஆண்டு ஒன்றுக்கு 5.68 மெட்ரிக் டன் அளவுக்குச் சரக்கு கையாளும் திறன் கொண்டதாக அமைய உள்ளது; இது மாவட்டத்தின் வளர்ச்சிக்கு மேலும் வலு சேர்க்கும்.

இந்தத் துறைமுகம் விரிவாக்கம் பெறுவதால், உள்கட்டமைப்பு வசதிகள் மேம்படுவதுடன் தொழிற்சாலைகளின் வளர்ச்சி மற்றும் சரக்கு கையாளும் திறன் அதிகரிக்கும். அந்த மகிழ்வான நாளுக்குக் காத்திருப்போம் (‘மாலைமலர்’ நாளிதழ் 16-09-2021).

பாடலிபுத்திரம் - பாதிரிக்குப்பம்

பாடலிபுத்திரம் என்பது வடஇந்தியாவில் பீகார் மாநிலத்தில் கங்கைக்கரையில் உள்ள தற்போதைய பாட்னா நகரம் ஆகும். அதே போல் கெடிலநதிக்கரையில் திருப்பாதிரிப்புலியூருக்கு அண்மையில்

பாடலிபுத்திரம் நகரம் இருந்ததாகப் பெரியபுராணத்தால் தெரிய வருகிறது. சமணசமயம் வடக்கேயிருந்து தெற்கிற்கு வந்து பரவியது.

திருவாமூரில் திலவதியாரின் தம்பியாகப் பிறந்த திருநாவுக்கரசர் (அப்பர்) பாடலிபுத்திரம் என்னும் ஊரையடைந்து சமண மதத்தில் சேர்ந்து, சமண மதக்கலைகள் பல பயிற்றப்பட்டமையும், திருநாவுக்கரசர் ''தருமசேனர்'' என்னும் தலைமைப் பட்டப் பெயருடன் தங்கியிருந்தார் என்பதும் வரலாறு. ஏழாம் நூற்றாண்டு வரையும் பாடலிபுத்திரம் மிகச் சிறப்புற்றிருந்திருக்கிறது.

திருப்பாதிரிப்புலியூருக்கு மேற்கே இரண்டு கி.மீ. தொலைவில் ''பாதிரிக்குப்பம்'' என்னும் ஊர் உள்ளது. இந்தப் பாதிரிக்குப்பம் இருக்கும் பகுதியில் தான் பழைய பாடலிபுத்திரம் இருந்திருக்கக்கூடும் என்பது ஆராய்ச்சியின் முடிவு.

அந்தக் காலத்தில் பாதிரிமரங்கள் நிறைந்திருந்ததால் பாதிரிக்குப்பம் என்னும் பெயர் ஏற்பட்டதாகச் சொல்லப்படுகிறது. பாடலிபுத்திரம் என்றாலும் பாதிரிமரங்கள் நிறைந்த இடம் என்பதுதான் பொருள்.

பாதிரிக்குப்பத்திற்கு மேற்கே, குமரப்பநாயக்கன்பேட்டையில் சத்திரத் தோட்டத்தில் ஒரு சமணச்சிலை மேற்கு நோக்கி அமர்ந்த நிலையில் உள்ளது. இதனைப் 'பேட்டைக்கல்' என்று சுற்றுவட்டார மக்கள் அழைக்கின்றனர்.

இச்சான்றுகளைக்கொண்டு, பாதிரிக்குப்பம் இருக்கும் பகுதியில் பழைய பாடலிபுத்திரம் இருந்திருக்கக்கூடும் என்றும், பாடலிபுத்திரம் வேறு-பாதிரிப்புலியூர் வேறு என்றும் அறியலாம். அக்காலத்தில் பழைய பாடலிபுத்திரமும் (தற்போதைய பாதிரிக்குப்பம்)–பாதிரிப்புலியூரும் (தற்போதைய திருப்பாதிரிப்புலியூர்) இரட்டை நகரங்களாகத் திகழ்ந்திருக்கலாம் என ஆராய்ச்சியாளர்கள் கருதுகிறார்கள்.

வேங்கடம்பேட்டை சிற்றூர், குறிஞ்சிப்பாடிக்கு வடக்கே ஆறு கி.மீ. தொலைவில் அமைந்துள்ளது. இவ்வூரில் பதின்மூன்றாம் நூற்றாண்டில் கட்டப்பட்ட ஒரு பழைய பெருமாள் கோயில்

உள்ளது. இக்கோயில் இறைவன் பெயர் அருள்மிகு வேணுகோபால சாமியாகும்.

இக்கோயிலில் அழகிய இரண்டு முற்றுப் பெறாத மண்டபங்கள் உள்ளன. அவற்றுள் ஒரு மண்டபம் கோயிலின் வெளி முற்றத்திலுள்ளது. இது ஐம்பதடி சதுரப் பரப்புள்ளது. மண்டபத் தூண்கள் சிற்ப வேலைப்பாடுகள் மிக்கவை. முற்றுப்பெறாத நிலையில் உள்ள இம் மண்டபத்தில் அருள்மிகு அரங்கநாதர் ஆதிசேடன் மேல் பள்ளி கொண்டிருப்பதுபோல் அமைந்துள்ள சிற்பம் காணத்தக்கது.

இரண்டாவது மண்டபமும் முற்றுப்பெறா நிலையில் கோயில் எதிரே கோயிலைப் பார்த்தாற்போல் உள்ளது. இவ்வழகிய மண்டபம் பதினாறு ஒற்றைக்கல் தூண்களுடன் அறுபது அடி சதுரவடிவில், இருபக்கமும் நுழைவாயிலுடன் அமைந்துள்ளது. ஒவ்வொரு தூணும் அடிப்பாகத்தில் ஆறு அடி சதுரமும் 34 அடி உயரமும் கொண்டது. மண்டபத்தின் நான்கு நடுத்தூண்களும் மிகச்சிறந்த சிற்பவேலைப்பாடுகளுடன் மிளிர்கின்றன.

இந்த இரண்டு மண்டபங்களும் செஞ்சியை ஆண்ட மன்னர் ஒருவரின் உடன்பிறந்தவரான வேங்கடம்மாள் என்பவரால் கட்டப்பட்டு முற்றுப்பெறா நிலையில் நின்றுகொண்டிருக்கின்றன. இந்த அம்மையாரால் மண்டபங்கள் கட்டப்பட்டதால், ஊர் வேங்கடம்மாபேட்டை என அழைக்கப்பட்டு, பின்னர் அப்பெயர் சுருங்கி வேங்கடம்பேட்டை என்றாகிவிட்டதாகச் சொல்லப்படுகிறது.

பதினெட்டாம் நூற்றாண்டின் இடைப்பகுதியில் புதுச்சேரி ஆளுநர் டூப்ளேயின் மொழிபெயர்ப்பாளரும் சிறப்பு அலுவலருமாக இருந்த திரு. ஆனந்தரங்கப்பிள்ளை நாட்குறிப்பு எழுதும் பழக்கமுள்ளவர். அவரின் நாட்குறிப்புகள் இன்று வரலாறாகக் கணிக்கப்படுகின்றன.

இவர் வேங்கடம்பேட்டையோடு தொடர்புகொண்டிருந்தார். இவர் இவ்வூரில் தனியாகக் கண்ணன் கோயில் ஒன்றையும் அமைத்தார். இவர் தம் நாட்குறிப்பில் இவ்வூரை "வேங்கடம்மாள்பேட்டை" என்றே குறிப்பிடுகிறார்.

ஊரும் பேரும் உத்தமசோழமங்கலம்- உத்தம சோழகன்

பராந்தக சோழனுக்குப் பின்னே அரசு புரிந்தவர் அவர் மகனாகிய கண்டராதித்தன். தில்லை இறைவன் மீது பற்று கொண்டவர். கண்டராதித்தனின் திருமகன் உத்தம சோழன், பதினைந்து ஆண்டுகள் ஆட்சி புரிந்தார். இவர் பெயரால் எழுந்த ஊர்களில் ஒன்று சிதம்பரம் வட்டத்திலுள்ள (பரங்கிப்பேட்டை ஊராட்சி ஒன்றியம்) உத்தமசோழமங்கலம் என்னும் ஊராகும். மற்றொன்று காட்டுமன்னார்கோவில் ஊராட்சி ஒன்றிய எல்லையில் உள்ள உத்தமசோழகன் என்னும் ஊர்.

டெண்ட் கொட்டாய்

1930 – 35

புதுப்பாளையம் பகுதியில் கெடிலத்தின் பாலத்துக்கு வடப்புறம் ஆற்றின் கிழக்குக்கரைப் பகுதித் திடல் பல்லாண்டுக்குமுன் மிகவும் சிறப்புற்றுத் திகழ்ந்தது. இந்த இடத்தில் ஓர் அரசரின் அரண்மனை இருந்தது. ஆசர் நவாப் உத்தவுலா பதினெட்டாம் நூற்றாண்டின் நடுப்பகுதியில் கடலூரை ஒரு முக்கிய நிலையாகக் கொண்டிருந்தார்.

கெடிலக் கீழ்க்கரையில் மூன்றடுக்கு அரண்மனை கட்டிக்கொண்டவர், அதற்கு ‘கெடிலம் கேசில்’(Gadilam castle) எனவும் பெயரிட்டிருந்தார். அந்த அரண்மனையையொட்டி எதிரில் ஒரு சிறு திடல் இருந்தது. அது ‘கேசில் மைதானம்’ என்று அழைக்கப்பட்டது. ஐரோப்பியர்களின் போராட்டத்திற்கிடையே அரண்மனை அகப்பட்டுச் சீரழிந்தது. 1940ஆம் ஆண்டளவில்கூட அந்த அரண்மனை பாழடைந்த நிலையில் தன் அடையாளத்தை தக்கவைத்துக்கொண்டிருந்தது.

இந்த அரண்மனைத் திடலில் ‘இடம் பெயரும் திரைப்படக் கொட்டகைகள் (Turing talkies) இருந்து இயங்கி வந்தன. 1930-35 ஆம் ஆண்டளவில் பேசாத படங்கள் இங்கே திரையிடப்பட்டன. பின்னர் பேசும் புராணப் படங்கள் திரையிடப்பட்டன.

அப்பகுதியின் தாக்கம் காரணமாகவே தற்போதுள்ள 'நியூ சினிமா' என்ற திரையரங்கம் கெடிலம் ஆற்றங்கரை கிழக்குக்கரையில் 1938ஆம் ஆண்டில் தொடங்கப்பட்டு இன்றுவரை மக்களை மகிழ்வூட்டிக்கொண்டிருக்கிறது. திருப்பாதிரிப்புலியூரில் "முத்தையா ஹால்" என்னும் பெயருடைய நாடக அரங்கம் ஒன்று இருந்தது. பின்னர் இதுவே முத்தையா திரையரங்கம் எனத் தொடங்கப்பட்டிருக்கலாம். தொலைக்காட்சிப் பெட்டிகள் வீட்டின் கூடத்தில் நிலைத்துவிட்டதால், திரையரங்கின் பயன் குறைந்ததால், முத்தையா திரையரங்கு அப்புறப்படுத்தப்பட்டுவிட்டது.

1950-53

புதுப்பாளையத்தையும் திருப்பாதிரிப்புலியூரையும் இணைக்கும் பாலத்தின் இருபுறத்திலும் நடந்து செல்வோர்க்கென தனி வழி இருந்தது. இதனால் போக்குவரத்துக்கு இடையூறு இல்லை (பழைய பாலம்).

பாலத்தின் நடைபாதையில் நடந்துகொண்டே செல்லும்போது, கீழே கெடில நதியில் பன்னீரென சலசலவென்று தெற்கு நோக்கி ஓடி கிழக்கு நோக்கித் திரும்பும் நன்னீர் மேல் சூரியஒளிபட்டு மின்னும் அழகை எவரும் கண்களால் மேய்ந்துகொண்டுதான் செல்ல வேண்டும். அப்போது கெடிலநதியின் தென்மேற்கில் வெண்மணல் பரப்பில் காற்றில் அசையும் தடித்த முரட்டுத் துணியால் வேயப்பட்ட ஒரு நீண்ட கொட்டகையைக்(சர்க்கஸ் கூடாரம்போல) காணலாம். இதைக் காணாமல் எவரும் பாலத்தைக் கடந்துவிட முடியாது.

இந்தத் தற்காலிகத் திரையரங்கு, டென்ட் கொட்டாய், பயாஸ்கோப், டூரிங் டாக்கீஸ், சினிமாகொட்டாய், கீத்துக்கொட்டாய் எனப் பல பெயர்களில் அழைக்கப்பட்டது. சினிமா மக்களின் மனத்தை மிக அதிகமாகப் பாதிக்கக்கூடியது என்பதனால் 1940 முதல் 1970 வரை தமிழகத்தில் 'இடம் பெயரும் திரையரங்குகளின் ஆதிக்கம் அதிகமாக இருந்துள்ளது.

நியூசினிமா அரங்கத்திலிருந்து தெற்கே புதுப்பாளையம் செல்லும் சாலை வளைவில் ஆற்றங்கரையில் ஒரு அகலமான படித்துறை உண்டு. இதன் வழியாகவே மக்கள் ஆற்றைக் கடந்து திருப்பாதிரிப்புலியூர் செல்வார்கள். பாலம் வழியாகச் செல்வதைவிட இந்த வழி தூரமும் குறைவு; நேரமும் குறைவு; ஆற்றின் ஆழமும் குறைவு.

ஓடும் நன்னீரின் இரு புருவத்திலும் வெண்மணற் பரப்பு நீண்டு அகண்டு இருக்கும். இன்றைய வேல்முருகன் திரையரங்கின் பின்புறம் கெடிலம் நதியின் வெண்மணற்பரப்பில் தடித்த வெள்ளைத்துணியால் வேய்ந்து நீண்ட கொட்டகை ஒன்றில் (1950-53 ஆண்டுகளுக்குள்) சினிமா காட்டப்பட்டது.

உட்கார்ந்து படம் பார்ப்பது மணலில்தான். ஒரு பெரிய மணற்பரப்பில் மக்கள் அமர்ந்துகொண்டும், படுத்துக்கொண்டும், சாப்பிட்டுக்கொண்டும் படம் பார்க்கும் இடமே டூரிங் டாக்கீஸ். இயற்கையான காற்றோட்டத்தையும், குளு குளு மணலின் குளிர்ச்சியையும் மக்கள் உணர்ந்தனர். மாட்டுவண்டியிலும், பல மைல்கள் நடந்து வந்தும் சினிமா பார்த்தனர். தினமும் மாலை ஒரு காட்சி மட்டுமே நடைபெற்று இரவு 10 மணிக்கு முடியும். திருப்பாதிரிப்புலியூர் பாடலேஸ்வரர் திருக்கோயில் திருவிழாக் காலங்களில் மட்டும் இரவுக் காட்சி உண்டு.

நீண்ட நேரம் ஓடக்கூடிய படமாக இருந்தால் இரண்டு முறை இடைவேளை கொடுப்பார்கள். இடைவேளையின்போது சோடா, கலர், சுண்டல், பிஸ்கட், வடை முறுக்கு என விற்பனை செய்பவர்களின் குரல் உச்சத்தில் இருக்கும். அன்று நடைபெறும் படத்தின் பாட்டுகள் அடங்கிய சிறிய புத்தக விற்பனையும் சுறு சுறுப்பாக நடைபெறும். புத்தகம் வாங்கியவர்கள் தாங்கள் படித்தவர்கள் என்பதைக் காட்ட அதை மற்றவர்கள் பார்க்கும்படி பெருமையாகக் கையில் வைத்திருப்பார்கள்.

அரங்கினுள் இருக்கும் கடையில் பீடி வாங்கி புகைப்பவர்கள் மொய்த்துக் கொண்டிருப்பார்கள். புகையும் பீடியின் நாற்றமும் திரையரங்கில் இடைவேளை விடப்பட்டுள்ளது எனப் பறைசாற்றும். கொட்டகையைச் சுற்றி முள்வேலி அமைத்திருப்பார்கள்; அதன் ஓரமணலில் பெய்த சிறுநீர் நாற்றம் காற்றுவாக்கில் மூக்கை நெருடும்.

படம் தொடங்கும் முன்பும்,இடைவேளைக்குப் பிறகும் "வார் பிச்சர்" என இரண்டாம் உலகப்போர் குறித்தான செய்திகள் காட்டுவார்கள். படம் முடிந்ததும் ஆற்றைக் கடந்து படித்துறை வழியாகவும், சிறுபாதை வழியாகவும் மேற்கே தற்போதைய கிருஷ்ணாலயா திரையரங்குக்கு எதிரில் மேட்டில் ஏறி சாலையை அடைவார்கள். இந்த மேட்டில் நின்று மேற்கே நோக்கினால் சற்றே தெற்காக முத்தையா திரையரங்கு தெரியும். நேராகப் பார்த்தால் இரயில்வே கேட் தெரியும். வடக்கே பார்த்தால் ஆஞ்சநேயர் கோயில் தென்னந்தோப்பு தெரியும். இப்போதைய அரசு பேருந்து

பணிமனை, கிருஷ்ணாலயா வணிக வளாகம் ஏதும் அப்போதில்லை. அப்பகுதி சதுப்புநிலமாகவே காட்சியளித்தது.

வெயில் காலத்திலும், திருவிழாக் காலத்திலும் படம் முடிந்ததும் கெடிலம் ஆற்று வெண்மணலிலேயே பெண்கள் உட்பட பலர் படுத்து உறங்கி அதிகாலையில் எழுந்து செல்வதுண்டு. எந்தப் பயமும் மக்களிடம் அந்நாளில் இல்லை. வறுமை மட்டுமே மக்களிடம் நெருக்கமாக உறவாடிக்கொண்டிருந்த காலம் அது.

நான்கு சிறிய சக்கரங்கள் இணைத்த நீள் முக்கோண வடிவிலான திரைச்சீலையில் திரைப்படத்தின் பெயர் எழுதி படமும் ஒட்டி எந்தத் தேதிவரை காட்டப்படும் என்ற விவரத்துடன் தள்ளுவண்டியிலும், மாட்டுவண்டியிலும் தெருக்களில் தப்புமேளம் ஓசையுடன் விளம்பரம் செய்வார்கள். மக்கள் விளம்பரத்தை விரும்பிப் பார்ப்பார்கள். விளம்பர வண்டியில் வழங்கப்படும் படம் குறித்தான நோட்டீசை வாங்க சிறுவர்களும் பெரியவர்களும் போட்டி போட்டுக்கொண்டு வண்டியைப் பின்தொடர்வார்கள்.

ஆங்கிலேயர் கால நாணயத் தொழிற்சாலைகள்

ஆங்கிலேயர்கள் இந்திய அரசர்களிடமிருந்து கடற்கரையோர இடங்களை வாங்கி கோட்டை கட்டவும், நாணயங்கள் அச்சிடவும் அதிகாரம் பெற்றனர். தமிழக நாணயவியல் வரலாற்றில் கடலூர் பகுதிக்கென்று ஒரு தனியிடம் உண்டு. கடலூர் தேவனாம்பட்டினத்தில், புனித டேவிட் கோட்டையில் கி.பி. 18ஆம் நூற்றாண்டின் இடைப்பகுதியில் ஒரு நாணயச் சாலை செயல்பட்டது. இந்த நாணயச்சாலையில் இருவகை செப்பு நாணயங்கள் வெளியிடப்பட்டன.

முதல்வகை நாணயத்தில் முன்பக்கம் புள்ளிகளுடன் கூடிய வடிவம் காணப்படுகிறது. பின்பக்கம் ‘கும்பினி’ என்ற பொறிப்புடன் காணப்படுகிறது. இரண்டாவது வகை நாணயத்தின் முன்பக்கம் எண்முனை நட்சத்திரக் குறியீடு காணப்படுகிறது. பின் பக்கம் ‘கும்பினி’ என்ற பொறிப்புடன் காணப்படுகிறது.

ஆற்காடு நவாப் வாலாஜா ஹிஜ்ரி ஆண்டு 1198 (கி.பி.1783)க்கான கணக்கு ஏடுகளில் பரங்கிப்பேட்டை நாணயச்சாலையில் 3,00,000 பகோடாக்கள் அச்சிடப்பட்டதாகத் தெரிகிறது. இதனால் அரசுக்கு 1000 க்குப் பத்தரை என்ற அளவில் 3,150 நாணயச்சாலைக் கட்டணம் வருவாயாகக் கிடைத்தது என்று தென்னிந்திய நாணயங்கள் என்ற நூலில் வால்டர்எலியட் குறிப்பிட்டுள்ளார்.

1835ஆம் ஆண்டில் கிழக்கிந்திய கம்பெனி அச்சிட்ட அரைஅணா நாணயம்.

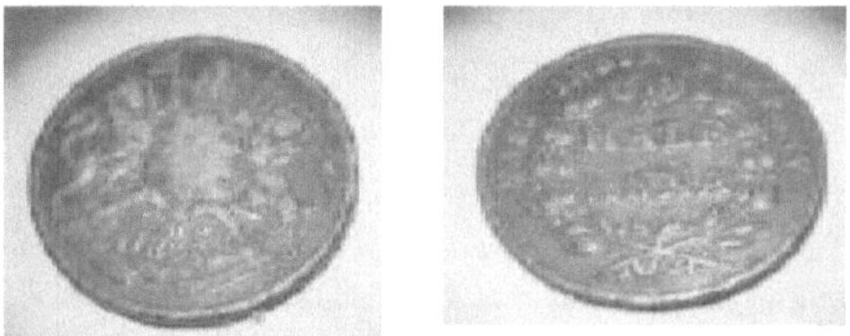

பரங்கிப்பேட்டை வரலாற்றின் தொன்மை அழகு

கடலூருக்குத் தென்கிழக்கே 25 கி.மீ. தொலைவிலும், சிதம்பரத்திலிருந்து வடகிழக்கே 18 கிலோமீட்டர் தூரத்திலும் இந்து- முஸ்லிம் ஒற்றுமைக்கு எடுத்துக்காட்டாகத் திகழும் இவ்வூர், இவ்விரு சமயங்கள் தொடர்பான சிறப்புகள் பலவற்றைப் பெற்றிருக்கிறது. புராண காலந்தொட்டே பல முகங்களைத் தாங்கியதாகப் பல பெயர்களால் இவ்வூர் அழைக்கப்பட்டு வருகிறது.

'ஆதிமூலேச்வரம்' என்பது இவ்வூரின் புராணப்பெயர். அருள்மிகு ஆதிமூலேஸ்வரர் எனும் பெயரில் சிவன் கோயில் உள்ளதால், ஆதிமூலேச்வரம் எனப் பெயர் பெற்றது. இவ்வூரின் மற்றொரு பெயர் 'வருணாபுரி'. இதுவும் புராண அடிப்படையில் அமைந்த பெயராகும்.

வருணன் இங்கு கோயில் கொண்டுள்ள அருள்மிகு ஆதிமூலேச்வரரை வழிபட்டதால் 'வருணாபுரி' என்று பெயர் பெற்றதாகச் சிதம்பரப் புராணத்திலும், புலியூர் வெண்பாவிலும் கூறப்பட்டுள்ளது. இக்கோயிலுக்கு மேலும் சிறப்புச் சேர்ப்பது காஞ்சி சங்கரமட பீடாதிபதி, மகாபெரியவர் என்று அழைக்கப்பட்ட **ஸ்ரீசந்திரசேகரேந்திர சரஸ்வதி சுவாமிகள்** தம் இளமைக்காலத்தில் வழிபட்ட திருத்தலம் இஃது என்பதாகும். கடலூர் மாவட்டத்திலேயே மிகுதியாக மழை பெய்யும் இடம் பரங்கிப்பேட்டைதாம். அதனால் வருணாபுரி என்ற பெயரே பொருத்தமாக இருக்குமோ?

இவ்வூரில் முதன்முதல் குடியேறிய ஐரோப்பிய இனத்தவர் போர்ச்சுகீசியர்களே. அவர்களது வருகைக்கு முன்பே சோழமண்டலக் கடற்கரையின் சிறந்த துறைமுகமாகத் திகழ்ந்த இவ்வூருக்கு அக்காலத்து முஸ்லிம்கள் இட்டு வழங்கிய பெயரே **'மஹ்மூதுபந்தர்'** என்பது. 'பந்தர் என்பது அரபுச்சொல். இச்சொல்லுக்குத் துறைமுகம் என்பது பொருள்.

சங்க இலக்கியத் தொகைநூல்களுள் ஒன்றான பதிற்றுப்பத்திலும் 'பந்தர்' எனும் இச்சொல் துறைமுகம் என்ற பொருளிலேயே பயின்று வந்துள்ளது. எனவே 'மஹ்மூதுபந்தர் எனும் இச்சொல்லாட்சி, இவ்வூர் ஒரு துறைமுகம் என்பதைக் குறித்து நிற்கக் காணலாம். 'மஹ்மூத்' என்பது இறைவனின் திருத்தூதரும், இஸ்லாம் மார்க்கம் எழுச்சிபெறக் காரணமாக இருந்தவருமான முஹம்மது நபி அவர்களின் திருப்பெயர். முஹம்மது நபியின் பெயரால் அமைந்த துறைமுகம் எனும் பொருளைத் தருவதாகும்.

பரங்கிப்பேட்டை பல பெயர்களைத் தாங்கியிருப்பினும் 'வகுதை' என்ற பெயராலும் அழைக்கப்பட்டமை பலரும் அறியாத செய்தி. இவ்வூருக்கு வகுதை என்ற பெயரை வழங்கியவர்கள் முஸ்லிம்கள். வகுதை என்பது பக்தாத் என்ற சொல்லின் மருவிய வடிவம். தவிர, பக்தாதைப் போலவே இவ்வூரிலும் இறைநேசச் செல்வர்களின் கப்று(கல்லறை)கள் நிறைந்து இருத்தலின் இவ்வூர் வகுதை என அழைக்கப்பட்டதாகவும் கூறுவர்.

நாயக்க மன்னர்களின் காலத்தில் இவ்வூர் '**கிருஷ்ணபட்டினம்**' என அழைக்கப்பட்டது. செஞ்சி நாயக்கர்களின் பரம்பரையில் வந்த வையப்ப கிருஷ்ணப்ப கொண்டமநாயக்கன் ஆட்சிக்காலத்தில் (கி.பி.1576 முதல் 1617 வரை) வெள்ளாறு நதி கடலில் கூடுமிடத்தில் நகரை நிர்மாணித்து அவரின் பெயரால் கிருஷ்ணபட்டினம் என அழைக்கப்பட்டது. பின்னர் '**கிருஷ்ணபூபாலன் பட்டினம்**' என அழைக்கப்பட்டு, '**கிருஷ்ணாபுரி**' ஆகி '**முத்துகிருஷ்ணாபுரி**' எனும் பெயரில் அழைக்கப்பட்டது.

போர்டோநோவோ (*Portonovo*) என்பது போர்ச்சுக்கீசியர்கள் இவ்வூருக்கு வழங்கிய பெயர். இச்சொல்லுக்குப் போர்ச்சுக்கீசிய மொழியில் புதிய துறைமுகம் என்பது பொருள். கிழக்குக் கடற்கரையில் அவர்களுக்குப் புதியதாகக் கிடைத்த துறைமுகம் இஃது ஆதலின், இதற்குப் புதிய துறைமுகம் எனும் பொருள்பட போர்டோநோவோ எனப் பெயரிட்டனர் எனலாம்.

இவ்வூருக்குப் 'புத்தந்துறை' என்ற புத்தம்புதிய பெயரொன்றைப் பன்மொழிப் புலவரும் வரலாற்று ஆய்வாளருமான கா.அப்பாதுரையார் தமது 'தென்னாட்டுப் போர்க்களங்கள்' எனும் நூலில் (ப.469) பதிவு செய்துள்ளார். 1781 இல் ஹைதர்அலிக்கும் சர் அயர்கூட்டுக்கும் இடையே நடந்த போரைக் குறிப்பிடுகையில் அவர், இப்போர் புத்தந்துறையில் நடந்ததாகக் கூறுகிறார். போர்டோ நோவோ எனும் போர்ச்சுகீசிய சொல்லின் நேரிய அழகிய தமிழ் வடிவமே புத்தந்துறை என்பது. நிகழ்ந்த போரில் ஹைதர்அலி

தோல்வியுற்று, சிதம்பரத்தில் தஞ்சம் புகுந்தார். இப்போரின் நினைவாக ஆங்கிலேயர் காலத்தில் வைக்கப்பட்ட கல்வெட்டு ஒன்று, இன்றைய அண்ணாமலைப் பல்கலைக் கழகத்தின் கடல்வாழ் உயிரின உயராய்வு மையம் (Marine Biological Station) அருகே காணப்படுகிறது.

இவ்வூருக்கு, முதலில் வந்த போர்ச்சுக்கீசியர் பின்னர் டச்சுக்காரர், டேனிஷ்காரர், பிரெஞ்சுக்காரர், ஆங்கிலேயர் என ஐரோப்பியரது ஆளுகையின்கீழ் அவ்வப்போது இருந்து வந்துள்ளது. நம்மவர் நிறத்திற்கு முற்றிலும் மாறுபட்ட நிறத்தில் இருந்த ஐரோப்பியர்களைத் தமிழர்கள் பரங்கியர் என்று அழைத்தனர். பறங்கியர்கள் குடியேற்றப் பகுதியாக இருந்த இவ்வூருக்குப் பரங்கியர்பேட்டை எனப் பெயர் ஏற்பட்டு மருவி பரங்கிப்பேட்டை என நிலைத்துவிட்டது.

டச்சுக்காரர்கள் இவ்வூரில் பெரிய மாதா கோயில் ஒன்றைக் கட்டினர். இன்று அக்கோயில் சிதைந்து, தற்போது அப்பகுதி மாதா கோயில் தெரு என்று அழைக்கப்படுகிறது. ஆங்கிலேயர் வருகைக்குப் பிறகு இவ்வூர் பலவகைகளில் சரித்திரம் முக்கியத்துவம் பெற்றதாக மாறியது.

இவ்வூரிலிருந்து அகரம் பகுதியைப் பிரிக்கும் பக்கிங்ஹாம் கால்வாயை அமைத்தவர்கள் ஆங்கிலேயர்கள். இக்கால்வாய் ஆந்திராவின் விஜயவாடா மாவட்டம் வரை நீண்டு நீர்வழிப் போக்குவரத்தில் பெரும்பங்கு வகித்துள்ளது. இக்கால்வாயின் எச்சங்கள் தற்போதும் உள்ளன. மற்ற பகுதிகள் ஆக்கிரமிக்கப்பட்டும், தூர்ந்தும் போய்விட்டன.

ஆங்கிலேயர் காலத்தில் இவ்வூர் துறைமுகம் சிறப்பாக இயங்கி வந்தது. நாடு விடுதலையடைந்து சில ஆண்டுகள் வரை சிங்கப்பூர், மலேசியா போன்ற தூரக்கிழக்கு நாடுகளுக்கு இத்துறைமுகத்திலிருந்து கப்பல்கள் மூலம் பயணிகள் போக்குவரத்து நடைபெற்றமையே இதற்குச் சான்றாகும்.

பறங்கிப்பேட்டை சேவாமந்திர்.

sஐரோப்பியர்கள் பரங்கிப்பேட்டைக்கு வணிக நோக்கோடு வந்து, பின்னர் இவ்வூரிலேயே தங்கிவிட்டனர். அவர்களோடு டென்மார்க்கைச் சேர்ந்தவர்களும் இங்கு வந்து வாணிகம் செய்ததோடு, டேனிஷ் மிஷன் பள்ளி ஒன்றையும் இங்கே தொடங்கினார். "மிஸ் அன்னமேரி பீட்டர்சன்" என்ற டேனிஷ் அம்மையாரின் முயற்சியால் அனாதைக் குழந்தைகளுக்கு அன்பு அமைந்த இல்லம் ஒன்று தொடங்கப்பெற்றது. மேலும் மகளிர் பள்ளிக்கூடம் 1921ஆம் ஆண்டு மகாத்மாகாந்தி அவர்களால் அடிக்கல் நாட்டப்பெற்றுத் தொடங்கி வைக்கப்பட்டது. அந்நிகழ்வில்தான் இப்பள்ளிக்கும், அனாதை இல்லத்திற்கும் 'சேவா மந்திர்' எனக் காந்தியடிகளால் பெயர் சூட்டப் பெற்றது.

"சேவா மந்திர்" இன்றுவரை அனாதைப் பிள்ளைகளுக்கு அடிப்படைக் கல்வியும், உயர்நிலைப்பள்ளிக் கல்வியும், ஆசிரியப் பயிற்சியும் அளித்து வருகிறது.

பரங்கிப்பேட்டையில் நிறுவிய இந்தியாவின் முதல் எஃகு ஆலை

இரும்புத் தொழிற்சாலைகள் என்றால் இந்தியாவில் வடமாநிலங்கள் குறிப்பாக, மேற்குவங்காளம்தான் நம் நினைவுக்கு வரும். உயர்ந்த புகைபோக்கிகள் புகையைக் கக்கியவாறான காட்சிகளை, புகைப்படங்கள் மற்றும் திரைப்படம் வாயிலாகக் கண்டிருக்கிறோம். ஆனால் இந்தியாவின் முதல் எஃகு ஆலை தமிழ்நாட்டில் தென் ஆர்க்காடு மாவட்டத்தின் பரங்கிப்பேட்டையில்தாம் தொடங்கப்பட்டது என்ற வரலாறு வியக்க வைப்பதோடு பெருமை கொள்ளவும் செய்கிறது.

இன்று தமிழகத்தின் சிறப்புகளில் ஒன்று சேலம் எஃகுத் தொழிற்சாலை. தமிழ் மக்களின் கடுமையான போராட்டங்களுக்குப் பிறகே இந்த ஆலை தமிழ்நாட்டுக்குக் கிடைத்தது. ஆனால் யாரும் போராடாமலேயே ஏற்றுமதித் தரம் வாய்ந்த எஃகுத் தொழிற்சாலை கடலூர் மாவட்டம் பரங்கிப்பேட்டையில் 150 ஆண்டுகளுக்கு முன்பே செயல்பட்டது என்ற செய்தி பலருக்கு வியப்பாக இருக்கலாம்.

150 ஆண்டுகளுக்கு முன் தமிழ்நாட்டில் சேலம் மாவட்டம் கஞ்சமலை, மற்றும் கல்வராயன்மலையில் இரும்புத்தாது அதிகம் கிடைத்தது. கிடைக்கும் இரும்புக் கனிமங்களிலிருந்து,

உள்ளூர் தொழில்நுட்பத்தில் இரும்பு எஃகு தயாரிப்பு குறித்து இங்கிலாந்தின் கவனம் திரும்பியது. இங்கிலாந்து நாட்டில் உற்பத்தி செய்யப்படும் இரும்பைவிட, தரத்தில் மிக உயர்ந்த இரும்பைச் சேலம் இரும்புக் கனிமங்களில் தயாரிக்க முடியும் என்பதை இங்கிலாந்து விஞ்ஞானிகள் அப்போதே ஆய்வில் கண்டறிந்தனர். சேலம் இருப்புத் தாதுவிலிருந்து 55 முதல் 60 சதவீதம் தரமான இரும்பு கிடைக்கும் எனத் தெரிவித்தனர்.

சேலம் மாவட்டத்தின் சேர்வராயன் மலையிலிருந்து உற்பத்தியாகும் வெள்ளாறு, கடலில் கலக்கும் இடம் பரங்கிப்பேட்டை. அதோடு இங்கே சென்னை, நாகப்பட்டினத்துக்கு இணையான கப்பல் துறைமுகம் ஒன்றும் அக்காலக்கட்டத்தில் இருந்திருக்கிறது. இதனால்தான் இரும்புத்தொழிற்சாலை அமைக்கும் இடமாகப் பரங்கிப்பேட்டையைத் தேர்ந்தெடுத்திருக்கிறார்கள். இரும்புத்தாதுக்களைச் சேலத்திலிருந்து வெள்ளாற்றின் மூலமே படகில் தொழிற்சாலைக்குக் கொண்டுவந்திருக்கிறார்கள்.

இங்கிலாந்து முறைப்படி சேலம் இரும்புத்தாதை உருக்கினால் நல்ல தரம் வாய்ந்த இரும்பை உற்பத்தி செய்யலாம் என்று 1818 இல் கிழக்கு இந்தியக் கம்பெனியில் படைத்துறை சாராத ஊழியராகப் பணி புரிந்த ஜே.எம்.ஹீத் கண்டறிந்தார். தனது வேலையைத் துறந்து 1825இல் இங்கிலாந்து சென்று தொழில் நுட்பங்களைத் தெரிந்துகொண்டு 1830-இல் சென்னை திரும்பினார். இங்கிலாந்து அரசின் அனுமதி பெற்று, பரங்கிப்பேட்டையில் இரும்பு எஃகு உருக்கு ஆலையை நிறுவினார்.

உள்நாட்டுத் தொழில்நுட்பத்தைப் பயன்படுத்தி வார்ப்பட இரும்பை (Pig Iron) மட்டுமே உற்பத்தி செய்ய முடியும் என்பதை உணர்ந்தார். அரசாங்கத்தை அணுகி நிதி உதவி கேட்டார். அவருக்கு அரசு கடனாக ரூ.75 ஆயிரம் வழங்கியது. மீண்டும் கடன் கேட்டபோது அரசு ரூ. 3.60 லட்சம் வழங்கியது. அத்துடன் தென் ஆர்க்காடு, சேலம், கோவை, மலபார், கர்நாடகாவிலும் இரும்புத்தாதை வெட்டி எடுக்கவும் அனுமதி வழங்கியது.

எரிபொருளுக்காகத் தென் ஆர்க்காடு, தஞ்சை, திருச்சி மாவட்டங்களில் உள்ள மரங்களை வெட்டவும் அரசு அனுமதி அளித்தது. ‘இந்தியன் அயர்ன் அண்டு ஸ்டீல் கம்பெனி’ என்ற நிறுவனத்தை நிறுவுவதற்குச் சென்னையைச் சேர்ந்த சிலருக்கு அவர் அழைப்பு விடுத்தார். அதைத் தொடர்ந்து சூளை, உலை, உருட்டு ஆலை ஆகியவை பரங்கிப்பேட்டையில் 1833-ல் நிறுவப்பட்டன. இந்தியாவிலும் இங்கிலாந்திலும் விற்பனை செய்யும் அளவிற்குச்

சிறந்த தரம் வாய்ந்த இரும்பை அந்த நிறுவனம் உற்பத்தி செய்ய முடிந்தது.

இருக்கின்ற முதலீட்டைக் கொண்டு இரயில்வே, பொதுத்துறை உள்ளிட்டவற்றின் அதிகப்படியான இருப்புத் தேவையை இந்த நிறுவனத்தால் சமாளிக்க முடியாத நிலை ஏற்பட்டது. எனவே, புதிய முதலீட்டைப் பெறக் 'கிழக்கிந்திய இரும்புக் கம்பெனி' என்ற நிறுவனம் 1853-இல் லண்டனில் தோற்றுவிக்கப்பட்டது. நான்கு லட்சம் பவுன் முதலீட்டில் பரங்கிப்பேட்டை இரும்பு உருக்காலை விரிவுபடுத்தப்பட்டது. உயர்ரக வார்ப்பட இரும்பு, இங்கிலாந்துக்குக் கப்பல் மூலம் அனுப்பப்பட்டது.

நீர்வழிப் போக்குவரத்து

1906-ஆம் ஆண்டு சர்பிரான்ஸிஸ் ஐ.சி.எஸ்.மாவட்ட ஆட்சியராக இருந்தபோது தென் ஆர்க்காடு மாவட்டம் பற்றிய முக்கியமான தகவல் தெரியவருகிறது. அதில் உள்நாட்டு பரிசல்கள் மூலமாகக் கொள்ளிடம் வழியாக திருச்சிக்கும், பின்னர் வடவாறு வழியாக வீராணம் ஏரிக்கும், விராணம் ஏரியிலிருந்து கான்சாகிப் வாய்க்கால் மூலம் பரங்கிப்பேட்டைக்கும் அரிசி, எள், உப்பு பருத்தி, கரித்துண்டுகள் கொண்டு செல்லப்பட்டன. பரங்கிப்பேட்டையிலிருந்து கடல் வழியாகப் பல்வேறு நாடுகளுக்கும் வணிகம் செய்யப்பட்டது தெரிகிறது.

பரங்கிப்பேட்டை இரும்பாலையில் தயாரானவை, போர்டோநோவோ இரும்பு' என்றே அழைக்கப்பட்டிருக்கிறது. துரு பிடிக்காத தரமான இரும்பாக இது மதிக்கப்பட்டது. சென்னையில் இந்த இரும்புக்குச் சாட்சி சொல்வது எழும்பூர் இரயில்நிலையத்தில் இருக்கும் ஒரு நினைவுத்தூண் 'மேட் இன் போர்டோநோவோ' என அந்தத் தூணில் பொறிக்கப்பட்டிருப்பதை இப்போதும் பார்க்கலாம்.

புகழ்பெற்ற லண்டன் பாலத்தின் உருவாக்கத்துக்குக்கூட இங்கிருந்து இரும்புக்கம்பிகள் அனுப்பப்பட்டிருக்கின்றன. முக்கிய ஆயுதங்களும் இங்குத் தயாரிக்கப்பட்டுள்ளன. வெள்ளாற்றை ஒட்டி அமைந்திருக்கும் பக்கிங்காம் கால்வாய் வழியாக அவை சென்னைக்கு அனுப்பப்பட்டு அங்கிருந்தும் ஏற்றுமதியாகியிருக்கிறது. இந்தப் பக்கிங்காம் கால்வாய் வழியாக கடலை ஒட்டியே ஆந்திரா வரை அக்காலத்தில் படகுப் போக்குவரத்து நடைபெற்றுள்ளது. இன்றுகூட இக்கால்வாய் அடையாளத்தைப் பரங்கிப்பேட்டையிலிருந்து சென்னை வரை ஆங்காங்கே காணலாம்

சுற்றுப்பகுதியில் உற்பத்தியான சர்க்கரை, பருத்திப் பொருள்களின் ஏற்றுமதிக்கு கப்பல்களில் அதிக முக்கியத்துவம் அளிக்கப்பட்டதால், இரும்பு ஏற்றுமதியில் பிரச்சனைகள் தோன்றின. விறகை எரிபொருளாகக்கொண்டு இரும்பில் இருந்து ஸ்டீல் தயாரிப்பதில் லாபம் குறைந்தது. பிற மாவட்டங்களிலிருந்து மரங்கள் வெட்டி கொணர்வதிலும் சிக்கல் ஏற்பட்டது. அதே நேரத்தில் இங்கிலாந்தில் புதிய தொழில் நுட்பத்தைப் பயன்படுத்தி இரும்புத் தாதுவிலிருந்து நேரடியாக எஃகு தயாரிக்கத் தொடங்கினர். இதனால் இந்தியாவிலிருந்து எஃகு ஏற்றுமதி லாபகரமாக இல்லை. மேலும் தண்டவாளங்கள், இரயில் சக்கரங்கள், ஆக்சில்கள் போன்ற பெருங்கருவிகள் தேவைக்கான கோரிக்கைகளே அதிகம் இந்நிறுவனத்திற்குக் கிடைத்தன. இலாபம் மிகுந்த அளவு குறையத் தொடங்கின. இறுதியில் 35 ஆண்டுகளுக்கு மேலாக சிறப்பாக இயங்கிய பரங்கிப்பேட்டை உருக்கு ஆலை 1867-இல் மூடப்பட்டது.

இரும்புத்தாதுக்களை வெட்டியெடுப்பது, உருக்கி வார்ப்பது, தகடாக்குவது எனப் பல்வேறு பணிகளுக்காக ஏராளமான தொழிலாளர்கள் இங்கே வேலை செய்திருக்கிறார்கள். பணியாளர்கள் இறந்துவிட்டால் அவர்களின் உடலை சுமார் இரண்டு கிலோமீட்டர் தூரத்திலுள்ள வண்ணாரப்பாளையம் என்னும் இடத்தில் அடக்கம் செய்திருக்கிறார்கள். இறந்தவரின் பெயரை இரும்புத்தகட்டில் பொறித்துக் கல்லறையில் அமைத்திருக்கிறார்கள். இன்றும் சாட்சியாக நிற்கும் இந்தக் கல்லறைகளில் ராபர்ட் உட் என்பவரின் கல்லறையில் மட்டுமே இருப்புத்தகடு எஞ்சியுள்ளது.

பரங்கிப்பேட்டையின் பழங்கால வரலாறு மலைக்க வைக்கிறது. கி.பி. 11ஆம் நூற்றாண்டில் முதலாம் இராஜேந்திரசோழனின் ஆட்சிக்காலத்தில் பரங்கிப்பேட்டையும், பிச்சாவரம் அருகே உள்ள தேவிக்கோட்டை என்ற இடமும் கப்பற்படைத் தளங்களாக இருந்துள்ளன. இங்கு கடல் நீரோட்டம் மணிக்கு 12.5 கல் வேகத்தில் (20 கி.மீ) இருந்ததால், இது மரக்கலன்களை இயக்க சரியான இடம் எனத் தீர்மானித்துச் செயல்பட்டிருக்கிறார்கள்.

இராபட்வுட்கல்லறை

கல்லறைத்தூண்

பிற்காலத்தில் செஞ்சியைத் தலைநகரமாகக்கொண்டு ஆட்சி செய்த இரண்டாம் கிருஷ்ணப்பநாயக்கர் என்ற மன்னன்தான் இதை ஒரு கடற்கரை நகரமாக நிர்மாணித்தவர். பின்னாளில் போர்ச்சுகீசியர்கள் இங்கும் தரங்கம்பாடி என்ற இடத்திலும் துறைமுகத்தை ஏற்படுத்தினர். புதிய துறைமுகம் என்ற பெயரில் அவர்கள் இதை 'போர்டோநோவோ' என அழைத்தனர். பிற்காலத்தில் எல்லாமே பிரிட்டிஷார் வசம் வந்தன.

ஒரு ஊருக்கு இத்தனைப் பெயர்களா?

ஆதிமூலேச்வரம், வருணாபுரி, மஹ்மூதுபந்தர், வகுதை, கிருஷ்ணபட்டினம், கிருஷ்ணபூபாலன்பட்டினம், கிருஷ்ணாபுரி, முத்துகிருஷ்ணாபுரி, போர்ட்டநோவோ, போர்ட்மஹ்மூதா, புத்தந்துறை- இப்பெயர்களெல்லாம்" பரங்கிப்பேட்டை" ஊருக்கு முன்பு இருந்த பெயர்கள்தாம்

பிச்சாவரம் சதுப்புநிலக் காடுகள்

(அலையாத்திக் காடுகள்)

இந்தியச் சுற்றுலா மையங்களில் ஒரு முக்கிய கவன ஈர்ப்பு மையமாகத் திகழ்வது இந்தப் பிச்சாவரம் சதுப்புநிலக்காடுகள்தாம். சிதம்பரத்திலிருந்து வடகிழக்குப் பகுதியில் 16 கி.மீ. தொலைவில் உள்ளது பிச்சாவரம் சுற்றுலா காட்டுப்பகுதி.

பிச்சாவரத்தின் கடற்கரை நீளம் ஆறு கிலோமீட்டர். மேற்கே உப்பனாறும், தெற்கே கீழ்திருக்கழிப்பாலையும், வடக்கே சுரபுன்னைக்காடுகளும் எல்லைகளாக உள்ளன. பிச்சாவரத்தின் சதுப்புநிலக்காடுகள் கடலோரம் 3 ஆயிரம் ஏக்கர் நிலப்பரப்பில் உள்ளன.

இந்தச் சதுப்புநிலக் காடுகளில் உள்ள உப்பங்கழிகளில் அடர்த்தியான மாங்குரோவ் (சுரபுன்னை மரங்கள்) காடுகள் உள்ளன. இந்தக் காடுகளில் சுமார் 4,400 கால்வாய்கள் உள்ளன. இச் சதுப்புநிலத்தில் சிறு சிறு தீவுகள் நிறைந்துள்ளன. நிறைய பறவைகள் வலசையாக இங்கு வருகின்றன. 41 குடும்பங்களைச் சேர்ந்த 177 வகையான பறவைகள் இக்காட்டுக்கு வருவதாக் கண்டறியப்பட்டுள்ளது. செப்டம்பர் முதல் ஏப்ரல் வரை பறவைகளின் வருகை அதிகமாக இருக்கும் எனவும், குறிப்பாக நவம்பர் முதல் ஜனவரி வரை பறவைகளின் வருகை எண்ணிக்கை மிகுந்திருக்கும் எனவும் அறியப்பட்டுள்ளது.

சுரபுன்னை மரங்களும், குறுமரங்களும் ஆற்றுத்தண்ணீருக்குமேல் அடர்ந்து செழிப்பாக வளர்ந்திருக்கும். 70க்கும் அதிகமான தாவர இனங்கள் இங்கு வளர்வதாகக் கண்டறியப்பட்டுள்ளது. இவற்றின் வேர்ப்பகுதி தண்ணீருக்குமேல் குறுக்கு நெடுக்காக கொத்தாகத் தெரிவதைப் பார்ப்பதே ஒரு இனிமையான உணர்வைக் கொடுக்கும்.

வாய்க்கால்கள் பல கிளையாகப் பிரிந்திருக்கும். வாய்க்காலின் இரு புருவத்திலும் வளர்ந்த சுரபுன்னை மரங்கள் அடர்ந்து பசுமைக்காட்டின் குகைக்குள் செல்வதைப் போன்ற ஓர் உணர்வை படகில் பயணிக்கும் போது அறியலாம்.

இம்மரத்தின் காய்கள் முருங்கக்காய்போல் நீண்டிருக்கும். இக்காய்கள் சேற்றில் விழுந்து, முளைத்து செடியாகி சில ஆண்டுகளில் மரமாக வளர்ந்துவிடும். பழுத்த இலைகள் நீரில் விழுந்து அழுகி உணவாகக் கிடைப்பதால் இவ்வாற்றில் மீன்கள், இறால்கள் அதிகமாகக் கிடைக்கின்றன. இக்காடுகளை வனத்துறையினர் பாதுகாத்து வருகின்றனர்.

கடந்த 26-12-2004 தேதி இப்பகுதியை ஆழிப்பேரலை (சுனாமி) தாக்கியபோது, இந்த சுரபுன்னைக்காடுகள் பேரலையின்

வேகத்தைக் குறைத்து, பிச்சாவரம் பகுதியில் பெரும்பாதிப்பைத் தடுத்துள்ளது. பேரலையின் வேகத்தைக் குறைப்பதால்தான் இக்காடு அலையாத்திக்காடுகள் என்னும் பெயர் பெற்றது.

அலையாத்திக்காடுகள் குறித்து பரங்கிப்பேட்டையில் உள்ள அண்ணாமலை பல்கலைக்கழக கடல்வாழ் உயரியல் உயராய்வு மையம் பல்வேறு ஆய்வுகளை மேற்கொண்டுள்ளது. இம்மையத்தில் இக்காடுகளை விரைவாக வளர்க்க பல புதிய வழிமுறைகளும் கண்டறியப்பட்டுள்ளன. இந்தப் புதிய வழிமுறைகளைக்கொண்டு வெள்ளாற்றின் கரைகளில் இக்காடுகளை இம்மையம் வளர்த்துள்ளது.

இப்போது இங்குள்ள மாங்குராவ் காடுகளின் சுரபுன்னை மரத்திலிருந்து ஹெச்.ஐ.வி. (*HIV*) உயிர்கொல்லி மற்றும் மஞ்சள் காமாலை போன்ற நோய்களை அழிக்கக்கூடிய வேதிப்பொருட்கள் மற்றும் கொசுக்களை விரட்டக்கூடிய இரசாயனப் பொருட்கள் தயாரிக்க முடியும் எனக் கண்டறியப்பட்டுள்ளன.

நெல்லிக்குப்பம் சர்க்கரை ஆலை – இனிப்பான வரலாறு

தென்னார்க்காடு மாவட்டம் ஒரு விவசாய மாவட்டமாகும். நெல், கரும்பு, நிலக்கடலை, முந்திரி, பலா மற்றும் மானாவாரிப் பயிர்களான சோளம், கம்பு, கேழ்வரகு பருப்பு வகைகள் விளைவிக்கப்பட்டன. அதற்கான நீர் ஆதாரமும் மலிந்திருந்தது. கரும்பைத் தவிர மற்ற விளைபொருட்கள் நேரடியாகப் பயன்படுத்த விற்பனை செய்யப்பட்டன. ஆனால் கரும்பிலிருந்து சாறு பிழிந்து சாற்றைப் பெரிய கொப்பரையில் இட்டுக் காய்ச்சி வெல்லமாக விற்பனை செய்யப்பட்ட காலத்தில் கரும்பின் விளைச்சல் குறைந்தே இருந்தது. இச்சூழலில்தாம் நெல்லிகுப்பத்தில் சர்க்கரை ஆலை நிறுவிய இனிப்பான வரலாற்றை பார்ப்போம்.

உலகின் பழமை வாய்ந்த சர்க்கரை ஆலை எனவும், தமிழகத்தின் முதல் சர்க்கரை ஆலை எனவும் கருதப்படுவது நம் மாவட்டம் நெல்லிக்குப்பத்தில் நிறுவப்பட்டிருக்கும் இ.ஐ.டி.பாரி கம்பெனியின் சர்க்கரை ஆலையாகும். இன்றைய பாரி நிறுவனங்களின் அடிநாள் தலைவர் இங்கிலாந்தைச் சார்ந்த திரு.தாமஸ்பாரி. இவரது பெயரில் அமைந்திருப்பதுதான் சென்னை பாரிமுனை.

1788 ஜூலை 17இல் தாமஸ்பாரி வர்த்தகராக அரசிடம் பதிவு செய்து கொண்டு வங்கி மற்றும் சில்லறை வணிக நிறுவனத்தை தொடங்கினார். இவர் ஜான் வில்லியம் டேர் என்பவரை பங்குதாரராக சேர்த்து 1819இல் பாரி&டேர் கம்பெனியைத் தொடங்கினார். இக்கம்பெனி மூலமாக பல்வகை வணிகம் செய்தபோது, தாமஸ்பாரி சர்க்கரைத் தொழில் இறங்குவதற்காக கரும்பு உற்பத்தியில் ஈடுபட்டார். ஆனால் சர்க்கரை ஆலை தொடங்கும் முன்னரே 1824இல் உடல் நலக் குறைவால் பரங்கிப்பேட்டையில் இறந்துவிட்டார். அவரின் உடல் கூடலூர் சிஎஸ்ஐ கிறிஸ்து தேவாலய வளாகத்தில் நல்லடக்கம் செய்யப்பட்டது. அக்கல்லறையை இன்றும் அத்தேவாலயத்தில் காணலாம்.

பின்னர் பாரிகம்பெனியார் கடலூர் வண்டிப்பாளையத்தில் ஒரு கரும்பாலையை நிறுவினர். அவ்வாலை தொடர்ந்து வெற்றியுடன் நடைபெறவில்லை எனப் பின்னர் மூடப்பட்டது. விழுப்புரம் மாவட்டம் திருவெண்ணைநல்லூரிலும் சர்க்கரை ஆலை நிறுவி பின்னர் மூடினர். வண்டிப்பாளையத்தில் அவுரிச் செடியிலிருந்து சாயம் தயாரிக்கும் ஆலையை உருவாக்கியது அக்கம்பெனி. ஆனால் அதுவும் சரிப்பட்டு வரவில்லை. இறுதியாக 1842இல் தாமஸ் பாரியால் தொடங்கப்பட்ட பாரி கம்பெனியே, நெல்லிக்குப்பத்தில் சர்க்கரை ஆலையை நிறுவியது.

இங்குத் தயாராகும் சர்க்கரை உலகத்தரம் வாய்ந்ததாக அன்று முதல் இன்று வரை கருதப்படுகிறது. இங்கிலாந்துக்கும் கடலூர் துறைமுகம் வாயிலாகச் சர்க்கரை ஏற்றுமதி செய்யப்பட்டது. இப்போழ்தும் இந்தச் சர்க்கரை ஆலை உலகத்தரம் வாய்ந்தாகவே கருதப்படுகிறது. மத்திய அரசின் அனுமதி கிடைக்கும் போதெல்லாம் சர்க்கரையை வெளிநாடுகளுக்கு ஏற்றுமதி செய்கிறது. இந்தச் சர்க்கரை ஆலையில் தயாராகும் சர்க்கரையைக் கொண்டு உலகைத்தரம் வாய்ந்த பாரி மிட்டாய்கள் அண்மைக்காலம் வரை தயாரிக்கப்பட்டன. தற்போது மிட்டாய் ஆலை ஜெர்மன் நிறுவனத்திற்கு விற்கப்பட்டுவிட்டது. பாரி சர்க்கரை ஆலை மற்றும் ஏனைய பாரி நிறுவனங்கள் 1981 முதல் முருகப்பா குழுமத்தின் நிர்வாகத்திற்கு மாறின.

ஊரும் பேரும் - வேகாக்கொல்லை

வேகாக்கொல்லையில் மண்ணெடுத்துச் சூளை போட்டால் பாதிக்கல்லே வேகும்-பாதி வேகாது. இந்த இயற்கை அமைப்பு, சிவன் முப்புரம் எரித்த புராணக் கதையோடு முடிச்சுப் போடப்பட்டுள்ளது. சூளைக்கு வேகாத மண் உள்ள பகுதி "வேகாக்கொல்லை" தானே!

நீர் ஆதாரங்கள் மற்றும் நீர் மேலாண்மை

கடலூர் மாவட்ட டெல்டாவை வளமாக்கிய திரு. ஆர்தர்காட்டன்

நம் முன்னோர்கள் மழை நீரை எவ்வாறு மேலாண்மை செய்தார்கள் என்பதை நாம் தெரிந்துகொள்ள வேண்டியது அவசியம். முதலில் மழையை மட்டுமே நம்பி வேளாண்மை செய்தவர்கள், மழை இல்லாதபோது, ஆறுகளின் அருகே சிறு நீர்நிலைகளை ஏற்படுத்தினார்கள். பின்னர் ஆற்றிலிருந்து நீர்நிலைகளுக்குத் தண்ணீர் கொண்டுவர ஆற்றின் குறுக்கு நெடுக்காக சவுக்கு, மூங்கில் கழிகளைச் சொருகிப் பிணைத்து அவற்றினிடையே கோரை மற்றும் நாணல் புற்களுடன் களிமண் கலந்து, பிசைந்து, அடைத்து, தடுப்பு ஏற்படுத்தினார்கள். தடுக்கப்பட்டதால் ஆற்றுநீர் உயர வாய்க்கால் வழியாக அந்நீரை நீர்நிலைகளுக்குக் கொண்டுசென்று சேமித்தார்கள்.

நீர்நிலைகளை உருவாக்குவதும், பராமரிப்பதும் பழந்தமிழர் வாழ்வோடு ஒன்றியதாக இருந்தது. தேவைக்கேற்ப குளம், கண்மாய் உருவாக்கும்போதே, ஏரிகளையும் அமைத்தார்கள். பொக்லைனும், புல்டோசரும் கொண்டு அமைக்கப்படாத ஏரிகள் அவை. வெறும் கடப்பாரை, மண் வெட்டி மூலம் மக்களின் முழுமனதோடு கடுமையான உழைப்புடன் ஆண்டுக்கணக்கில் உழைத்து, பல உயிர்களை விலையாகக் கொடுத்து உருவாக்கப்பட்ட ஏரிகள் அவை.

வரத்து வாய்க்கால், வடிகால்வாய்க்கால், பாசனவாய்க்கால், கலுங்கு, மடை, மறுகால், ஓடை என விதவிதமான நீர் மேலாண்மைத் தொழில்நுட்பங்களை முன்னோர்கள் அமைத்தார்கள். குடிமராமத்து முறையில் வேளாண்மக்களே நீர்நிலைகளைப் பராமரித்தார்கள், பாதுகாத்தார்கள். தமிழகத்தின் பாரம்பரிய பாசனம் என்றால் அது ஏரிப்பாசனம்தாம்.

மனிதச் சமுதாயம் உயிர்வாழ இன்றியமையாத ஒன்று உணவு. இதற்கு ஆதாரமாக உள்ளது உழவுத்தொழில். உழவுத்தொழிலைச் சிறப்பாகச் செய்ய வேளாண்மக்களுக்கு நிலவளமும், நீர்வளமும் முதன்மையானவை.

நீர்வளம் சிறப்பாக இருப்பின், நிலம் தானாகவே வளம்பெறும், உழவுத்தொழில் சிறக்கும். மக்களும் வளம்பெற்று நலங்காண மகிழ்வுடன் வாழ்வர்.

டெல்டா மாவட்டங்களின் கடைமடை மாவட்டம் கடலூர் மாவட்டம். இப்பகுதிக்கு மட்டுமன்றி, மொத்த டெல்டா பகுதிக்கும் நீர் மேலாண்மையை உருவாக்கி, பசுமை புரட்சிக்கு வித்திட்டவர் பொறியாளர் திரு. சர் ஆர்தர் காட்டன் அவர்கள்.

'இந்திய நீர்ப்பாசனத்தின் தந்தை' எனப் போற்றப்படும் இவர் 1803இல் இங்கிலாந்தில் பிறந்தவர். 1829ஆம் ஆண்டில் பிரிட்டிஷ் அரசால் தஞ்சாவூர் மாவட்டத்தை உள்ளடக்கிய காவிரி பாசனப்பகுதிக்குப் பொறுப்பாளராக நியமிக்கப்பட்டார். கரிகாலச் சோழன் கட்டிய கல்லணையின் அடித்தளத்தைக்கண்டு வியந்துபோன அவர், அங்குத் தண்ணீரைப் பிரித்து வழங்கும் தொழில்நுட்பத்தைக் கொண்டு அணையைப் பலப்படுத்தினார். மணல் மேடுகளால் நீரோட்டம் தடைப்பட்டிருந்த கல்லணையில் மணல்போக்கிகளை அமைத்தார்.

கொள்ளிடம் ஆற்றுத் தண்ணீர் வீணாகக் கடலில் கலப்பதைக் கண்டு, அதைத் தடுக்கும் வகையில் கடந்த 1835-36ஆம் ஆண்டுகளில் கொள்ளிடத்தின் குறுக்கே கல்லணைக்குக் கீழே 67 மைல் தொலைவில் தஞ்சை மற்றும் அரியலூர் மாவட்டங்களை உள்ளடக்கி அணைக்கரையில் கீழணையைக் கட்டினார்.

இதன்மூலம் தண்ணீர் வீணாகி கடலில் சென்று கலப்பதைத் தடுத்துப் பல்லாயிரக்கணக்கான ஏக்கர் நிலங்கள் பாசன வசதி பெற்று வருகின்றன. இதன் நீர் வழிப் பரப்பளவு 29 ஆயிரத்து 613 சதுர மைலாகும். இந்தக் கீழணையிலிருந்து வடவாறு, வடக்குராஜன் வாய்க்கால், கஞ்சங்கொல்லை வாய்க்கால், விநாயகன்தெரு வாய்க்கால், தெற்குராஜன் வாய்க்கால், குமுக்கி மண்ணியர், மேலராமன் வாய்க்கால் ஆகியவை பிரிந்து செல்கின்றன. இதன் மூலம் சுமார் ஒரு லட்சத்து நாற்பதாயிரம் ஏக்கர் நிலங்கள் பாசன வசதி பெறுகின்றன.

கடலூர் மாவட்ட டெல்டா பகுதிகளுக்கு வடவாறு மூலம் வீராணம் ஏரிக்கும், வடக்குராஜன் வாய்க்கால், கஞ்சங்கொல்லை வாய்க்கால் மூலம் சுமார் ஒரு லட்சம் ஏக்கர் பாசனம் பெறுகின்றன. தெற்குராஜன் வாய்க்கால், குமுக்கிமண்ணியர், மேலராமன் வாய்க்கால், விநாயகன்தெரு வாய்க்கால் ஆகியவற்றின் மூலம் தஞ்சை மற்றும் மயிலாடுதுறை மாவட்டங்களில் நாற்பதாயிரம் ஏக்கர் பாசன வசதி பெறுகின்றன.

கீழணையிலிருந்து அதிக அளவு பாசனம் பெறும் பகுதி கடலூர் மாவட்ட டெல்டா பகுதியே ஆகும். இதன் மூலம் கடலூர் மாவட்ட டெல்டா பகுதி வளமிகு பகுதியாக மாறியிருக்கிறது.

அதற்குப் பொறியாளர் திரு. சர்ஆர்தர்காட்டனுக்கு நன்றி சொல்ல கடமைப்பட்டிருக்கிறோம். நன்றி உணர்வோடு அவர் புகழ் போற்றுவோம்.

ஏரிகள்

கடலூர் மாவட்டத்தில் சிதம்பரம், காட்டுமன்னார்கோவில் மற்றும் கடலூர் வட்டத்தில் ஒரு சில பகுதிகளில் நெற்பயிர் முதன்மைப் பயிராக விளங்குகிறது. அந்தப் பயிர் சாகுபடிக்கு பாசன ஆதாரமாக வீரநாராயணம் என்கின்ற வீராணம் ஏரி திகழ்கிறது.

கி.பி. 907லிருந்து 935 வரை தமிழகத்தை ஆண்டு வந்த முதலாம் பராந்தகசோழன் சிதம்பரத்தைச் சுற்றியுள்ள பகுதிகளுக்கு நீர்வளத்தை மேம்படுத்த விரும்பினான். சோழர்களுக்குச் சிதம்பரத்தின்மேல் ஏன் அவ்வளவு அக்கறை எனக்கேட்கலாம். சோழமன்னர்கள் குறிப்பாக இராசராஜன், இராஜேந்திரசோழன், முதலாம் பராந்தகன் மற்றும் அவன் வழிதோன்றல்களுக்குச் சிதம்பர நடராஜபெருமான் குலதெய்வத்துக்கும் மேலாக திகழ்ந்ததனால் அவர்களுக்கு அக்கறை ஏற்பட்டதாக வரலாறு கூறுகிறது.

முதலாம் பராந்தகசோழன், வீரநாராயண சதுர்வேதிமங்கலம் என்ற கிராமத்தை உருவாக்கி நான்கு வேதங்களில் சிறந்த அந்தணர்களைக் குடியமர்த்தினான். இவ்வூர் இன்று காட்டுமன்னார்கோவில் என்று அழைக்கப்படுகிறது. வரலாற்றுச் சிறப்புமிக்க இவ்வூரின் வடக்கே வீரநாராயணம் ஏரியை முதலாம் பராந்தகசோழன் தன்னுடைய ஆட்சிக் காலத்தில் வெட்டினான்.

இந்த ஏரியின் நீர்க் கொள்ளவு ஆழம் 47.5 அடி (உச்ச ஆழம் 50 அடி). ஏரியின் கரை உயரம் 54 அடி. எட்டு மீட்டர் அகலமுள்ள ஏரிக்கரையின் நீளம் லால்பேட்டையிலிருந்து சேத்தியாத்தோப்பு வரை 16 கி.மீ. ஆகும்.

இந்த ஏரியின் அகலம் 5.63 கி.மீ. ஆகும். தொடக்ககாலத்தில் 144 டிஎம்சி ஆக இருந்தது. இதன் நீர்ப்பரப்பளவு 15 சதுரமைல்கள், அதாவது 38.40 சதுர கிலோமீட்டராகும். ஏரியின் முக்கிய நீர்ஆதாரம்

காவிரி ஆறு. காவிரி ஆற்றுநீர் மேட்டூரிலிருந்து கல்லணைக்கும், கல்லணையிலிருந்து கீழணைக்கும், கீழணையிலிருந்து வடவாறு வழியாக வீராணம் ஏரிக்கு வருகிறது. ஏரியில் உள்ள 34 மதகுகள் மூலமாக நீர், பாசனத்திற்குப் பாய்கிறது.

சிதம்பரம் வட்டத்தின் கால்வாய் பாசனத்திற்கான நீர் ஆதாரங்களாக வீராணம் ஏரி, வடக்குராஜன் வாய்க்கால், வெள்ளாறு, வாலாஜா ஏரி, கான்சாகிப் கால்வாய்கள் உள்ளன. இதில் வீராணம் ஏரி மூலம் 44,856 ஏக்கர் நிலங்கள் பாசன வசதி பெறுகின்றன. சிதம்பரம் மற்றும் காட்டுமன்னார்கோவில் வட்டத்தின் மொத்த பாசனப் பரப்பில் பெரும்பகுதிக்கு, வீராணம் மற்றும் வெள்ளாறு, ராஜன் வாய்க்காலிலிருந்து நீர் வருகிறது.

வெள்ளாறு, ராஜன் வாய்க்கால் மூலம் 8,269 ஹெக்டேர்களும், வாலாஜா ஏரி மூலம் 4,556 ஹெக்டேர்களும், கான்சாகிப் வாய்க்கால் மூலம் 3,750 ஹெக்டேர்களும் பாசன நீரை பெறுகின்றன. சிதம்பரம் மற்றும் காட்டுமன்னார்கோவில் வட்டத்தின் பாசனப்பரப்பு 38,107 ஹெக்டேர்கள். அவற்றில் 33,617 ஹெக்டேர் நிலம், அதாவது அரசுக் கால்வாய்கள் மூலம் 88.22 சதவீதம் பாசனம் செய்யப்படுகின்றன. குழாய்க் கிணறுகள் மூலம் 3,861 ஹெக்டேர் நிலத்துக்குப் பாசனம் நடைபெறுகிறது.

எழுநூறு ஆண்டுகளுக்கு முன்னால் இந்தியா வந்த பாரசீக யாத்திரீகனாகிய அல்பெருன், வீராணம் ஏரியில் தேங்கியிருக்கும் தண்ணீரைப் பார்த்து 'இது மனிதர்கள் வெட்டிய ஏரி என்பதை நம்பமுடியவில்லை' என எழுதி வைத்திருக்கிறார்.

வெலிங்டன் ஏரி

கடலூர் மாவட்டம் திட்டக்குடி அருகே புலிவலம் மற்றும் கீழ்ச்செருவாய் கிராமத்தில் அமைந்துள்ள நன்னீர் ஏரி இது. 25,000 ஏக்கர் நிலத்திற்குப் பாசன வசதி அளிக்கிறது. அதிகபட்சமாக 32 அடி ஆழங்கொண்டது. 1918ஆம் ஆண்டு ஆங்கிலேயர்களால் உருவாக்கப்பட்டது. வெலிங்டன் ஏரி எனும் பெயரிருந்தாலும் பரவலாக "எமினேரி" என்றே அழைக்கப்படுகிறது. ஏரி சீரமைப்புக்குப் பின்னர் மொத்தக் கொள்ளவு 29.4 அடியாக உள்ளது. இந்த ஏரியில் 30 திருகு பற்சக்கர கதவணைகள் மூலம் பாசனத்திற்குத் தண்ணீர் திறந்துவிடப்படுகிறது.

மழை பெய்தால் வெள்ளாற்று வழியாக, தொழுதூர் அணைக்கட்டுக்குத் தண்ணீர் வரும். அங்குச் சேமித்து வைக்கப்படும் தண்ணீர் வெலிங்டன் ஏரிக்கு அனுப்பி நிரப்பப்படும். இந்த

ஏரியானது மேல்மட்டக் கால்வாய், கீழ்மட்டக் கால்வாய் என இரண்டு பகுதிகளாகப் பிரிந்து வேளாண்மைக்கு நீர் வழங்குகிறது. நீர்ப்பாசனத்துக்கு மட்டுமன்றி மீன் வளர்ப்புக்காகவும் இந்த ஏரி பயன்படுத்தப்படுகிறது.

வாலாஜா ஏரி மீண்ட வரலாறு

மீட்புக்கு முன்

மீண்ட பிறகு

நாட்டில் அழிந்துபோன நதிகள், தூர்ந்துபோன ஏரிகள், காணாமல் போன குளங்கள் போன்ற வரலாற்றைத்தான் அறிந்திருக்கிறோம். அவற்றை மீட்டதாக வரலாறு இல்லை. ஆனால் நெய்வேலி அருகே இருக்கும் கரைமேடு கிராமத்தில் அமைந்திருந்த 1851 ஆம் ஆண்டில் உருவாக்கப்பட்ட 1,664 ஏக்கர் பரப்பளவுகொண்ட வாலாஜா ஏரி, இருந்த இடம் தெரியாமல், தண்ணீர் தங்கிய தடம் தெரியாமல் மொத்தமாக மண்ணுக்குள் புதைந்துபோன இந்த ஏரி மீட்கப்பட்டுள்ளது. இன்று ஏரியில் நீர் நிறைந்து வேளாண்மக்களின் கண்களுக்கு குளிர்ச்சியையும், நெஞ்சில் மகிழ்வையும் கொடுத்துக்கொண்டிருக்கிறது.

நெய்வேலி பழுப்பு நிலக்கரி சுரங்கத்திலிருந்து நிலக்கரி வெட்டி எடுக்கும்போது வெளியேறும் நிலத்தடிநீரைச் சேற்றுடன் பரவனாற்றில் வெளியேற்றியது நிர்வாகம். சேறு கலந்த நீர் வாலாஜா ஏரி வழியாகப் பெருமாள் ஏரிக்குச்சென்று அது நிரம்பியதும், மிகுதி நீர் கடலில் கலந்தது. இதனால் வாலாஜா ஏரி முழுமையாகவும், பெருமாள் ஏரியின் ஒரு பகுதியும் தூர்ந்தன. வாலாஜா ஏரி தூர்ந்து, இருந்த இடம் தெரியாமல் மண்மேடாகிவிட்டது. மண்மேடாகிய இந்த ஏரியில் 12 வாய்க்கால்கள், 15 கதவுகள்கொண்ட கதவணைகள் இருந்திருக்கின்றன. ஆவணங்களில் "வாலாஜா ஏரி" என்ற குறிப்பைத்தவிர வேறு எதுவும் இல்லை.

வாலாஜா ஏரிக்குப் பரவனாற்றின் தண்ணீர் மட்டுமின்றி, கூடுதலாக வெள்ளாறு-ராஜன் வாய்க்கால் மூலம் காவிரி தண்ணீரும் கிடைத்திருக்கிறது.

இந்த ஏரி தூர்ந்துபோனதுக்கு நெய்வேலி சுரங்க நிர்வாகமே காரணம் என்பதால், சுரங்க நிர்வாகமே இந்த ஏரியை மீட்க வேண்டும் என்பதில் உறுதியாக இருந்தார் அன்றைய மாவட்ட ஆட்சியர் திரு. ககன்தீப்சிங்பேடி. பத்தாண்டு தொடர் முயற்சிக்குப் பின் ரூ.13.72 கோடி திட்ட மதிப்பீட்டில் என்.எல்.சி. நிர்வாகம் 13-3-2014 அன்று ஏரி மீட்புப்பணியைத் தொடங்கியது.

பழைய கதவணைகளைப் பெயர்த்து எடுத்து, புதிய 15 கதவணைகள் கொண்ட ஷட்டர் பொருத்தப்பட்டது. ஏரியில் தோண்டியெடுத்த மண்ணைக்கொண்டே நான்கு கிலோமீட்டர் நீளத்திற்கு மிகப்பெரிய கரை எழுப்பப்பட்டது.

கரையின் சரிவில் வனத்துறையினரால் 40000 தேக்கு மரக்கன்றுகள் நடப்பட்டன. இதனால் ஏரியின் மொத்த ஆழம் ஐந்து மீட்டர் ஆனது. இதில் 4.5 மீட்டர் வரைக்கும் 22 லட்சம் கனமீட்டர் தண்ணீரை தேக்கிவைக்க இயலும். தற்போது இதனால் 12,000 ஏக்கர் நன்செய் நிலங்கள் பாசன வசதி பெறுகின்றன.

முகமது அலிகான் வாலாஜா, ஆற்காடு நவாப்பாக இருந்தபோது அவர் ஆட்சியில் இப்பகுதி இருந்துள்ளது. பின்னர் ஆங்கிலேயர் வசம் வந்தது. 1851இல் ஆங்கிலேயர்கள் இந்த ஏரியை உருவாக்கியிருக்கலாம். ஆற்காடு நவாப் மீதான அன்பு காரணமாக 'வாலாஜா ஏரி' என மக்கள் அழைத்திருக்கலாம்.

வாலாஜா ஏரியை மீட்டெடுக்க வித்திட்ட அன்றைய மாவட்ட ஆட்சியர் திரு.ககன்தீப்சிங்பேடி அவர்களுக்கும், களப்பணியாற்றிய என்.எல்.சி. பொறியாளர் திரு. துரைக்கண்ணு அவர்களுக்கும் நம் நன்றியைக் காணிக்கையாக அளிப்போம்.

(நன்றி: 'இந்து-தமிழ் திசை' நாள்: 1-11-2015)

வாலாஜா ஏரியை மீட்டெடுத்தவர்கள்

திரு.துரைக்கண்ணு-பொறியாளர்

திரு.ககன்தீப்சிங்பேடி-முன்னாள் மா. ஆட்சியர்

பெருமாள் ஏரி

கடலூர் மாவட்டம், கடலூர்-விருத்தாசலம் சாலையில் குள்ளஞ்சாவடிக்கு கிழக்கே அமைந்து உள்ளது பெருமாள் ஏரி. இது நன்னீர் ஏரியாகும். இவ்வேரி 12 ஆம் நூற்றாண்டில் இரண்டாம் பராந்தகசோழனால் உருவாக்கப்பட்டது. நீளம் 16 கி.மீ., அகலம் 1கி.மீ. ஆழம் 3.520 மீட்டர். நெய்வேலி நிலக்கரி நிறுவனத்தினரால் வெளியேற்றப்படும் கழிவு நீரினால் கொஞ்சம் கொஞ்சமாக 8 கி.மீ. தூர்ந்துவிட்டது. ஏரியின் நீர்பிடிப்புப் பகுதி 14.089 சதுர கி.மீ. ஆகும். 574 மி.கனஅடி நீர் கொள்ளவு கொண்ட இவ்வேரிக்குப் பதினொன்று கதவணைகள் உள்ளன. ஏரியைச் சுற்றியுள்ள 6503 ஏக்கர் நிலம் பாசன வசதி பெறுகிறது.

கடலூர் சிப்காட்டில் புதியதாக அமைந்துவரும் ரூ.3,000 கோடி திட்டமான நாகார்ஜுனா ரீபைனரீஸ் என்ற ஆந்திர நிறுவனத்திற்குத் தேவையான தண்ணீர் தேவையைப் பூர்த்தி செய்ய பெருமாள் ஏரியைப் பயன்படுத்த தமிழக அரசு அனுமதித்துள்ளது. மேலும் பெரிய ஆழ்குழாய் மூலம் தண்ணீர் எடுத்துக்கொள்ளவும் உரிமை தந்துள்ளது.

திருவதிகை அணை

ஆற்றுப்பாசனம் பெரும்பாலும் அணைக்கட்டுகளின் வாயிலாக நடைபெறுகிறது. கெடிலம் ஆற்றின் குறுக்கே பல்வேறிடங்களில் பாசனத்திற்குப் பயன்படும் மூன்று அணைக்கட்டுகள் உள்ளன. அவை முறையே, திருவதிகை அணை, வானமாதேவி அணை, திருவயிந்திரபுரம் அணை என்பனவாம். இவ்வணைகள் மூன்றுமே சிறந்தவை, பழமையானவை.

கடலூர் மாவட்டத்தில், கடலூருக்கு மேற்கே இருபத்தொரு கி.மீ. தொலைவில் திருவதிகைக்குக் கீழ்ப்பால் கி.பி.1847-48 ஆம் ஆண்டில் திருவதிகை அணை கெடிலமாற்றின் குறுக்கே

களிமண்ணால் கட்டப்பட்டது. அதனை அகற்றி தற்போதுள்ள அணை கட்டப்பட்டது. ஆரம்ப காலத்தில் அணையின் நீளம் நானூற்று நாற்பத்து மூன்று அடியாகும் (443). பின்னர் மேலும் நீளமாக்கப்பட்டு இப்பொழுது ஐந்நூற்று இருபத்து மூன்று அடிநீளம் (523) உடையதாகத் திகழ்கின்றது. அணைக்கு மேற்புறம் ஆற்றின் வடகரையிலிருந்து கால்வாய்கள் பிரிந்து சென்று பல ஊர்களுக்குப் பாசன வசதி செய்கின்றன.

திருவதிகை அணையின் வடபகுதி இனிமையான, குளிர்ச்சியான தோற்றம் உடையது. ஆற்றின் கரையிலும் வாய்க்கால்களின் கரையிலும் சோலைகளும், தோப்புகளும் நிறைந்து செழிப்புடன் கண்களுக்கு விருந்தளிக்கின்றன. மழை காலங்களில் அணையில் நீர் நிரம்பி வழிந்தோடும் காட்சியும் மனத்திற்குக் குளிர்ச்சியூட்டும்.

வானமாதேவி அணை

கடலூர் மாவட்டம், திருவதிகை அணைக்குக் கிழக்கே ஏழு கிலோமீட்டர் தொலைவில் அமைந்துள்ள அணையே வானமாதேவி அணையாகும். இவ்வணை கி.பி.1862-63ஆம் ஆண்டில் கட்டப்பட்டது. முதலில் அணை கட்டியபோது இதன் நீளம் நானூற்று இருபத்தொன்று (421) அடியாகும். பின் இவ்வணை விரிவுபடுத்தப்பட்டது. தற்போது இதன் நீளம் ஐநூற்று ஆறு அடியும் மூன்று அங்குலமும்(506.3) ஆகும். அணையின் தென்கரையிலிருந்து வாய்க்கால் பிரிந்து வானமாதேவியைச் சார்ந்த நிலப்பகுதிகளுக்குப் பாசன வசதி அளிக்கிறது.

வழக்குப்பெயராக வானமாதேவி அணை என்னும் பெயர் இருப்பினும் இப்பகுதி மக்களால் இவ்வணை “பல்லாநந்த அணை” என அழைக்கப்படுகிறது. இதன் அருகில் “பல்லவராயன் நத்தம்” என்னும் சிற்றூரும் உள்ளதால், அவ்வூரின் பெயரால் மக்கள் வழக்கில் “பல்லாநத்தம்” எனக் கொச்சையாகச் சிதைந்து மருவிவிட்டது.

திருவயிந்திரபுரம் அணை

கடலூருக்கு மேற்கே ஏழு கிலோமீட்டர் தொலைவிலும், வானமாதேவி அணைக்குக் கிழக்கே எட்டு கிலோமீட்டர் தொலைவிலும் கெடில நதியின் குறுக்கில் அமைந்துள்ள அணையே திருவயிந்திரபுரம் அணையாகும். இவ்வணை கி.பி.1835-36ஆம்

ஆண்டில் கட்டப்பட்டது. இந்த அணையின் நீளம் நானூற்று முப்பத்தாறு அடி(436). கி.பி.1903இல் இவ்வணை நன்கு வலுப்படுத்தப்பட்டுள்ளது. அணைக்குமேல் ஆற்றின் வலப்பக்கத்தில் வாய்க்கால்கள் பிரிகின்றன. அணையிலிருந்து வாய்க்கால் வழியாகக் கடலூரின் தென்பகுதியில் பாய்ந்து பல பகுதிகள் பாசன வசதி பெறுகின்றன.

சேத்தியாதோப்பு அணைக்கட்டு

கடலூர் மாவட்டம் மேல்புவனகிரி வட்டம் சேத்தியாதோப்பு ஊரில் அமைந்துள்ளது சேத்தியாதோப்பு அணைக்கட்டு. 1849இல் தொடங்கி 1851ஆம் ஆண்டில் கட்டி முடிக்கப்பெற்ற இவ்வணை 210 மீட்டர் நீளம் கொண்டதாகும்.

இந்த அணை வெள்ளாற்றின் குறுக்கே கட்டப்பட்டுள்ளதால் இப்பகுதியின் வேளாண்மைக்கான நீர்த்தேவையை பூர்த்தி செய்கிறது. அணையின் உயரம் 34.21 அடியாகும். மொத்தம் 17 கதவணைகள் வழியாக பாசனத்திற்குத் தண்ணீர் வெளியேறுகிறது. இதன்வழியே 16,465 ஏக்கர் நிலம் பாசன வசதி பெறுகிறது.

பெலாந்துரை அணைக்கட்டு

கடலூர் மாவட்டம், திட்டக்குடி வட்டம் தொழுதூர் அருகில் அமைந்துள்ள பெலாந்துரை அணை, வெள்ளாற்றின் குறுக்கே 1870-1876ஆம் ஆண்டில் கட்டப்பட்டது. இவ்வணையில் மொத்தம் 17 கதவணைகள் உள்ளன. இதன்வழியே பாசனத்திற்கு நீர் அனுப்பப்பட்டு 12234 ஏக்கர் நிலங்கள் பயன்பெறுகின்றன.

மாவட்ட வளங்கள்

மலைவளம், வயல்வளம், கடல்வளம், நிலக்கனிவளம் மற்றும் தொழில்வளம் பெற்றுச் சிறப்பாகவும் செழிப்பாகவும் அமைந்துள்ளது நம் மாவட்டம் என்பது நமக்கான நற்பேறே.

பண்ருட்டி பகுதியில் செம்மண்ணும், திட்டக்குடி, விருத்தாசலம் சுற்றுவட்டாரப் பகுதிகளில் சரளைமண்ணும், கடலூர், குறிஞ்சிப்பாடி, பரங்கிப்பேட்டை பகுதியில் கடலோர வண்டல் மண்ணும், காட்டுமன்னார்கோவில், சிதம்பரம் சுற்றுவட்டாரப் பகுதிகளில் கரிசல்மண் எனப் பலதரப்பட்ட நிலவளங்களால் இம்மாவட்ட வேளாண்மை செழித்தோங்குகிறது.

மலைவளம்

மலைவளம் என்பது செம்மண் கலந்து செங்கல் மலையாக இருப்பது கேப்பர் மலைதான். இது கடல் மட்டத்திலிருந்து நூறு அடி உயரம் கொண்டது. இதன் அடிவாரத்தை ஒட்டி கெடிலம் நதி பாய்ந்து வருகிறது.

இம்மலையைச் சார்ந்த பகுதியின் மண் வளத்தால் குறிப்பாக, பண்ருட்டி வட்டத்தில் முந்திரி நன்றாய் விளைந்து, முந்திரிப் பருப்பு வாயிலாக அயல் நாட்டுச் செலவாணி பெற்றுத் தருகிறது. மேலும் வேர்க்கடலை மற்றும் பலாவும் இப்பகுதியில் நல்ல விளைச்சலைத் தருகிறது. மலையின் செங்கல், சாலை அமைப்பதற்காகப் பயன்படுகிறது.

வயல்வளம்

மருதம் எனப்படும் வயல்வளம் இம்மாவட்டத்தில் ஓடும் நதிகள் மற்றும் ஏரிகள் மூலம் பாசன வசதிப் பெற்று நிலம் வளம் கொழிக்கிறது. சோற்றுக்கு நெல் விளைவதன்றி, கரும்பும், வேர்க்கடலையும், முந்திரியும் விளைந்து வெளிநாட்டுப் பணத்தைத் தருவிக்கின்றது. மேலும் கம்பு, கேழ்வரகு, எள், உளுந்து, காராமணி, மிளகாய், தென்னை, மா, பலா, வாழை, வெற்றிலை, பருத்தி, சவுக்கு, ஆமணக்கு, அவுரி முதலியவை பெரிய அளவிலும் சிறிய அளவிலுமாகப் பயிரிடப்படுகின்றன. தோட்டப் பயிரெனக் காய், கனி, கிழங்கு மற்றும் கீரை வகைகள் பயிரிடப்பட்டு மாவட்ட மக்களின் தேவையைப் பூர்த்தி செய்கிறது. வண்டிப்பாளையம் தென்னங்கீற்றுகள், நெல்லிக்குப்பம் வெற்றிலை, பண்ருட்டி முந்திரி மற்றும் பலாப்பழம் கடலூர் மாவட்டத்தின் அடையாளங்கள் எனலாம்.

கடல்வளம்

நெய்தல் எனப்படும் கடல்வளமும் இங்கே உண்டு. இயற்கைத் துறைமுகம் அமைந்திருப்பதால்தான் கடல்வளம் இருப்பதாகச் சொல்ல முடிகிறது. மீன்பிடித்தல், உப்பளம் அமைத்து உப்பு எடுத்தல், படகு கட்டுதல், படகு ஓட்டுதல், ஏற்றுமதி-இறக்குமதி செய்தல், கப்பல் பயணம் செய்தல், கடல்வாணிகம் புரிதல் முதலிய நெய்தல்நிலத் தொழில்கள் பலவும் இம்மாவட்டத்தில் நடைபெறுகின்றன.

கடலூர் துறைமுகம், மீன்பிடி துறைமுகமாகவும் இருந்து மீன்வளம் பெருகவும், கிடைக்கவும் செய்வது நற்சூழலாகும்.

இவ் மீன்பிடி துறைமுகத்திருந்து மாவட்ட மக்கள் தேவைக்கு மேல் உள்ள உபரி மீன்கள் வெளி மாநிலங்களுக்கு விற்பனைக்காக அனுப்பபப்படுகின்றன.

நிலக்கனிவளம்

தமிழகத்திலேயே கடலூர் மாவட்டமும் சேலம் மாவட்டமும்தாம் நிலக்கனிவளம் மிக்க பகுதிகள்.நெய்வேலி பழுப்பு நிலக்கரி நிலக்கனிவளத்தை மிகுந்த அளவு நமக்குக் கொடுக்கிறது. பொதுவாக, கடலூர் மாவட்டத்தில் செம்பு, ஈயம், துத்தநாகம், வனேடியம், கெலேனியம், தோரியம், நிலத்தடி எண்ணெய், சுண்ணாம்புக்கல், கெட்டிமண், பொம்மைக் களிமண் முதலிய நிலக் கனிவளங்கள் நிறைந்திருக்கின்றன.

வண்டிப்பாளையம், பண்ருட்டி பகுதியின் களிமண் பொம்மை செய்ய உதவுகிறது. நெய்வேலியில் நிலக்கரி தோண்டும்போது கிடைக்கும் வெள்ளைக் களிமண்ணால் பீங்கான் பொருள்கள் மற்றும் பொம்மைகள் செய்யப்படுகின்றன. பண்ருட்டிக்கு அடுத்த காடாம்புலியூர்ப் பகுதியில் உள்ள ஒருவகை வெள்ளை மண், சிமிட்டி செய்ய பயன்படுகிறது.

தொழில்வளம்

கைத்தறி நெசவுத் தொழில் நம் மாவட்டத்தில் பரவலாகவும் வலுவோடும் புகழோடும் இயங்குகிறது. குறிப்பாக, நம் மாவட்டத்தில் தயாரிக்கப்படும் கைலிகள் இலங்கை, பினாங்கு, மலேசியா, சிங்கப்பூர், சரவாக், போர்னியோ, சாவா, சுமத்ரா,தாய்லாந்து, பர்மா, இந்தோனேசியா, மைசனா, ஹாங்காங், ஜப்பான், ஏடன், மோரீஸ், அமெரிக்கா, பாகிஸ்தான் முதலிய நாடுகட்கு ஏற்றுமதி செய்யப்படுகின்றன.

முன்பெல்லாம் துணி ஏற்றுமதி கடலூர் துறைமுகம் வழியாக வெளிநாடுகளுக்கு அனுப்பப்பட்ட நிலையில் தற்போது சென்னைத் துறைமுகம் வழியாக ஏற்றுமதி செய்யப்படுகிறது.

துணி நெசவன்றி, கோரைப்பாய், ஈச்சம்பாய், பனையோலைப் பொருள்கள், செங்கல்சூளை, மண்பாண்டங்கள், செம்பு, பித்தளைக்கலங்கள், வண்ணப்பொம்மைகள், மரவேலைப்பொருள்கள், தென்னங்கீற்று, கயிறு திரித்தல், கயிற்றுப்பொருள்கள் தயாரிப்பு, படகு செய்தல், மீன்பிடித்தல், மீன்வலைகள் பின்னுதல் முதலிய தொழில்கள் மாவட்டத்தில் பரவலாகவும், விரிவாகவும் நடைபெறுகின்றன.

முந்திரி எண்ணெய் மற்றும் முந்திரிப்பருப்பு தூய்மை செய்யப்பட்டு அமெரிக்கா போன்ற வெளிநாடுகளுக்கு ஏற்றுமதி செய்யப்படுகின்றன.

முந்திரிச்செடி

முந்திரிச்செடியைத் தமிழ்நாட்டிற்கு முதன் முதலில் அறிமுகப்படுத்தியவர்கள் போர்ச்சுக்கீசியர்கள்தான்.

தமிழ்நாட்டின் முதல் நீள் தண்ணீர்த் தொட்டிப்பாலம்

சிதம்பரத்திலிருந்து காட்டுமன்னார்கோவில் செல்லும் சாலையில் குமராட்சி அருகில் கோப்பாடி எனும் சிற்றூர் உள்ளது. இவ்வூரை ஒட்டி, வீராணம் ஏரியின் வடிகால் வாய்க்கால் அகண்ட நிலையில் தரைமட்டத்திலிருந்து சுமார் இருபது அடி ஆழத்தில் மேற்கிலிருந்து கிழக்கு நோக்கிச் செல்லும். இவ்வாய்க்காலுக்கு கான்சாகிப் வாய்க்கால் என்று பெயர். இந்த வாய்க்கால் மேல் தெற்கிலிருந்து வடக்காக ஒரு தண்ணீர்ப்பாலம் அமைக்கப்பட்டிருக்கும். தமிழ்நாட்டின் முதல் நீள் தண்ணீர்த் தொட்டிப்பாலம் இதுதான்.

இப்பாலத்தின் சரிபாதியில் தண்ணீர் பெருக்கெடுத்து ஓடிவர தொட்டிப்பாலம் அமைந்திருக்கும். அடிப்பகுதியில் தொட்டிப்பாலத்தை ஒட்டினாற்போல் நீள் குகைப்பாதை அமைத்து அதிலும் தண்ணீர் ஓடிவரும் நிலையில் அமைக்கப்பட்டிருக்கும். வடக்கு ராஜன் வாய்க்காலில் வரும் தண்ணீர், தெற்கிலிருந்து வடக்கு நோக்கி நீள் தொட்டிப்பாலத்தின் வழியாகவும், குகைப்பாதை வழியாகவும் வெளியேறும். இதனை அடுத்து இம்மாதிரியான இன்னொரு பாலமும் கட்டப்பட்டுள்ளது. இரண்டுக்கும் இடையில் தரைப்பகுதியில் உள்ள வாய்க்கால் சற்று அகண்டிருக்கும். இதனால் நீரோட்டத்தின் வேகம் சற்றுக் குறைந்து செல்லும். இவ்வாய்க்கால் தண்ணீரால், வடக்கு மற்றும் கிழக்குப் பகுதி வளம் பெறுகிறது.

இத்தண்ணீர்ப்பாலத்தின் அகலம் 30 அடி, அதில் சரிபாதியான 15 அடியில் தொட்டிப்பாலம் தண்ணீர் ஓட; மீதமுள்ள 15 அடியில் வாகனப் போக்குவரத்து; அதனடியில் தண்ணீர் வர குகைப்பாதை. நேரில் சென்று பார்த்தால் வியப்பின் உச்சியைத் தொடலாம்.

இப்பாலத்தின் மேல்தான் நூறு ஆண்டுகளுக்கு மேலாக மக்கள் மற்றும் வாகனப் போக்குவரத்து நடைபெற்றது என்பதே வியப்புக்குரிய தகவல் ஆகும். இப்பாலத்தின் வழியாக 123 ஆண்டுகளாக இன்றுவரை தண்ணீர் பாய்ந்து கொண்டிருக்கிறது. செங்கல்லாலும், சுண்ணாம்பாலும் கட்டப்பட்டுள்ள இப்பாலம் இன்றுவரை அதே பொலிவோடும் வலுவோடும் இருக்கிறது என்பது நம் மாவட்டத்திற்கான நற்பேறாகும். வாகனப் போக்குவரத்துக்காக தற்போது வேறு பாலம் ஒன்று கட்டப்பட்டுள்ளது.

தமிழ்நாட்டின் முதல் நீள் தண்ணீர்த் தொட்டிப்பாலமான இதை கி.பி.1896-இல் கட்டத்தொடங்கி கி.பி.1899-இல் பயன்பாட்டுக்கு வர திட்டமிட்டுக் கட்டியவர் பொறியாளர் திரு.சர் ஆர்தர் காட்டன் அவர்கள். இவர் கடலூர் மாவட்ட டெல்டா பகுதியை வளம்மிகு பகுதியாக மாற்ற பல திட்டங்களைச் செயல்படுத்தியவர். அவரை நன்றியுடன் நினைப்போம்.

பாலூர் வேளாண்மை ஆராய்ச்சிப் பண்ணை 1905

அரசு சார்புடையது

பாலூர் வேளாண்மை ஆராய்ச்சிப் பண்ணை கடலூருக்கு மேற்கே 15 கி.மீ. தொலைவில் கடலூர்-திருக்கோவிலூர் நெடும்பாதையில் கெடிலத்தின் வடகரையில் அமைந்துள்ளது. தன்னிடம் உள்ள வேளாண்மை ஆராய்ச்சிப் பண்ணையால் பாலூர் கிராமம் வெளியுலகிற்கு விளம்பரமாகியிருக்கிறது.

தமிழகத்தில் 1905ஆம் ஆண்டு இரண்டாவதாகத் தோற்றுவிக்கப்பட்டதுதான் பாலூர் வேளாண்மை ஆராய்ச்சிப் பண்ணையாகும். இப்பண்ணை மொத்தம் 55 ஏக்கர் பரப்பளவில் செயல்படுகிறது.

வேளாண்மைப் பண்ணை தொடங்கப்பட்ட 1905ஆம் ஆண்டிலிருந்து 1950ஆம் ஆண்டுவரை 45 ஆண்டுகாலம் மணிலாப்பயறு குறித்து ஆராய்ந்து மணிலாப்பயறு வேளாண்மையை மேம்படுத்தியுள்ளது. அத்துடன் 1951ஆம் ஆண்டிலிருந்து 1988ஆம் ஆண்டுவரை 38 ஆண்டுகாலம் பல்வகை பயறுவகைகள் குறித்து ஆராய்ந்து அதன் தொடர்பான வேளாண்மையையும் மேம்படச்செய்துள்ளது. மேலும் 1989ஆம் ஆண்டுமுதல் இன்றுவரை பலாப்பழம், காய்கறி, கனி வகைகளை மேம்படுத்தும் ஆராய்ச்சியும் செய்துகொண்டிருக்கிறது.

வேளாண் உழவர்களுக்கு, மேம்பட்ட வேளாண்மை குறித்து பயிற்சியும் கொடுத்து வருகிறது. உழவர்களுக்குத் தேவையான நெல் முதலிய தானிய விதைகளைக் கொடுத்துதவுகிறது.

இதனுடைய சிறப்புக்கருதி இப்பண்ணையை தமிழ்நாடு வேளாண்மைப் பல்கலைக்கழகத்துடன் 01-04-1981 முதல் இணைத்துள்ளதால் இதன் ஆராய்ச்சித்திறன் மேலும் வலுப்பெற்று, கடலூர் மாவட்டம் மற்றும் தமிழ்நாட்டு வேளாண் மக்களுக்குப் பெரிதும் பயன்பெற வாய்ப்பாக அமைந்துள்ளது.

வீராணம் ஏரிக்கரையின் வெற்றிலை வேளாண்மை

ஏரிக்கரையின் முகப்பிலேயே அமைந்திருக்கும் லால்பேட்டை கிராம இஸ்லாமிய பெருமக்கள் வெற்றிலை பயிரிடுவதில் வெற்றி பெற்றவர்கள். இவர்களைப் போலவே ஏரிக்கரையோர கிராமங்களான திருச்சின்னபுரம், கொல்லிமலை, மானியம் ஆடூர், நத்தமலை, கொள்ளுமேடு ஆகிய கிராம விவசாயிகளும் வெற்றிலை பயிரிடுகின்றனர்.

தமிழகத்தில் கும்பகோணம், திருச்சி வெற்றிலைக்குப் பெயர் பெற்றது. அதற்கு ஈடானது இப்பகுதி வெற்றிலையாகும். வெற்றிலை மூன்று வருடப் பயிராகும். முதல் வருடம் வளர்ச்சிக்குரிய பருவம். இரண்டாம் ஆண்டு முதல் அறுவடைக்குத் தயாராகும். வெற்றிலை பயிரிடும் முன்பு, அகத்திக்கீரையைப் பயிரிட்டு, அதனுடன் இந்த வெற்றிலைக் கொடியைப் பயிரிடுகின்றனர். வெற்றிலைக் கொடி அகத்திக்கீரைச் செடிக்கொம்பு மற்றும் கிளைகளில் பரவி படர்ந்து வளரும். இத்துடன் மென்மையான மூங்கில் படல் அமைத்து அதில் வெற்றிலைக் கொடியைப் படர வைப்பார்கள். குழந்தையை வளர்ப்பது போன்று வெற்றிலைக் கொடியைப் பாதுகாத்து கவனமாக வளர்த்தால்தான் நல்ல அறுவடை கிடைக்கும்.

இப்பகுதியில் பயிரிடப்படும் வெற்றிலை ஆக்ரா, கர்நாடகம், மும்பை போன்ற வெளிமாநிலங்களுக்கும், வடதமிழகப் பகுதிகளுக்கும் விற்பனைக்கு அனுப்பப்படுகிறது. மேலும் தினந்தோறும் சுற்றுவட்டாரப் பகுதியில் இயங்கும் சந்தைகளுக்கு வெற்றிலை கொண்டு செல்லப்பட்டு, அங்கு ஏலத்தில் விற்பனை செய்யப்பட்டு வியாபாரிகள் வெளியூருக்கு வாங்கிச் செல்கின்றனர்.

இத்தொழிலில் பெரும்பாலும் இஸ்லாமிய சமுதாய மக்கள்தான் ஈடுபட்டுள்ளனர். காலை வேளையில் வெற்றிலைக் கொடிக்காலிலிருந்து பதமான வெற்றிலையைக் கொய்து, வியாபாரத்துக்காக வாழைப்பட்டையை நீள்சதுர வடிவத்தில் அமைத்து அதில் கவுளிக் கணக்கில் அடுக்கிக் கட்டி கரையோரத்தில் வைத்திருப்பர். கொய்த வெற்றிலையை லாவகமாகவும் விரைவாகவும் எண்ணி வாழைப்பட்டையில் சொருகி வைப்பர்.

தேர்ந்த இசைக் கலைஞன் ஆர்மோனியக் கருவியை இசைக்கும்போது அவனின் விரல் வேக அசைவுகளைப் போலவே வெற்றிலையை எண்ணும் அசைவிலும் தெரியும். எண்ணிக்கையில் ஐயம் கொண்டு சிலர் எடுத்து எண்ணிப் பார்ப்பதுண்டு. கூடவும் இருக்காது, குறைவாகவும் இருக்காது. எண்ணியவர் சங்கடத்துடன் நெளிந்து சரியா இருக்கு பாய் எனச் சொல்ல, அந்த இஸ்லாமியரின் கண்கள் சிரிக்க, உதடுகள் மட்டும் சற்று அசைந்து மகிழ்வுக்கு மெருகூட்ட தலையை மட்டும் ஆட்டிவைப்பார். வெற்றிலையைக் கையாண்டாலும், உதட்டில் சொருகியிருக்கும் கறீம்பீடி மெதுவாக ஆடியபடி புகைந்துகொண்டிருக்கும். பேரம் பேசும்போதுதான் வாய்த் திறக்கும். மற்றபடி சைகையும், செயலுந்தான். உற்று நோக்கினால் இதையும் ரசிக்கலாம்.

தாது ஈஸ்வர பஞ்சம்

இப்போது வாழ்கின்ற இளையசமுதாயத்திற்குப் பஞ்சம் என்றால் என்ன என்றே தெரியாது. ஆண்டுக் கணக்கில் மழை பொய்த்து, நிலம் காய்ந்து வேளாண்மை செய்ய முடியாத சூழலில் நாட்டில் பஞ்சம் ஏற்படும். மக்கள் வாழ வளமான இடங்களுக்கு இடம் பெயர்வர்.

அப்படியான ஒருசூழல் கடலூர் மாவட்டத்திற்கு ஏற்பட்டது. கி.பி. 1876லிருந்து 1878 வரை தாது ஈஸ்வர பஞ்சம் ஏற்பட்டது. இக்காலகட்டத்தில் மக்கள் உணவின்றி கற்றாழை, மூங்கிலரிசி, கொட்டிக்கிழங்கு, புல்லரிசி, தழைகள் முதலியனவற்றைத் தின்றனர். களிமண் தின்று பலர் மாண்டனர். கி.பி.1897-98இல் இரண்டாவது பஞ்சத்தையும் கடலூர் மாவட்டம் பட்டறிந்து மீண்டது.

காய்ந்து கெடுத்தது போதாதென்று பெய்தும் கெடுத்தது என்பார்கள். அதுபோல கி.பி. 1884 நவம்பரில் 80 செ.மீ.மழை பெய்தது. அம்மாதம் 7ஆம் தேதி ஒருநாள் மட்டும் 30 செ.மீ மழை பெய்தது. அதே ஆண்டு டிசம்பரில் மீண்டும் 70 செ.மீ மழை. அம்மாதம் 19ஆம் தேதி மட்டும் 38 செ.மீ மழை. தென்பெண்ணையும் கெடிலமும் இணைந்தன. மாவட்டம் மிதந்தது. மக்கள் மிகுந்த துன்பத்திற்கு ஆளானார்கள். தொற்று நோய் பரவுதல், அம்மை நோய், வயிற்றுப்போக்கு, ஆடு, மாடுகள் உயிரிழப்பு, விளைநிலங்கள் பாழ் எனப் பல இன்னல்களுக்கு மக்கள் ஆளானார்கள்.

மல்லாட்டை மாவட்டம்

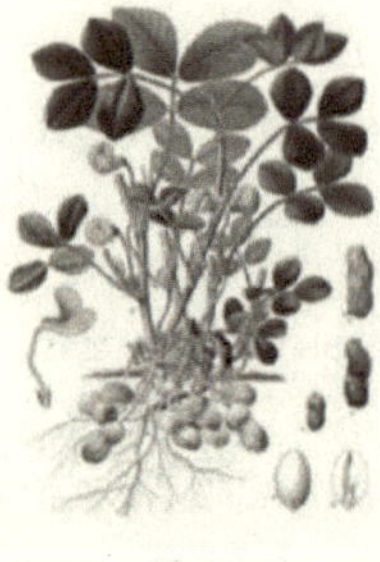

மல்லாட்டை என செல்லமாக மாவட்ட மக்களால் அழைக்கப்படும் வேர்க்கடலைக்கு, நிலக்கடலை, கச்சான், கலக்கா, மணிலாக்கடலை, கடலைக்காய், மணிலாக்கொட்டை என்னும் பல பெயர்கள் தமிழ்நாட்டில் பலவேறு பகுதிகளில் வழங்கப்படுகின்றன.

நிலக்கடலை நடு தென்அமெரிக்காவுக்குப் பூர்வீகமானது என்றாலும், பிலிப்பைன்ஸ் நாட்டின் தலைநகரமான மணிலாவில் விளைந்து தமிழகத்துக்குள் வந்த நிலக்கடலையை

மணிலா என்றும், மணிலாக்கொட்டை என்றும் அழைத்தனர். இப்பெயரும் தற்போது திரிந்து மல்லாட்டை எனச் செல்லமாக அழைக்கப்படுகிறது.

ஒரு காலத்தில் இந்தியாவிலேயே தமிழ்நாட்டில் குறிப்பாக ஒருங்கிணைந்த மாவட்டத்தில்தான் (தென் ஆர்க்காடு மாவட்டம்) வேர்க்கடலை மிகுதியாக விளைவிக்கப்பட்டது என வரலாற்றுச் செய்தி தெரிவிக்கிறது. அதனால்தாம் நம் மாவட்டம் மல்லாட்டை மாவட்டம் என அழைக்கப்பட்டது. இங்கே விளையும் வேர்க்கடலை ஏனைய இடங்களில் விளைவதனினும் மிக்க தரமும் உடையது. நம் மாவட்ட மண் அமைப்பு வேர்க்கடலைக்கு ஏதுவாக இருப்பதினால் இன்றும் இதன் விளைச்சல் தொய்வின்றி இருக்கிறது.

ஊரும் பேரும் : வளையமாதேவி

பராந்தக சோழ மன்னனுடைய மனைவி பெயர் வளவன் மாதேவி. அவள் பெயரால் நிறுவப்பட்ட ஊர் வளவன்மாதேவி என வழங்குவதாயிற்று. இப்பெயர் நாளடைவில் மருவி வளையமாதேவி என்ற பெயரோடு உள்ளது. இவ்வூர் மேல்புவனகிரி ஊராட்சி ஒன்றிய எல்லைக்குள் அமைந்துள்ளது.

கல்வி

இந்திய மக்கள் தொகை 2011ஆம் ஆண்டுக் கணக்கின்படி, கடலூர் மாவட்ட மக்களின் எண்ணிக்கை 26,05,914 ஆகும். இதில் கல்வியறிவு பெற்றவர்கள் 86.16% சதவீதமாகும். மிகவும் பிற்படுத்தப்பட்ட மாவட்டமெனக் கருதப்பட்ட இம்மாவட்ட மக்கள் கல்வி பெறுவதில் ஆர்வமும் முனைப்பும் காட்டக்கூடியவர்கள்.

புலமைமிக்க சான்றோர்கள், ஆன்றோர்கள், பன்திறன் படைத்தோர், விஞ்ஞானிகள், சாகித்ய அகாதெமி விருதாளர்கள், பல்வேறு அமைப்புகள் வாயிலாகவும், தங்களின் எழுத்தாக்கத்தாலும் இன்றும் தமிழுக்குப் பணியாற்றிக்கொண்டிருக்கும் பெருமக்கள் என நிரம்பி வழியும் இம்மாவட்டம் “சான்றோர் உடைத்து” என்ற பெருமையை உறுதிப்படுத்தி தன் இருப்பை எப்பொழுதும் காட்டிக்கொண்டிருப்பது பெருமையே.

மாவட்டத்தின் தற்போதைய நிலை

கடலூர் மாவட்டத் தொடக்கப்பள்ளிகள், இடைநிலைப்பள்ளிகள், உயர்நிலைப்பள்ளிகள் மற்றும் மேல்நிலைப்பள்ளிகளின் விவரமும், படிக்கும் மாணவ-மாணவிகளின் எண்ணிக்கையும் அறிந்துகொள்வோம்.

1	தன்நிதி இளந்தளிர் பள்ளிகள்	25
2	தொடக்கப்பள்ளிகள் அரசு	913
3	” அரசு உதவி பெறுவது	177
4	” தன்நிதியால் இயங்குவது	258
5	இடைநிலைப்பள்ளி அரசு	275
6	” அரசு உதவி பெறுவது	58
7	” தன்நிதியால் இயங்குவது	25
8	உயர்நிலைப்பள்ளி அரசு	129
9	” அரசு உதவி பெறுவது	17
10	” தன்நிதியால் இயங்குவது	54
11	நடுவண் பாடத்திட்டம்	10
12	செவித்திறன் குறைந்தோர் பள்ளி	8
13	மேல்நிலைப்பள்ளி அரசு	116
14	” அரசு உதவி பெறுவது	30
15	” தன்நிதியால் இயங்குவது	105
16	நடுவண் பாடத்திட்டம்	19
17	செவித்திறன் குறைந்தோர்பள்ளி	1
	மொத்தம்	2220

மாவட்டத்தில் இயங்கும் அனைத்துக் கல்விக்கூடங்களிலும் 2,45,121 ஆண்பிள்ளைகளும், 2,20,093 பெண்பிள்ளைகளும் படிக்கிறார்கள் என்பது மகிழ்வான செய்தியே. படிக்கும் பிள்ளைகளை வாழ்த்துவோம்.

பள்ளிகள், கல்லூரிகள் தொடங்கப்பட்ட வரலாறு

கடலூர் பெருவெளித்திடலை (மைதானம்) ஒட்டினாற்போல் நகராட்சி மேல்நிலைப்பள்ளி இயங்குகிறது. இந்தப் பள்ளி பல அவதாரங்கள் எடுத்து இப்போது இந்த நிலையில் உள்ளது.

கூடலூரில் (துறைமுகநகர்) இயங்கிய இப்பள்ளி 1879ஆம் ஆண்டில் இரண்டாந்தரக் கலைக்கல்லூரியாக தரம் உயர்த்தப்பட்டு"டவுன் காலேஜ்" (town college) என்னும் பெயரில் நடைபெற்று வந்தது.

பின் 1887இல் கல்லூரி வகுப்புகள் எடுக்கப்பட்டுவிட்டன. அடுத்த ஆண்டே 1888இல் மீண்டும் கல்லூரி வகுப்புகள் நடைபெற்றன.

இறுதியாக 1902இல் மீண்டும் கல்லூரி வகுப்புகள் நீக்கப்பட்டு உயர்நிலைப் பள்ளியாகச் செயல்பட்டது. பள்ளிக் குழுவால் நிர்வகிக்கப்பட்ட உயர்நிலைப்பள்ளியை 1920ஆம் ஆண்டில் நகராட்சி நிர்வாகம் கையகப்படுத்தி தன் பொறுப்பில் ஏற்று தற்போதுள்ள இடத்தில் நடத்திக்கொண்டு வருகிறது.

தூய தாவீது மேல்நிலைப்பள்ளி – கடலூர் துறைமுகநகர்

தூய தாவீது மேல்நிலைப்பள்ளி - கடலூர் துறைமுகநகர்

கடலூர் மாவட்டத்திலேயே முந்நூற்று ஐந்து ஆண்டுகளுக்கு முன்பு கி.பி. 1717ஆம் ஆண்டில் தொடங்கப்பட்டு இன்றுவரை இயங்கிக்கொண்டிருக்கும் பள்ளி எதுவென்றால், அது கடலூர் துறைமுகநகர் தூய தாவீது பள்ளிதான் எனப் பெருமையுடன் சொல்லலாம். சிறந்த கல்விச்சேவை ஆற்றும் இப்பள்ளி, வரலாற்றின் முதன்மை இடத்தைத் தொட்டு புகழோடு இயங்குகிறது.

டேனிஷ் அரசர் நான்காம் பிரட்ரிக் அவர்களால் இந்தியாவிற்கு மிஷனரியாக அனுப்பப்பட்ட அருள்திரு.பர்தொலொமேயு சீகன்பால்க் அவர்கள் 1706ஆம் ஆண்டு தரங்கம்பாடி வந்து சேர்ந்தார். மக்களுடன் பழகுவதற்கும் பேசுவதற்கும் ஏதுவாக, மிகக் குறுகிய காலத்திலேயே தமிழ் கற்று மக்களின் அன்பைப் பெற்றார். நாடு வந்த நோக்கத்தை நிறைவேற்ற தரங்கம்பாடியில் முதல் பிராட்டஸ்டன் சபையை நிறுவினார்.

தமிழ்நாட்டின் முதல் தமிழ் அச்சகத்தையும், அதற்கான ஒரு காகித ஆலையையும் நிறுவி, வேதாகமத்தின் புதிய ஏற்பாட்டையும் முதன்முதலில் தமிழில் அச்சிட்ட பெருமையும் இவருக்குண்டு.

தற்போதுள்ள கடலூர் துறைமுகநகர் பள்ளி, முதன்முதலில் தேவனாம்பட்டினம் செயின்ட் டேவிட் கோட்டை அருகில் அருள்திரு.சீகன் பால்க் அவர்களால் கி.பி.1717ஆம் ஆண்டு தொடங்கப்பெற்று, பின்னர் 1866ஆம் ஆண்டில்தான் துறைமுகப் பகுதிக்கு மாற்றப்பட்டது. அப்போது மாணவர்களின் எண்ணிக்கை 42.

தொடக்கப்பள்ளியாக இருந்த நிலையில் 1945இல் உயர்நிலைப் பள்ளியாக உயர்ந்தது. தொடக்ககாலத்தில் SPG (society for the propagation of gospel) என அழைக்கப்பட்ட இப்பள்ளியின் பெயர் தூய தாவீது உயர்நிலைப்பள்ளி எனப் பெயர் மாற்றம் 1951 இல் கொண்டு, கல்வி நிலையில் மாற்றமும் ஏற்றமும் பெற்றது. மாணவர்களுக்கான புதிய பள்ளிக் கட்டடங்கள் எழும்பின. பள்ளி நிறுவனருக்கு நன்றி செலுத்தும் முகத்தான் சீகன் பால்க் எனப் பெயர் தாங்கிய ஒரு கட்டடமும் பள்ளியில் உள்ளது.

தென்னிந்தியத் திருச்சபை சென்னை பேராயர் அறிவர் அருள்திரு. ஜெ.ஜார்ஜ் ஸ்டீபன் அவர்கள் தலைமையில் இப்பள்ளி இயங்குகிறது. பள்ளித் தாளாளர் திரு.ஞானக்கண் செல்லப்பா அவர்கள் முயற்சியால் பள்ளியின் முந்நூறாவது ஆண்டு விழாவின் போது மாணவர்களுக்கு ஆய்வுக்கூடம், கணினி அறை போன்ற பல வசதிகள் ஏற்படுத்தப்பட்டன.

ஆங்கிலேயர்கள் ஆண்ட காலத்தில் கவர்னர் இராபட் கிளைவ்வின் துறைமுக அலுவலகமாக இருந்த கட்டடம் சீர்செய்யப்பட்டு தற்போது பள்ளித் தலைமை ஆசிரியர் இல்லமாக உள்ளது. தற்போது பள்ளியின் மாணவ-மாணவிகளின் எண்ணிக்கை 1300; ஆசிரியர்களின் எண்ணிக்கை 42. இப்பள்ளியில் படித்த மேனாள் மாணவர்களுள் குறிப்பிடத்தக்கவர்கள்:

1 திரு.கோ.பூவராகன் (மேனாள் தமிழக அரசின் அமைச்சர்)

2 திரு.பண்ருட்டி இராமச்சந்திரன் (மேனாள் தமிழக அமைச்சர்)

3 திரு.கி.வீரமணி (ஆசிரியர்) திராவிடர் கழகத் தலைவர்

4 திரு. அறிவுக்கரசு - திராவிடர் கழகம்

5 திரு.டி.ஜி.எஸ். தினகரன் - மத போதகர்

6 திரு. அருணாச்சலம் - வழக்குரைஞர்

7 திரு.கோ. மன்றவாணன் - வழக்குரைஞர்

பழைமை வாய்ந்த இப்பள்ளி மேலும் வளர்ந்து கல்விக்கு வழிகாட்டியாகத் திகழவேண்டும் என விழைவோம்.

கர்னல் தோட்டமும் கல்லூரி வளாகமும்

(புனித வளனார் கல்லூரி)

கடலூர் மாவட்ட ஆட்சியரின் முகாம் அலுவலகம் அன்றைக்கு "கார்டன் ஹவுஸ்" என்ற பெயரில் போர்ச்சுக்கீசியர் வசமிருந்தது. அந்த இடமிருந்த மஞ்சக்குப்பம் பகுதி முழுவதையும் ஆங்கிலேயர்கள், போர்ச்சுக்கீசியர்களிடமிருந்து தொகை கொடுத்து வாங்கினர். கி.பி 1732-33இல் அங்கே ஒரு கட்டடம் கட்டி அதைத் தங்கள் இருப்பிடமாக்கிக் கொண்டனர்.

கார்டன் ஹவுஸுக்கு வடகிழக்குப் பகுதியில் 25 ஏக்கர் பரப்பளவு கொண்டதொரு இடம் இருந்தது. கி.பி.1806ஆம் ஆண்டு Gentle man cadets என்று அழைக்கப்பட்ட ஆங்கிலேய படைப்பிரிவு செங்கல்பட்டிலிருந்து கடலூருக்கு மாற்றப்பட்டபோது அவர்கள் அங்கே தங்கவைக்கப்பட்டனர். பின்னர் இப்படை மீண்டும் செங்கல்பட்டிற்கே திரும்பியதும், கி.பி.1806 முதல் 1811 வரை இராணுவ அதிகாரியாக இருந்த லெப்டினன்ட் கர்னல் ஜெ. ஹசல்வுட் அவர்களிடம் அவ்விடம் ஒப்படைக்கப்பட்டது. அந்நாள் முதல் அவ்விடம் "கர்னல் தோட்டம்" என்று அழைக்கப்பட்டது.

லெப்டினன்ட் கர்னல் ஜெ.ஹசல்வுட், கர்னல் தோட்டத்தைக் கி.பி. 1852இல் பாண்டிச்சேரி மறைமாவட்டத்திற்கு நன்கொடையாக ஆயர் மறைதிரு. போனான் அவர்களிடம் ஒப்படைத்தார். நன்கொடையாக வழங்கப்பட்ட கர்னல் தோட்ட வளாகத்தில்தான் புனித வளனார் பள்ளி (St.Joseph's School) கி.பி 1868 ஜனவரி 22ஆம் நாள் அன்று எட்டு மாணவர்களைக்கொண்டு தொடங்கப்பட்டது. இப்பள்ளிக்கு முதல் முதல்வரானார் அருட்திரு. ரெனிவியர் அடிகள்.

இவரின் முயற்சியில் தொடக்கக் கல்விக்குத் தேவையான பாடத்திட்டத்தோடு ஏழு வகுப்பறைகள் செயல்படத் தொடங்கின. பள்ளி தொடங்கப்பட்ட அதே ஆண்டின் ஆகஸ்டு மாதத்தில் 15 கத்தோலிக்க மாணவர்களைக்கொண்டு உள்விடுதியைத் தொடங்கினார். பள்ளி தொடங்கியபோது எட்டாக இருந்த மாணவர் எண்ணிக்கை அந்த ஆண்டின் இறுதியில் நூற்றி அறுபதாக உயர்ந்தது.

இயங்கிக்கொண்டிருந்த புனித வளனார் பள்ளிக்குப் புதிய முதல்வராய் அருட்தந்தை த்தார்ப் அல்போன்ஸ் ஜான் கி.பி. 1875இல் பொறுப்பேற்றார். கி.பி.1876இல் 250 ஆக இருந்த மாணவர்களின் எண்ணிக்கை 752 ஆக உயர்ந்தது. உள்விடுதி மாணவர்களின் எண்ணிக்கையும் 30லிருந்து 120 ஆகக் கூடியது.

கடலூரைச் சுற்றி இருந்த மாணவர்கள் பள்ளியில் இடம் கிடைக்காமல் ஏங்குவதைக்கண்டு திருப்பாதிரிப்புலியூர் பகுதியில் புனித வளனார் பள்ளியின் கிளையை கி.பி. 1884இல் தொடங்கியவரும் இவரே.

பள்ளியின் வளர்ச்சி கண்டு மாகாண அரசு பள்ளியைக் கல்லூரியாகத் தரம் உயர்த்திக்கொள்ள தானாக அழைப்பு விடுத்தது. அருட்தந்தை தர்பேஸ் முயற்சியால், பள்ளி தொடங்கிய பதினாறு ஆண்டுகளில் உயர்வு பெற்று கல்லூரியாக கி.பி. 1884 இல் செயல்படத் தொடங்கியது. பின்னர் இரண்டாம் நிலை கல்லூரியாகத் தரம் உயர்த்தப்பட்டு, சென்னைப் பல்கலைக் கழகத்துடன் இணைக்கப்பட்டது.

கடலூர் மாவட்ட கெஜெட், 19 ஆம் நூற்றாண்டில் மாவட்டத்தில் இருந்த முதன்மைக் கல்வி நிறுவனம் மற்றும் கல்லூரி, செயின் ஜோசப் கல்லூரி மட்டுமே என்று பதிவு செய்துள்ளது. இக்கல்லூரி நிதிக்கட்டுப்பாடுகள் காரணமாக 1909இல் ஓர் உயர்நிலைப் பள்ளியாக மாறியது.

இவ்உயர்நிலைப் பள்ளி மேலும் மேலும் வளர்ந்து, மேல்நிலைப் பள்ளியாகத் தரம் உயர்வு பெற்று இன்று இப்பள்ளியில் படிக்கும் மாணவர்கள் எண்ணிக்கை 4,146 உயர்ந்துள்ளது. 120 ஆசிரியப் பெருமக்களைக் கொண்டுள்ள பள்ளி, முதல்வர் அருட்தந்தை. பி.அருள்நாதன் கண்காணிப்பில் மேலும் வளர வாழ்த்துவோம்.

கி.பி.1981இல் புனித வளனார் பள்ளியின் முதல்வர் பொறுப்பை ஏற்றார் அருட்தந்தை இரட்சகர் அடிகளார். இவர் பெரு முயற்சி செய்து கல்லூரியை மீண்டும் தொடங்க வேண்டிய உள்கட்டமைப்புகளைச் செவ்வனே செய்து முடித்தார். அதன் விளைவாக 1991 ஆம் ஆண்டு புனித வளனார் கலை அறிவியல் கல்லூரி மறுபிறப்பு எடுத்தது. தமிழ்நாடு மேதகு ஆளுநர் பீஷ்ம நாராயணசிங் அவர்கள் 11-10-1991 அன்று முறையாகக் கல்லூரியைத் திறந்து வைத்தார்.

முதல்வர் அருட்தந்தை. பீட்டர் ராஜேந்திரன் கண்காணிப்பில் புனித வளனார் கலை அறிவியல் கல்லூரியில் 165 ஆசிரியப் பெருமக்கள் மூலம் 5,855 மாணவ - மாணவிகள் பட்டப் படிப்பு படிக்கின்றனர் என்ற செய்தி மகிழ்வே. இங்குள்ள மேல்நிலைப்

பள்ளியும், கல்லூரியும் மேலும் வளரவும் கல்விக்கு அடையாளமாகத் திகழவும் விழைவோம்.

கடலூர் புனித வளனார் பள்ளியில் படித்து பகழ்பெற்ற மேனாள் மாணவர்கள் சிலர்

1 திரு.ஸ்ரீஸ்ரீமுரளிதர சுவாமிகள்
2 பத்ம பூஷன் முனைவர். எம்.ருத்னசாமி மேனாள் துணைவேந்தர்-அண்ணாமலைப் பல்கலைக் கழகம்- சிதம்பரம்
3 திரு. எஸ்.எஸ். இராமசாமி படையாச்சியார் மேனாள் தமிழக அமைச்சர்
4 திரு.டி.இராமச்சந்திரன்- புதுவை மேனாள் முதலமைச்சர்
5 திரு. வெ. வைத்தியலிங்கம் புதிவை மேனாள் முதலமைச்சர்
6 திரு.பி.ஆர்.எஸ். வெங்கடேசன் மக்களவை, சட்டமன்ற மேனாள் உறுப்பினர்
7. திரு. எல் ஜெயசந்திரன் மேனாள் மேலவை உறுப்பினர்
8. நீதிபதி கே.கண்ணன்- உயர் நீதிமன்ற நீதிபதி
9. நீதிபதி கே.சம்பத்-
10. நீதிபதி ஆர். பாலசுப்பிரமணியம்
11. திரு.ஆர்.சின்னிக்கிருஷ்ணன் தொழிலதிபர் (பின்னர் இவர் மகன்கள்)
12. திரு.இரவிசங்கர் - வள்ளி விலாஸ் நகைக்கடை உரிமையாளர்
13. திரு.ஜே.சி.ரியன் - இந்திய ஆட்சிப்பணி
14. திரு. இராசமுருகன் - இந்திய ஆட்சிப்பணி
15. திரு.டி.கீர்த்திநாராயணன் - இந்திய ஆட்சிப்பணி
16. மருத்துவர் ஜி. இளங்கோவன் - மருத்துவர்
17. மருத்துவர் ஏ.ஆர்.சசிதர்
18. மருத்துவர் பாண்டியன்
19. மருத்துவர் இளந்திரையன்
20. வழக்குரைஞர் திரு. இள.புகழேந்தி-மேனாள் சட்டமன்ற உறுப்பினர்

சிதம்பரம் அண்ணாமலை பல்கலைக்கழகம்

சிதம்பரத்தில் அண்ணாமலை பல்கலைக்கழகம் உருவானதற்கு ஒரு சுவையான பின்னணி இருப்பது எத்தனை பேருக்குத் தெரியும்?

இப்பல்கலைக்கழகத்தை நிறுவியவர் இராஜா சர் அண்ணாமலை செட்டியார். ஆனால் இவர் முதன்முதலில் கல்லூரி கட்ட முடிவு செய்தது மதுரையில். அதற்காக அங்கு 51 ஏக்கர் நிலமும் வாங்கியிருந்தார். இருப்பினும் ஓர் உள்ளுணர்வு காரணமாக காலங்காலமாக ஞானியார்கள் பலர் உண்மை தேடும் முயற்சியில் ஈடுபட்டு வரும் சிதம்பரத்தில் கல்லூரி நிறுவலாம் என்ற எண்ணத்தில் சிதம்பரம் வந்தார்.

சிதம்பரம் நகரில் கிழக்குப் பகுதியில் திருவேட்களம் என்ற பாடல்பெற்ற தலம் அமைந்துள்ள நிலப்பரப்புகளைப் பார்வையிட்டார். அப்போது அங்குச் சேறும், சகதியும், முட்செடிகளும் படர்ந்து காணப்பட்டன. இந்த நிலப்பரப்பைச் சீர்திருத்தி கல்லூரி தொடங்குவது குறித்து அவருக்குத் தயக்கம் ஏற்பட்டு திட்டத்தைக் கைவிட்டுவிட்டுப் புறப்பட்டார். அப்போது தனது அங்கியை யாரோ பிடித்து இழுப்பதை உணர்ந்தார். திரும்பி பார்த்தபோது ஒரு முட்செடியில் அவரது அங்கி சிக்கி இழுக்கப்பட்டதை அறிந்தார்.

அங்கியைச் சரிசெய்து நிமிர்ந்தபோது வானத்தில் கருடன் வட்டமிட்டது. இதனைக்கண்ட அண்ணாமலை செட்டியார் நல்ல சகுனமாகக் கருதி இங்கு கல்லூரி அமைப்பது என முடிவெடுத்தார் என்பார்கள். முட்செடி இழுத்ததால்தான் பிற்பட்ட மாவட்டத்திலுள்ள சிதம்பரத்தில் அண்ணாமலை பல்கலைக்கழகம் உருவானது.

இந்த உண்மையைப் பறைசாற்றும் வகையில், பல்கலை வளாகத்தில் உள்ள பூங்காவில் அமைக்கப்பட்டுள்ள அண்ணாமலை செட்டியார் சிலை அவரது அங்கி முட்செடியில் மாட்டியவாறு அமைக்கப்பட்டுள்ளது.

அண்ணாமலை செட்டியார் 1920-இல் தனது தாயார் பெயரில் மீனாட்சி கல்லூரியைத் தொடங்கினார். பின்னர் 1927-இல் தமிழ்க்கல்லூரி மற்றும் வடமொழிக்கல்லூரி நிறுவினார். 1929-இல் இசைக்கல்லூரியைத் தொடங்கினார். இந்த மூன்று கல்லூரிகளையும் இணைத்து 4-3-1929-இல் அண்ணாமலைப் பல்கலைக்கழகத்தை நிறுவினார். அதற்கு 300 ஏக்கர் நிலத்தையும் ரூ.20 லட்சம் தொகையையும் வழங்கினார்.

இவ்வாறு தொடங்கப்பட்ட இப்பல்கலைக்கழகம் 91 ஆண்டுகளில் 48 துறைகளுடன் வளர்ந்துள்ளது. கலை, அறிவியல், பொறியியல், வேளாண்மை, மொழியியல் கல்வி, மருத்துவம், பல் மருத்துவம், நுண்கலை உள்ளிட்ட ஒன்பது புலங்களுடன் சிறந்து செயல்படுகிறது.

1979-இல் தொலைதூரக்கல்வி இயக்கம் தொடங்கப்பட்டு, தற்போது 41 ஆண்டுகள் முடிவுற்றுள்ளன. தற்போது ஆயிரம் ஏக்கர் நிலப்பரப்பில் விரிந்து இரண்டாயிரத்திற்கும் மேற்பட்ட ஆசிரியர்கள், எட்டு ஆயிரத்திற்கும் மேற்பட்ட ஊழியர்களும் பணிபுரிகின்றனர். தொலைதூரக்கல்வி இயக்ககம் உள்ளிட்ட பல்வேறு துறைகளில் சுமார் மூன்று லட்சம் மாணவர்கள் பயிலுகின்றனர்.

இந்தியாவில் பல்கலை அமைப்பில் பதிப்புத்துறை முதன் முதலில் தொடங்கப்பட்டது அண்ணாமலைப் பல்கலைக்கழகத்தில் தான். இப்பல்கலைகழகத்தைத் தோற்றுவித்த இராஜாசர் அண்ணாமலை செட்டியார் பல்கலைக்கழகம் தொடங்கியபோதே வெளியீட்டுத்துறையை (பதிப்புத்துறை) தொடங்கியுள்ளார். இத்துறையில் இதுவரை சுமார் 600க்கும் மேற்பட்ட நூல்கள் வெளியிடப்பட்டுள்ளன. தமிழில் மட்டுமல்லாமல் ஆங்கிலம், இந்தி, உருது சமஸ்கிருதம் உள்ளிட்ட மொழிகளில் நூல்கள் வெளியிடப்பட்டுள்ளன.

தேம்பாவணி

அருட்தந்தை வீரமாமுனிவர் "தேம்பாவணி" என்னும் காப்பியத்தை படைத்து, அதை விருத்தாசலம் வட்டம் - முகாசபரூர் ஊர் அருகில் உள்ள கோணான்குப்பம் என்னும் சிற்றூரில் அமைந்துள்ள புனித அன்னை பெரியநாயகி தேவாலயத்தில் 1726 ஆம் ஆண்டில் அரங்கேற்றினார்.

அண்ணாமலைப் பல்கலைக்கழகத்தின் கடல்வாழ் உயிரின ஆய்வு மையம் (Marine Biological Station) பரங்கிப்பேட்டை

பரங்கிப்பேட்டை, கடல்வளம் நிறைந்த பகுதி. இங்குக் கடற்கரைக் கழிமுகம், சதுப்புநிலம், ஆற்றுநீரோடைகள் அனைத்தும் அமைந்துள்ளன. அதனால் இந்த ஊரைக் கடல்வாழ் உயிரின ஆராய்ச்சிக்காக அண்ணாமலை பல்கலைக்கழகத்தின் விலங்கியல் துறையினர் தேர்ந்தெடுத்து கடல்வாழ் உயிரின ஆய்வு மையம் ஒன்றினை 1951இல் நிறுவியுள்ளனர்.

இவ்வாய்வு மையத்தில் கடல்வாழ் உயிரின ஆராய்ச்சி மாணவர்கள் படிக்கிறார்கள். மேலும் விலங்கியல் தொடர்புடைய பட்டப்படிப்பு மாணவர்களும் இங்குப் பயில்கிறார்கள். இம்மையத்தில் கடல் உயிரினங்கள் பற்றிய ஓர் அருங்காட்சியகம் இருக்கின்றது. இதனைக்காண பொதுமக்கள், மாணவர்கள், சுற்றுலாப் பயணிகள் வருகின்றனர். ஒரு கோடி ரூபாய்க்கும் மேலான மதிப்புள்ள 10,000 நூல்களைக்கொண்ட நூலகம் ஒன்று இம்மையத்தில் இயங்குகிறது. ஆய்வுக்காக ஒரு கப்பலும், நான்கு படகுகளும் இங்கு உள்ளன. இந்த ஆய்வு மையம்தான் இந்தியாவில் கடல்வாழ் உயிரின ஆய்வுக்காக தொடங்கப்பட்ட முதல் ஆய்வு நிலையமாகும்.

இந்த ஆராய்ச்சி நிலையத்திற்கு குடியரசுத் தலைவராக இருந்த டாக்டர் ஜாகீர்ஹூசைன் அவர்கள் வருகை தந்து ஆலோசனை வழங்கியிருக்கிறார். உயர்கல்வியும், ஆராய்ச்சியும் வெளிநாட்டு பல்கலைக்கழகங்களுக்கு ஒப்ப நடைபெற வேண்டுமென்று கடல்வாழ் உயிரின ஆராய்ச்சியைப் பல்கலைக்கழக மானியக்குழுவினர் தேர்ந்தெடுத்துள்ளனர்.

கடலூர் அரசு தலைமை மருத்துவக் கல்லூரி மற்றும் மருத்துவமனை (இராஜா முத்தையா மருத்துவக் கல்லூரி மற்றும் மருத்துவமனை – சிதம்பரம்).

கடலூர் மாவட்டத்தில் உள்ள சிதம்பரத்தில், கடலூர் அரசு தலைமை மருத்துவக் கல்லூரி மற்றும் மருத்துவமனை (இராஜா முத்தையா மருத்துவக் கல்லூரி மற்றும் மருத்துவமனை) இயங்குகிறது.

தொடக்கத்தில் இக்கல்லூரி இராஜா முத்தையா இன்ஸ்டிட்யூட் ஆப் ஹெல்த் சயின்ஸ் என 1980 ஆம் ஆண்டில் நிறுவப்பட்டு "பல் மருத்துவக் கல்லூரி" தொடங்கப்பட்டது. பின்னர் இரண்டாம் கட்ட வளர்ச்சியில், 1985ஆம் ஆண்டு இராஜா முத்தையா மருத்துவக் கல்லூரி தொடங்கப்பட்டது. முதலில் எம்.பி.பி.எஸ். மருத்துவப் பாடப்பிரிவில் இந்திய மருத்துவக் கவுன்சில் 125 மாணவர்கள் பயில அனுமதி அளித்தது. அதன்படி 125 மருத்துவ மாணவர்கள் சேர்க்கப்பட்டு, கல்லூரி செயல்படத் தொடங்கியது. பின்னர் இந்திய மருத்துவக் கவுன்சில் 2003ஆம் ஆண்டில் படிக்கும் மாணவர் எண்ணிக்கையை 150க்கு உயர்த்தி அனுமதி அளித்தது.

மேலும் வளர்ச்சியடைந்த நிலையில் மருத்துவக் கல்லூரியில் 18 முதுகலை மருத்துவப் பட்டப் படிப்புகள் தொடங்கப்பட்டன. பின்னர் 10 டிப்ளமோ படிப்புக்களும் தொடங்கப்பட்டன. அவசியம் கருதி இயன்முறை மருத்துவப்படிப்புகள் (MPT) ஐந்து வெவ்வேறு சிறப்புப் பிரிவுகளில் தொடங்கி செயல்பட்டன.

2020ஆம் ஆண்டு பிப்ரவரி மாதம் தமிழக சட்டமன்றத்தில் 2020-2021 பட்ஜெட் தாக்கல் செய்யும்போது அறிவித்தபடி, சிதம்பரத்தில் இயங்கும் இராஜா முத்தையா மருத்துவக் கல்லூரியை அரசே ஏற்று நடத்த ஆணையிட்டது. அதன்படி கடலூர் மாவட்ட தலைமை அரசு மருத்துவக் கல்லூரி மற்றும் மருத்துவமனை சிதம்பரம் எனப் பெயர் மாற்றம் செய்யப்பட்டது.

சிதம்பரம், அரசு மருத்துவக் கல்லூரியில் அனைத்து வகை சிறப்புப் பிரிவுகளும், 1,200 உயர்தர படுக்கை வசதிகள் பெற்று மருத்துவக் கல்லூரி மருத்துவமனையாகச் செயல்படுகிறது. அதிநவீன வசதிகளுடன் கூடிய 24 மணிநேர ஆய்வக மற்றும் கதிரிய இமேஜிங் சேவை டாப்ளர், அல்ட்ராசவுண்ட், மாமோகிராஃபி, டிஜிட்டல் எக்ஸ்- ரே, சி-ஆர்ம், சி.டி.ஸ்கேன், எம்.ஆர்.ஐ. போன்ற வசதிகளை இம்மருத்துவமனை கொண்டுள்ளது.

சிதம்பரம் மருத்துவக் கல்லூரியை அரசு தன் பொறுப்பில் ஏற்றுக்கொண்ட பிறகு, சிதம்பரம் அரசு காமராஜர் மருத்துவமனையைத் தற்போது மருத்துவக் கல்லூரியுடன் இணைத்துள்ளது.

தற்போது மருத்துவம் மற்றும் அறுவை சிகிச்சை (M.B.B.S.), பிசியோதெரபி (B.P.T.) ஆகிய இளங்கலைப் பட்டப் படிப்பிற்கான பாடப்பிரிவுகள் நடத்தப்படுகின்றன. அவ்வாறே முதுகலைப் பாடப்பிரிவுகள் (M.D.) 15 துறை வகைப் படிப்பும், ஐந்து (M.S.) துறை வகைப் படிப்பும், ஐந்து (M.B.D.) துறை வகைப் படிப்பும் படிக்க இக்கல்லூரியில் சிறப்பான வசதிகள் செய்யப்பட்டுள்ளன

அந்தச் செவப்புக் கட்டடத்த எப்பக் கட்டுனாங்கலாம்?

கடலூர் மாவட்டம் தொடங்கப்பட்ட ஆண்டு கி.பி.1801. அதன் முதல் மாவட்ட ஆட்சியர் கேப்டன் கிரகாம் (CAPTAIN GRAHAM).

மஞ்சக்குப்பத்தில் கட்டப்பட்டுள்ள ஆட்சியர் அலுவலகச் சிவப்புக் கட்டடம் கி. பி. 1895ஆம் ஆண்டு செப்டம்பரில் தொடங்கப்பெற்று, கி.பி.1896 ஜனவரியில் அடித்தள நினைவுக்கல் அமைக்கப்பட்டு (FOUNDATION STONE LAID), கி.பி.1897 நவம்பரில் கட்டடம் முழுமையாக முடிவுற்று பயன்பாட்டுக்கு வந்துள்ளது.

இக்காலகட்டத்தில் மாவட்டத்தில் பணியாற்றிய ஆட்சியர்கள் பெயர் - கி.பி.1804 A.E.CASTLESTUART STUART

கி.பி.1895 A.R.CUMMING

கி.பி. 1806 S.G.ROBERTS

கி.பி.1897 L.M.WYNCH

நூலகம்

ஒரு கோடி ரூபாய் கிடைத்தால் என்ன செய்வீர்கள் என்று கேட்டபோது, ஒரு நூலகம் கட்டுவேன் என்று பதிலளித்தாராம் மகாத்மா காந்தி.

தனிமைத்தீவில் தள்ளப்பட்டால் என்ன செய்வீர்கள் என்று கேட்டபோது, புத்தகங்களுடன் மகிழ்ச்சியாக வாழ்ந்துவிட்டு வருவேன் என்று பதிலளித்தாராம் ஜவகர்லால் நேரு.

மனிதனின் பெரிய கண்டுபிடிப்பு எது என்று வினவப்பட்டபோது, சற்றும் யோசிக்காமல் புத்தகம் என்று பதிலளித்தார் ஆல்பர்ட் ஐன்ஸ்டீன்.

நூல் வாசிப்பின் அவசியத்தை நாம் நன்கு உணர்ந்துள்ளோம். இதற்கு வயது வரம்பு கிடையாது, காலநேரம் கிடையாது, இவ்வளவுதான் வாசிக்கவேண்டும் என்ற எல்லைக் கட்டுப்பாடும் கிடையாது. அப்படி ஒரு நல்வாய்ப்பு வாசிப்புக்கு உண்டு. இலக்கியம், இலக்கணம், பாக்கள், கதைகள், நாடகங்கள், புதினம், அறிவியல் ஆய்வுக்கட்டுரைகள், அறிவியல் புதிய கண்டுபிடிப்புகள், வான்இயல், உலகஇயல், உலக வரலாறு, பொருளாதாரம், தத்துவம், ஆன்மிகம், புகழ்பெற்றோரின் தன்வரலாற்றுப் பதிவுகள், மருத்துவம், குழந்தை இலக்கியம் மற்றும் பல பொருள் தொடர்பான நூல்கள் உலகெங்கும் பல சான்றோர்களால் எழுதப்பட்டு மக்களின் வாசிப்பிற்காக நூலகங்களில் காத்துக்கிடக்கின்றன.

வாசிப்பின் சுவைக்கேற்ற அனைத்து நூல்களையும் விலை கொடுத்து வாங்கி, சேமித்து வைத்து, வாசிப்பது என்பது வசதியும், ஆர்வமும் உள்ளவர்களால் மட்டுமே இயலும். வாசிப்பில் ஆர்வமுள்ள மற்றவர்களுக்காகவும், பள்ளியில், கல்லூரியில் படிக்கும் மாணவர்களுக்காகவும், பட்டப் படிப்பு ஆராய்ச்சி மாணவர்களுக்காகவும் தமிழ்நாடு அரசு, அனைத்து வகை நூல்களைக் கொண்ட நூலகங்களை மாவட்ட தலைநகரங்களிலும் பிற ஊரகப்பகுதிகளிலும் பரவலாக அமைத்துள்ளன.

அவ்வகையில் கடலூர் மாவட்டத்தில் நூற்று நாற்பத்து இரண்டு (142) நூலகங்கள் சிறப்பாகச் செயல்படுகின்றன. கடலூர் மாவட்ட மைய நூலகம் 1952இல் தொடங்கப்பட்டு தற்போது அரசுக் கட்டடத்தில் சொர்க்கல்பட்டு பகுதியில் செயல்படுகிறது. எழுபத்தொரு (71) ஊர்களில் கிளை நூலகங்கள் இயங்குகின்றன.

கிராம நூலகம் என்னும் பெயரில் நாற்பத்து ஏழு (47) கிராமங்களில் நூலகங்கள் சிறப்பாக செயல்படுகின்றன. பகுதி

நேர நூலகமாக இருபத்து மூன்று (23) இடங்களில் நூலகங்கள் செயல்படுகின்றன.

மாவட்டத்திலுள்ள அனைத்து நூலகங்களிலும் சென்று வாசிப்போர் எண்ணிக்கை 23,98,127 என இருந்தாலும், நூலக உறுப்பினர்களாக மொத்தம் 1,97,531 பேர் மட்டுமே இருப்பது மிகக்குறைவான எண்ணிக்கையாகும். கடலூர் மாவட்ட அனைத்து நூலகத்திலும் மொத்தமாக 26,95,576 நூல்கள் இருப்பது நம் மாவட்டத்திற்கான நல்வாய்ப்பாகும். இந்த நல்வாய்ப்பைப் பயன்படுத்தி நூலகத்தில் உறுப்பினராகச் சேர்ந்து வாசிப்பின் பயனைப்பெற விழைகிறோம்.

வாசகர் வட்டம்-கடலூர்

வாசகர் வட்டம் என்பது வாசிப்பவர்கள் ஒன்றுகூடி தாம் வாசித்ததை மற்றவர்களிடம் பகிர்ந்து மகிழ்வது, மற்றவர்களை வாசிக்கத் தூண்டுவதற்கான அமைப்பாகும். இவ்வமைப்பு புதியது அல்ல; தொன்மையானது.

வாசகர் வட்டம் என்றதும், நூல் வாசிப்பதில் ஆர்வமுள்ளவர்களுக்கு திருநெல்வேலி இரசிகமணி டி.கே.சி.ஐயாவும், அவரின் வட்டத்தொட்டியும், அதில் கலந்துகொண்ட தமிழ்ச்சான்றோர்களும் நினைவில் வந்து மகிழ்வைக் கொடுப்பார்கள்.

அவ்வண்ணமே, கடலூர் வாசகர் வட்டம் என்றாலே முதலில் திரு.தங்க.சுதர்சனம் உருவம்தான் நினைவுக்கு வரும். அவரின் ஆழ்ந்த அக்கறையான ஈடுபாடும், செயலுந்தான் இதற்குக் காரணம். 2018ஆம் ஆண்டின், தமிழக அரசின் சிறந்த நூலக வாசகர் வட்ட விருதை கடலூர் மாவட்டம் பெற காரணியே இவர்தான்.

1994இல் தொடங்கப்பெற்ற கடலூர் வாசகர் வட்டம், வாசிப்பவர்களின் எண்ணிக்கையை உயர்த்தியதோடு மட்டுமன்றி, நூலகத்தின் தேவைகளை பூர்த்தி செய்வதிலும் கவனம் செலுத்துகிறது. 250 புரவலர்களைச் சேர்த்து, அவர்களிடமிருந்து பெற்ற ரூ.2,50,000 தொகையை நூலகத்தின் நிலையான வைப்பு நிதியில் வைத்திருப்பதே வாசகர் வட்டத்தின் உச்சப்பணி எனக் கருதலாம். வாசிப்பின் சுவையறிந்தவர்கள் நூலகத்தின் புரவலராகச் சேர முன்வரவேண்டும் எனக் கோருவோம். வாசிப்பு இசைவாகட்டும்.

நூலகத்திற்குத் தேவையான நாற்காலிகள், மின்விசிறிகள், ஒலிப்பெருக்கிச் சாதனம், நூல்கள் சாய்ந்திருக்கத் தோதான அடுக்குகள், வாசகர்களுக்கு நூல் வழங்க மேடை என வாசகர் வட்டத்தின் பணி தொடர்நிலையாக இருப்பதைக் காணலாம்.

அறுபதுக்கும் மேற்பட்ட நூல்கள் அறிமுகம் மற்றும் வெளியீடுகள், பட்டிமன்றம், பாட்டரங்கம், பாராட்டரங்கம், கருத்தரங்கம், வழக்காடு மன்றம் எனத் தமிழ் தழைக்க விழையும் உழைப்பு; அவற்றில் கலந்துகொண்ட தமிழ்ச்சான்றோர்கள் என விரியும் வாசகர் வட்டப் பணி மேலும் சிறக்க வாழ்த்துவோம்.

கம்பி வழியே மண்ணெண்ணெய் எப்படி ஊற்றுவார்கள்?

1960ஆம் ஆண்டு தொடக்கத்தில் பெண்ணாடம் நகரின் தெருக்களில் மின்கம்பங்கள் நடப்பட்டு, மின்கம்பிகள் இணைக்கப்பட்டபோது மக்கள் எதற்கு என அறியாமல் திகைத்தார்கள். மின்சாரம் மூலம் விளக்கு எரியும் என்பதையும் மக்கள் நம்பவில்லை.

மின்விளக்கை ஏற்றிவைக்கும் நிகழ்வுக்கு தமிழக அமைச்சர் மாண்புமிகு இராமையா மற்றும் பேரூராட்சித் தலைவர் மேடையில் இருந்தனர். பெண்ணாடம் நகர மக்களோடு, சுற்றியுள்ள கிராம மக்களும் அதிசயம் காண திரண்டிருந்தனர். இருள் கவ்வும் நேரம் அது; முதலில் விளக்கு ஏற்றிவிட்டு பிறகு பேசலாம் என அமைச்சர், மேடையிலிருந்து இறங்கி அருகில் உள்ள மின் கம்பத்தின் மின் பொத்தானை அழுத்தினார். அதுவரையில் அமைதி காத்த மக்கள், தெருவிளக்குகள் பளீரென்று ஒளிவெள்ளத்தை உமிழ்ந்தபோது, ஓ... ஓ... என்ற உற்சாகக் குரலோடு தத்தம் தெருக்களுக்கு ஓடிவிட்டனர். அத்துடன் விழாவும் முடிந்தது.

விடிய விடிய மக்கள் ஆரவாரத்தோடு தெருத்தெருவாகச் சுற்றி வந்தனர். விடிந்ததும் மின்விளக்கு நிறுத்தப்பட்டது. மக்களின் ஐயம் பன்மடங்கு பெருகி ஊரெங்கும் பரவியது. 1. கம்பியில் மண்ணெண்ணெய் எப்படி ஊற்றுவார்கள்? 2. இன்றும் அமைச்சர் வந்து விளக்கேற்றுவாரா? இதற்கான விடைகாண மக்கள் மாலைவரை ஆவலுடன் காத்திருந்தனர். மாலையில் இரவு வந்து படிந்தபோது மின்விளக்கு பளீரென வெளிச்சத்தை பாயவிட்டது கண்டு ஆர்ப்பரித்தார்கள். சில நாள்கள் வரை இக்காட்சி தொடர்ந்து பின் அடங்கியது.

தொழில் துறை

நெய்வேலி பழுப்பு நிலக்கரி சுரங்கம்

நெய்வேலி நிலக்கரி சுரங்கம் உருவானதே ஒரு சுவையான நிகழ்வாகும். 1934-ஆம் ஆண்டு, திருகண்டேஸ்வரம் கிராமத்தில் பிறந்த திரு. ஜம்புலிங்க முதலியார் நெய்வேலி அருகில் தனக்குச் சொந்தமான நிலத்தில் விவசாயத்துக்கு ஆழ்துளைக்கிணறு தோண்டும்போது, கருப்புநிற திரவப்பொருள் தண்ணீரோடு கலந்து வந்தது. அதிசயப்பட்டுப்போனவர், அன்றைய ஆங்கிலேய அரசின் புவியல் துறை கவனத்துக்கு அனுப்பி வைத்தார். அப்போதுதான் பழுப்புநிலக்கரி இருப்பது கண்டுபிடிக்கப்பட்டது. திரு.ஜம்புலிங்கம் கடலூர் நகரமன்றத் தலைவர், இரயில்வே வாரிய உறுப்பினர் போன்ற பதவிகளில் பல ஆண்டுகள் பணியாற்றியவர்.

நிலக்கரி குறித்த செய்தியை ஆங்கிலேயர்கள் அத்தோடு விட்டுவிட, இந்தியா விடுதலை பெற்றபின், முதல்வராக இருந்த காமராஜரின் கவனத்திற்கு நிலக்கரி பற்றிய தகவலை கொண்டுபோனார் ஜம்புலிங்கம். முதல் அமைச்சர் காமராஜர் இதை இந்திய பிரதமராக இருந்த ஜவஹர்லால் நேருவின் கவனத்திற்குக் கொண்டுசென்று தொடர் முயற்சியின் மூலம் நடுவண் அரசு மூலமாகவே நிலக்கரி சுரங்கம் அமைக்கப்பட்டது. இதற்காக தனக்குச் சொந்தமாக இருந்த 600 ஏக்கர் விவசாய நிலத்தை அரசுக்குத் தானமாக வழங்கினார் ஜம்புலிங்கம்.

அரசு நெய்வேலியைச் சுற்றிலும் உள்ள பகுதிகளில் ஆய்வு செய்து நிலத்தடியில் நிறைய நிலக்கரி படிவங்கள் இருப்பதை உறுதி செய்த பின் 1956இல் நிலக்கரியைத் தோண்டி எடுத்து மின்சாரம் தயாரிக்க என்.எல்.சி. நிறுவனம் அமைக்கப்பட்டது. இது ஒரு பொதுத்துறை நிறுவனமாகும். நெய்வேலி கிராமத்தில் முதன்முதலில் பழுப்பு நிலக்கரி கண்டுபிடிக்கப்பட்டதால், நிறுவனத்திற்கு நெய்வேலி பழுப்பு நிலக்கரி நிறுவனம் எனப் பெயர் சூட்டப்பட்டது. கடல்மட்டத்திலிருந்து 87 மீட்டர் (285 அடி) உயரத்தில் நிறுவனம் அமைந்துள்ளது.

வெளியேற்றப்பட்ட கிராமங்கள்

நிலக்கரி வெட்டியெடுக்கவும், என்.எல்.சி. நிறுவனத்தில் பணியாற்றும் தொழிலாளர்களுக்குக் குடியிருப்புகள் கட்டவும், அலுவலகங்கள் கட்டவும் கீழ்க்கண்ட கிராமங்கள் வெளியேற்றப்பட்டன.

1 வெள்ளையங்குப்பம்

2 பெருமாத்தூர்

3 வேலுடையான்பட்டு

4 கூரைப்பேட்டை (தாடிக்காரன் கூரைப்பேட்டை, வேதக்காரன் கூரைப்பேட்டை)

5 வெண்ணெய்குழி

6 தாண்டவங்குப்பம்

7 நெய்வேலி

8 கெங்கைகொண்டான்

9 பாப்பனம்பட்டு

10 வேப்பங்குறிச்சி

11 தெற்குவெள்ளூர்

12 வடக்குவெள்ளூர்

13 மூலக்குப்பம்

14 காரக்குப்பம்

15 ஆதண்டார்கொல்லை

16 மந்தாரக்குப்பம்

17 சாணாரப்பேட்டை

18 அத்திப்பட்டு

19 வினைசமட்டிக்குப்பம்

20 தெற்குமேலூர்

21 இளவரசம்பட்டு

22 விளாங்குளம்

23 நொடுத்தாங்குப்பம்

வெளியேற்றப்பட்ட கிராம மக்களுக்கு விருத்தாசலத்திற்கு வடக்கில் உள்ள விஜயமா நகரம் மற்றும் கிழக்கே உள்ள புதுகூரைப்பேட்டை கிராமத்தில் மனைகள் வழங்கப்பட்டன.

தொடக்க காலத்தில் ரஷ்ய நாட்டு அரசின் உதவியால் திறந்தவெளி சுரங்கம் அமைக்கப்பட்டு நிலக்கரி எடுக்கப்பட்டு, தற்போது இந்திய தொழில்நுட்ப வல்லுனர்களால் செயல்படுத்தப்படுகிறது.

இந்தியாவிலேயே மிப்பெரிய திறந்தவெளி நிலக்கரி சுரங்கம் இதுதான்.

இங்கு முதல் அனல்மின் நிலையம் 1962-ஆம் ஆண்டு ரஷ்ய நாட்டு தொழில்நுட்ப உதவியுடன் மின் உற்பத்தி தொடங்கியது. சுரங்கங்களில் வெட்டியெடுக்கப்படும் பழுப்பு நிலக்கரி கன்வேயர்பட்டைகள் மூலம் அனல்மின் நிலையங்களுக்குக் கொண்டு சென்று எரித்துக் கொதிகலங்களைக் கொதிக்க வைக்கப்படுகிறது. கொதிகலங்களில் உருவாகும் நீராவியால் உருளைகள் சுழற்றப்படும்போது கிடைக்கும் ஆற்றலைக்கொண்டு மின்சாரம் உற்பத்தி செய்யப்படுகிறது. பொதுவாக, வெப்ப ஆற்றலை வெளிப்படுத்தக்கூடிய பொருட்களை எரித்து அதனின்று வெளிப்படும் வெப்பத்தினால் நீராவி உறுபத்தி செய்து, அதனால் நீராவிச்சுழலியை இயக்கி அதனுடன் இணைக்கப்பட்டுள்ள ஜெனரேட்டரிலிருந்து மின்சக்தியை உற்பத்தி செய்கிறார்கள்.

இங்கு ஒருமணி நேரத்திற்கு 500 மெகாவாட் மின்சாரம் தயாரிக்கப்படுகிறது. தற்போது நெய்வேலியில் மூன்று சுரங்கங்கள் மூலம் ஆண்டுக்கு 2.85 கோடி டன் பழுப்பு நிலக்கரியை வெட்டியெடுத்து, நான்கு அனல்மின் நிலையங்கள் மூலம் மணிக்கு 28.90 லட்சம் யூனிட் மின் உற்பத்தி செய்யப்படுகிறது. மேலும் 1001.56 மெகாவாட் அளவிலான சூரிய ஒளி திட்டத்தையும், 51 மெகாவாட் அளவிலான காற்றாலை மின் திட்டத்தையும் இந்த நிறுவனம் செயல்படுத்தி வருகிறது. இங்கு உற்பத்தி செய்யப்படும் மின்சாரம், தமிழ்நாடு, புதுச்சேரி, கேரளா, கர்நாடகம், தெலுங்கானா, ஆந்திரா மற்றும் இராஜஸ்தான் மாநிலங்களின் பயன்பாட்டிற்கு அனுப்பப்படுகிறது.

இந் நிறுவனத்தில் 12,874 பேர் பணிபுரிகிறார்கள் (30-09-2019). ஆண்டு வருவாய் ரூ.8,672.84 கோடியாகவும் (2017), நிகர வருவாய் ரூ.2368.81 கோடியாகவும் (2017) உள்ளது.

மக்கள் தொகை 1,05,731 ஆகும். இந்நகரத்தில் 90.4% மக்கள் எழுத்தறிவு பெற்றிருக்கின்றனர்.

திருப்பாதிரிப்புலியூருக்கு இத்தனை பெயர்களா ?

கடைஞாழல், கன்னிவலம், கன்னிகாப்பு, பாடலபுரம், ஆதிமாநகர், உத்தாரபுரம், பாதிரிப்பதி, புலிசை. இத்தனை பெயர்களும் அடிநாளில் திருப்பாதிரிப்புலியூருக்கு வழங்கப்பெற்றிருந்தன.

மாவட்ட மண்ணின் மாமனிதர்கள்.

கடலூர் மாவட்ட மண்ணின் மாமனிதர்கள் வரிசையில், போற்றப்படும் திருநாவுக்கரசர் என்ற அப்பர் பெருமான், பண்ருட்டியை அடுத்த திருவாமூரில் பிறந்தவர். தேவாரத்தை தொகுத்து அளித்த நம்பியாண்டார் நம்பி, சிதம்பரத்தை அடுத்த திருநாரையூரில் பிறந்தவர். சந்தானக் குரவர்கள் எனப் போற்றப்படும் மறைஞான சம்பந்தர், மெய்கண்டார் பெண்ணாடத்திலும், உமாபதிசிவன் தில்லையிலும் பிறந்தவர்கள். கர்நாடக மற்றும் ஆந்திர மாநிலத்தில் அருள்பாலித்த இராகவேந்திர சுவாமிகள் அவதரித்தது சிதம்பரத்தை அடுத்த புவனகிரியில்.

திருவருட்பா இயற்றி, சன்மார்க்கத்தை வலியுறுத்திய ஆன்மிக சோதி வள்ளல் பெருமான் பிறந்தது மருதூர் கிராமம், வாழ்ந்தது வடலூர். கடவுளாக அறியப்படும் பாபாஜி பரங்கிப்பேட்டையிலும், வைணவ ஆச்சாரியர்களான ஸ்ரீநாதமுனிகள் மற்றும் அவரின் பெயரன் ஸ்ரீஆளவந்தாரும் வீரநாராயணபுரத்திலும் (காட்டுமன்னார்கோவில்), பிறந்தவர்கள். தமிழ்க் கல்லூரிகளையும், பள்ளிகளையும் நிறுவி தமிழுக்கும் சைவத்துக்கும் தொண்டாற்றிய ஞானியார் அடிகள் வாழ்ந்ததும் கடலூரில்தான்.

அருள்மிகு வடலூர் இராமலிங்க வள்ளலார்

உலகில் கோடிக்கணக்கான மக்கள் தோன்றுகின்றனர், வாழ்கின்றனர், மறைகின்றனர். அவர்களுள், 'தோன்றிற் புகழொடு தோன்றுக' என்னும் வள்ளுவர் வாய்மொழிப்படி புகழோடு தோன்றி வாழ்ந்தவர்கள் மிகச் சிலரேயாவர். மாபெரும் வணக்கத்திற்கு உரிய இயல்புகளும், சிறப்புக்களும் ஒருசேரப் பெற்றுத் திகழ்ந்தவர் வடலூர் வள்ளலார் எனப்படும் இராமலிங்க அடிகளாராவார். இவர் ஒரு வள்ளலாகவும்-சமயக்குரவராகவும் புலவராகவும் புரட்சியாளராகவும் மிளிர்ந்தார்.

கடலூர் மாவட்டம், சிதம்பரம் வட்டம், மருதூரில் கருணீகர் மரபில் இராமையா பிள்ளைக்கும்- சின்னம்மைக்கும் 5-10-1823 ஆம் நாள் பிறந்தார். இளமையிலேயே தந்தையை இழந்த இவர் தமையனார் ஆதரவில் இருந்து வந்தார். இவர் தமையனாருடன் சென்னையில் இருந்தபோது, சென்னை முத்தியாலுப்பேட்டையில் தமையனார் ஆற்றவிருந்த சொற்பொழிவிற்கு அவர் வரமுடியாமல் போகவே, அவருக்குப் பதில் இவர் சென்று சிறந்த முறையில் சொற்பொழிவாற்றினார். அதிலிருந்து இராமலிங்கர் புகழ் எங்கும் பரவத்தொடங்கியது. பின்னர் இவர் சென்னையிலிருந்து சிதம்பரம் வந்து தங்கினார். தில்லைப் பெருமான்பால் அளவிலா பேரன்பு பூண்டு, சிதம்பரத்தில் தங்கி நடராஜப் பெருமானை நாள்தோறும் வழிபட்டமையால் சிதம்பரம் இராமலிங்கம் எனவும் அழைக்கப் பெற்றார்.

இராமலிங்கர் பலரது வேண்டுகோளின்படி தனக்கோட்டியம்மையார் என்பவரை மணந்துகொள்ளினும், புளியம்பழமும் ஓடும்போல் இல்லறத் துறவியாகவே இருந்து வந்தார். இராமலிங்கர் எல்லா வகை உயிரினங்களிடத்தும் பேரன்பும் பேரிரக்கமும் கொண்டிருந்தார். உலகத்தை, ஜாதி சமய வேறுபாடற்ற ஒன்றிய ஒரே சமுதாயமாக மாற்ற வேண்டுமென்று கனவு கண்டார்.

தம் கொள்கைகளை நிறைவேற்ற வடலூரில் சமரச சன்மார்க்க சங்கம்' *(1865)* நிறுவினார். 'சத்திய தர்மசாலை' *(1867)* அமைத்தார். 'சத்திய ஞானசபை' *(1872)* ஒன்றும் உருவாக்கினார். இம் மூன்று அறநிலையங்களை நிறுவி, 'ஒன்றே குலம், ஒருவனே தேவன்' எனும் திருமூலர் நெறியை வளர்த்த பெருமை வடலூர் இராமலிங்க வள்ளலார்க்குரிய தனிச்சிறப்பாகும். "கேழில் பரஞ்சோதி கேழில் பரங்கருணை" என மணிவாசகப் பெருமான் அருளிய திருவெம்பாவைத் தொடரை உளங்கொண்ட இராமலிங்கர், "அருட் பெருஞ்சோதி" என்னும் சமரச சுத்த சன்மார்க்க வழிபாட்டு மந்திரத்தை உருவாக்கினார்.

வடலூரில் இராமலிங்க அடிகளாரால் அமைக்கப்பட்டுள்ள, 'சத்திய ஞான சபை தாமரை வடிவில் எண்கோணமுடையதாய் புதிய முறையில் கண்ணையும், கருத்தையும் கவர்ந்து காட்சியளிக்கிறது. அதிலே அருளொளி வடிவினனான இறைவனை, ஏழு திரைகள் விலக்கி ஒளிக்காட்சியாயக் காணும் 'ஒளி வழிபாடு' நடைபெறுகிறது. பொதுவாக எல்லா திங்களிலும் வரும் பூச நாளிலும், சிறப்பாகத் தைப்பூச நாளிலும் அங்கே திருவிழா நடைபெறும்.

வடலூரில், 'சத்திய ஞானசபை அமைத்த வள்ளலார், அதற்கு அண்மையில் தெற்கே 5 கி.மீ. தொலைவிலுள்ள மேட்டுக்குப்பம் என்னும் ஊரிலேயே தங்கியிருந்தார். அங்கே அவர் தங்கியிருந்த மனைக்குச் சித்திவளாகம் என்பது பெயர். அஃது எளிய குடில் வடிவில் இன்றும் திகழ்கிறது. இராமலிங்க அடிகளார் தம் வாழ்நாளின் இறுதியில் (1874 ஆம் ஆண்டு) ஒருநாள் சித்தி வளாகத்தின் ஓர் அறைக்குள் புகுந்து காப்பிட்டுக்கொண்டதாகவும், பின்னர் வெளிவரவேயில்லை என்பதாகவும் சொல்லப்படுகிறது. மரணமிலா பெருவாழ்வு வாழலாம் கண்டீர்' என்று சாகாக் கலையை உலகிற்கு அறிவுறுத்திய அடிகளார் சாகாப் பெருநிலை எய்தினார்.

பசிப்பிணி நீக்கும் குறிக்கோளுடன் தொடங்கப்பட்ட 'சத்திய தர்மசாலை'யில் நூறு ஆண்டுகளுக்கு முன் வள்ளல் பெருமான் தன் திருக்கரத்தால் ஏற்றி வைத்த அடுப்பு இன்னும் பலரது பசிப்பிணியை அகற்றிக்கொண்டு வருகிறது. மக்கள் தொண்டையும் மகேசன் தொண்டையும் இணைத்த வள்ளலாரது லட்சியத்தின் அடையாளமே வடலூர் சத்திய சாலை.

திருவருட்பா

இராமலிங்க அடிகளாரின் மாணாக்கருள் ஒருவரான தொழுவூர் வேலாயுத முதலியார், அடிகளார் அருளியுள்ள பாடல்களையெல்லாம் 'திருவருட்பா' என்னும் பெயரில் தொகுத்துள்ளார். திருவருட்பா என்பதற்கு, இறைவன் திருவருளால் எழுந்த பாடல் - இறைவன் திருவருளைப் பற்றிய பாடல் என்றெல்லாம் பொருள் விளக்கம் கூறப்படுகிறது.

திருவருட்பா ஆறு திருமுறைகளாகப் பகுக்கப்பட்டுள்ளது. அருட்பாவில் இயல்தமிழ்ப் பாக்களோடு கீர்த்தனம், கண்ணி, கும்மி முதலிய இசைத்தமிழ்ப் பாக்களும் உள்ளன. பாடல்களேயன்றி, சீவகாருணிய ஒழுக்கம், மனுமுறை கண்ட வாசகம் முதலிய இனிய உரைநடைகளையும் அடிகளார் எழுதியுள்ளார். இராமலிங்க அடிகளாரையும் அவரது அருட்பாவையும் பற்றி அறியாத தமிழர் உலகில் இல்லை எனலாம்.

வள்ளலாரின் முதல் உரைநடைப் பதிப்பு, 'மனுமுறை கண்ட வாசகம்'. இஃது ஒரு புதினத்திற்குரிய அனைத்துக் கூறுகளையும் உள்ளடக்கியதாக உள்ளது. 1840ஆம் ஆண்டின் இப் படைப்புதான் தமிழின் முதல் வரலாற்றுப் புதினம் ஆகும்.

அருள்மிகு சுவாமி பாபாஜி

கடலூரிலிருந்து 38 கி.மீ. தூரத்திலும், பொங்கிப்பேட்டை சிதம்பரத்திலிருந்து 20 கி.மீ கடற்கரையை ஒட்டிய அழகிய நகரமான பரங்கிப்பேட்டை யில்தான் உலகப் புகழ்பெற்ற பாபாஜி பிறந்தார்.

முதல் நூற்றாண்டிலேயே கிரியா யோகி பாபாஜி அவர்கள் இங்கு தோன்றி வளர்ந்தார்கள். ரோகிணி நட்சத்திரத்தில் சுவேதநாதஐயங்காருக்கும், ஞானம்பிகைக்கும் 8 வது மகனாகப் பிறந்தவர் பாபாஜி. பாபாஜி தமிழ்க் கடவுளான முருகனின் அவதாரமாகக் கருதப்படுகிறார். பாபாஜி தனது இளம் பருவத்தில் பரங்கிப்பேட்டையில் சிவாலயமாக முன்பு இருந்த தற்போதைய முருகன் கோயிலில்தான் அடிக்கடி வந்து விளையாடுவாராம்.

அவருக்குப் பெற்றோர் வைத்த பெயர் நாகராஜ். ஒருமுறை அவர் கோயிலில் விளையாடிக் கொண்டிருந்தபோது சிலர் அவரைக் கடத்திச் சென்று வங்காளதேச தலைநகரான டாக்காவில் விற்றுவிட்டனர். அப்போது அங்கிருந்த வேத விற்பன்னர்கள் பாபாஜியை மீட்டு அவர்களோடு காசிக்கு அழைத்துச் சென்றுவிட்டனர். அங்கு வேதபாடசாலையில் சேர்ந்து பல வேதங்களைக் கற்று ஞானியானார்.

அவர் நினைவாக பாபாஜி கோயில் சுங்க அலுவலகத்துக்குப் பக்கத்தில் கட்டடப்பட்டுள்ளது. இதில் மக்கள் வந்து தியானம் செய்கின்றனர்.

ஊரும் பேரும் : உய்யக்கொண்டராவி

தில்லை சிற்றம்பலத்தின் ஒருசார் அடைபட்டு மறைந்திருந்த தேவாரத் திருப்பாசுரங்களைத் திருவருளாற் கண்டு வெளியிட்டு இராஜராஜசோழன் சைவத்திற்குப் பெருநலம் புரிந்தான். உலகம் ஈடேறும் வண்ணம் எழுந்த தேவாரத்தை எடுத்து வெளியிட்ட வேந்தனை உய்யக்கொண்டான் என்று உயர்ந்தோர் பாராட்டினர். இவ்விருதின் பெயரால் அமைந்த ஊரே 'உய்யக்கொண்டராவி". இவ்வூர் கம்மாபுரம் ஊராட்சி ஒன்றிய எல்லையில் அமைந்துள்ளது.

ஸ்ரீ இராகவேந்திர சுவாமிகள் புவனகிரி

திரு திம்மண்ணபட்டர் -கோபிகாம்பாள் தம்பதிக்கு, பெருமாள் வேங்கடாசலபதியின் அருளால் மூன்றாவதாக ஒரு பிள்ளை கடலூர் மாவட்டம் சிதம்பரம் அருகில் உள்ள புவனகிரியில் கி.பி. 1595 அல்லது 1598 அல்லது 1601இல் பிறந்தது. அவர்கள் அந்தக் குழந்தைக்கு வேங்கடநாதன் என்று பெயரிட்டனர்.

வேங்கடநாதர் மிகச்சிறு வயதிலிருந்தே நல்ல அறிவாற்றலுடன் திகழ்ந்தார். அவரது தந்தையின் மறைவிற்குப் பிறகு அவர் தன் அண்ணன் குருராயபட்டரிடம் வளர்ந்தார். அடிப்படைக் கல்வியை அவர் மைத்துனர் லட்சுமி நரசிம்மாச்சாரியாரிடம் மதுரையில் பயின்றார். மதுரையிலிருந்து திரும்பியவுடன் சரஸ்வதி என்பவரை மணந்தார். திருமணத்திற்குப் பிறகு கும்பகோணம் சென்று ஸ்ரீ சுசீந்திர தீர்த்தரிடம் துவைத வேதாந்தத்தையும் இலக்கியத்தையும் பயின்றார்.

சொற்பொழிவு ஆற்றுவதில் சிறந்தவரான அவர் பல அறிஞர்களுடன் விவாதங்களில் ஈடுபட்டு வெற்றியும் கண்டார். இசையில் நல்ல தேர்ச்சி பெற்றவராகவும், வீணை மீட்டுவதில் சிறந்தவராகவும் திகழ்ந்தார்.

வேங்கடநாதரின் குருவான ஸ்ரீசுசீந்தர தீர்த்தர் தனக்கடுத்து மத்வ மடத்திற்குப் பீடாதிபதியாக இருக்க தன் விருப்பத்தை வேங்கடநாதரிடம் தெரிவித்தார். குடும்ப சூழ்நிலை கருதி பீடாதிபதி பொறுப்பை ஏற்க முதலில் மறுத்தாலும் பின்னர் அப்பொறுப்பை ஏற்றுக்கொண்டார்.

வேங்கடநாதர், தஞ்சாவூரில் 1621ஆம் ஆண்டு துறவறம் ஏற்று சுசீந்திர மடத்தின் பீடாதிபதியாக **ஸ்ரீஇராகவேந்திர தீர்த்தராகப்** பொறுப்பேற்றார். இவர் வைணவ நெறியையும் மத்வர் நிலை நாட்டிய துவைத மதத்தையும் போதித்தவர். இவர் விஷ்ணு பக்தரான பிரகலாதரின் அவதாரமாகக் கருதப்படுகிறார்.

ஆந்திர மாநிலத்தில் துங்கபத்திரா நதிக்கரையில் உள்ள மாஞ்சாலி கிராமம் எனப்படும் மந்திராலயம் என்ற இடத்தில் உள்ள பிருந்தாவனத்தில் 1671ஆம் ஆண்டு ஸ்ரீ இராகவேந்திர சுவாமிகள் தன் பக்தர்களுக்காக மனம் நெகிழவைக்கும் ஓர் உரையை ஆற்றினார். உரையாற்றிய பிறகு பிரணவ மந்திரத்தை மனதிற்குள்

சொல்லிக்கொண்டு ஆழ்ந்த தியானத்தில் இருந்தார். ஒரு தருணத்தில் அவர் கையில் உருட்டிக்கொண்டிருந்த ஜபமாலை நின்றது. சமாதி நிலையை அடைந்த அந்த அறிகுறியைப் புரிந்துகொண்ட அவரின் சீடர்கள் அவரைச் சுற்றி பிருந்தாவனச் சுவர் எழுப்பினார்கள்.

சைவ சமயக் குரவர் நால்வர்

திருஞானசம்பந்தர், திருநாவுக்கரசர், சுந்தரர், மாணிக்கவாசகர் ஆகிய நான்கு சைவ சமயக் குரவர்களில் இருவர் தென் ஆர்க்காடு மாவட்டத்தில் தோன்றிய சான்றோர் ஆவர்.

திருநாவுக்கரசர் (அப்பர் பெருமான்)

கெடிலத்தின் வடகரையிலே உள்ள திருவாமூர் என்னும் ஊரில் புகழனார்க்கும் மாதினியார்க்கும் மகளாகத் தோன்றியவர் திலகவதியார். இவருடைய தம்பி மருள்நீக்கியார். மருள்நீக்கியார்தான் பின்பு திருநாவுக்கரசர் என்றும் அப்பர்பெருமான் என்றும் அழைக்கப்பெற்றவர். தமக்கையின் ஆதரவில் வளர்ந்து வந்த மருள்நீக்கியார் சமண சமயம் சார்ந்து, தருமசேனர் என்னும் பெயருடன் பாடலிபுத்திரத்தில் ஒருபெரிய சமணத் தலைவராய் விளங்கினமை, அவருடைய இயற்கைத் திறமைக்கு ஒரு பெரிய சான்றாகும்.

சமண சமயத்தினைச் சார்ந்திருந்தபோது வயிற்றுவலியால் வருந்தி துன்பப்பட்டார். பின்னர் தமைக்கையார் திலகவதியாரிடம் வந்து தன் துன்பத்தை எடுத்துரைத்தார். தமைக்கையார் தம்பியின் நெற்றியில் திருநீறு பூசி திருவதிகைச் சிவனை வணங்குவித்தார்.

நலம்பெற்ற திருநாவுக்கரசர் பெருமானை வழிபட்டு 'கூற்றாயினவாறு விலக்ககிலீர்' என்பது முதலாகவுள்ள தேவாரப் பதிகங்களைப் பாடித் திருப்புகலூரில் சித்திரை சதயநாளில் தமது 81வது அகவையில் முக்தி பெற்றார். சைவத் திருமுறைகள் பன்னிரண்டில் திருநாவுக்கரசர் அருளியவை 4,5,6ஆம் திருமுறைகள் ஆகும்.

சுந்தரர்: திருநாவலூரில் (தற்போது விழுப்புரம் மாவட்டம்) தோன்றி திருமணக் காலத்தில் வெண்ணை நல்லூர் அருட்டுறையிறையவரால் தடுத்தாட்கொள்ளப்பெற்று "பித்தா பிறைசூடி" முதலிய தேவாரத் திருப்பதிகங்களைப் பாடி தமது பதினெட்டாவது அகவையில்

முக்தி பெற்றார் (தேவாரத் திருப்பதிகங்களைப் பாடி சேரமான் பெருமானுடன் ஆடிச் சுவாதியில் திருக்கயிலாயத்தை அடைந்தார் எனும் வரலாறும் உண்டு). சைவத் திருமுறைகள் பன்னிரண்டில் சுந்தரர் அருளியது 7-ஆம் திருமுறை ஆகும்.

சந்தானக் குரவர் நால்வர்

சைவ சமயத்தின் சந்தானக் குரவர்கள் எனப் போற்றப்படும் நால்வரும் தென் ஆர்க்காடு மாவட்டத்தில் பிறந்தவர்கள். பெண்ணாடத்தில் மறைஞான சம்பந்தரும், மெய்கண்டாரும் பிறந்தனர். உமாபதி சிவாச்சாரியார் தில்லையிலும், அருணந்தி சிவாச்சாரியார் திருத்துறையூரிலும் பிறந்தனர்.

உமாபதி சிவாச்சாரியார்

தில்லையில், தில்லைவாழந்தணர் மரபில் தோன்றிய உமாபதி சிவாச்சாரியார், சைவ சமய சந்தானக் குரவருள் நாலாமவராகப் போற்றப் பெறுபவர். இவர் கோயில் புராணம், திருமுறை கண்ட புராணம், சேக்கிழார் புராணம் முதலிய இலக்கியங்களைப் படைத்தவர். தில்லைக்குக் கிழக்கே உள்ள கொற்றவன்குடியில் தங்கியிருந்த மாணவர் பலருக்கும் தீக்கை செய்து சிவநெறியைப் பரப்பியவர்.

மறைஞான சம்பந்தர்

பெண்ணாடத்தில் தோன்றிய மறைஞான சம்பந்தர், சிதம்பரத்தில் குமாரமடம் என்னும் ஒரு மடத்தை நிறுவி அங்கேயே தங்கியிருந்து, சிவதருமோத்தரம், சைவசமய நெறி முதலிய பல நூல்களை இயற்றி கூத்தப் பெருமான் திருவருளைப் பெற்றவர்.

திருமிகு நம்பியாண்டார்நம்பி

திருமிகு நம்பியாண்டார்நம்பி சிதம்பரத்தை அடுத்த திருநாரையூரில் ஆதிசைவக் குடும்பத்தில் பிறந்தவர். சிவபக்தர். திருஞானசம்பந்தர், திருநாவுக்கரசர், சுந்தரர் மூவரும் பாடிய திருப்பதிகங்களில் தமக்குத் தெரிந்த ஒருசில பதிகங்களையே சிவனடியார்கள் பாடக்கேட்டு நெஞ்சம் நெகிழ்ந்து உருகிய இராஜராஜனாகிய சோழமன்னன், மூவர் பாடிய இனிய திருப்பதிகங்கள் எல்லாவற்றையும் தேடிக்கண்டு ஒருசேரத் தொகுக்கும் முயற்சியில் ஈடுபட்டார்.

அந்நிலையில் மன்னர் நேரில் சென்று நம்பியாண்டார் நம்பியை வணங்கித் தன் விருப்பத்தைத் தெரிவித்தார். அவரும் மன்னனது விருப்பத்தினை மனதிற் கொண்டு பொல்லாப்பிள்ளையாரை இறைஞ்சி வேண்டினார். தில்லையில் கூத்தபிரான் திருநடஞ் செய்யும் பொன்னம்பலத்தின் அருகிலே தேவார ஆசிரியர்கள் மூவருடைய கைகளின் அடையாளமுள்ள அறையினுள்ளே தேவாரத் திருமுறைகள் வைத்துப் பூட்டப்பெற்றுள்ள செய்தியைப் பொல்லாப்பிள்ளையார் அறிவுறுத்தியருளினார். அதன்படி அந்த அறையைத் திறந்து, செல்லரிக்காமல் இருந்த எழுத்தோலைகளை எடுத்து அதைத் தொகுத்துத் தரும்படி வேண்டி நம்பியாண்டார் நம்பியிடம் கொடுத்தார்.

திருமிகு மாரிமுத்துப் புலவர்

தில்லையை அடுத்த தில்லைவிடங்கன் என்னும் ஊரில் வேளாளர் மரபில் தோன்றியவர்; முத்தமிழிலும் நிரம்பிய புலமை படைத்தவர்; தில்லைக் கூத்தப்பெருமான் பால் அளவிலா பேரன்பு உடையவர். தம் பிள்ளைகள் மூவரில் ஒருவருக்குச் சித்தப்பிரமை உண்டாகிய நிலையில், புலியூர் வெண்பா என்னும் பனுவலால் கூத்தப்பெருமானைப் போற்றி அந்நோயை நீக்கினார். ‘சிதம்பரேஸ்வரர் விறலிவிடு தூது,’ ‘புலியூர் நொண்டி நாடகம்’ என்பனவும் இவர் இயற்றியனவே.

வைணவ ஆச்சாரியார்கள்: ஸ்ரீமன்நாதமுனிகள்

ஸ்ரீமன்நாதமுனிகள் என நன்கு அறியப்பட்ட ஸ்ரீரங்கநாதமுனிகள் ஆவார். ஒரு வைணவ இறையியலாளர் ஆவார். அவர் நான்காயிர திவ்வியப் பிரபந்தத்தைச் சேகரித்து தொகுத்தளித்தவர். வைணவப் பெரியோர்கள் (ஆசாரியர்கள் பரம்பரை) வரிசையில் முதன்மையானவரான நாதமுனிகள் ஆவார்.

கி.பி.823ஆம் ஆண்டில் கடலூர் மாவட்டத்திலுள்ள வீரநாராயணபுரம் எனும் இன்றைய காட்டுமன்னார்கோவில் பகுதியில் அந்தணக் குடும்பம் ஒன்றில் அவதரித்தார்.

ஒரு முறை கன்னட நாட்டிலிருந்து வந்த வைணவர்கள் குருகூர்ச் சடகோபன் (நம்மாழ்வார்) பாடிய ஆயிரம் பாடல்களுள் தாமறிந்த பத்துப் பாடல்களை வீரநாராயணபுரம் பெருமாள் முன்பு பாடியது கேட்டது முதல்

மொத்தப் பாடல்களையும் அறிந்துகொள்ள அவாவுற்று நம்மாழ்வார் பிறந்த ஆழ்வார்திருநகரிக்கு வந்தார்.

ஆயிரம் பாடல்களைத் தேடிவந்த இவருக்கு மற்ற ஆழ்வார்கள் அனைவரும் பாடிய 3,776 பாடல்களும் கிடைத்தது. இப்பாடல்களை நாலாயிர திவ்வியப் பிரபந்தமாக நாதமுனிகள் தொகுத்தார்.

3,776 பாடல்களையும் ஆயிரம் ஆயிரமாய்ப் பிரித்த இவர் அவற்றுள் பண்ணுடன் பாடும்படி அமைந்த இசைப்பாக்களை மூன்று தொகுப்புகளாகவும், அல்லாத இயற்பாக்களைத் தனித்தொகுப்பாகவும் பிரித்தார். பாடல்களைத் தொகுத்ததோடு மட்டுமன்றி இப்பாடல்கள் காலத்தால் அழியாது இருக்கும் பொருட்டு, இப்பாடல்களைப் பண் மற்றும் தாளத்துடன் தனது மருமக்களுக்குக் கற்பித்தார். இவ்விருவரே மேலை அகத்து ஆழ்வான் என்றும் கீழைஅகத்து ஆழ்வான் என்னும் பெயர் பெற்றவர்கள். இவர்களின் வழிவந்தோரே இன்றைய அரையர்கள்.

நாதமுனிகள் தொகுத்த இத்திவ்வியப் பிரபந்தமே உலகின் அனைத்து மொழி பேசும் வைணவர்களுக்கும் ஆதாரமாகவும் தினப்படி வழிபாட்டிற்குமானதாக விளங்குகிறது. இவர் பெரியாழ்வார், மதுரகவியாழ்வார் ஆகியோர் பாடல்களுக்குத் தனியன்கள் பாடியுள்ளார் என்றும் சொல்லப்படுகிறது.

ஸ்ரீ ஆளவந்தார்

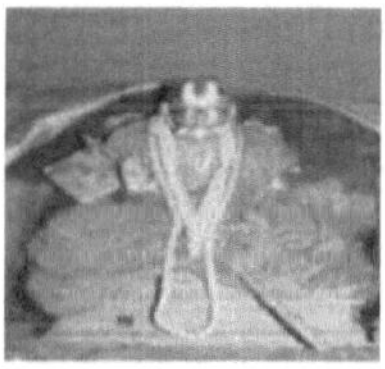

வைணவ ஆச்சாரியனாக ஆளவந்தார் பிரபந்தத்தை மீட்டெடுத்த ஸ்ரீநாதமுனிகளின் பேரனாக ஈசுரமுனிக்கு மகனாக வீரநாராயணபுரத்தில் (காட்டுமன்னார்கோவில்) கி.பி.912ஆம் ஆண்டு (கி.பி. 918 என்றும் கி.பி.976 என்றும் சொல்லப்படுகிறது) ஆடி மாதம் உத்திராட நட்சத்திரத்தில் பிறந்தார்.

ஸ்ரீநாதமுனிகளின் சீடரான மணக்கால் நம்பிகளால் யமுனைத்துறைவன் என இவருக்குப் பெயர் சூட்டப்பட்டது. மணக்கால் நம்பிக்குப் பிறகு ஆசாரிய பட்டம் பெற்றவர் ஸ்ரீ ஆளவந்தார். ஸ்ரீஇராமானுஜரின் முதன்மை குரு இவர் என்பதும், திருமலையில் திருவேங்கடவனுக்குண்டான பூமாலைகளைச் சேர்த்து வைக்கும் இடம் இவருடைய பெயரைக்கொண்டே இன்றும் யமுனைத்துறை என்று அழைக்கப்பட்டு வருகிறது என்பதும் இவரின் சிறப்பாகும்.

ஒரு சொற்போரில் வென்று அரசகுலத்தில் சேர்த்துக் கொள்ளப்பட்டபோதுதான் இவருக்கு ஆளவந்தார் என்ற பெயர் ஏற்பட்டது. அரசராக ஆட்சி செய்யும்போதுதான் தன் குரு மணக்கால் நம்பியின் தூண்டுதலால் அரச பதவியைத் துறந்து திருவரங்கத்திற்கு வந்து துறவியானார். குரு மணக்கால் நம்பி தன்னிடம் ஒப்படைத்த திருவரங்கச் சொத்தைப் பின்னர் காக்க வல்லவர் ஸ்ரீஇராமனுஜர் என உணர்ந்தார்.

யமுனாச்சாரியாரின் (ஆளவந்தார்) வைணவத் தத்துவங்களைக் கற்பதற்காகவே இரண்டாண்டுகள் தவமிருந்தார் ஸ்ரீஇராமானுஜர். யமுனாச்சாரியார்தான் தன் முதல் சீடன் இராமானுஜரைத் தனக்குப் பிறகு ஆச்சாரியப் பதவிக்கு வரவேண்டியவர் என உலகுக்குக் காட்டியவர்.

திருவரங்கத்தில் தொண்டாற்றும் காலத்தில் தமது முடிவு நாள் நெருங்கும்போது தமது மாணவர் பெரிய நம்பியை அனுப்பி இராமானுஜரை அழைத்துவரச் சொன்னார் ஸ்ரீ ஆளவந்தார். ஆனால் ஸ்ரீராமானுஜர் வருவதற்கு முன்னர் ஸ்ரீ ஆளவந்தார் திருவரங்கத்தில் திருநாடு எழுந்தருளினார். (காலமானார் என்பதை திருநாடு சென்றார் என்று கூறுவது வைணவ வழக்கு).

மாவட்டத்தில் பௌத்த சமயம் 1

நடுநாட்டில் கி.பி. ஆறாம் நூற்றாண்டுக்கு முன்புவரை பௌத்த சமயம் உச்சம் பெற்றிருந்தது. இக்காலத்தில் கடலூர் மாவட்டத்தில் பௌத்தம் நிறைவுடன் இருந்திருக்கிறது.

திருப்பாதிரிப்புலியூர், திருச்சோபுரம், திருமாணிக்குழி, திருவதிகை, பெண்ணாடம், இராஜேந்திரப்பட்டணம் ஆகிய ஊர்களில் பௌத்த சமயம் முக்கிய சமயமாக விளங்கியுள்ளது.

மாவட்டத்தில் பௌத்த சமயம் 2

கடலூர் மாவட்டம் பெண்ணாடத்தில்(கடந்தை) கி.பி. ஏழாம் நூற்றாண்டுக்கு முன்பு புத்த சமயத்தினர் வாழ்ந்துள்ளனர். பெண்ணாடத்தில் இரண்டு புத்தர் சிற்பங்கள் இருந்தன. அவற்றில் ஒன்று சென்னை அருங்காட்சியகத்தில் உள்ளது. மற்றொன்று பெண்ணாடம் புத்தர் தெருவில் உள்ளது.

புத்தர் தெரு என்னும் பெயரைக்கொண்டும், இவ்வூர் புத்தர் சிற்பங்களைக் கொண்டும் இங்கு புத்தவிகாரம் இருந்துள்ளது என்பது தெளிவாகிறது.

தமிழ் வளர்த்த ஞானியாரடிகள்

திருப்பாதிரிப்புலியூர் ஸ்ரீமத் ஞானியார் மடாலய ஐந்தாம் குருநாதர் ஸ்ரீலஸ்ரீ சிவசண்முக மெய்ஞ்ஞான சிவாச்சாரிய சுவாமிகள் வரலாறு.

தமிழ்நாட்டில் சைவமும் தமிழும் தழைத்து ஓங்குவதற்கு சைவசமய ஆதீனங்களும் மடாலயங்களும் அரும்பணிகள் புரிந்துள்ளன. ஆதீனங்கள் மற்றும் மடாலயங்களின் தலைமைக் குருமூர்த்திகளாக அருளாட்சி நடத்துகிறவர்கள், யாவர்க்கும் இறையுணர்வு ஊட்டுவதோடு, சமயச்சார்பான சங்கங்கள் அமைப்பதிலும், தமிழ்மொழியின் வளர்ச்சிக்காகப் பலவகையிலும் தொண்டாற்றுவதிலும் ஆர்வம் உடையவர்களாக விளங்குகிறார்கள்.

அவர்கள் பலருள்ளும் தனிச்சிறப்பும் உயர்மதிப்பும் பெற்றவர் திருப்பாதிரிப்புலியூர் ஞானியார் அடிகள் ஆவார். திருக்கோவிலூர் ஆதீனம், திருப்பாதிரிப்புலியூர் ஞானியார் மடாலயத்தில் ஐந்தாவது குருமூர்த்திகளாகப் பொறுப்பேற்று அருள்ஆட்சி புரிந்தவர் ஸ்ரீலஸ்ரீ சிவசண்முக மெய்ஞ்ஞான சிவாச்சாரிய சுவாமிகள். அவர்கள் சிவத்திரு ஞானியாரடிகள் என்ற சிறப்புப் பெயரும் பெற்றிருந்தார்கள். அவர்களது வாழ்வு தமிழின் வாழ்வு, அவர்களது வளம் சைவத்தின் வளம் எனத் திகழும் தன்மையில், ஐம்பத்து மூன்று ஆண்டுகள் கோலோச்சியவர்கள் ஞானியாரடிகள்.

கும்பகோணம் அடுத்த 3 கி.மீ. தொலைவிலுள்ள திருநாகேஸ்வரம் என்னும் ஊரில், வீரசைவக் குடும்பத்தவருக்கெல்லாம் இவர் அண்ணாமலை. இவரின் துணைவியார் பார்வதியம்மை. இவ்விருவரும் இறையன்பு தோய்ந்த செம்மனமுடையவர்கள். இவர்கள் திருப்பாதிரிப்புலியூர் ஸ்ரீமத் ஞானியார் மடாலய குருமூர்த்திகளைக் குருவாகக் கொண்டதனால் அடிக்கடி வந்து குருவின் திருவடிகண்டு மனத்தெளிவு பெற்றுச்செல்வர். இவ்இணையர் கலி 4973, ஸ்ரீமுக ஆண்டு வைகாசி மாதம் 4 ஆம் நாள் (17-05-1873) வியாழக்கிழமை ஆண் மகவொன்றினை பெற்றெடுத்தார்கள்.

பழநியுறை பரமகுரு அவர்களுக்கு வழிபாட்டுக் கடவுள் என்பதினால் குழந்தைக்கு ‘பழநி எனப் பெயர் சூட்டினர்.

அண்ணாமலை பார்வதியம்மை இருவரும் தம் மகனை ஸ்ரீமத் ஞானியார் மடாலயத்தில், நான்காம் குருமூர்த்தியின் ஆணைப்படி குருபாதத்தில் சேர்ப்பித்தார்கள். அன்று முதல் திருப்பாதிரிப்புலியூர் மடாலயத்திலேயே குழந்தை வளர்ந்தது. பெற்றோர் சில காலம் குருநாதர் ஆணைப்படியே திருப்பாதிரிப்புலியூர் மடாலயத்தில் தங்கியிருந்தனர். பழநி என்ற பிள்ளை சிறு பருவத்திலேயே வீரசைவ சமயதீட்சை பெற்று, நியமம் தவிராமல் கடமைகளைச் செய்து வந்தார். நாள்தோறும் நியமந் தவிராது ஒழுகி பள்ளியிற் பயின்றதோடன்றி, முன் கற்ற தெலுங்குமொழி நூல்களையும் தம் குருநாதர் கற்பித்த வடமொழி நூல்களையும் பயின்றார்கள். பதினாறு வயதளவில் தெலுங்கு, தமிழ், ஆங்கிலம், வடமொழிகளை அறிந்திருந்ததேயன்றி தம் குருநாதரிடம் சித்தாந்த சாத்திர நூல்களையும் பயின்றிருந்தார்.

பதினாறு வயது நிரம்பி பதினேழாம் வயது நடந்துகொண்டிருந்த காலத்திலே, மடாலயத்து நான்காம் குருமூர்த்திகள்-ஸ்ரீலஸ்ரீ சிவசண்முக பரமசிவ மெய்ஞ்ஞான சிவாச்சாரிய சுவாமிகள் தம் திருக்கரத்தாலேயே நம்அடிகளார்க்கு (பழநி) சந்நியாச தீட்சை செய்துவைத்தார் (20-11-1889). ஆச்சாரியபிஷேகமும் செய்வித்து முறைப்படி உபதேசம் செய்துவைத்தார்.

அருளாட்சியேற்ற நாள்முதல் சந்நியாச முறைக்குரிய உறுதிமொழிகளிலிருந்து ஒருக்காலும் வழுவினாரல்லர். தமக்குக் கல்வியறிவு வாய்த்ததெங்ஙனமோ, அங்ஙனமே பிறர்க்கும் வாய்க்க வேண்டுமென்ற பேரவா அடிகளாரிடம் காணப்பட்டது. வாய்ப்பினை உண்டாக்கிக் கொடுப்பது, கற்றவர் கடமை என்பது அவரது கருத்தாகும்.

அடிகளார் தமது உறுதிமொழிப்படி எங்குச் சென்றாலும் சிவிகையில்தான் சென்று வருவார். சிவிகையில் செல்வதினால் காலதாமதம் ஏற்படுகிறது; சூழ்நிலைக்கேற்ப சில மரபுகளை மாற்றிக்கொள்வதில் தவறில்லை எனத் திரு.வி.கல்யாணசுந்தர முதலியார் கோரிக்கை வைத்தார். முன்னோர் கைக்கொண்ட முறைகளைப் பின்பற்றியே வந்துள்ளோம். அதனை மாற்றி நடந்தால், உள்ளத்தாற் பொய்யாதொழுகல் என்ற மறைமொழி கற்ற பயன் என்னாவது என்று தெளிவுபடுத்தினார்.

ஞானியாரடிகள் பலப் பல நிகழ்ச்சிகளுக்கும் சிவிகையிலேயேச் சென்று வநதுள்ளார்கள். சென்னைக்கும் பலமுறை சென்று திரும்பியதுண்டு. அதனால் வழியில் உள்ள சிறு கிராமங்களும் அடிகளைக் காணவும், அவர்களிடம் அன்பு கொள்ளவும்

வாய்ப்புகள் கிட்டின. சிற்சில கிராமங்களில் மக்கள் அடிகளாரின் சொற்பொழிவைக் கேட்டு இன்புறும் பேற்றினைப் பெறவும் முடிந்தது. நாடெங்கும் சிவிகையூர்ந்தே சென்று வந்தார்கள்.

ஞானியாரடிகள் இராமேஸ்வரம் சென்றபோது, பாம்பன் இரயில்வே பாலம் வழியாக மேனாவுடன் (சிவிகை) செல்லவும் மீண்டும் வரவும் சிறப்பு அனுமதி வழங்கப்பெற்று, சில நாட்கள் தங்கி, தனுஷ்கோடி துறைகளிலும் நீராடி மீளவும் திரும்பினார்கள். 1936இல் கொங்குநாடு சென்று திரும்பியபோது, முதல்முறை உடன்சென்று தொண்டு புரிந்தவர்கள் வண்டிப்பாளையம் புலவர்கள் திரு.அ.நடேசமுதலியார், திரு. ந.ஆறுமுக முதலியார் இருவரும் ஆவர்.

தமிழ் வளர்த்த வரலாறு

ஞானியாரடிகளின் ஆலோசனையின் படிதான் பாலவநத்தம் ஜமீன்தாரர் ஆன பாண்டித்துரைத் தேவரும், அவர் சகோதரர் பாஸ்கர சேதுபதியும் மதுரையில் தமிழ்ச்சங்கம் 24-5-1901 இல் நிறுவினார்கள். அதன் தொடர்ச்சியாக சேதுபதி கலாசாலை அமைக்கப்பட்டது. அங்குத் தமிழ் கற்க வந்த மாணவர்களுக்கு உணவும், உறைவிடமும் இலவசமாகவே வழங்கப்பெற்றன. 'செந்தமிழ்' எனும் மாத இதழும் சங்கத்தின் சார்பில் வெளிவரத்தொடங்கியது.

அப்போதெல்லாம் தமிழ்க்கல்லூரி கிடையாது. திருவையாற்றிலே வடமொழிக்கல்லூரி இருந்தது. இக்கல்லூரிக்கு ஞானியாரடிகள் சென்றபோது, இங்குத் தமிழும் பயிற்றுவிக்க வேண்டும் என்ற கருத்து அவர்கள் உள்ளத்தில் முகிழ்ந்தது.

பின்னர், கல்லூரி தொடர்புடையவர்களிடம் இதுபற்றிக் கலந்து பேசி தம் கருத்தை உறுதி செய்தார். அவரின் கருத்தை ஏற்ற கல்லூரி நிர்வாகத்தினர் அடுத்த ஆண்டிலேயே அக்கல்லூரியில் தமிழ் பயில்வதற்கெனப் பத்து மாணவர்களுக்கு இடம் ஒதுக்கினார்கள். வடமொழிக் கல்லூரி என இருந்த அது, 'அரசுக் கல்லூரி' எனப் பெயரும் மாற்றப்பெற்றது.

திரு.த.வே.உமாமகேஸ்வரம்பிள்ளையவர்கள் தமிழ்ப்பற்று மிக்கவர். அவர்தம் முயற்சியால் 'கரந்தைத் தமிழ்ச்சங்கம்' 1911 இல் தோற்றுவித்தார். அச்சங்கம் வெள்ளிவிழாக் கொண்டாடிய 1938 ஏப்ரலில் 'புலவர் கல்லூரி' ஒன்று அடிகளாரின் திருக்கரங்களாலேயே தொடங்கிவைக்கப்பட்டது.

தம் நேர்ப் பார்வையில் 1917 முதல் தொடங்கி நடத்தப்பெற்ற ஸ்ரீபாடலேஸ்வரர் தரும பாடசாலையை கல்லூரி வரை உயரத்த

வேண்டும் என எண்ணம் கொண்டார். இதனைக் கருத்தில்கொண்ட மயிலம் பொம்மபுர ஆதீனம் 18ஆம் பட்டத்துச் சிவஞானபாலய சுவாமிகள் மயிலத்தில் தமிழ்க்கல்லூரியை 14-7-1938இல் தோற்றுவித்தார்கள். அவர்களைப் பின்பற்றி பிற திருமடங்களும் தமிழ்க் கல்லூரிகளைத் தோற்றுவித்தன.

ஞானியார் சுவாமிகள் எப்பாலவரையும் மாணவர்களாக ஏற்றார்கள். இவரிடம் பயின்ற பலர் அறிஞர்களாக மிளிர்ந்தனர். ஸ்ரீபாடலேஸ்வரர் தரும பாடசாலையில் பயின்று பின் வித்துவான் பட்டம் பெற்றவர்கள் திரு.ந.ஆறுமுகமுதலியார், திரு.அ.நடேசமுதலியார்,திரு. பாலசுப்பிரமணிய தேசிகர் ஆவர். ஞானியாரடிகளிடம் பாடம்கேட்டுப் பயின்ற எத்தனையோ மாணவர்களில் ஒருவரான ஆராய்ச்சி அறிஞர் முனைவர் திரு. சுந்தர சண்முகனார், அடிகளாரின் வாழ்க்கை வரலாற்றினை எழுதியிருக்கிறார்.

ஞானியாரடிகள் தமிழையும், சைவத்தையும் பரப்புவதற்காக தொடர்ந்து பல சொற்பொழிவுகள் நிகழ்த்தியிருக்கிறார்கள். விரும்பி வந்தோர்க்கெல்லாம் தமிழ்மொழியை போதித்தார்கள். அதற்கென வாணி விலாச சபை', 'ஞானியார் மாணவர்க் கழகம்' என்ற சங்கத்தை அமைத்தார்கள். துறவறநெறி நின்றோரும், நிற்க சாதனை புரிந்தோரும்கூட அடிகளாரை அணுகிக் கல்வி பயின்றனர்.

கிராமக் கோயில்களில் உயிர்கள் பலியிடப்பெறுவதை அறவே விட்டுவிட வேண்டும் என்று அடிகளார் வலியுறுத்தி வந்தார்கள். தமிழ்மொழிப் பற்றும், சமயப்பற்றும் கொண்டு வாழும் அன்பர்களிடம், அவர்கள் யாராயினும், எம்மதத்தைச் சார்ந்தவராக இருந்தாலும், அன்பும் பரிவும் காட்டத் தயங்கியதேயில்லை. அதற்காக எழுந்த பிறரது கண்டனைக் கணைகளை மகிழ்ச்சியோடு ஏற்றுக்கொண்டார்.

அடிகளார் புதுவை கலைமகள் கழகத்தினர் அழைப்பை ஏற்று அங்குச் சென்றபோது, கத்தோலிக்க கிறிஸ்தவ குடும்பத்தைச் சேர்ந்த சின்னையா ஞானப்பிரகாச முதலியார் விரும்பி அழைத்ததனால் 'மங்களவாசம்' எனும் அவர் மாளிகைக்குச் சென்றார்கள். முதலியார் அன்போடும் பரிவோடும் கேட்டுக்கொண்டதற்கு இணங்கி 'சீதா கல்யாணம்' என்ற சிறப்பான சொற்பொழிவு ஒன்றை நிகழ்த்தினார்கள்.

அக்காலத்தில், சென்னை சைவசிந்தாந்த மகாசமாசத்தின் தலைவராக அஷ்டாவதானம் பூவை கலியாணசுந்தர முதலியார் இருந்தார். ஞானியாரடிகள் கிறிஸ்தவர் இருப்பிடம் சென்ற

நிகழ்ச்சியைக் கண்டித்து, சமாசத் தலைவர் பதவியை வேண்டாம் என்று எழுதிக்கொடுத்து விட்டார். செய்தியறிந்த அடிகள் அவருக்காக அனுதாபப்பட்டார்கள். “என்னே அறியாமை; பிற மதத்தை இகழாமலும், தம் மதத்தில் திண்மையான பற்றும் கொண்டிருப்பதொன்றோ ஒவ்வொருவர் கடமையாகும்” என்று கூறினார்.

புதுவை, பங்காரு பக்தரென்பார், அடிகளாரிடம் மிகுந்த அன்பு பூண்டு ஒழுகியவர். அவர் ஞானியாரடிகளை அழைத்துச் சென்று அவரது தலைமையில்(1911) புதுவையில் ‘கலைமகள் கழகம்’ எனும் அமைப்பைத் தொடங்கினார். அக்கழகத்தில் சுப்பிரமணிய பாரதியார், வ.வே.சுப்பிரமணிய ஐயர் முதலியோரும்கூட உறுப்பினராக இருந்தனர். அக்கழகத்தின் சார்பில் 1913 இல் ‘கலைமகள்’ என்ற மாத இதழ் தொடங்கினர். அதன் முதல் இதழுக்குச் சுவாமிகள் சிறப்பாக ஆசியருளி எழுதியிருந்தார். அந்த கலைமகள் இதழே இன்றும் சென்னையிலிருந்து வெளிவந்துகொண்டிருக்கிறது.

ஞானியாரடிகள் சாதிசமய பேதம் கருதாது, எல்லா மதத்தினருக்கும் கல்வி பயிற்றுவித்து வந்தார்கள். திருமால் குறித்தும், ராமாயணம் பற்றியும்,பாரதம் பற்றியும் மிகச்சிறப்பான முறையில் சொற்பொழிவு நிகழ்த்தினார்கள். ஒரு சமயம், திருமங்கை ஆழ்வாரால் பாடப்பெற்ற திருவந்தியபுரத்திற்கு நம் சுவாமிகள் சென்றபோது, அத்தலத்து வைணவர்கள் வேண்டுகோளுக்கிணங்க திருப்பாவை முதல் பாட்டின் விளக்க உரையை வைணவ பரிபாஷையில் நீண்ட நேரம் சொற்பொழிவாற்றிப் பாராட்டப்பட்டுள்ளார். அடிகளார் முருகப் பெருமானிடம் அளவிலா பக்தியுடையவர். முருகா, முருகா என்றே அவர் நா இயம்பிக்கொண்டிருக்கும்.

பாண்டித்துரைத் தேவர், பாஸ்கரசேதுபதி, வழக்கறிஞர் த.வே.உமாமகேஸ்வரம்பிள்ளை, தமிழ்த்தென்றல் திரு.வி.க., டி.கே.சிதம்பரநாத முதலியார், பண்டிதமணி கதிரேசம் செட்டியார், மறைமலையடிகளார், ந.மு. வேங்கடசாமி நாட்டார், உலகநாதம்பிள்ளை, பெரியார் ஈ.வே. இராமசாமி நாயக்கர், சர். பி.டி. ராஜன், டி.எம்.நாராயணசாமிபிள்ளை, யாழ்ப்பாணம் நடேசபிள்ளை, தெ.பொ.மீனாட்சிசுந்தரம்பிள்ளை, நாவலர் சோமசுந்தர பாரதியார், ஔவை துரைசாமிபிள்ளை, ‘கல்கி’ ஆசிரியர் நா.கிருஷ்ணமூர்த்தி (கல்கி) போன்ற அறிஞர் பெருமக்கள் ஞானியாரடிகளின் சொற்பொழிவை விரும்பிக் கேட்டு மகிழ்வார்கள். அடிகளாரிடம் தொடர்ந்து தொடர்பில் இருந்தார்கள்.

கடலூர் துறைமுக நகரில் வடலூர் இராமலிங்க சுவாமிகளால் அமைக்கப்பெற்ற 'சன்மார்க்க சபை', கரையேறவிட்டகுப்பம் என்ற வண்டிப்பாளையத்தில் அந்நாளில் இருந்த, 'பால பக்த சனசபை', திருப்பாதிரிப்புலியூரில் இயங்கிய 'சரஸ்வதி விலாச சபை', உத்திரமேரூர் 'சைவ சித்தாந்த சபை', செங்கல்பட்டு 'சமயாபிவிருத்தி சங்கம்' தூத்துக்குடி 'சைவ சித்தாந்த சபை', கண்டாச்சிபுரம் 'தமிழ்ச் சங்கம்' முதலியன சுவாமிகள் தலைமையில் விழாக்களைக் கொண்டாடியதுண்டு.

திருப்பாதிரிப்புலியூர் ஸ்ரீமத் ஞானியார் மடாலயத்தில் 'சைவ சித்தாந்த மகா சமாஜம்' என்ற பெயருடன் நிகழ்ச்சிகளுக்குத் தாமே தலைவராக இருந்து (7-7-1905) தொடங்கி வைத்தார்கள். அதற்கு சிதம்பரம் நாவலர் பாடசாலை - சதாசிவம் பிள்ளையவர்கள் தலைவராகவும், பண்டிதர் நாகை வேதாசலம் பிள்ளை (மறைமலையடிகள்) செயலாளராகவும் செயல்பட்டனர். சமாச மாநாடுகள் சென்னை, காஞ்சீபுரம், வேலூர், கடலூர் துறைமுக நகர் ஆகிய நகர்களில் அடிகளார் தலைமையில் நடைபெற்றன. சமாஜத்தின் முப்பத்தாறாம் ஆண்டு விழாவினை திரிசிரபுரத்தில் நடத்துவதென முடிவெடுத்து 1941 டிசம்பர் 25ஆம் நாள் தொடங்கி மூன்று நாள்கள் திரிசிரபுரத்தில் செவ்வனே நடைபெற்றது. அதுவே சுவாமிகள் சமாஜத்திற்குச் செய்த பணிகளுள் இறுதிப் பணியாகும்.

காங்கிரசைவிட்டு விலகி, சுயமரியாதை இயக்கம் தொடங்கிய பெரியார் ஈ.வே. இராமசாமி அவர்கள் பகுத்தறிவுப் பிரச்சாரத்துக்காக 'குடி அரசு' 'இதழ் அலுவலகத்தைத் திறந்துவைக்க ஞானியாரடிகளை அழைத்தார். அவ்வண்ணமே 1925இல் 'குடியரசு' அலுவலகத்தைத் திறந்துவைத்த ஞானியாரடிகளின் உரையின் ஒரு பகுதி' "நமது நாட்டில் பத்திரிகைகள் இருந்தும், 'குடி அரசு' போன்ற கருத்துடைய பத்திரிகை வேறொன்றுமில்லை. நமது நாட்டில் உயர்வு, தாழ்வு என்ற ஆணவம் மிகுந்திருக்கிறது. சமத்துவம் என்ற உணர்ச்சி எங்கும் பரவவேண்டும். 'குடிஅரசு' வின் கருத்தும் அதுவேயென நான் அறிந்துகொண்டேன். சமயத்தில் இருக்கும் கேட்டை முதலில் அழிக்க வேண்டும். இவை 'குடி அரசி'ன் முதல் கொள்கையாக விளங்க வேண்டும். இப்பத்திகையில் ஸ்ரீமான் நாயக்கருக்கு எவ்வளவு சிரத்தை உண்டோ, அவ்வளவு எனக்கும் உண்டு"

அந்நிகழ்வில் தந்தை பெரியாரின் உரை, "இப் பத்திரிகை, சிவ சண்முக மெய்ஞ்ஞான சிவாச்சாரிய சுவாமி என்னும் ஞானியார் சுவாமிகளால் ஆரம்பித்து வைக்கப்பட்டது. அநேகப் பத்திரிகைகள்

நமது நாட்டில் இருந்தாலும் அவை தங்கள் மனச்சாட்சிக்கு உண்மையென்று பட்டதைத் தெரிவிக்க அஞ்சுகின்றன. மற்ற பத்திரிகையைப்போல் இல்லாமல் மனத்தில் பட்டதை தைரியமாய் பொது ஜனங்களுக்கு உள்ளது உள்ளபடி தெரிவிக்க வேண்டும் என்பது என் அபிப்பிராயம்."

இயற்கை எய்தினார்

*31-01-1942*இல் தைப்பூச நன்னாளில் பழனி சென்று அருள்மிகு முருகனை வழிபட்டு, பின்னர் சைவ சித்தாந்த சபையின் ஆண்டு விழாவில் சொற்பொழிவாற்றினார். ஒரு திருமண விழாவிற்கு முன்னிலையேற்க அன்று இரவே பழனியிலிருந்து திருச்சி செல்லும் வழியில் ஆய்க்குடி அருகே சிந்தலவாடன்பட்டி என்ற ஊரில் *01-02-1942* அதிகாலை அவருக்கு உடல்நிலை சீர்கெட்டது. அப்போதே அவர் தமிழன்னையையும், தமிழ் அன்பர்களையும், சமய நம்பிக்கை கொண்டவர்களையும் கண்கலங்க வைத்துவிட்டு தமது வாழ்க்கைப் பயணத்தை வழி நடைப்பயணத்திலேயே முடித்துக் கொண்டவர்போல் இயற்கை எய்தினார்.

பின்னர் ஒட்டன்சத்திரம் வரை சிவிகையிலேயே திருமேனி கொண்டுசெல்லப்பட்டது. அங்கிருந்து மோட்டார்காரில் திருச்சி வழியாக *01-02-1942* ஞாயிறு இரவு திருப்பாதிரிப்புலியூர் மடத்தை அடைந்தது. திருமேனிக்குப் பலவகை பூசனைகள் நடத்தப்பெற்று, பின்னர் திருமேனி, புலவர்பாளையம், பண்டிதர்பாளையம் என்னும் புனைப்பெயர் பெற்றதும், அப்பரடிகள் கரையேறிய இடமும் ஆகிய வண்டிப்பாளையம் என்னும் ஊரைச் சார்ந்துள்ள அடக்கத்(சமாதி) தோட்டத்திற்கு அன்பர்களால் ஏந்திச் சிவிகையில் கொண்டுசெல்லப்பட்டு, ஞானியாரடிகளார் அடக்கம் செய்யப்பட்டார். அந்த ஞானஞாயிறு மீண்டும் தோன்ற வேண்டுவோம்.

பெரும்பாலான சைவ மடங்கள் மற்றும் வைணவ மடங்கள் இருந்த இடத்திலேயே அதிகாரத்தை செலுத்திக்கொண்டே வரவு-செலவு பார்த்த காலகட்டத்தில் சிவிகையூர்ந்து சமய நல்லிணக்கத்தோடு தமிழ்ப்பணியாற்றிய ஒரே துறவி ஞானியாரடிகள் ஆவார். 19ஆம் நூற்றாண்டுக்கும் 20ஆம் நூற்றாண்டுக்கும் இடையில் வாழ்ந்த ஞானியாரடிகள் தமிழ்த் தேசியத்துக்கு ஒரு முன்வரவை ஏற்படுத்தி தந்த துறவியாவார்.

ஞானியாரடிகள் ஒரு பெருந்தவயோகி; வீரசைவர்; நற்றமிழ் நற்றொண்டினர்; நாவீறு படைத்த சொற்பொழிவாளர்; நல்ல வண்ணம் எல்லோரும் வாழப்பாடுபட்டவர்; திருவாயால் சண்முகா... சண்முகா... எனவே உச்சரித்தவர், கல்விக்கண் திறந்தவர், அறச்சாலைகள், சபைகள் நிறுவினர்; எல்லாற்றையும்விட உயர்ந்த அனுபூதிமான்; நாயன்மார்களோடு ஒப்பநோக்கும் தகுதி வாய்ந்தவர்.

கடலூர் மாவட்டத்திற்குப் பெருமை சேர்த்த ஞானியாரடிகளின் புகழ் ஓங்குக. தொடர்க அவர் தம் தொண்டு.

அரசியல் முனைப்பில் பெரியவர்கள்

திவான் பகதூர் சுப்பராயலு ரெட்டியார்

திரு.சுப்பராயலு ரெட்டியார், கடலூர் மாவட்டம், கடலூர் ஒன்றியம் மலையபெருமாள்அகரம் என்னும் சிற்றூரில் 1855ஆம் ஆண்டு அக்டோபர் 15ஆம் நாள் பிறந்தார். இவரது தாய்மொழி தெலுங்கு. இருப்பினும் தமிழ்மொழி பற்றுக்கொண்டவர். செல்வச் செழிப்பு மிக்க வேளாண் குடும்பத்தில் பிறந்தவர்.

சென்னை மாநிலக் கல்லூரியில் இளங்கலைப் பட்டம் பெற்றார். பின்னர் இங்கிலாந்து சென்று சட்டப் படிப்பு படித்தார். படிப்பு முடிந்து இங்கிலாந்திலிருந்து திரும்பியவுடன் மாவட்ட அரசியலில் ஈடுபட்டார். அரசியல் பங்களிப்பால் திரு.சுப்பராலு ரெட்டியார் 1912 ஆம் ஆண்டு கடலூர் தாலுகா போர்டு தலைவரானார். பின்னர் மேலும் வளர்ச்சி பெற்று 1917 ஆம் ஆண்டு கடலூர் மாவட்ட போர்டுக்கு (நாட்டாண்மைக் கழகம்) தலைவரானார்.

தொடக்க காலத்தில் இந்திய தேசியக் காங்கிரஸ் உறுப்பினராக இருந்த அவர் 1916ஆம் ஆண்டு காங்கிரஸைவிட்டு விலகினார். பின்னர் திரு.தியாகராய செட்டி, திரு.டி.எம். நாயர் ஆகியோர் தொடங்கிய நீதிக்கட்சியில் இணைந்தார். வகுப்புவாரி இடஒதுக்கீடு கோரி சென்னை ஆளுநர் வில்லிங்டன் பிரபுவுடன் பேச்சுவார்த்தை நடத்த நியமிக்கப்பட்ட நீதிக்கட்சிக் குழுவில் இடம் பெற்றிருந்தார்.

1919ஆம் ஆண்டு சட்டப்படி இந்தியாவில் நடுவண் அரசிலும், மாநில அரசிலும் இரட்டை ஆட்சிமுறை அறிமுகப்படுத்தப்பட்டது. இவ்வாட்சி முறையில், சட்டம், நிதி, உள்துறை முதலிய முக்கிய துறைகள் பிரிட்டிஷ் ஆளுநரின் நிர்வாகக் குழுவின் நேரடிக்

கட்டுப்பாட்டிலும், கல்வி, சுகாதாரம், உள்ளாட்சி, வேளாண்மை, தொழில் துறை முதலிய துறைகள் மக்களால் தேர்ந்தெடுக்கப்பட்ட அரசவையின் கட்டுப்பாட்டில் இயங்கின.

இம்முறையின்படி, சென்னை மாகாண சட்டமன்றத்திற்கு நவம்பர் 1920இல் முதல் தேர்தல் நடத்தப்பட்டது. நீதிக்கட்சி பெருவாரியான இடங்களில் வெற்றி பெற்றது.

ஆளுநரின் அழைப்புக்கிணங்க, நீதிக்கட்சித் தலைவர் திரு. தியாகராய செட்டி, திவான் பகதூர் சுப்பராயலு ரெட்டியாரை முதலமைச்சர் பதவிக்குப் பரிந்துரை செய்தார். அதன்படி 1920ஆம் ஆண்டு டிசம்பர் 17இல் திவான்பகதூர் சுப்பராயலு ரெட்டியார் சென்னை மாகாணத்தின் முதல் முதலமைச்சரானார்.

முதலமைச்சர் பொறுப்போடு, கல்வி, சுங்கம், பொதுப்பணிகள் ஆகிய துறைகளையும் தம் பொறுப்பில் எடுத்துக்கொண்டார். இவரது அமைச்சரவையில் பனகல் அரசர் திரு. இராமராயநிங்கர் (உள்ளாட்சித் துறை) திரு.கூர்ம வெங்கடரெட்டி நாயுடு(வளர்ச்சித் துறை), ஆகியோர் இடம்பெற்றனர்.

திவான் பகதூர் சுப்பராயலு ரெட்டியார் முதலமைச்சராகப் பொறுப்பேற்ற ஏழு மாதகாலத்திற்குள் உடல்நலக்குறைவு காரணமாக 1921ஆம் ஆண்டு சூலை 11ஆம் நாள் அன்று தனது முதல்வர் பதவியை இராஜினாமா செய்தார். உடல் நலிவுற்ற நிலையிலேயே 1921ஆம் ஆண்டு நவம்பர் மாதம் தனது 66வது அகவையில் காலமானார்.

இவரின் நினைவாக மஞ்சைநகர் பெருந்திடலின் மேற்குப்புறத்தில் "சுப்பராயலு ரெட்டியார் பூங்கா" அழகுடனும் பெருமையுடனும் கட்டியம் கூறிக்கொண்டிருக்கிறது.

ஊரும் பேரும் : மும்முடிசோழன்

இராஜராஜசோழனின் இயற்பெயர் அருண்மொழித்தேவன். இவர் சேரமன்னனையும், பாண்டியனையும் வென்று அடக்கி, மூன்று தமிழ்நாட்டையும் ஒரு குடைகீழ் அமைத்தபோது மும்முடிசோழன் என்னும் பெயருக்கு உரியனாயினர். இவ்விருதின் பெயரில் அமைந்த ஊரே 'மும்முடிசோழன்". இவ்வூர் கம்மாபுரம் ஊராட்சி ஒன்றிய எல்லையில் அமைந்துள்ளது.

சுவாமி சகஜானந்தா – சிதம்பரம்

சுவாமி சகஜானந்தா ஓர் ஆன்மிகவாதி, சமூக சேகவர், மற்றும் தமிழக அரசியல்வாதியும் ஆவார். சட்ட மேலவை நியமன உறுப்பினராகவும், சட்டமன்றத் தொகுதி உறுப்பினராகவும் பல ஆண்டுகாலம் சிறப்பாகச் செயலாற்றியவர்.

ஆரணிக்கு அருகில் உள்ள மேல்புதுப்பாக்கம் என்ற கிராமத்தில் திரு.அண்ணாமலை - அலமேலு இணையருக்கு 27-01-1890 அன்று பிறந்தவர். இவருக்குப் பெற்றோர் சூட்டிய பெயர் முனுசாமி. இவர் தம் கிராமத்துப் பள்ளியிலேயே தொடக்கக் கல்வியை பயின்றார். உயர்நிலைக் கல்விக்காகத் திண்டிவனம் பள்ளியில் சேரும்போது அவருக்கு சிகாமணி எனப் பெயர் சூட்டப்பட்டது. கிறிஸ்துவர்கள் நடத்திய அப்பள்ளியில் படிக்கும்போது, கிறிஸ்தவ மதத்திற்கு மாற்ற அங்கிருந்த பாதிரிமார்கள் முயன்றபோது, அதற்கு எதிர்ப்புத் தெரிவித்து தனது பள்ளிப்படிப்பை பாதியிலேயே நிறுத்திவிட்டு ஊர் திரும்பினார்.

பிழைப்புக்காகத் தன் பெற்றோருடன் கர்நாடகத்திலுள்ள கோலார் தங்கவயலுக்குச் சென்றிருந்தபோது, தனது 17வது வயதில், தான் ஒரு சன்னியாசி ஆகப்போவதாகப் பெற்றோரிடம் தெரிவித்துவிட்டு, பல்வேறு ஊர்களிலும் அலைந்து திரிந்து பல ஆன்மிகவாதிகளைச் சந்தித்து அவர்களிடம் மத சம்பந்தமான கல்வியைப்பெற்றார்.

இறுதியாக, சென்னை வியாசர்பாடியில் இருந்த கரபாத்திர சுவாமிகளைச் சந்தித்தபோது, அவர் சிகாமணி என்ற பெயரை மாற்றம் செய்து சகஜானந்தா எனப் பெயர் சூட்டினார். பின்னர் சிதம்பரத்திற்குச் சென்று அங்கே நந்தனின் வாரிசாக வாழ்ந்து கொண்டிருக்கும் ஒடுக்கப்பட்ட மக்களுக்குச் சேவை செய்யுமாறு அறிவுறுத்தி அனுப்பிவைத்தார் எனக் கூறப்படுவதுண்டு.

ஆனால் திரு.அ.முருகேசம்பிள்ளை அவர்கள் 1910ஆம் ஆண்டு, சிதம்பரம் தரிசனத்திற்குத் தம்மோடு அழைத்துக்கொண்டு சென்று சிதம்பரத்தில் திருநாளைப்போவார் (நந்தனார்) தீயில் மூழ்கிய ஓமக்குளத்தின் கரையிலுள்ள சத்திரத்திற்கு அழைத்துக்கொண்டுபோய் காண்பித்து ஈண்டிருந்து ஏழைப் பஞ்சமர்கட்கு நன்மை செய்வது நலமெனத் தெரிவித்ததாக சுவாமி சகஜானந்தா தெரிவித்துள்ளார்.

நந்தனை தனது முன்னோடியாக எடுத்துக்கொண்ட சகஜானந்தா, நந்தனின் பெயரில் மடம் ஒன்றையும், கல்விச்சாலை ஒன்றையும் ஏற்படுத்த முடிவெடுத்து 1916ஆம் ஆண்டு ஜூலை மாதம் ஏழாம் நாள் நந்தனார் கல்விக் கழகத்தை நிறுவினார். இக்கல்விச்சாலையில் 25 மாணவர்கள் சேர்ந்திருந்தார்கள். அது ஒரு கூரைக்கொட்டகையில் செயல்பட்டது. பின்னர் கட்டடம் கட்ட நிலம்பெற பலகட்ட தடங்கலுக்குப் பிறகு, மாவட்ட ஆட்சியரை அணுகி தேவையான நிலம் பெற்றார். மேலும் திரு.இராஜகோபாலாச்சாரியார் முதலமைச்சராக இருந்த போது 52 ஏக்கர் அரசு நிலத்தை இக் கல்விச்சாலைக்கு அளித்துள்ளார்.

1926 மற்றும் 1934ஆம் ஆண்டுகளில் காந்தியடிகள் நந்தனார் பள்ளிக்கு வந்து பார்வையிட்டதால், பள்ளி குறித்தான தகவல்கள் வெளியுலகத்திற்குத் தெரியவந்தது.

சுவாமி சகஜானந்தா அவர்கள் 1926ஆம் ஆண்டு முதல் 1932ஆம் ஆண்டுவரை சென்னை மாகாண சட்டமேலவையில் நியமன உறுப்பினராகச் செயல்பட்டார். பின்னர் மீண்டும் 1936 முதல் 1947 ஆம் ஆண்டுவரை மேலவை உறுப்பினராக நியமிக்கப்பட்டுச் சேவையாற்றினார்.

இந்தியநாடு விடுதலை பெற்றபிறகு 1947இல் சுவாமி அவர்கள் சட்டப்பேரவை உறுப்பினரானார். 1947லிருந்து அவர் காலமாகும் வரை (1-5-1959) சட்டப்பேரவை உறுப்பினராக இருந்து பட்டியலின மக்களுக்குச் சேவையாற்றினார். நற்பெயர் பெற்ற சுவாமி சகஜானந்தா, வேட்பாளராக இருக்கும் வரை தி.மு.க., அவரை எதிர்த்து வேட்பாளரை நிறுத்தாது என அறிஞர் அண்ணா கூறினார்.

மேலவை மற்றும் பேரவை உறுப்பினராக இருந்தபோது சுவாமி சகஜானந்தா அவர்கள் ஒடுக்கப்பட்ட மக்களின் கல்விக்காகத் தொடர்ந்து குரல் எழுப்பி வந்திருக்கிறார். இடஒதுக்கீடு போன்ற பிரச்னைகள் மட்டுமல்லாது வன்கொடுமைகள் குறித்தும் அரசின் கவனத்திற்குக் கொண்டுசென்றிருக்கிறார் சுவாமி. பள்ளிக்கூடங்கள் ஆதிதிராவிடர் வசிக்கும் பகுதியில் கட்டவேண்டும் என்ற

கோரிக்கையை எழுப்பினார். மாகாண வருவாயில் ஐந்தில் ஒரு பங்கு பட்டியலின மக்களின் நலன்சார்ந்து செலவிடவேண்டும் என்றும் நீதிபதிகள் நியமனத்தில் இடஒதுக்கீடு வேண்டும் என்றும் அவர் விடுத்த கோரிக்கைகள் மகத்தானவை.

சுவாமி சகஜானந்தா ஒரு ஆன்மிகவாதி மட்டுமல்லாமல், தமிழில் சிறந்த புலமை பெற்றவர். சமஸ்கிருதத்திலும் அவருக்கு நல்ல பயிற்சி இருந்தது. வ.உ.சி. எழுதிய நூலுக்குச் சுவாமி அவர்கள் சிறப்புப் பாயிரம் அளித்துள்ளார். வ.உ.சி. மறைந்தபோது, அவரது குடும்பத்திற்காக சுவாமி அவர்களே முன்னின்று நிதி திரட்டி அளித்தார் என்பது குறிப்பிடத்தக்கதாகும்.

ஆன்மிகமும், கல்வியும்தான் தாழ்த்தப்பட்ட மக்களை ஈடேற்றும் என சுவாமிகள் நம்பினார். அதன்படி செயல்பட்டார். ஒடுக்கப்பட்ட மக்களின் மேம்பாட்டிற்காகவே உழைத்த சுவாமி சகஜானந்தா *1-5-1959* இல் காலமானார். இவரின் தியாகத்தையும், கல்விப் பணியின் சிறப்பையும் கொண்டாடும் விதமாக தமிழ்நாடு அரசு சுவாமி சகஜானந்தா பிறந்த நாளை அரசு விழாவாக நடத்த 2020இல் ஆணையிட்டுள்ளது.

நம்ம ஊருக்கு ரயிலு எப்ப வந்திச்சி?

தென்னக தொடர்வண்டித் துறையின் முதன்மை வழி எனப்படும் சென்னை, விழுப்புரம்-மயிலாடுதுறை-திருச்சி தொடர் வண்டிப்பாதையில் கடலூர் உள்ளது. இப்பாதையில் பயணிகளின் போக்குவரத்துக்காக 1877ஆம் ஆண்டு முதல் தொடர்வண்டி விடப்பட்டது.

திரு.எஸ்.எஸ். இராமசாமி படையாச்சியார்.-கடலூர்

மணிமண்டபம்

சிவசிதம்பர இராமசாமி படையாச்சி (எஸ்.எஸ். இராமசாமி படையாச்சி), கடலூர் சான்றோர்பாளையத்தில் 16-09-1918 அன்று பிறந்தவர். இவர் ஒரு தமிழக அரசியல்வாதியும், இந்திய சுதந்திரப் போராட்ட வீரரும் ஆவார். தமிழக அமைச்சரவையில் உறுப்பினராகவும், இந்திய மக்களவை உறுப்பினராகவும் இருந்தவர். இவரது பெயராலேயே விழுப்புரம் மாவட்டம் முன்பு அழைக்கப்பட்டது.

அரசியல் வாழ்க்கை

1951இல் வன்னிய குல சத்திரிய சங்கம் எனும் ஒரு ஜாதி மாநாட்டைக் கூட்டி வன்னியர்களுக்காக ஒரு மாநிலம் தழுவிய கட்சியினை உருவாக்க முயற்சி நடந்தது. ஆனால் தலைவர்களுக்குள் இருந்த கருத்து வேறுபாடால் இம்முயற்சி வெற்றிபெறவில்லை. மாறாக, வடஆற்காடு மற்றும் செங்கல்பட்டு மாவட்டங்களில் செல்வாக்குப் பெற்றிருந்த திரு எம் ஏ மாணிக்கவேலு நாயக்கர் காமன்வீல் கட்சியினைத் தொடங்கினார். தென் ஆர்க்காடு மற்றும் சேலம் மாவட்ட வன்னியர்கள் இராமசாமி படையாச்சியின் தலைமையில் தமிழ்நாடு உழைப்பாளர் கட்சி என்ற கட்சியைத் தொடங்கினர். இரு கட்சிகளும் 1952ஆம் ஆண்டு சட்ட மன்றத் தேர்தலில் திராவிட முன்னேற்றக் கழகத்தின் ஆதரவுடன் போட்டியிட்டன. இத்தேர்தலில் தி.மு.க. நேரடியாகப் போட்டியிடவில்லை. மாறாக, திராவிடநாடு கோரிக்கையைப்பற்றி சட்டமன்றத்தில் பேசுவோம் என்று உறுதியளித்து ஒப்பந்தத்தில் கையெழுத்திட்ட கட்சிகளுக்கும், சுயேச்சை வேட்பாளர்களுக்கும் ஆதரவளித்தது. அவ்வாறு உறுதியளித்துப் போட்டியிட்ட கட்சிகளுள் தமிழ்நாடு உழைப்பாளர் கட்சியும் ஒன்று.

திரு.எஸ்.எஸ். இராமசாமி படையாச்சி உட்பட 19 உழைப்பாளர் கட்சி வேட்பாளர்கள் 1952 தேர்தலில் வெற்றி பெற்று சட்டமன்றத்திற்குத் தேர்ந்தெடுக்கப்பட்டனர். இக்கட்சி வேட்பாளர்கள் மக்களவைக்கான தேர்தலில் நான்கு இடங்களில் வென்றனர். தொடக்கத்தில் திரு.த. பிரகாசம் தலைமையிலான எதிர்க்கட்சிக் கூட்டணிக்கு காமன்வீல் கட்சி ஆதரவளித்தது. தேர்தலில் எக்கட்சிக்கும் பெரும்பான்மை கிட்டவில்லை யெனினும் தனிப்பெரும் கட்சியான காங்கிரஸ்க்கு ஆட்சியமைக்க வாய்ப்புக்கொடுக்கப்பட்டு திரு.சி.இராஜகோபாலாச்சாரி (இராஜாசி) முதலமைச்சரானார். அவர் தனது பெரும்பான்மையை நிரூபிக்க எதிர்க்கட்சிக் கூட்டணியை உடைத்துப் பல கட்சிகளை தம் பக்கம் இழுத்தார். அவ்வாறு இழுக்கப்பட்ட கட்சிகளுள் ஒன்று உழைப்பாளர் கட்சி. அரசுக்கு இராமசாமி படையாச்சி வெளியிலிருந்து ஆதரவளித்தார். 1954இல் காமராஜர் முதல்வரான பின்னர் இராமசாமி படையாச்சி அவரது அமைச்சரவையில் உள்ளாட்சித்துறை அமைச்சராக 1954 முதல் 1957 வரை பணியாற்றினார். 1954இல் அவர் தன் உழைப்பாளர் கட்சியைக் காங்கிரசுடன் இணைத்துவிட்டார்.

1962 சட்டமன்றத் தேர்தல் அறிவிக்கப்பட்டபோது காங்கிரசிலிருந்து விலகிய இராமசாமிபடையாச்சி மீண்டும் தமிழ்நாடு உழைப்பாளர் கட்சியை உருவாக்கினார். தேர்தலில் திரு.சி.இராஜகோபாலாச்சாரியின் சுதந்திராக் கட்சியுடன் கூட்டணி அமைத்துப் போட்டியிட்டார். அவர் உட்பட இக்கட்சியின் அனைத்து வேட்பாளர்களும் தோல்வியடைந்தனர். சிறிது காலத்திற்குப் பின்னர் தம் கட்சியை மீண்டும் கலைத்துவிட்டு இந்திய தேசியக் காங்கிரசில் இணைந்துவிட்டார்.

1980 மற்றும் 1984 பொதுத்தேர்தல்களில் காங்கிரஸ் கட்சியின் சார்பாக திண்டிவனம் மக்களவைத் தொகுதியில் போட்டியிட்டு இந்திய நாடாளுமன்ற உறுப்பினராகத் தேர்ந்தெடுக்கப்பட்டார். உடல்நலக்குறைவால் தனது 73வது அகவையில் 03-04-1992 இல் இயற்கை எய்தினார்.

கடலூரில் இரயில் பாதை அமைக்க, பேருந்து நிலையம் அமைக்க, மருத்துவமனை அமைக்க, அரசு தொழிற்பயிற்சி நிறுவனம் அமைக்க கோடிக்கணக்கான ரூபாய் பெறுமானம் உள்ள தனது நிலத்தை அரசுக்குத் தானமாக வழங்கியிருக்கிறார்

இவரின் உருவச்சிலை சென்னை கிண்டி ஹால்டா சாலை சந்திப்பில் அமைக்கப்பட்டுள்ளது. மேலும் இவருக்கு பெருமை சேர்க்கும் வகையில் இவரின் உருவப்படம் தமிழ்நாடு சட்டப்பேரவை

மண்டபத்தில் வைக்கப்பட்டுள்ளது. சுதந்திர போராட்ட வீரர் திரு. எஸ்.எஸ். இராமசாமி படையாச்சியின் பிறந்த நாள் அரசு விழாவாகக் கொண்டாடப்படும் என அரசு அறிவித்துள்ளதோடு, அவருக்கான ஒரு மணிமண்டபத்தையும் மஞ்சக்குப்பம் பெருந்திடலில் (25-11-2019) அமைத்துள்ளது.

திரு. சாமிக்கண்ணுபடையாச்சி - கானூர்

தாழ்த்தப்பட்ட, பிற்படுத்தப்பட்ட மக்களுக்கு வேலை வாய்ப்பில் இடஒதுக்கீடு வழங்குவதற்காக போராடிய தலைவர்கள் மத்தியில், தனது பதவி அதிகாரத்தைப் பயன்படுத்தி இடஒதுக்கீட்டை நடைமுறைப்படுத்திக்காட்டியவரே கானூர் சாமிக்கண்ணு படையாச்சி.

1891ஆம் ஆண்டு சின்னத்தம்பி-சிவகாமி இணையருக்கு மகனாகப் பிறந்தவர். இவரின் சொந்த ஊர் உடையார்பாளையம் அருகிலுள்ள வாரியங்காவல் ஆகும். இவரது தந்தை காலத்தில் கடலூர் மாவட்டம், சேத்தியாத்தோப்புக்கு அருகிலுள்ள கானூர் கிராமத்திற்கு இடம் பெயர்ந்தனர். சாமிக்கண்ணு தேவங்குடியிலுள்ள தாய்மாமன் வீட்டில் தங்கி விளாகம் பள்ளியில் தொடக்கக்கல்வி பயின்றபோது அங்கு காலரா நோய் பரவியதால், படிப்பை நிறுத்திவிட்டு கானூருக்கு வந்துவிட்டார். அதன்பிறகு அவர் படிக்கவேயில்லை.

நல்ல உயரம், அகன்ற நெற்றி, கூர்மையான கண்கள், சாதிக்கத் துடிக்கும் சமுதாயக் கண்ணோட்டம் இவைதாம் இவரை மெல்ல மெல்ல கானூர் மட்டுமன்று சுற்றுப்பட்டுக் கிராம மக்களிடம் கொண்டுபோய்ச் சேர்த்தது. கடுமையான உழைப்பாளி, சிறந்த விவசாயியும்கூட.

கானூரில் மணியக்காரராகப் பொது வாழ்வைத் தொடங்கிய சாமிக்கண்ணு, 1946இல் சிதம்பரம் தாலுகா போர்டு தலைவரானார். 1952இல் சட்டமன்றத் தேர்தலில் உழைப்பாளர் கட்சியின் சார்பில் போட்டியிட்டு வெற்றி வாய்ப்பை இழந்தார். பின்னர் 1953 இல் விருத்தாசலம் தொகுதியில் நடைபெற்ற இடைத்தேர்தலில் அதேகட்சியின் சார்பில் போட்டியிட்டு வெற்றிபெற்று சட்டமன்ற உறுப்பினரான பிறகு அவரது புகழ் பரவத்தொடங்கியது.

1955இல் தென் ஆர்க்காடு மாவட்ட நாட்டாண்மைக்கழகத் தலைவராகப் போட்டியின்றித் தேர்ந்தெடுக்கப்பட்டார். இப்பதவி

மாவட்ட ஆட்சியருக்கு இணையானது எனக் கருதலாம். மாவட்ட ஆட்சியரின் அதிகார வரம்பு வருவாய்த் துறை அளவிலே இருந்தது. அப்போது தென் ஆர்க்காடு மாவட்டம் என்பது விழுப்புரம், கள்ளக்குறிச்சி மாவட்டங்களும் சேர்ந்திருந்தது. வருவாய்த் துறை, நகராட்சித்துறை, மருத்துவத்துறை தவிர மற்ற அனைத்துத் துறைகளும் நாட்டாண்மைக் கழக அதிகார வரம்புக்குள் இருந்தன.

பொதுச்சுகாதாரம், பொதுப்பணித்துறை, நெடுஞ்சாலைத் துறை, ஊரகத்துறை, கல்வித்துறை(தொடக்கக்கல்வி மற்றும் உயர்நிலைக்கல்வி) உணவு கலப்படத்துறை, கால்நடைகள் பராமரிப்புத்துறை, வேளாண்துறை, சந்தைகள், நீர்வழிப் போக்குவரத்து எனப் பல துறைகள் இவரின் அதிகாரத்தில் இருந்தாலும் நேர்மையாகப் பணியாற்றினார்.

இவர் நாட்டாண்மைக்கழகத் தலைவராக இருந்த காலத்தில் திரு.காமராஜர் முதலமைச்சராகவும், திரு.எஸ்.எஸ். இராமசாமி படையாச்சி உள்ளாட்சித்துறை அமைச்சராகவும் இருந்ததினால், அவர்களிடம் உதவிபெற்று தென் ஆர்க்காடு மாவட்ட மக்களுக்கு அடிப்படைத் தேவையான கல்வி, சுகாதாரம், சாலை வசதி மேம்பாடு போன்ற நலத்திட்டங்களைத் தொய்வின்றி செய்தார். இன்று செயல்படும் தொடக்கப்பள்ளிகள், உயர்நிலைப்பள்ளிகளில் 70 விழுக்காடு திரு.சாமிக்கண்ணு படையாச்சியால் தொடங்கப்பட்டவைதான். வேலை வாய்ப்பில் தாழ்த்தப்பட்டவர்களுக்கும், பிற்படுத்தப்பட்டவர்களுக்கும் முன்னுரிமை கொடுத்துப் பணியில் அமர்த்தினார்.

மாவட்டத்தில் கிராம மக்கள் பள்ளிக்கூடம் வேண்டுமென்று இவரிடம் வந்து கேட்ட உடனே அவ்வூருக்கு பள்ளியும் ஓர் ஆசிரியரும் கிடைத்துவிடும். இவர் கிராமம்தோறும் செல்லும் போதெல்லாம் அங்குப் பள்ளிக்கூடம் இருக்கிறதா? எஸ்.எஸ்.எல்.சி. படித்தவர்கள் இருக்கிறார்களா? எனக் கேட்பார். பள்ளி இல்லையென்றால் உடன் அவ்வூரில் பள்ளியைத் தொடங்கச்சொல்லிவிடுவார். அவ்வூரிலோ அல்லது பக்கத்து ஊரிலோ எஸ்.எஸ்.எல்.சி. படித்தவர் இருந்தால் அவரை ஆசிரியராகப் பணியாற்றச் சொல்லிவிட்டு, கடலூர் வந்த பின் அதிகாரிகளை அழைத்து அதற்கான ஆணைகளைப் பிறப்பிப்பார். தென் ஆர்க்காடு மாவட்டம் முழுவதும் இப்படித்தான் தொடக்கப்பள்ளிகளும், உயர்நிலைப்பள்ளிகளும் முளைத்தன.

கிராமங்களில் பள்ளிகளைத் தொடங்க வேண்டும் என முதலமைச்சர் திரு.காமராஜர் திட்டமிட்டிருந்ததால், புதியதாகத்

தொடங்கும் பள்ளிகளுக்கான அனுமதியை உடனுக்குடன் திரு. சாமிக்கண்ணு படையாச்சி முதலமைச்சரை அணுகிப் பெற்றுவிடுவார். இதனால் நிர்வாகச் சிக்கல் ஏதுமில்லை. இவரது பதவிக்காலம் முடியும்போது 143 பள்ளிகளுக்கு அரசு அனுமதி பெறப்படவில்லை என அறிந்த இவர் தனது பதவிக்காலம் முடிந்த பிறகு முதமைச்சரைச் சந்தித்துப் பள்ளிக்கான அனுமதியும், பின்னேற்பும் பெற்றுக்கொடுத்தாராம். சாலை வசதி, குடிநீர் வசதி, பொதுச் சுகாதாரம் என எளிய மக்கள் இருந்த கிராமப் பகுதிகளுக்கு அதிகமாகச் செய்து கொடுத்துள்ளார்.

அரசின் ஆணைப்படி, தமிழ்நாட்டில் நாட்டாண்மைக் கழகங்கள் கலைக்கப்பட்டு, மூன்று கட்டங்களாக (02-10-1960, 13-4-1961, 02-10- 1961) மொத்தம் 35 ஊராட்சி ஒன்றியங்களாகப் பிரிக்கப்பட்டு, அதிகாரங்கள் பரவலாக்கப்பட்டு செயல்படத் தொடங்கின. பழைய மாவட்ட நாட்டாண்மைக்கழக அலுவலகக் கட்டடங்கள், கடலூர் வண்ணாரப்பாளைம் வழி முகப்பில் இன்றும் உள்ளன.

இவ்வளாகத்தில் அழகான பெரிய கூட்ட அரங்கு ஒன்று இன்றுவரை செயல்படுகிறது. இவ்வரங்கிற்கு, “சாமிக்கண்ணு படையாச்சி அரங்கு’ எனப் பெயரிடப்பட்டிருந்தது. பின்னர் படையாச்சி என்ற பகுதி நீக்கப்பட்டு “சாமிக்கண்ணு அரங்கு’ என இருந்து பின்னர் அந்தப் பெயரும் இல்லையென்றாகிவிட்டது.

மக்களைப் பற்றியே எப்போதும் சிந்தித்து, நேர்மையாகவும், எளிமையாகவும் வாழ்ந்த திரு.சாமிக்கண்ணு படையாச்சி வயது முதிர்வு காரணமாக 19-6-1984 அன்று இயற்கை எய்தினார். அவரின் சமூக அக்கறையை நினைவு கொள்வோம்.

புதுப்பாளையம், கெடிலநதி பாலமுகப்பில் உள்ள தந்தை பெரியார் சிலை எழும்பிய வரலாறு தெரியுமா?

செருப்பு ஒன்று வீச, சிலை ஒன்று எழும்பியது

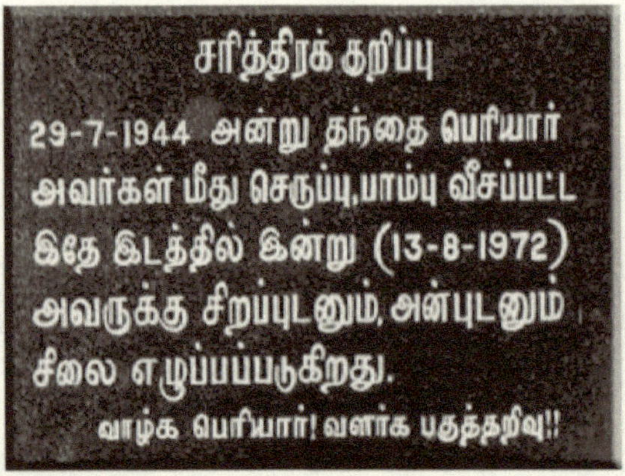

திரு. இல.இளையபெருமாள்-காட்டுமன்னார்கோவில்

திரு. இல. இளையபெருமாள், பட்டியலின மக்களின் முன்னேற்றத்திற்காக பாடுபட்ட தலைவர், அகில இந்திய தீண்டாமை ஒழிப்புக் குழுவின் முதல் தலைவர், தமிழ்நாடு காங்கிரஸ் கட்சியின் தலைவர் மற்றும் மூன்று முறை நாடாளுமன்ற உறுப்பினராகவும் பணியாற்றியவர். இந்திய மனித உரிமைக்கட்சி எனக் கட்சி தொடங்கி மக்களுக்காகப் போராடியவர்.

கடலூர் மாவட்டம், காட்டுமன்னார்கோவிலில் திரு. இலட்சுமணன் மீனாட்சி இணையருக்கு 26-05-1924இல் பிறந்தவர். பள்ளியில் படிக்கும்போதே குடிப்பதற்காகப் பட்டியலினத்தவருக்கென ஒரு தனி தண்ணீர்ப் பானை வைத்திருப்பதைக்கண்டு தன் எதிர்ப்பைத் தலைமை ஆசிரியரிடம் தெரிவித்து வெற்றி கண்டவர்.

திரு.இளையபெருமாள் 1945ஆம் ஆண்டு ஒப்பந்த அடைப்படையில் ஓராண்டுக்கு இராணுவத்தில் பணியாற்றினார். 1946 இல் காட்டுமன்னார்கோவிலுக்குத் திரும்பியபோது ஒரு போராட்டத்தினை மேற்கொள்ளும் சூழல் ஏற்பட்டது. உடல்நிலை சரியில்லாததால், வேலைக்கு இரண்டு நாட்கள்

செல்லாத பட்டியல் இனத்தவர் ஒருவர், பண்ணையார் ஒருவரால் கடுமையாகத் தாக்கப்பட்டார். காயமுற்றவரை இளையபெருமாள் காவல் நிலையத்திற்கு அழைத்துச் சென்றும் புகாரைப் பதிவு செய்ய மறுத்துள்ளனர். பட்டியலின மக்களை ஒருங்கிணைத்து மாவட்ட ஆட்சியரிடம் முறையிட்டார். துன்புறுத்திய அந்தப் பண்ணையாரிடமிருந்து நூறு ரூபாய் அபராதம் பெற்றுத் தரும்வரை இளையபெருமாள் ஓயவில்லை.

காட்டுமன்னார்கோவிலில் 1948ஆம் ஆண்டு மகாத்மா காந்தி ஏழை மாணவர் விடுதி ஒன்றினைத் தொடங்கி பட்டியலின மற்றும் பிற்படுத்தப்பட்ட மாணவர்களையும் அதில் தங்க வைத்து விடுதியினை நடத்தினார். நிலமற்ற கூலிவேலைத் தொழிலாளர்களுக்கு ஆதரவாகவும், மாட்டிறைச்சி சாப்பிடுவதை எதிர்த்தும், பிற சாதியினர் சம்பந்தப்பட்ட நிகழ்ச்சிகளைப் பறையடித்து அறிவிப்பதற்காக மட்டுமே பட்டியலினத்தவர் ஈடுபடுத்தப்படுவதை எதிர்த்தும் அவர் போராட்டங்களை நடத்தியிருக்கிறார். பிற சாதி மக்களால் போலிக்குற்றம் சாட்டப்பட்டு ஆறு மாதங்கள் சிறையில் அடைபட்டார்.

திரு. இளையபெருமாள், கடலூர் (தனி) நாடாளுமன்ற தொகுதி உறுப்பினராக 1952ஆம் ஆண்டிலும், சிதம்பரம் நாடாளுமன்ற உறுப்பினராக 1957ஆம் ஆண்டிலும், திருக்கோயிலூர் நாடாளுமன்ற உறுப்பினராக 1962ஆம் ஆண்டிலும் தேர்ந்தெடுக்கப்பட்டு தொடர்ந்து மூன்று முறை பதவி வகித்தார். இவர் 1962 முதல் 1967 வரை அப்போது பிரதமராக இருந்த ஜவகர்லால் நேருவின் அரசில், அகில இந்திய தீண்டாமை ஒழிப்புக் கமிட்டியை உருவாக்கி, அதன் முதல் தலைவராகப் பணியாற்றினார்.

1980ஆம் ஆண்டு எழும்பூர் சட்டமன்றத் தொகுதியில் போட்டியிட்ட இளையபெருமாள் தன்னை எதிர்த்துப் போட்டியிட்ட சிவனேசன் என்பவரைவிடக் கூடுதல் வாக்குப் பெற்று சட்டமன்றத்திற்குத் தேர்வானார்.

இந்தியாவில் 1955ஆம் ஆண்டில் கொண்டுவரப்பட்ட தீண்டாமை ஒழிப்புச்சட்டம், 1976இல் பி.சி.ஆர். சட்டம் (குடியுரிமை பாதுகாப்புச் சட்டம்) எனப் பெயர் மாற்றம் செய்யப்பட்டது. இந்தச் சட்டம் சரியாகச் செயல்படாததால், முன்னாள் காங்கிரஸ் தலைவரும், அகில இந்திய தீண்டாமை ஒழிப்புக் கமிட்டியின் முதல் தலைவருமான இளையபெருமாள் தலைமையில் ஒரு கமிட்டியை நாடாளுமன்றம் அமைத்தது. காந்தி பிறந்த ஊரில், பிரதமர் இந்திராகாந்தி தொகுதியில் தீண்டாமை தலைவிரித்தாடுகிறது என்று

1969இல் இளையபெருமாள் கமிட்டி அறிக்கையில் சுட்டிக்காட்டியது. ஆனால் அந்த அறிக்கையில் சொல்லப்பட்டவை, அவருடைய காலத்திலேயே புறக்கணிக்கப்பட்டது பட்டியலினத் தலைவர்கள் மத்தியில் கொந்தளிப்பை ஏற்படுத்தியது.

இளையபெருமாள் குழுவின் பரிந்துரையின் பேரில் 1989இல் பட்டியல் சாதியினர் மற்றும் பழங்குடியினர் வன்கொடுமை தடுப்புச் சட்டம் கொண்டு வரப்பட்டது. அந்தச் சட்டம் மிகவும் தாமதமாகக் கடந்த 1995 இல்தான் நடைமுறைக்குக் கொண்டுவரப்பட்டது.

தேசிய அளவில் காங்கிரஸ் கட்சியில் பிளவு ஏற்பட்டபோது, இந்திராகாந்தி தலைமையிலான காங்கிரஸ் பிரிவின் தமிழகத் தலைவராக 1979 இல் பதவியேற்று பணியாற்றினார். 1980 ஆம் ஆண்டு நடைபெற்ற பொதுத்தேர்தலில் இந்திராகாந்தி காங்கிரஸ்-தி.மு.க. கூட்டணி அமைக்க ஏற்பாடுசெய்தார். கருத்துவேறுபாடு காரணமாக காங்கிரசிலிருந்து பிரிந்த இளையபெருமாள் 1989 இல் இந்திய மனித உரிமைக் கட்சியைத் தொடங்கினார். பின்னர் 2003 இல் காங்கிரஸ் கட்சியில் திருமதி. சோனியாகாந்தி முன்னிலையில் மீண்டும் இணைந்தார்.

சுவாமி சகஜானந்தாவால் 1916 ஆம் ஆண்டில் தொடங்கப்பெற்ற நந்தனார் கல்விக் கழகத்தை, அவருக்குப் பிறகு திரு இளையபெருமாள் ஏற்று திறம்பட நிர்வகித்தார்.

தந்தை பெரியார், பெருந்தலைவர் காமராஜர், முன்னாள் அமைச்சர் பி. கக்கன், கலைஞர் மு.கருணாநிதி போன்றவர்களின் நன்மதிப்பைப் பெற்றவர். தோழர் ஜீவாவைத் தனது முன்னோடியாகக் கொண்டு வாழ்ந்து வந்தவர் இளையபெருமாள். பிற சாதியினரால் புறக்கணிக்கப்பட்ட பட்டியலின மக்களின் வாழ்க்கையில் பெரும் மாற்றத்தைக் கொண்டுவந்தார் என்கிற காரணத்தாலே தென்னாட்டு அம்பேத்கர் என அன்புடன் அழைக்கப்படுகிறார். 1998இல் தி.மு.க. அரசு இளையபெருமாளுக்கு அம்பேத்கர் விருது கொடுத்து அவரின் சமூக உழைப்பைக் கவுரவித்தது.

பட்டியலின மக்களின் முன்னேற்றத்திற்காக தன் வாழ்நாள் முழுவதும் உழைத்த தென்னாட்டு அம்பேத்கர் என அழைக்கப்பட்ட திரு. இல. இளையபெருமாள் உடல்நலக்குறைவு காரணமாக 09-09-2005 இல் இயற்கை எய்தினார். அவரின் தொண்டினைப் போற்றுவோம்

ஊரும் பேரும் : முடிகண்டநல்லூர்

இராஜராஜ சோழனுக்குப் பின்பு அரசுரிமை பெற்றான், அவன் மைந்தனாகிய இராஜேந்திரசோழன். இம்மன்னன் பல நாடுகளை வென்று பல பட்டப்பெயர்களைப் பெற்றான். அப்பெயர்களில் சிறந்தவையான முடிகொண்டான் பெயரில் அமைந்த ஊர்தான் முடிகண்டநல்லூர். இவ்வூர் சிதம்பரம் வட்டம் கீரப்பாளையம் ஊராட்சி ஒன்றிய எல்லையில் அமைந்துள்ளது.

இம்மாவட்ட பெருமைமிகு எழுத்தாளர்கள், பாவலர்கள் மற்றும் பன்முகத் திறனாளிகள்

கடலூர் மாவட்டம் பல சிறந்த தமிழறிஞர்களைப் பெற்றுள்ளது. இம்மாவட்டத்தில் பிறந்தவர்கள், மொழி படைப்பிலக்கியத்தின் மூலம் மாவட்டத்திற்குப் பெருமை சேர்த்தவர்களை, நினைவுபடுத்த வேண்டிய கடமை நமக்கிருக்கிறது. சாகித்ய அகாதெமி விருது பெற்றவர்கள், சிறந்த இலக்கியவாதிகள், பாவலர்கள், தலைசிறந்த விஞ்ஞானிகள், தன்முனைப்பால் உயர்ந்த தொழிலதிபர்கள் மற்றும் திரைப்படத் துறையில் வெற்றிவாகை சூடிக்கொண்டிருக்கும் திறன் படைத்தோர்கள் பற்றி சிறு குறிப்பின் மூலம் அறிவோம், அவர்களை வாழ்த்துவோம்.

பெரும்புலவர் க. சம்பந்தனார்

கடலூர் மாவட்டத்தின் தமிழ்ச்சொத்தான பெரும்புலவர் திரு. க.சம்பந்தனார் தமிழ்த்திரு ஞானியாரடிகளின் மாணவர்களில் ஒருவர் ஆவர். சிறந்த சமய சொற்பொழிவாளர். தமிழாசிரியர் பணியை நிறைவு செய்தவர். சிறந்த தமிழறிஞரான இவர் எளிய வாழ்க்கை வாழ்ந்தவர்.

கவிச்சித்தர் க.பொ.இளம்வழுதி தமிழ்ப்பணி அறக்கட்டளை, பெரும்புலவர் க.சம்பந்தனாரைப் பாராட்டி, 'தவத்திரு ஞானியாரடிகள் விருது' வழங்கி பெருமை பெற்றது. பெரும்புலவர் க.சம்பந்தனாரைப் பாராட்டி கவிச்சித்தர் க.பொ.இளம்வழுதி எழுதிய, 'பா'

அருளுரு வான ஆமூ ரடிகளின்
திருவுரு வாகத் திகழ்ந்த பெரியார்!
திருமறைக் காட்டில் திறந்த கதவம்

ஒருமுறை பாடி உடன்மூ டிட்ட
ஆளுடைப் பிள்ளையி னருட்பெயர் பூண்டு
நாளும் இறையை நம்பித் தொழுதவர்!
சிந்தையில் சிவனியம்! செந்தமிழ் நாவில்!
புந்தியில் தெளிவு! புரையிலா வாழ்வு!
ஞானியா ரென்னும் ஞாயிற் றொளியில்
மேனி நனைந்து மேவிய நிலவு!
புலமையை விற்றுப் பொருளீட் டாது
நலமுற நற்றமிழ் நாப்பயிர் செய்தவர்!
எளியர்! இனியர்! இலக்கிய நாவலர்!
தெளியக் கற்ற தீதறு நெஞ்சர்!
ஆன்றோர் அவையின் அணியாய்த் திழ்ந்த
சான்றோர் மதித்த சம்பந்த னாரின்
தொண்டு தூய்மை தொகையாய்க்
கண்டவர் நெஞ்சில் கல்லெழுத் தாமே!

பேராசிரியர் திரு. சுந்தர சண்முகனார்

கடலூர் மாவட்டம், கடலூர் அருகேயுள்ள புதுவண்டிப்பாளையம் என்னும் சிற்றூரில் திரு. சுந்தரம்- அன்னபூரணி அம்மையார் இணையருக்கு 13-07-1922ஆம் நாளன்று பிறந்தார். பெற்றோர் இவருக்கு இட்டபெயர் சண்முகம் ஆகும். தன் தந்தையரின் பெயராகிய சுந்தரத்தையும் தன் பெயருடன் இணைத்துக்கொண்டு சுந்தர சண்முகனார் ஆனார்.

இவருடைய ஆழ்ந்த தமிழ்ப்புலமைக்கு அடித்தளம் இட்டது திருப்பாதிரிப்புலியூர் சிவத்திரு ஞானியார் மடாலயம் ஆகும். இவர் ஞானியார் அடிகளின் மாணாக்கராவார். ஞானியார் அடிகளாரின் அறிவுரையின் பேரில் திருவையாறு அரசர் கல்லூரியில் தன்னுடைய பதினான்காவது அகவையிலே வித்துவான் படிப்பில் சேர்ந்தார்.

வித்துவான் படிப்பை வெற்றிகரமாக முடித்த பிறகு ஞானியார் அடிகளாரின் பரிந்துரையின் பேரில் மயிலம் சிவஞான பாலைய அடிகள் தமிழ்க்கல்லூரியில் 1940 ஆம் ஆண்டு அதாவது தன்னுடைய பதினெட்டாவது அகவையில் விரிவுரையாளராகச் சேர்ந்தார்.

முதன் முதலில் 1947 ஆம் ஆண்டில் முதல் நூலான "வீடும் விளக்கும்" என்னும் நூலை எழுதி வெளியிட்டார். இந்த நூலுக்கு மதிப்புரை வழங்கிய அண்ணாமலை பல்கலைக்கழகத் தமிழ்ப் பேராசிரியர் முனைவர் அ. சிதம்பரநாதன் செட்டியார் வெகுவாக பாராட்டி உள்ளார். 1947ஆம் ஆண்டு ஏற்றப்பட்ட அந்த எழுத்து விளக்கு 1997ஆம் ஆண்டு வரை ஐம்பது ஆண்டுகளாகத் தொடர்ந்து எரிந்து கொண்டிருந்தது. 1946ஆம் ஆண்டிலிருந்து நோயுடன் போராடிபோராடி வென்ற இவரை 1997ஆம் ஆண்டு அக்டோபர் திங்கள் 30ஆம் நாளன்று நோய் இறுதியாக வென்றது.

கடலூர் மாவட்டத்திற்கு அழகையும், வளத்தையும் கொடுத்துக்கொண்டிருக்கும் கெடிலம் ஆற்றைப்பற்றி, கெடிலக்கரையில் பிறந்து, வளர்ந்து, வாழ்ந்து, பழகிய பேராசிரியர் சுந்தர சண்முகனார் பல்லாண்டு காலம் நேரில் சென்று பார்த்துப் பட்டறிந்த செய்திகளையும், படித்தறிந்த செய்திகளையும், தனக்குத் தோன்றிய சில ஆராய்ச்சி முடிவுகளையும் இணைத்து "கெடிலக்கரை நாகரிகம்" என்னும் வரலாற்று நூலைப் படைத்துள்ளார். இந்நூலை பல சான்றோர்கள் பாராட்டியிருக்கிறார்கள். கெடில நதியின் தோற்றம் குறித்தும் நம் மாவட்ட வரலாறு குறித்தும் அறிய இந்நூல் பெரிதும் உதவுகிறது.

பேரா. திரு.சுந்தர சண்முகனார் – ஒரு குறிப்பேடு

பணியாற்றிய பதவிகளும் நிறுவனங்களும்

1. 1940-46 விரியுரையாளர், துணை முதல்வர், சிவஞான பாலய அடிகள், தமிழ்க் கல்லூரி, மயிலம்.
2. 1940-58 தமிழ்த்துறைத் தலைவர், பெத்தி செமினார் மெட்ரிக்குலேசன் ஆங்கிலப் பிரஞ்சுக் கல்விக்கூடம், பாண்டிச்சேரி.
3. 1958-80 தமிழ்த்துறைத் தலைவர், அரசினர் ஆசிரியர் பயிற்சி மையம், பாண்டிச்சேரி
4. 1982-83 பேராசிரியர், தொகுப்பியல் துறைத் தலைவர், தமிழ்ப் பல்கலைக்கழகம், தஞ்சாவூர்.
5. வாழ்நாள் உறுப்பினர், கல்விக்குழு, மதுரை காமராச பல்கலைக்கழகம், மதுரை.

பெற்ற சிறப்புப் பெயர்கள்

1 இயற்கவி- "செந்தமிழ் ஆற்றுப்படை" நூலுக்காக நாவலர் சோமசுந்தர பாரதியாரால் வழங்கப்பெற்றது.
2 செந்தமிழ்ச் செம்மல்- புதுவைத் தமிழ்ச் சங்கம்
3 புதுப்படைப்புக் கலைஞர் தொகுப்புக்கலை நூல் பாராட்டு விழாவில் புதுவை ஆளுநரால் அளிக்கப்பெற்றது.
4 செந்தமிழ்க் கொண்டல்- புதுவை சுப்பிரதீப கவிராயர் மன்றம்.
5 ஆராய்ச்சி அறிஞர் -சிவத்திரு ஞானியார் மடாலயம், திருப்பாதிரிப்புலியூர்.
6 தமிழ்ச் சான்றோர் சேலம் தமிழ்ச்சங்கம், தமிழகப் புலவர் குழுவின் வெள்ளி விழாவில் வழங்கியது.
7 திருக்குறள் நெறித்தோன்றல்- தமிழக அரசு வழங்கியது.
8 குறளாயச் செல்வர் ஈரோடு குறளாய இயக்கத்தின் புதுவைக்கிளை வழங்கியது.
9 தமிழ் ஆய்வுக் கடல்- தமிழகச் செங்குந்தர் பெருமன்றம் அளித்தது.
10 முனைவர் உலகப் பல்கலைக்கழகம், அமெரிக்கா.
11 தமிழ்ப் பேரவைச் செம்மல்- மதுரை காமராசர் பல்கலைக் கழகம், மதுரை.

பரிசுகள்

1. "பணக்காரர் ஆகும் வழி" நூலுக்கு மத்திய அரசின் பரிசு 1965
2. "தமிழ் அகராதிக் கலை" நூலுக்குத் தமிழக அரசின் பரிசு 1969
3. "History of tamil lexicography" நூலுக்குத் தமிழக அரசின் பரிசு 1973.
4. "கவுதம புத்தர் காப்பியம்" நூலுக்குப் புதுவை அரசு பரிசு 1987.
5. "திருவள்ளுவர் விருது" தமிழக அரசு வழங்கியது 1991
6. "தமிழ்நூல் தொகுப்புக் கலைக்களஞ்சியம்" நூலுக்கு

மூன்று பரிசுகள்

அ) தமிழக அரசின் பரிசு 1992
ஆ) தஞ்சைத் தமிழ்ப் பல்கலைக் கழகத்தின் பரிசு 1992
இ) சென்னை எம்.ஏ.சி. அறக்கட்டளைப் பரிசு 1994

படைப்புகள்

இவர் எழுதிய நூல்கள் அறுபத்து ஒன்பது ஆகும். இவற்றுள்

கவிதை நூல்கள் 8

காப்பியங்கள் 2

முழு உரை நூல்கள் 7

உரைநடை நூல்கள் 52 (உரைநடை நூல்கள் ஐம்பத்து இரண்டுக்கான துறைவாரி விளக்கமாவது)

திருக்குறள் ஆய்வுகள் - 5, கம்பஇராமாயணத் திறனாய்வுகள் 6, அறிவியல் ஆய்வுகள்-6, இலக்கணம்-2, மொழியியல்-3, தொகுப்பியல்-2, புதினம்-2, சிலப்பதிகாரத் திறனாய்வு -1, வரலாற்று நூல்கள்-4, சிறுகதைத் தொகுப்பு-1. ஆய்வுக் கட்டுரைகள் தொகுப்பு -7, வாழ்வியல்-2, வானியல்-1, கல்வியியல் - 1, பாலியியல்-1, அகராதியியல்-1, தரை நூல்-1, பண்பாட்டு இயல்-2, நாட்டுப்பற்று நூல்-1, பொருளியல்-1,உலக ஒருமைப்பாடு-1, கோயில் ஆய்வு-1.

இவரின் படைப்புகள் கீழ்க்கண்ட பல்கலைக்கழகங்களில் பாடமாக வைக்கப்பட்டுள்ளன.

1 சென்னைப் பல்கலைக்கழகம்,

2 மதுரை காமராசர் பல்கலைக்கழகம்

3 அண்ணாமலை பல்கலைக்கழகம்

4 பெங்களூர் பல்கலைக்கழகம்

பேராசிரியர் மா. நன்னன்

எளிய நடையில் தமிழைப் புகட்டிய தமிழறிஞர் பேராசிரியர் மா.நன்னன். இவர் விருத்தாசலத்தை அடுத்த காவனூர் என்னும் ஊரில் திரு.மாணிக்கம்-மீனாட்சி இணையருக்கு 30-07- 1924இல் பிறந்தார். இவரது இயற்பெயர் திருஞானசம்பந்தன். அண்ணாமலை பல்கலைக்கழகத்தில் புலவர் பட்டமும், சென்னைப் பல்கலைக்கழகத்தில் முனைவர் பட்டமும் பெற்றவர்.

தொடக்கப்பள்ளி ஆசிரியராகப் பணியைத் தொடங்கிய இவர் உயர்நிலைப்பள்ளி, பயிற்சிக்கல்லூரி, கலைக்கல்லூரி, மாநிலக்கல்லூரி ஆகியவற்றில் பணிபுரிந்தார்.

மாநிலக்கல்லூரியில் தமிழ்ப் பேராசிரியராகப் பணியாற்றி, பின் தமிழ் வளர்ச்சித் துறையின் இயக்குநராக 11-02-1980 முதல் 31-05-1983 வரை பணியாற்றினார். பின்னர் வயதுவந்தோர் கல்வி வாரியத் துணைத் தலைவராகப் பொறுப்பு வகித்து, எழுத்தறிவித்தலில் நன்னன் முறை எனும் புதிய முறையை ஏற்படுத்தினார்.

சென்னைத் தொலைக்காட்சியில் 17 ஆண்டுகள் எண்ணும் எழுத்தும் என்ற தலைப்பில் கற்பித்தார். பல பாடநூல்களையும், துணைப்பாட நூல்களையும் எழுதிய நன்னன், 1990-2010 காலகட்டத்தில் சுமார் 70 நூல்களை எழுதினார். பெரியார் கொள்கைகளின் மீது பற்றுகொண்ட இவர் பெரியார் கொள்கைகள் குறித்து பல நூல்களை எழுதினார்.

இவர் எழுதிய பெரியாரைக் கேளுங்கள்" எனும் நூல் தமிழ் வளர்ச்சித் துறையின் 2009 ஆம் ஆண்டிற்கான சிறந்த நூல்களில் சமூகவியல் வகைபாட்டில் பரிசு பெற்றது. பெரியார் விருது, தமிழ்ச்செம்மல் விருது, திரு.வி.க. விருது போன்ற விருதுகளை இவர் பெற்றிருக்கிறார்.

ஆங்கிலேயர் ஆட்சிக்காலத்தில் 'வெள்ளையனே வெளியேறு' என்னும் இயக்கத்திலும், திராவிட இயக்க உணர்வு பெற்றபின் தமிழிசைக் கிளர்ச்சி, இந்தி எதிர்ப்புப்போர் ஆகியவற்றில் கலந்துகொண்டும், தொடர்வண்டி நிலையங்களில் உள்ள பெயர்ப் பலகைகளில் உள்ள இந்தி எழுத்துகளை அழித்தும் சிறை சென்றார்.

1942ஆம் ஆண்டு முதல் கல்வியியல், சமூகவியல், அரசியல், தொழிலாளரியல் ஆகியவை குறித்துப் பல மேடைகளில் பேசியிருக்கிறார். 'மக்கள் தொலைக்காட்சி'யில் அறிவோம் அன்னை மொழி என்ற தலைப்பில் தமிழைப் பிழையின்றி எழுதவும், வாக்கியங்களை அமைக்கவும் நாள்தோறும் தகவலை வழங்கினார். இந்நிகழ்ச்சியில் தற்காலத் தமிழ்ப் பயன்பாட்டில் உள்ள நிறை குறைகளையும், குறைகளுக்கான சரியான தீர்வுகளையும் ஆராய்ந்து பார்வையாளர்களுக்கு வழங்கினார்.

1985இல் "எல்லார்க்குந் தமிழ்" என்னும் நூலை எழுதினார். ஆங்கிலமொழியை அறிந்தோர் ஆசிரியர் ஒருவரின் உதவியின்றி தாமே தமிழைப் படிக்கவும், எழுதவும் பெரும் அளவுக்கு உதவும் நோக்கத்தோடு இந்நூல் இவரால் உருவாக்கப்பட்டது.

பேராசிரியர் நன்னன் எழுதி வெளிவந்த நூல்கள்:

1 இவர்தாம் பெரியார் (3 பாகங்கள்)

2 சுயமரியாதை-2012

3 உரைநடையா? குறைநடையா?

4 எல்லார்க்குந் தமிழ் 1985

5 எழுதுகோலா? கன்னக்கோலா?-2008

6 கல்விக்கழகு கசடற எழுதுதல்-2005

7 கெடுவது காட்டுங் குறி 2009

8 சும்மா இருக்க முடியவில்லை-2012

9 தமிழ் உரைநடை போகிற போக்கு -2003

10 தமிழியல் தொல் எழுத்தும் சொல்லும்-2012

11 தமிழைத் தமிழாக்குவோம் (5 பாகங்கள்)

12 தளர்ச்சியின் கிளர்ச்சி (2 பாகங்கள்)

13 திருக்குறள் மூலமும் விளக்க உரையும்-2012

14 நன்னன் கட்டுரைகள்

15 பெரியார் கணினி (இரு தொகுதிகள்)

16 பெரியாரியல் (20 தொகுதிகள்)

17 பெரியாரைக் கேளுங்கள் 24 குறுமங்கள்

18 பைந்தமிழுரைநடை நைந்திடலாமா? - 2006

பேராசிரியர் மா. நன்னன் சென்னை சைதாப்பேட்டையில் உள்ள அவரது இல்லத்தில் தனது 94வது அகவையில் 07-11-2017இல் காலமானார். இவரது வாழ்க்கைத் துணைவி ந. பார்வதி. இவருக்கு வேண்மாள், ஔவை என்ற இருமகள்களும், அண்ணல் என்ற மகனும் உண்டு. மகன் அண்ணல் மருத்துவப் படிப்பு முடித்து மேலும் ஆராய்ச்சிகள் செய்துகொண்டே மருத்துவம் பார்த்து வந்த நிலையில் திடீரென்று இறந்துவிட... மகன் பெயரில் அறக்கட்டளை நிறுவி தமிழ்ப்பணியும், சமூகப்பணியும் செய்துவந்தார். பேராசிரியர் நன்னன் நினைவாக நற்றமிழ் பயில்வோம்.

பாவலர் திரு. தமிழ்ஒளி

கடலூர் மாவட்டம், குறிஞ்சிப்பாடியை அடுத்த ஆடூர் என்னும் சிற்றூரில் திரு.சின்னையா- செங்கேணி அம்மாள் இணையருக்கு 21-9-1924 இல் விஜயரங்கம் பிறந்தார். இவர் தன் பெயரை தமிழ்ஒளி என மாற்றிக்கொண்டு பாக்கள் படைக்கலானார். அக்காலத்தில் பட்டுராஜா என்றும் இவரைச் செல்லமாக அழைத்தனர்.

ஆடூரில் பிறந்தாலும், அவர் புதுவையில்தான் கல்வி கற்றார்; வாழ்ந்தார்; புகழ்பெற்றார்; மறைந்தார். இவரின் பாக்களும், உரைநடைகளும் சான்றோர்களிடமும், மக்களிடமும் சென்றடைந்தன.

பாரதியாரின் வழித்தோன்றலாகவும், பாரதிதாசனின் மாணவராகவும் விளங்கி சிறப்பான பாக்களைப் படைத்தவர். பாக்கள் மட்டுமல்லாது கதைகள், கட்டுரைகள், இலக்கியத் திறனாய்வுகள், மேடை நாடகங்கள், குழந்தைப் பாடல்கள் எனப் பல இயற்றியவர்.

திராவிடர்கழகத் தொண்டனாக இருந்து, பிற்காலத்தில் பொதுவுடைமைத் தோழராக வளர்ந்தவர். தாழ்த்தப்பட்ட மக்களின் இழிநிலை கண்டு, அவர்களுக்கு இழைக்கப்படும் கொடுமைகளையும், சமூகத்தில் நிலவும் சாதிய வேறுபாடுகளையும் சாடி பாக்கள் எழுதினார். எழுத்தாளர்கள் சி.ஆர்.கண்ணன் மற்றும் ஜெயகாந்தனின் நெருங்கிய நண்பர் இவர்.

திரைப்படத் துறையிலும் இவரின் பங்களிப்பு இருந்துள்ளது. ‘முன்னணி,’ ‘புதுமை’, ‘இலக்கியம்’, ‘சாட்டை’, போன்ற இதழ்களில் பணியாற்றியுள்ளார். சனயுகம் என்னும் திங்கள் இதழை தம் சொந்த முயற்சியில் நடத்தி மார்க்சியக் கருத்துக்களைப் பரப்பியுள்ளார். 1965 ஆம் ஆண்டு மார்ச்சு 29ஆம் நாள் காலமானார்.

இவரின் படைப்புகள்: ‘கவிஞனின் காதல்’, ‘நிலை பெற்ற சிலை’, ‘வீராயி’, ‘மே தின ரோசா’, ‘விதியோ வீணையோ’, ‘கண்ணப்பன் கிளிகள்’, கோசலக்குமாரி, ‘மாதவிக் காவியம்’, ‘சிலப்பதிகாரம்’ ‘காவியமா நாடகமா?’, திருக்குறளும் கடவுளும், தமிழர் சமுதாயம்.

அந்தப் பாழும் சுனாமியை மறந்துட்டீங்களா?

இயற்கையின் பேரிடரால், குமரிக் கண்டத்தின், பூம்புகாரின் ஆழிப்பேரலையில் பெருந்தொகையாக இழந்த நம் மூதாதையர்கள் பற்றிய வரலாற்றைப் படித்து பெருமூச்சுவிட்ட நிலையில்தான், அதன் நேரீட்டுக் காட்சியை 26-12-2004 அன்று காலை 8.32மணிக்குக் கண்டு மிரண்டு உயிர் காக்க ஓடினோம்.

இந்தியப் பெருங்கடலில், சுமத்திராத் தீவு அருகே ஏற்பட்ட பூகம்பத்தின் விளைவாக ஆழிப்பேரலை பொங்கிப் பெருகி கரைநோக்கி விரைந்து, கடலூர் மாவட்ட கடற்கரை ஓரப்பகுதிகளைக் கொடூரமாகத் தாக்கியதால் 572 பேர் உயிரிழந்தனர்; பலர் காணாமல் போயினர். கடலோர மீனவர்களின் வீடுகள் பேரலையில் உருக்குலைந்தன; அவர்களின் வாழ்வாதாரம் நிலைகுலைந்தது; வெள்ளிக்கடற்கரை எனப் பெருமை பெற்ற இடம் சின்னா பின்னமாகி, தன் பொலிவையும், அடையாளத்தையும் இழந்து நின்றது; வரலாற்றுச் சிறப்புமிக்க கூடலூர் துறைமுகம் பெருத்த அளவில் சேதமுற்று தனித்து நின்றது பேரிழப்பாகும்.

எழுத்தாளர் திரு. சி.ஆர். கண்ணன் (அபர்ணா நாயுடு)

திரு.சி.ஆர்.கண்ணன் முதுபெரும் பத்திரிகையாளரும் எழுத்தாளரும் ஆவார். அபர்ணா நாயுடு என்ற புனைபெயரில் பல தொடர்கதைகள் மற்றும் சிறுகதைகள் எழுதியுள்ளார். இவர் கடலூர் மஞ்சக்குப்பத்தில் 1930இல் பிறந்தவர்.

முறையாக நடனம் பயின்று, திரைப்படத் துறையின் மூலம் கலையுலக வாழ்க்கையைத் தொடங்கிய அவர், 'தினமணி கதிரில்' உதவி ஆசிரியராகச் சேர்ந்து பத்திரிகையாளராக மாறியவர். பத்திரிகையாளர் திரு.சாவியால் அவருக்கு சூட்டப்பட்ட புனைபெயர் "அபர்ணா நாயுடு". இப்பெயரில் இவர் எழுதிய பல சிறுகதைகள் மற்றும் தொடர்கதைகள், 'தினமணி கதிர்', 'கல்கி', 'சாவி', 'குங்குமம்' மற்றும் பல முன்னணி இதழ்களில் வெளியாகியுள்ளன.

'சகுந்த்' எனும் புனைபெயரில் ஓவியர் ஜெயராஜும், இவரும் இணைந்து, 'தினமணி கதிரில்' வாரா வாரம் தொடர்ந்து ஒரு பக்கக் கதைகள் எழுதினர். அவரது கதையான, "பகடை பன்னிரண்டு" திரைப்படமாக கமலஹாசன் உள்ளிட்ட முன்னணிக் கலைஞர்கள் நடிப்பில் வெளிவந்தது. இவரது மொழிபெயர்ப்பு நூல் தற்கால செர்மானிய சிறுகதைகள்" என்ற தலைப்பில் வெளிவந்துள்ளது.

உடல் நலமின்றி இருந்த திரு.சி.ஆர் கண்ணன் தனது 79 ஆவது அகவையில் சென்னையில் 9-7-2009 அன்று காலமானார். இவர் மறைந்தாலும் அபர்ணா நாயுடுவும், சகுந்த்தும் இன்றுவரை நம்முடன் வாழ்ந்துகொண்டுதான் இருக்கிறார்கள்.

திரு கி.வீரமணி, திராவிடர் கழகத் தலைவர்

கடலூர் முதுநகரில் திரு. கிருஷ்ணசாமி-மீனாட்சி அம்மாள் இணையருக்கு 1933ஆம் ஆண்டு டிசம்பர் திங்கள் 02ஆம் நாள் பிறந்தவர் வீரமணி. இவரது இயற்பெயர் சாரங்கபாணியாகும். இவர் பத்து வயதில் தந்தை பெரியாரின் கொள்கைகளை மேடைகளில் பேசத் தொடங்கினார். 1944 ஆம் ஆண்டு ஜூலைத் திங்கள் 20ஆம் நாளன்று தந்தை பெரியாரைச் சந்தித்தார். தனது 17 அகவைக்குள் கலந்துகொண்ட பரப்புரை நிகழ்வுகள் 227, பங்கேற்ற மாநாடுகள் 16.

23வது அகவையில் முதுகலை வகுப்பினை முடித்து, 27வது அகவையில் சட்டக்கல்வியிலும் தேர்ச்சி பெற்றார். 27வது அகவையில் பெரியாருடன் சேர்ந்து தேசப்பட எரிப்புப் போராட்டத்தில் ஈடுபட்டுத் தடுப்புக் காவல் சட்டப்படி கைதானார். 29வது அகவையில் 'விடுதலை' பத்திரிகையின் நிர்வாக ஆசிரியர் பொறுப்பேற்றார். ஆங்கில திங்களிதழின் (The Modern Rationalist) ஆசிரியராகப் பொறுப்பேற்கும்போது அவருக்கு அகவை 38.

திராவிடர் கழகப் பொதுச்செயலாளராக முழுநேரமும் கட்சிப் பொறுப்பைக் கவனிக்க தந்தை பெரியாரால் 1962 இல் நியமிக்கப்பட்டார். பெரியாரின் மறைவுக்குப் பின்பும், மணியம்மையாரின் மறைவுக்குப் பின்பும் தொடர்ந்து இயக்கத்தை நடத்தி வருகிறார். தனது 43வது அகவையில் தேசிய நெருக்கடியின்போது மிசா சட்டத்தின்கீழ் கைது செய்யப்பட்டு 358 நாள்கள் சிறையில் இருந்தார்.

2003ஆம் ஆண்டு முதல் திராவிடர் கழகத் தலைவராகப் பொறுப்பேற்று செயல்படுகிறார்.பெரியார் அறக்கட்டளை மூலம் 'பெரியார் மணியம்மை பல்கலைக்கழகம்' உள்ளிட்ட கல்வி நிறுவனங்களையும் நடத்தி வருகிறார்.

இவர் ஆசிரியராகப் பணியாற்றும் ஏடுகள்

'விடுதலை' நாளேடு
ஆங்கிலம் மாத இதழ் (The modern rationalist)
உண்மை மாதம் இருமுறை ஏடு
'பெரியார் பிஞ்சுக் குழந்தைகள்' மாத இதழ்

போராட்டங்கள்

சமூக நீதிக்காக 1956லிருந்து 2012 வரை பல காலகட்டங்களில், பல போராட்டங்கள் நடத்தியதின் காரணமாக அரசால் 47 முறை கைதாகி சிறைத்தண்டனை பெற்றுள்ளார்.

இவரின் படைப்புகள்

1 கீதையின் மறுபக்கம்
2 மகாபாரத ஆராய்ச்சி
3 உடையும் இந்தியாவா? உடையும் ஆரியமா?
4 திராவிடப் பண்பாட்டைப் பாதுகாப்போம்
5 திராவிடர் கழகத்தில் சேரவேண்டும் ஏன்?
6 தமிழர் சமூக விழிப்புணர்வுக்கான எழுச்சிப் பயணம் ஏன்?
7 வாழ்வியல் சிந்தனைகள் - ஒன்பது பாகங்கள்
8 கீதையும் திராவிடப் பண்பாடும்
9 நாடாளுமன்றத்தில் பெண்கள் இடஒதுக்கீடு முட்டுக்கட்டை ஏன்?
10 21ஆம் நூற்றாண்டு பெரியார் நூற்றாண்டே
11 கோயில்களில் கோபுரங்கள் ஏன்? எதற்காக?
12 உலகெங்கும் நமது கொள்கை
13 மனிதநேயமும் - நாகரிகமும்
14 தந்தை பெரியாரின் பெண்ணுரிமைச் சிந்தனை
15 தேவைபாலியல் நீதி
16 சக்தி வழிபாடு
17 தமிழக முன்னோடிகளில் தந்தை பெரியார்
18 சமூகநீதி
19 அறிஞர் அண்ணா
20 வகுப்புரிமை வரலாறு
21 வைக்கம் போராட்ட வரலாறு

22 பெரியாரியல் பாகம் 1 முதல் 5 வரை

23 கி.வீரமணியின் ஆய்வுரைகள் - பாகம் 1 முதல் 3 வரை

24 சுயமரியாதை திருமணம் - தத்துவமும் வரலாறும்

25 டாக்டர் அம்பேத்கரின் புத்தக் காதலும், புத்தகக் காதலும்.

தன்மானத் தமிழரான இவரின் கொள்கை, தமிழர் நலம் காப்பது, மூடநம்பிக்கையை ஒழிப்பது. வளர்க அவர்தம் தொண்டு என வாழ்த்துவோம்!

ஞானபீட விருது பெற்ற தமிழ்ப் படைப்பாளி
திரு. ஜெயகாந்தன்

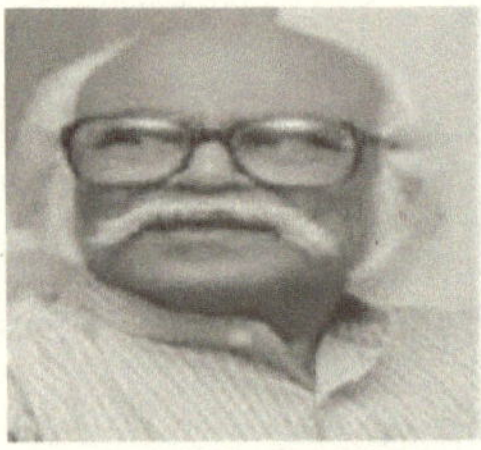

கடலூர், மஞ்சக்குப்பம், கொத்தவால்சாவடித் தெருவில் ஒரு வேளாண் குடும்பத்தில் திரு. தண்டபாணி-மகாலட்சுமி அம்மாள் இணையர்க்கு 24-4-1934-ல் மகனாகப் பிறந்தார். இயற்பெயர் முருகேசன். பள்ளிப்படிப்பில் நாட்டம் இல்லாததால் 5ம் வகுப்போடு படிப்பு நின்றது. பொதுவுடைமைக் கோட்பாடுகளையும் பாரதியாரின் எழுத்துகளையும் அவரின் மாமாவின் வாயிலாக அறிந்தார். காந்திஜியின் மேல் ஈர்ப்பு ஏற்பட்டு சுதந்திரப் போராட்டத்தில் பங்குகொண்டு சிறிதுகாலம் காங்கிரசில் இருந்தார்.

சிறிது காலத்திற்குப் பிறகு சென்னைக்குச் சென்று, 'ஜனசக்தி' அலுவலக அச்சகத்தில் பணியாற்றினார். அங்குப் பல தலைவர்கள் பேசுவதைக்கேட்டு இலக்கியத்தில் நாட்டம் பிறந்தது. வேலை செய்துகொண்டே புலவர் க. சொக்கலிங்கத்திடம் தமிழ், இலக்கிய இலக்கணங்கள் கற்றார். 1950களில் அவரது இலக்கிய வாழ்க்கையைத் தொடங்கினார்.

அவர் மிகுந்த ஆற்றலும், ஆளுமையும், வேகமும், உயர்வும், தனித்துவமும் கொண்ட தலைசிறந்த எழுத்தாளர். அவர் ஓரளவே படித்திருந்தாலும், தமிழ் இலக்கியத்தைக் கற்றும் கேட்டறிந்தும், தமிழ் ரசிகர்களின் நெஞ்சங்களைத் தன் எழுத்துகளால் கொள்ளை கொண்டவர்.

ஓர் எழுத்தாளராக மட்டுமல்லாமல், கட்டுரையாளர், பத்திரிகையாளர், துண்டு வெளியீடுகளை எழுதுபவர், திரைப்படத் தயாரிப்பாளர் மற்றும் விமர்சகர் எனப் பல்வேறு முகங்கள் கொண்டு தமிழ் இலக்கியத்திற்கு அருட்தொண்டாற்றியவர். பல்வேறு

வாழ்க்கை வரலாறு, நாவல்கள். குறுநாவல்கள், சிறுகதைகள் தொகுப்பு, கட்டுரைகள் போன்றவற்றைப் படைத்துள்ளார்.

அவற்றுள் சில குறிப்பிடத்தக்க படைப்புகள்: 1.'வாழ்விக்க வந்த காந்தி' 2. 'ஒரு கதாசிரியனின் கதை' 3. 'பிரம்ம உபதேசம்' 4. 'சில நேரங்களில் சில மனிதர்கள்' 5. 'ஒரு மனிதன் ஒரு வீடு ஒரு உலகம்' 6. 'சினிமாவுக்குப் போன சித்தாளு.' 7. 'கண்ணன்' 8. 'உன்னைப்போல் ஒருவன்' 9. 'ரிஷிமூலம்' 10. 'கருணையினால் அல்ல' 11. 'கங்கை எங்கே போகிறாள்?' 12. 'ஒவ்வொரு கூரைக்கும் கீழே' 13. 'சுந்தரகாண்டம்' மற்றும் பல.

பெற்ற விருதுகள்.

1 1972ஆம் ஆண்டு, 'சில நேரங்களில் சில மனிதர்கள்!' 'புதினம்' சாகித்ய அகாதெமி விருது பெற்றது.

2 2005இல் இலக்கியத்திற்காக இந்திய அரசு வழங்கும் மிக உயர்ந்த விருதான, 'ஞான பீட' விருதைப் பெற்ற இரண்டாவது தமிழ் எழுத்தாளர். (முதன் முதலில் எழுத்தாளர் திரு. அகிலன் 'ஞான பீட' விருதினைப் பெற்றுள்ளார்).

3 2009ஆம் ஆண்டு இந்திய அரசின் மிக உயரிய விருதான 'பத்ம பூஷன்' விருதை இலக்கியதிற்காக முதல்முறை பெற்றார்.

4 2011இல் ரஷ்ய விருது.

சாதனைகள்

★ 1964இல் இவரின், 'உன்னைப்போல் ஒருவன்' திரைப்படம் இந்தியக் குடியரசுத் தலைவரின் விருதினைப் பெற்றது.

★ 1978இல் சில நேரங்களில் சில மனிதர்கள்' நாவல் திரைப்படமாக வெளிவந்தபோது சிறந்த திரைக்கதைக்கான விருதை தமிழக அரசிடமிருந்து பெற்றது.

★ 1978இல் இவரது 'இமயத்துக்கு அப்பால்' என்ற நாவல் சோவியத் நாடு 'நேரு' விருது பெற்றது.

★ 1979ஆம் ஆண்டு "கருணை உள்ளம்" என்ற திரைப்படம், சிறந்த திரைப்படம் மற்றும் சிறந்த கதைக்கான தமிழ்நாடு அரசின் விருதினைப் பெற்றது.

★ 1986இல் "ஜெய ஜெய சங்கர" நாவலுக்குத் தமிழ்நாடு அரசின் சிறந்த நாவலுக்கான விருதும், 'சுந்தரகாண்டம்' நாவலுக்குத் தஞ்சைத் தமிழ்ப் பல்கலைக்கழகத்தின் இராஜராஜசோழன் விருதும் கிடைத்தன.

★ 1980, 1983, 1984ஆம் ஆண்டுகளில் சோவியத் ரஷ்ய நாட்டின் அழைப்பின்பேரில் ரஷ்யப் பயணம் மேற்கொண்ட சிறப்பும் இவருக்குண்டு.

தோழர் என அழைக்கப்பட்ட ஜெயகாந்தன் 08-04-2015 அன்று இரவு 9 மணியளவில் உடல்நலக்குறைவால் சென்னையில் காலமானார். தலைமுறைகளைச் சிந்திக்கவும், சினக்கவும், சீர்திருத்தவும் வைத்தவை ஜெயகாந்தன் எழுத்துகள். அவர் மறைந்தாலும் அவரின் எழுத்துக்கள் தமிழ் நெஞ்சங்களில் தேங்கியிருக்கும், வரலாறாக நிலைத்திருக்கும்.

பேராசிரியர் வே.சபாநாயகம்- விருத்தாசலம்

நவீன தமிழ் இலக்கியத்தின் ஆர்வலரும், சிற்றிதழ்களின் சிற்பியுமான பேராசிரியர் வே.சபாநாயகம் விருத்தாசலத்தை அடுத்த டி.வி.புத்தூரில் 1935இல் பிறந்தவர்.

மேல்நிலைப்பள்ளி தலைமை ஆசிரியராக இருந்தவர்.மாவட்ட ஆசிரியர் பயிற்சி நிறுவனத்தில் பேராசிரியராக இருந்து ஓய்வு பெற்றார். தமிழ்ச் சிற்றிதழ்கள் பற்றி தொடர்ச்சியாக எழுதி வந்தவர்.

மூன்று சிறுகதை தொகுப்புகள் வெளிவந்துள்ளன. சிற்றிதழ்களான ‘கணையாழி’, ‘தீபம்’, ‘ஞானரதம்’ ஆகியவற்றைத் தனி நூலாகத் தொகுத்தவர். கவிஞர் பழமலய் உள்ளிட்ட சிறந்த மாணவர்களை உருவாக்கியவர். உடல் நலக்குறைவால் தனது 81 வது அகவையில் 04-07-2016இல் காலமானார்.

புலவர், பொறிஞர் சி. செந்தமிழ்ச்சேய்

கடலூர் மாவட்டத்தில் திரு.நா.சின்னசாமி சொர்ணாம்பாள் இணையருக்கு 14-7-1941இல் பிறந்தவர். இவரது இயற்பெயர் ஜெயதேவன். ஆங்கில மொழியை சிறப்புறக் கற்று பொறிஞரான இவர், தமிழ்ப்பற்றால் புலவர்க்குப் படித்துப் புலவராகித் தமிழன்னையின் குழந்தை என்று பொருள்படச் செந்தமிழ்ச்சேய் ஆனார். தமிழால் உயர்ந்தவர், தமிழை உயர்த்தியவர். மின்வாரியத்தின் உச்சப்

பதவியைத் தொட்டவர். மின்வாரியத் தமிழ் ஆர்வலர் தமிழ்ப்பணி அறக்கட்டளையை நிறுவியவர்.

பிற மொழிக் கலப்பில்லாது படைப்பிலக்கியம் படைப்பவர். மரபுக் கவிதையை துல்லியமான இலக்கணத்தோடு எழுதும் திறனாளி; சிறந்த தமிழ்ப் படைப்பாளி. ஆழ்ந்த மொழிப் புமைப்பெற்றவர்.

இலக்கியத்தில் செழுமையும், இலக்கணத்தில் முழுமையும் கொண்டவர். ஆட்சிசொல் அகரமுலியை உருவாக்கியவர். அதில் எளிமையான இனிமையான சொற்களையே கையாண்டவர். இவர் படைத்த இரண்டு நூல்கள் தமிழக அரசின் பரிசினைப் பெற்றிருக்கின்றன.

மின்வாரிய அறக்கட்டளை மூலம் கவிச்சித்தர் க.பொ.இளம்வழுதி அவர்களுடைய நூலை வெளியீடு செய்தவர். அந்த நூல் தமிழக அரசின் பரிசைப் பெற்றபோது, பதிப்பகத்தாருக்கு வழங்கிய தொகையையும் மற்றொரு நூல் வெளியிட நூலாசிரியருக்கே வழங்கினார்.

ஒருமுறை சிறந்த நூல்களுக்குப் பரிசுப் போட்டி ஒன்றை அறிவித்தார். இந்தப் போட்டிக்கு வந்த அனைத்து நூல்களுக்கும் உரிய தொகையை அவரவர்களுக்கு அனுப்பி வைத்தார். இது இதுவரை யாரும் செய்யாதது ஒன்று. தேர்ந்தெடுத்த நூல்களுக்கு உடனடியாக விழா நடத்திப் பரிசுத் தொகையை வழங்கினார்.

மின்னியல் மின்னணுவியல் தொடர்பான அனைத்துக் கலைச் சொற்களுக்கும் உரிய தமிழ்ச் சொற்களைக் கண்டறிந்து, தொகுத்து நூலாக்கி மின்துறையில் இருப்போர்க்கு அன்பளிப்பாக வழங்கினார்.

யாரேனும் நூல்கள் வெளியீடு செய்ய உள்ளார்கள் என்றால், அந்நூலுக்கு மெய்ப்புத் திருத்திக்கொடுத்து உதவி செய்வார். தமிழ் தொடர்பாக யார் ஐயம் கேட்டாலும், உடனடியாகச் சரியான விடை தேடிச் சொல்பவர்.

இவரின் படைப்புகள்:

சிறந்த நூற்காகத் தமிழக அரசின் பரிசு பெற்றவை

1 செம்பியன் தமிழவேள் புதினம்

2 செம்பியன் தமிழவேள் வரலாற்றுப் பாவியம்

பிற நூல்கள்

சோலை மலர் – பாவியம்

பூம்பொழில் – பாவியம்

காதற் களிவெண்பா – பாவியம்

பூக்காடு – கவிதைகள்
உயிரே உனக்காக – நாடகம்
இன்பால் இனிது – பாவியம்
இன்றமிழ் இலக்கணம்
ஆட்சிச் சொல் அகரமுதலி
தொடர்க அவரது தமிழ்ப்பணி; வளர்க அவரது தமிழ்த்தொண்டு.

திரு. குறிஞ்சிவேலன் - சாகித்ய அகாதெமி விருதாளர்

கடலூர் மாவட்டம், குறிஞ்சிப்பாடி மீனாட்சிப்பேட்டை எனும் சிற்றூரில் திரு. ஆறுமுகம்-பட்டம்மாள் இணையருக்கு ஜூன் 30, 1942இல் மூத்த மகனாகப் பிறந்தார். இவரது இயற்பெயர் செல்வராஜ்.

கிட்டத்தட்ட ஐம்பத்தைந்து ஆண்டுகளாக மலையாளப் படைப்புகளைத் தமிழில் மொழியாக்கம் செய்துவரும் மூத்த மொழிபெயர்ப்பாளர். திரு. குறிஞ்சிவேலன் சாகித்ய அகாதெமி விருதாளர். 'திசை எட்டும்' என்னும் மொழியாக்க காலாண்டிதழின் ஆசிரியர். மலையாள இலக்கியத்தின் மூன்று தலைமுறை எழுத்தாளர்களின் படைப்புகளைத் தமிழுக்கு அறிமுகப்படுத்தி வளம் சேர்த்தவர்.

கடலூர் மாவட்டம் குறிஞ்சிப்பாடியில் வசித்து வருகிறார். இவர் 1960இல்தான் சமகாலக் கதை, கவிதைகளையே படிக்கத் தொடங்கினார். அதுவரையில் தமிழ்ப்பாட நூல்களில் உள்ள சங்கப் பாடல்களையும் கதைகளையும் மட்டுமே படித்து வந்தார். இவர் ஊரில் நூலகம் தொடங்கியதும் அதில் உறுப்பினராகி, முதன் முதலில் இவர் எடுத்துப் படித்த புத்தகம் கல்கியின் 'பொன்னியின் செல்வன்'. அதன் வாசிப்புச் சுவை இவரைத் தொடர் வாசிப்பாளனாக மாற்றிவிட்டது. அவரது வாசிப்புத் திறன் ஓர் ஆண்டில் நூற்றுக்கணக்கான புதினங்களைப் வாசிக்கும் அளவிற்கு உயர்ந்தது.

அவற்றில் ஒரு புதினம்தான் எழுத்தாளர் திரு.சுந்தர ராமசாமி தமிழில் மொழியாக்கம் செய்த மலையாள எழுத்தாளர் தகழி சிவசங்கரம் பிள்ளையின் 'செம்மீன்'. இந்நூலைப் படித்த பிறகே, அப்புதினத்தை அம்மொழிலேயே படிக்க ஏக்கமும் உந்துதலும் இவருக்கு ஏற்பட்டது. அதற்காகவே மலையாள மொழியைக்

கற்கும் முனைப்பு இவரிடம் தொற்றிக்கொண்டது எனலாம்.

கால்நடைத்துறையில் கால்நடை ஆய்வாளர் பயிற்சி முடித்து மதுரை மாவட்டத்தில் 1964இல் பணியில் சேர்ந்தார். பணிக் காலத்தில்தான் மலையாள மொழியை கற்றறிந்தார். அப்போது ஓய்வு நேரத்தை மலையாள மொழியாக்கத்திற்காகச் செலவிட்டார். 1960 முதல் 1963 வரையில் தன்புனைவில் ஐந்து சிறுகதைகளையும் ஒரு குறுபுதினத்தையும் மற்றும் பல கட்டுரைகளும் படைத்திருந்தார்.

மனித இனத்தின் அரிய கண்டுபிடிப்பு மொழியே; அது ஒவ்வொரு இனத்தாருக்கும் ஒரு மொழி என வகுத்து வழக்கில் உள்ளது. எல்லாரும் எல்லா மொழியையும் கற்றுக்கொள்ளுதல் என்பது இயலாதது ஒன்றாகும். அவற்றில் சில மொழிகளையாவது கற்றுக்கொள்ள வேண்டும் எனும் பேரவா சிலருக்கு வாய்க்கும். அந்தச் சிலரில் திரு குறிஞ்சிவேலன் எனும் மொழியார்வலர் முன்வரிசையில் இருந்து, தமிழோடு, ஆங்கிலம், மலையாளம் மொழிகளையும் கற்றறிந்தார். அதன் தொடர்நிலையில் இந்தி, கன்னடம் மற்றும் தெலுங்கு மொழிகளையும் படித்துப் புரிந்துகொள்ளவும் அறிந்திருக்கிறார் என்பது அவரின் மொழியார்வத்தின் உச்சத்தைக் காட்டுகிறது. பன்மொழிகளில் கவனம் கொண்டாலும், மலையாள மொழியே இவரை தன்வசப்படுத்திக்கொண்டது எனலாம்.

மலையாள இதழான 'மாத்ருபூமி'யில் வந்த ஒரு விமர்சனக் கட்டுரையை அப்படியே மொழியாக்கம் செய்து, இலக்கியத்தரமாக வந்துகொண்டிருந்த 'தீபம்' மாத இதழுக்கு அனுப்ப, மறுமாதமே அக்கட்டுரையின் ஒரு பகுதி வெளியானது. இது இவருடைய மொழியாக்கத்தில் வெளியான முதல் படைப்பு. அதன்பின் தரமான கதைகளையும், புதினங்களையும் மொழியாக்கம் செய்வதில் மிகுந்த முனைப்புக் காட்டினார். இவரின் முதல் மொழியாக்கக் கதையான 'பலியாடுகள், அன்றைய இலக்கிய இதழான 'கண்ணதாசன்' மாத இதழில் வெளிவந்தது. இதுவரையில் இருபது மலையாள எழுத்தாளர்களின் 43 படைப்புகளைத் தமிழில் மொழியாக்கம் மூலம் தமிழுலகிற்கு இவர் வழங்கி வருவது ஒரு தவமாகும்.

மொழிபெயர்ப்பு நூல்களை பரவலாகத் தமிழ் இலக்கிய உலகிற்குக் கொண்டுவரும் எண்ணத்திலும், மொழிபெயர்ப்பாளர்களுக்குச் சிறந்ததோர் களத்தை ஏற்படுத்தித் தரவேண்டும் என்ற எண்ணத்திலும் திரு.குறிஞ்சிவேலன் 2003 இல் "திசை எட்டும்" என்னும் காலாண்டு இலக்கிய இதழை தொடங்கி சிறப்பாக நடத்தி வருகிறார். இவ்விதழ் சான்றோர்களின் பாராட்டைப் பெற்று வருவது நமக்கும் பெருமைதானே? மேலும், ஒரு சிற்றூரிலிருந்து

ஓர் இதழை வெளியிட முடியும் என்னும் நம்பிக்கையுடன் இதுவரை 74 இதழ்கள் தொடர்ந்து கொண்டுவரப்பட்டுள்ளன என்பதே இவரின் ஈடுபாட்டின் சாதனை எனலாம்.

★ இவருக்கு ‘விஷக்கன்னி’ என்ற மலையாளப் புதினத்தை மொழியாக்கம் செய்தமைக்கு மொழிபெயர்ப்பு சாகித்ய அகாதெமி விருது 1994இல் அளிக்கப்பட்டது.

★ தவத்திரு வடலூர் ஊரன் அடிகள் அவர்களால் பன்மொழிச் செல்வர் எனும் பட்டம் பெற்றிருக்கிறார்.

★ தமிழ்நாடு அரசின் சிறந்த மொழிபெயர்ப்பாளர் விருது (2018) பெற்றிருக்கிறார்.

★ பல்வேறு இலக்கிய அமைப்புகளாலும், தமிழ்ச் சங்கங்களாலும் பல விருதுகள் பெற்றிருக்கிறார்.

★ சாகித்ய அகாதெமி இலக்கியத் தேர்வுக் குழுவின் நடுவர் பொறுப்பில் பதினொரு முறை இருந்து செயலாற்றியிருப்பதும், மொழியாக்க நூல் தேர்வுக்குழு நடுவராக இருந்ததும் இவருக்கான அடையாளமாகும்.

★ பல்வேறு இலக்கியக் கருத்தரங்கங்களில் கலந்துகொண்டு, தனது பன்மொழி ஆளுமையை வெளிப்படுத்தியிருப்பது அவரின் மொழியார்வத்தை உணர்த்துகிறது.

★ புதுவை வானொலி நிலையம், பல தலைப்புகளில் இவரின் உரைவீச்சை ஒலிபரப்பியுள்ளது. சென்னைத் தொலைக்காட்சியில் ‘வள்ளலார் இராமலிங்க அடிகளார், ‘குடிசை தர்மம் எனும் இரு நாடகங்களில் நடித்ததோடு, ‘பூங்கொடி’ எனும் திரைப்படத்திலும் பங்கேற்று மக்களை மகிழ்வித்திருக்கிறார் என்பதும் இவருக்கான கூடுதல் சிறப்பாகும்.

★ தன்னை மட்டும் ஒரு வட்டத்துக்குள் அடைத்துக்கொள்ளாமல், இதுவரை 150 மொழியாக்கப் படைப்பாளிகளுக்கு நல்லி-திசை எட்டும் மொழியாக்க இலக்கிய விருதுகளை, பத்மஸ்ரீ நல்லி குப்புசாமி செட்டியார் அவர்களின் பொருளாதார உதவியுடன் 2004ஆம் ஆண்டு முதல் வழங்க ஏற்பாடு செய்துவருவது, இவரின் சீரிய நற்பண்பை வெளிச்சமிடுகிறது.

மாவட்டத்திற்குப் பெருமை கூட்டிய இவரின் பன்மொழிப் புலமையைப் பாராட்டுவோம், வாழ்த்துவோம், போற்றுவோம்.

பேராசிரியர் இரா.ச. குழந்தைவேலனார்

பேராசிரியர் பணியோடு சமூகப்பணியையும் தம் வாழ்வின் ஒரு பகுதியாக ஒருங்கிணைத்து இயங்கும் இவர் எந்நேரமும் உப்பங்காற்று வீசிக்கொண்டிருக்கும் கடலூர், வன்னியர்பாளையத்தில் திரு. இரா. சண்முகவேலாயுதம்- ஜெயலஷ்மி இணையருக்கு 14-4-1944 இல் முதல் மகனாகப் பிறந்தார்.

அண்ணாமலை பல்கலைக்கழகத்தில் படித்து முதுகலைப் பட்டம் பெற்றார். இளமை முதல் தமிழ்ப் பற்றும் இலக்கிய ஆர்வமும் இவரைத் தொற்றிக்கொண்டிருந்தன. மாணவர் பருவத்தில் தந்தை பெரியார், பெருந்தலைவர் காமராஜர் இவர்களின் கொள்கையால் ஈர்க்கப்பட்டு மாணவர் காங்கிரஸ் தலைவராக இருந்தார். காமராஜரைப் பலமுறை சந்தித்துப் பேசியுள்ளார். சிதம்பரம் மாநாட்டில் பங்குபெற்றவர், பெருந்தலைவர் காமராஜரின் மறைவுக்குப்பின் பெரியாரின் திராவிட இயக்கத்தில் பற்றுக் கொண்டார்.

இவர் பேராசிரியாகப் பணியாற்றிய காலத்திலேயே சமூக அக்கறை கொண்டு பல போராட்டங்களைக் களம் கண்டவர். பல்வேறு கல்லூரிகளில் பேராசிரியராகப் பணியாற்றியபின், கடலூர் அரசுக் கலைக்கல்லூரியில் பணியாற்றியபோது கலைக்கல்லூரியின் வளாகத்தில் பெரியார் சிலையை அமைத்தபோது, அரசியல் சிக்கல் காரணமாக ஊட்டி அரசுக் கல்லூரிக்கு மாற்றப்பட்டு, இரண்டாண்டுகளுக்குப் பின் கடலூர் கல்லூரிக்கே மீண்டும் வந்து பணியாற்றி ஓய்வு பெற்றார்.

கடலூர் நடுவண் சிறையில் இயங்கிய, சிறைவாசிகள் சிறப்புக்கல்லூரியின் பொறுப்பை ஏற்றுக்கொண்டு, 40 சிறைவாசி மாணவர்களைப் பயிற்றுவித்துத் தேர்வுக்கு அனுப்பி அதில் 38 சிறைவாசி மாணவர்களைத் தேர்ச்சிபெறச் செய்தது இவரின் சாதனையாகும். இதன் விளைவாக, கடலூர் நடுவண் சிறைச்சாலை "சிறந்த சிறைக்கல்லூரி" விருதினைப்பெற்றது சிறப்பாகும்.

இவர் கடந்த நாற்பதாண்டுகளுக்கும் மேலாக திருக்குறளைக் கிராமப்பகுதிகளில் பரப்புரை செய்யும் பணியை மகிழ்வுடன் செய்துவருகிறார்.

மேலும் இக் காலகட்டத்தில் ஆயிரத்திற்கும் மேற்பட்ட பட்டிமன்ற நிகழ்வுகளுக்கு நடுவராகப் பொறுப்பேற்றுச் சிறப்பாகச் செயல்பட்டுள்ளார். இதன் காரணமாகவே "நடுவர் நாயகம்" எனும் விருது இவரின் தோளில் வந்தமர்ந்தது. 400க்கும் மேற்பட்ட சீர்த்திருத்தத் திருமணங்களைக் கிராமப் பகுதிகளிலும், நகரப்பகுதிகளிலும் நடத்தி வைத்து, சமூக விழிப்புணர்வை ஏற்படுத்தியிருக்கிறார்.

இவரின் தமிழ்ப்படைப்புகள்.

1 தமிழ்த்தேன்
2 வாடா மலர்கள்
3 வள்ளலார் கடிதங்கள் ஆராய்ச்சி 4 திருக்குறள் செய்திகள்
5 முதல் அறுவடை

இவர் பெற்ற விருதுகள்

★ செந்தமிழ்க் காவலர்
★ நடுவர் நாயகம்
★ இலக்கியச் செம்மல்
★ தமிழ்ச் செம்மல் (தமிழக அரசு வழங்கியது)

சமூக விழிப்புணர்வில் அக்கறையும், ஆர்வமும் கொண்ட இவரின் பணி சிறக்க வாழ்த்துவோம்.

ஊரும் பேரும் : கூடலையாற்றூர்

வெள்ளாறும் முத்தாறும் கூடுகின்ற இடத்தில் கூடலையாற்றூர் என்னும் அழகிய ஊர் அமைந்திருக்கிறது. ஆறுகளினாலேயே இவ்வூர் பெருமை பெற்றது. இவ்வூரும் இவ்வூர்க் கோயிலும் தேவாரப்பாடல் பெற்ற இடமாகும்.

அணுசக்தி விஞ்ஞானி திரு.சீ. இராஜேந்திரன்.

ராஜேந்திரன்

கடலூர் மாவட்டம், நெல்லிக்குப்பம், திருக்கண்டேஸ்வரம் கிராமத்தில் திரு. சீனுவாசன் - இராதாம்பாள் இணையருக்கு மகனாக 07-12-1944இல் பிறந்தவர் திரு. இராஜேந்திரன்.

தனது தொடக்கக் கல்வியைக் கிராம அரசுப் பள்ளியிலேயே பயின்றார். அண்ணாமலை பல்கலைக்கழகத்தில் பொறியியல் படிப்பை முடித்து, பம்பாயில் பாபா அணுசக்தி எனர்ஜி நிறுவனத்தில் 1968 இல் விஞ்ஞானியாகப் பணியைத் தொடங்கினார்.

பதவி உயர்வு பெற்று, 1974இல் சென்னை கல்பாக்கத்தில், அணுசக்தி எரிசக்தி நிறுவனத்தில் விஞ்ஞானியாகச் சேர்ந்தார். இங்குப் பணியாற்றிய காலத்தில், இராஜஸ்தான் மாநிலம் “பொக்ரான்” அணுகுண்டு சோதனையில் முக்கிய பங்காற்றினார். இதன்பொருட்டு நடுவண் அரசின் பாராட்டையும் பெற்றார்.

கடைசியாக கல்பாக்கம் அணுமின் நிலைய இயக்குநர் பதவி வகித்து, 2004ஆம் ஆண்டில் ஓய்வு பெற்றார். ஆழிப்பேரலை, அணுமின் நிலையத்தைத் தாக்கியபோது, கதிர்வீச்சு போன்ற அபாயங்கள் ஏற்படாமல் தடுத்தார். பணிக் காலத்தில் சிறந்த விஞ்ஞானி விருதை நடுவண் அரசு வழங்கி பெருமைப்படுத்தியது.

காலமான மேனாள் குடியரசுத் தலைவர் மாண்புமிகு அப்துல்கலாம், மேனாள் இந்திய முதன்மை அமைச்சர் வாஜ்பாய் அவர்களுடனும், மேனாள் இந்திய முதன்மை அமைச்சர் மாண்புமிகு மன்மோகன் சிங் அவர்களுடனும் நல்ல தொடர்பில் இருந்தவர்.

திருக்கண்டேசுவரம் கிராமத்தில்தான் படித்த அரசு ஆரம்பப்பள்ளிக்கு கூடுதல் வகுப்பறைகளை சொந்த செலவில் இவர் கட்டிக்கொடுத்துள்ளார். புற்றுநோயால் பாதிக்கப்பட்டு, சிகிச்சையில் இருந்தபோது 25-05-2021 இல் தனது 77 வது அகவையில் காலமானார்.

அணுசக்தி விஞ்ஞானி திரு. இராஜேந்திரன், இந்திய அணுசக்தி துறைக்கு ஆற்றிய பங்கு மகத்துவமானது என்று அவருடன் பணியாற்றிய விஞ்ஞானிகள் நினைவுகூர்ந்துள்ளனர். அவரின் ஆற்றலையும் புகழையும் போற்றுவோம்.

பன்முகப் படைப்பாளி குறிஞ்சி
திரு.ஞான. வைத்தியநாதன்

வடலூர் சமரச சன்மார்க்க ஆராய்ச்சி நிலையத்தின் "பல்கலைச்செல்வர்' பட்டம் பெற்ற திரு.ஞான. வைத்தியநாதன், குறிஞ்சிப்பாடி திரு.ஞானசம்பந்தன் பவுனாம்பாள் இணையருக்கு 06-07-1944 இல் பிறந்தார். குறிஞ்சிப்பாடி பள்ளியில் கற்ற இவர், பள்ளி ஆசிரியராகத் தன் பணியைத் தொடங்கினாலும், தமிழ்ப்பணி மீது அவரின் நாட்டம் ஆறாப்பசியாக மிகுந்திருந்தது.

விளையும் பயிர் முளையிலேயே தெரியும் என்பதுபோல், தனது பதினான்காவது வயதிலே 'கண்ணன்' சிறுவர் மாத இதழில் சிறுகதை எழுதியுள்ளார். பின்னாளில் பட்டறிவை வரவு வைத்து பல்வேறு தலைப்புகளில் பத்து குழந்தை இலக்கியங்களைப் படைத்திருக்கிறார். இவ்விலக்கியங்கள் குழந்தைகளின் சிந்தனையைத் தூண்ட சென்றடைந்துள்ளன.

குழந்தை இலக்கியத்தோடு இவரின் எல்லை சுருங்கிவிடாமல், தமிழ் மீதான மீளாவேட்கையால் ஆன்மிகம், சிறுகதை, புதினம், நாடகம், வரலாறு, கவிதைகள் எனப் பல திசைகளிலும் பயணித்து பல நூல்களைப் படைத்துள்ளார். இவரின் பன்னிரண்டு கட்டுரை நூல்களும், நான்கு வரலாற்று நூல்களும், மூன்று சிறுகதைகளும், மூன்று குறுபுதினங்களும், ஏழு புதினங்களும், ஐந்து 'பா' த்தொகுப்புகளும், இரண்டு நாடக நூல்களும் இவரின் எழுத்தின் ஆளுமையை விரிந்தும், பரந்தும் காட்சிப்படுத்துகிறது.

அரிதின் முயன்று படைக்கப்பட்ட இவரின் ஒரு நூல் (தம்பிக்கு அறுபத்து மூவர் கதைகள்) கன்னடத்திலும், 'பன்னிரு ஆழ்வார்கள் கதைகள்', 'சுந்தரகாண்டம்', 'மகாபாரதம்', 'ஸ்ரீரமண மகரிஷி' ஆகிய தொன்மைசார் நூல்கள் ஆங்கிலத்திலும் மொழி பெயர்க்கப்பட்டுள்ளதே இவரின் படைப்பின் பெருமையைச் சுட்டுகிறது.

இயல், இசை, நாடகம் எனப் பன்முகத்திறன் கொண்ட இவரின் உரை வீச்சும், மெல்லிசையும், நாடகமும், தமிழக வானொலி மற்றும் தொலைக்காட்சி மூலம் மக்களை பலவேறு காலங்களில் மகிழ்வித்திருக்கின்றன. பட்டிமன்றம், பாவரங்கம், இலக்கிய உரை என நூற்றுக்கு மேலான மேடைகளில் இவரின் தமிழ் சுவையூட்டியுள்ளன.

நூற்றுக்கும் மேற்பட்ட நூல்களை எழுதியுள்ள இவ்வாசிரியரின் 'நல்லதம்பி' என்னும் நூலுக்காக தமிழக அரசு தமிழ் வளர்ச்சித் துறையின் குழந்தை இலக்கியத்திற்கான முதல் பரிசு (1984); 'ஸ்ரீமகாபாரத நாடகம்' என்னும் நூலுக்காக தமிழக அரசு தமிழ் வளர்ச்சித்துறையின் நாடக இலக்கியத்திற்கான முதல்பரிசு (1992) பெற்று மாவட்டத்திற்கு பெருமை சேர்த்திருக்கிறார்.

எழுத்தே வாழ்வு; எழுத்தே மூச்சு; எழுத்தே உயர்தவம் என்றிருக்கும் திரு.ஞான. வைத்தியநாதன், சிற்றிதழ்கள் நடத்தியிருக்கிறார்; புதுவை அரசின் 'பாரதிப் பட்டயம்' பெற்ற இவரின் எழுத்து தமிழுலகில் மேலும் மேன்மை பெறவேண்டும் என வாழ்த்துவோம்.

ஊரும் பேரும் : திருவேட்களம்

சிதம்பரத்திற்கு அண்மையிலுள்ள அண்ணாமலை பல்கலைக்கழகம் அமைந்துள்ள இடத்தில் உள்ளது திருவேட்களம் என்னும் அழகிய சிற்றூர். இச்சீரூர் அர்ச்சுனனோடு தொடர்புற்றது. சிவபெருமானிடம் பாசுபதம் பெறக்கருதி நெடுங்காலம் அர்ச்சுனன் வேள்வி செய்த இடமே "வேட்களம்" என்று பெயர் பெற்றதென்பர். வேட்களம் திரு என்னும் அடைபெற்று திருவேட்களம் ஆயிற்று

முதுமுனைவர் திரு. கதிர். முத்தையன்

உலகத் தமிழ்க் கழகத்தின் நெறியாளர், உலகத் தமிழ்ப் பண்பாட்டு இயக்கத்தின் துணைத்தலைவர், பாவாணர் பயிற்றக நிறுவுனர் எனப் பல தமிழ்த் திசைகளில் பயணிக்கும் திரு.கதிர்.முத்தையன் 15-06-1947 நாளன்று, திரு. கதிர்வேலனார் சாலாட்சியம்மாள் இணையருக்குப் பிறந்தார்.

தமிழ் விரிவுரையாளராக அரசுப் பணியிலிருந்து, பணி நிறைவு பெற்றாலும், தமிழை தழைக்க வைக்கும் பணியை இன்றுவரை தொய்வின்றி செயலாற்றிக்கொண்டிருக்கும் இளைஞர் இவர்.

இவர் படைத்திருக்கும் நூல்கள் சமூகம் சார்ந்தும், அயற்சொற்களின்றி தமிழில் பேச பயிற்சிக்களமாகவும், குழந்தைகளுக்கு தூய தமிழ்ப் பெயர்கள் சூட்ட தூண்டுவனவகாவும் இருக்கும்.

இவரின் படைப்புகள்.

1. தமிழில் பேசுவோம்
2. துறைதோறும் தூய தமிழ்
3. உங்கள் குழந்தைக்கு இனிய தமிழ்ப் பெயர்கள்
4. திருவள்ளுவர் ஆண்டு
5. தமிழ்ப் புத்தாண்டு
6. தமிழீழத் தாயகம்
7. உலகத் தமிழர் இர.ந.வீரப்பனார்
8. தமிழர் காவலர் செ.தெ.நாயகம்
9. தமிழர் வாழ்வியல்

'முப்பால் முழக்கம்', 'தமிழ்மண்', 'திருக்குறள் தொண்டூழியம் என்னும் பெயர்களில் சிற்றிதழ்களை இவர் நடத்தியிருக்கிறார். இவரின் தமிழ்ப்பணி தமிழ்நாட்டோடு முடங்கிவிடாமல், மாநிலம் கடந்தும், கடல் கடந்தும் பயணித்து பல இலக்கிய நிகழ்வுகளில் பங்கேற்றிருப்பது இவருக்கான அடையாளமாகும்.

இவர் பாவாணர், பாவலரேறு பெருஞ்சித்திரனாரின் தொண்டர் என்பதே இவருக்கான பெருமையாகும். தனக்கு வழிகாட்டும் ஆசானாகிய பாவாணர் உருவாக்கிய உலகத் தமிழ்க் கழகத்தின் பொறுப்புகளை ஏற்று இப்போது நெறியாளராக இன்றுவரை விழைவுடன் செயல்பட்டு வருகிறார்.

மேலும் பாவாணர் பயிற்றகத்தை 1976 இல் நிறுவி, தொடர்ந்து நூற்றுக்கு மேலான பயிலரங்குகளை நடத்தியிருக்கிறார்.

திருக்குறள் ஓதி ஆயிரத்திற்கும் மேற்பட்ட குடும்ப விழாக்களை நடத்தியிருப்பதையும், நான்காயிரத்திற்கு மேற்பட்ட குழந்தைகளுக்குத் தமிழில் பெயர் சூட்டியிருப்பதையும் அறிந்தபோது, இவரின் தமிழ் உணர்வின் மையத்தை நாம் கண்டறியலாம்.

17 ஆண்டுகள் திருக்குறள் தொடர் வகுப்பு நடத்தியும், 53 ஆண்டுகளாக தொடர்ந்து பொங்கல் விழாவின்போது, எங்காவது ஓரிடத்தில் திருக்குறள் போட்டி நடத்தியும் மாணவர்களுக்கு பரிசளித்து மகிழ்பவர் இவர். இவரின் பணி தொடர விழைவோம்.

பெற்ற விருதுகள்:

நல்லாசிரியர் விருது
பாவாணர் பற்றாளர் விருது
திருவள்ளுவர் விருது
கண்ணதாசன் விருது
செம்மொழிச் செம்மல் விருது
உலகத் தமிழ்மாமணி விருது
குறள்நெறிக் காவலர் விருது-

போன்று மேலும் பத்திற்கு மேற்பட்ட விருதுகளை இவர் பெற்றிருக்கிறார்.

பாரதியார் பட்டயம், பாவேந்தர் பட்டயம், பண்பாளர் பட்டயம், செம்மொழிப் போராளி பட்டயம் எனப் பல தமிழ் அமைப்புகள் இவருக்கு வழங்கியிருப்பது, தமிழ் மீதான இவரின் ஈர்ப்பை நமக்குக் காட்டுகிறது.

தமிழ் மக்களிடையே எளிய முறையில் தமிழ் உணர்வை ஊட்டும் இவரின் பணி சிறக்க வாழ்த்துவோம்.

பாவலர் திரு. அறிவுமதி

கடலூர் மாவட்டம், விருத்தாசலம் வட்டத்திலுள்ள சு.கீணனூரில் திரு. கேசவன்- சின்னப்பிள்ளை இணையருக்கு 02-02-1948இல் மதியழகன் பிறந்தார். இவரின் புனைபெயர் அறிவுமதி.

தமிழ் முதுகலை பட்டப் படிப்பை, அண்ணாமலை பல்கலைக்கழகத்திலும், தொல்பொருள் ஆய்வுத்துறையில் முதுநிலை பட்டயமும் பெற்றிருக்கிறார்.

திரைத்துறையில் சாதனை.

பாக்கள் எழுதுவதில் ஆழ்விருப்பம் உள்ள இவர் திரைத்துறையில், அறிவுசால் இயக்குநர்களான திரு.பாலுமகேந்திரா, திரு.பாரதிராஜா, திரு. பாக்யராஜ் ஆகியோரிடம் உதவி இயக்குநராகப் பணிபுரிந்துள்ளார். தன்முனைப்பால் தன்னை வெளிப்படுத்திக்கொண்டது 'சிறைச்சாலை' திரைப்படத்திற்கு உரையாடலும், பாடலும் எழுதியபோதுதான்.

இவரின் இருநூற்று ஐம்பதுக்கு மேலான திரையிசைப் பாடல்களுக்கு இசைஞானி இளையராஜா, இசைப்புயல் ஏ.ஆர். இரகுமான், வித்யாசாகர் உள்ளிட்ட இசையமைப்பாளர்கள் இசையமைத்திருக்கிறார்கள் என்பதே இவரின் பாக்களின் மொழியாளுமையை உச்சி வெயிலெனக் காட்டும். ஆழிப்பேரலை பற்றிய 'நீலம்' என்ற குறும்படத்திற்கு திரைக்கதை எழுதி இயக்கியுள்ளது, இவரின் பன்முகத்திறனின் ஒரு பகுதியாகும்.

இவரின் படைப்புகள்: *கவிதை:* 1. என் பிரியவசந்தமே 2. நிரந்தர மனிதர்கள் 3. அன்பான ராட்சசிக்கு 4. புல்லின் நுனியில் பனித்துளி 5. அணுத்திமிர் அடக்கு 6. நட்புக்காலம் 7. கடைசி மழைத்துளி 8. வலி 9. மழைப்பேச்சு 10.நட்புமொழி 11.மழைத்தும்பிகள் 12. அறிவுமதி (தொகுப்பு)

சிறுகதை: வெள்ளைத் தீ, *ஆய்வு நூல்கள்:* 1. தமிழ் முருகன், 2. தங்கத்தமிழ், 3. குற்றாலம் கோயில்.

தமிழ்மணம் கமழும் 'அவிழரும்பு', 'மண்', 'தை' இதழ்களுக்கு ஆசிரியராக இருந்து தமிழ் தழைக்க உழைத்திருக்கிறார். இவர் எழுதியநீண்ட நீண்ட காலம்' என்ற பிறந்தநாள் பாடல் உலகத் தமிழர்களிடம் பெரும் வரவேற்பைப் பெற்றுள்ளதும், ஆறாம் வகுப்பு தமிழ்ப் பாடநூலில் இடம் பெற்றிருப்பதும் நமக்குப் பெருமைதானே.

நொறுங்காத கொள்கையும், புலமைச் செருக்கும் கொண்ட இவர், இலக்கியப் பொழிவராக, அமெரிக்கா, கனடா, நியூசிலாந்து போன்ற எட்டு அயல் நாடுகளுக்குச் சென்று வந்திருக்கிறார்.

பெற்ற விருதுகள்:

- மாநில அளவில் தமிழ்நாடு அரசு நடத்திய 'பேரறிஞர் அண்ணா, 'புரட்சிக்கவிஞர்' பிறந்தநாள் கவிதைப் போட்டிகளில் முதல்வரிடம் பரிசு பெற்றுள்ளார்.
- 2019இல், தமிழ்நாடு அரசு சிறந்த திரைப்படப் பாடலாசிரியருக்கான விருதினை முதல்வரிடம் பெற்றுள்ளார்.
- 'ஆனந்த விகடன்'- சிறந்த பாடலாசிரியருக்கான விருது பெற்றுள்ளார்.
- தமிழ்நாடு அரசு'பாவேந்தர் பாரதிதாசன் விருது' பெற்றுள்ளார்.
- விடுதலைச் சிறுத்தைகள் இயக்கம் தந்த 'அம்பேத்கர் சுடர் விருது' பெற்றுள்ளார்.
- அறக்கட்டளையாக, 'கவிக்கோ அமைப்பினர் தந்த 'கவிக்கோ விருது' பெற்றுள்ளார்.

தேவாரத் திருமுறைகள்

திருஞானசம்பந்தர், திருநாவுக்கரசர்(அப்பர் பெருமான்), சுந்தரர் ஆகிய சான்றோர்கள் மூவரும் பாடிய தேவாரத் திருமுறைகள் தில்லை அருள்மிகு நடராஜர் ஆலயத்தில் மறைத்து வைக்கப்பட்டிருந்தன.

திருமுறைகண்டசோழன் இராசராசனும், நம்பியாண்டார்நம்பியும் அந்தணர்களுடன் தில்லை ஆலயம் சென்று தேவாரத்தைக் கண்டு எடுத்தனர்.

பாச்சுடர் திரு. வளவ.துரையன்

தமிழோடும், தமிழ் இலக்கியங்களோடும், அவை தழைக்க விழையும் உணர்வோடும் வாழும் திரு.வளவதுரையன் 15-07-1949ஆம் நாளன்று திரு.பரமேசுவரன்-லலிதா இணையருக்குப் பிறந்தார். இவரது இயற்பெயர் அ.ப.சுப்பிரமணியன்; புனைபெயர் வளவ. துரையன்.

தனது ஆசிரியப் பணியை நிறைவு செய்த பின், தமிழ் வளர்ச்சிப் பணியை இனிதாகச் சுமந்து இயல்பாகச் செயலாற்றி வருகிறார். முப்பதாண்டுகளுக்கு முன்னால் இவர் உருவாக்கிய "இலக்கியச் சோலை" என்னும் அமைப்பு இன்றளவும் சிறப்பாகச் செயல்பட்டு, தமிழ் உணர்வை தமிழார்வலர்களுக்கு சுவைமிக்க விருந்தாக பரிமாறிக்கொண்டிருக்கிறது (184 நிகழ்வுகள்).

'சங்கு' என்னும் இலக்கியக் காலாண்டிதழையும் தொய்வின்றி நடத்தி இதுவரை 183 இதழ்களை வெளியிட்டிருக்கிறார். மரபிலக்கியத்தில் ஆழ்ந்த பயிற்சி உள்ளவர். இவரின் மரபுக்கவிதைகள் வாசிக்க எளிதாகவும், ஆழ்ந்த இலக்கிய நயத்தோடும் இருக்கும். சங்க இலக்கிய நூல்களுக்கு எளிய நடையில் உரையெழுதி வெளியிட்டுள்ளார்.

இவரின் இனிய படைப்புகள்:

1 முத்தொள்ளாயிரம் (எளிய உரை)

2 ஐங்குறுநூறு (எளிய உரை)

3 அர. இராஜாராமன் ஆற்றுப்படை

4 சிகரங்கள் (கட்டுரை)

5 பசி மயக்கம் (மரபுக்கவிதை)

6 இயற்கைப் பாவை (மரபுக்கவிதை)

7 அதிகாரம் இழந்த அதிகாரங்கள் (மரபுக்கவிதை)

8 விடாத தூறல் (புதுக்கவிதை)

9 ஒரு சிறு தூறல் (புதுக்கவிதை)

10 அப்பாவின் நாற்காலி (புதுக்கவிதை)

சிறுகதை, புதினம் புனைவதில் இவரின் ஆளுமையை கீழ்க்கண்ட நூல்கள் பறைசாற்றிக்கொண்டிருக்கின்றன.

புதினம் : 1. மலைச்சாமி 2. சின்னசாமியின் கதை 3. இரண்டாவது மதகு

சிறுகதை : 1. தாயம்மா 2. தேரு பிறந்த கதை 3. கூச்சம் 4. வளவ. துரையன் கதைகள் 5. வலையில் மீன்கள் 6. சாமி இல்லாத கோயில் 7. அன்று, இன்று, இனி 8. மீண்டும் ஒரு தொடக்கம்

பொது : 1. பெரியோர் சிந்தனைகள் (வானொலி உரை) 2. முக்திநாத் யாத்திரை (பயணக் கட்டுரை)

நிறைவான ஆன்மிகவாதி; வைணவத்தின் ஈடுபாடும் உயர்நிலை. 2002ஆம் ஆண்டிலிருந்து கடலூர் மணவாள மாமுனிகள் கைகர்ய சபா சார்பில் ஸ்ரீவைஷ்ணவ மாநாடுகள் நடத்திக்கொண்டிருப்பதே அவருக்கான அடையாளமாகும்.

ஆன்மிகம் தொடர்பான இவரின் படைப்புகள்

1 வைணவ விருந்து

2 ஸ்ரீவைஷ்ணவ ஆச்சார்ய வைபவம்

3 அருள்மிகு வரதராஜப் பெருமாள் போற்றி (மரபுக் கவிதை)

4 திருக்கோளூர் பெண்பிள்ளை ரகசியம்

5 சீரங்க நாயகியார் ஊசல் (எளிய உரை)

இலக்கியப் பங்களிப்புக்காகவும், 'சங்கு' சிற்றிதழுக்காகவும் தமிழ்நாட்டிலுள்ள பெரும்பாலான தமிழ் அமைப்புகள் இவருக்கு பல விருதுகளையும், பரிசுகளையும் வழங்கியிருப்பது நம் மாவட்டத்திற்கான பெருமையாகும்.

தமிழ் மீதான இவரின் ஆளுமை மேலும் சிறக்கவும், அதன் பயனை தமிழார்வலர்கள் நுகரவும் விழைய வாழ்த்துவோம், பாராட்டுவோம்.

முனைவர் திரு.ஆறு. இராமநாதன்-எழுத்தாளர்

கடலூர் மாவட்டம், மஞ்சக்கொல்லையில் 03-08-1950 அன்று பிறந்த திரு.ஆறு.இராமநாதன் முனைவர் பட்டம் பெற்றவர், ஒரு தமிழக எழுத்தாளர். நாட்டுப்புறவியல் துறைப் பேராசிரியர். மொழிப்புலத் தலைவர், தஞ்சாவூர் தமிழ்ப் பல்கலைக்கழகத்தின் பதிப்புத்துறை இயக்குநர் எனப் பல்வேறு பொறுப்புகளை வகித்தவர்.

பன்னாட்டு மாநாடுகள், கருத்தரங்குகள், செயலரங்குகள் போன்றவற்றில் பங்கேற்றிருப்பதுடன் அவற்றை பொறுப்பேற்று நடத்தவும் செய்திருக்கிறார். 34க்கும் அதிகமான நூல்களை எழுதியிருக்கிறார்.

இவரின் படைப்புகள் சில :

1. நாட்டுப்புறக் கலைகள், 2. எழுத்திலக்கியங்களும் வாய்மொழி இலக்கியங்களும், 3. கார்த்திகைத் திருவிழா, 4. தமிழர் கலை இலக்கிய மரபு, 5. தமிழர் வழிபாட்டு மரபுகள், 6. மாட்டுப் பொங்கல், 7. வாய்மொழி மரபும் எழுத்து மரபும், 8. நாட்டுப்புறக் கதைக் களஞ்சியம் (15 தொகுதிகள்), 9. நாட்டுப்புறப் பாடல் களஞ்சியம் (10 தொகுதிகள்).

பெற்ற பரிசுகள்

★ இவர் எழுதிய "தமிழர் வழிபாட்டு மரபுகள்" எனும் நூல் 2000 ஆம் ஆண்டில் தமிழ்நாடு அரசின் பரிசினைப் பெற்றிருக்கிறது.

★ இவர் எழுதிய "தமிழர் கலை இலக்கிய மரபுகள்" எனும் நூல் 2007ஆம் ஆண்டில் தமிழ்நாடு அரசின் பரிசினைப் பெற்றிருக்கிறது.

தமிழர் கலை இலக்கிய மரபுகளை வெளிச்சத்துக்கு கொணர்ந்தவரின் ஆழ்ந்த புலமையைப் போற்றுவோம்; தமிழர் மரபைக் காப்போம்; வளர்ப்போம்.

முனைவர் திரு.இர. வாசுதேவன்-எழுத்தாளர்

கடலூர் மாவட்டம், காட்டுமன்னார்கோவில் வட்டம், கஞ்சங்கொல்லை- கொண்டாயிருப்பு எனும் சிற்றூரில் திரு.வே.இரத்தினசாமி- சின்னப்பெண் இணையருக்கு 1951இல் பிறந்தவர் வாசுதேவன்.

இவர் தமிழ்நாட்டில் நன்கறியப்பட்ட தமிழ் மருத்துவ இலக்கிய ஆய்வாளரும், எழுத்தாளரும், கவிஞரும் ஆவார்.

இவரது ஆய்வு தமிழ் மருத்துவ இலக்கியங்கள் மற்றும் பண்டைய தமிழ் மருத்துவம் தொடர்பானதாக இருக்கும். மதுரை காமராசர் பல்கலைக்கழகத்தில் "திருவிளையாடற் புராணத்தில் கலைக்கூறுகள்' எனும் ஆய்வறிக்கையை அளித்துள்ளார். தமிழில் மருத்துவ இலக்கியம் எனும் இவரது அரிய ஆய்வு அறிக்கை வாயிலாகவே இவருக்குச் சென்னைப் பல்கலைக்கழகம் முனைவர் பட்டம் அளித்தது.

தமிழ்ப்பணி

தமிழரின் பழமையான சுவடிகளையும் நூல்களை தேடிச் சேகரிக்கும் பணியில் தமிழர் மரபு அறக்கட்டளையுடன் இணைந்து பணியாற்றியுள்ளார்.

தமிழ்க்குயில் எனும் ஒலியாடல் குழுமத்தை நிறுவி அதன்மூலம் தமிழ் இலக்கியச் சொற்பொழிவுகளை ஆற்றிவருகிறார். இதுவரை 350க்கும் மேற்பட்ட சொற்பொழிவுகளை ஆற்றியுள்ளார்.

தமிழகத்தில் மறைந்திருக்கும் அரிய சுவடிகளைத் தேடும் பணியின் ஊடே, கிடைக்கும் சுவடி நூல்களை நகலெடுத்து கணினியில் சேமித்து, அரசு மின் நூலகத்தில் சேர்க்கும் பணியினையும் செய்துவருகிறார்.

இவரின் படைப்புகள்:

- ★ தமிழில் மருத்துவ இலக்கியங்கள்
- ★ விண்ணும் மண்ணும்
- ★ தமிழ் இலக்கணம்
- ★ திருமந்திரம்
- ★ இயற்கை மருத்துவம்.

சமூக செயல்பாட்டாளர் திரு. ராம. முத்துக்குமரனார்

கடலூர் துறைமுகம் திரு. இல. இராமஜெயம்-வள்ளியம்மாள் இணையருக்கு 23-09-1955இல் வணிகர் குடும்பத்தின் முதல் மகனாகப் பிறந்தார். இறைப்பற்றாளரான தந்தையார் சூட்டிய பெயர் முத்துக்குமாரசாமி. தமிழார்வலர்கள் இவரை முத்துக்குமரனார் என அழைக்க, அப்பெயரே நிலைத்துவிட்டது.

தமிழ்ப்பணி, ஆன்மிகப்பணி மற்றும் சமூக நற்பணி என இவர் பன்முகத்திறன் கொண்டவர் ஆவார். திருக்குறள் ஆய்வுக்காகவும், திருமந்திரம் ஆய்வுக்காகவும் 26-09-2021இல் பாரத் சேவா பல்கலைக்கழகம் இவருக்கு கௌரவ டாக்டர் பட்டம் வழங்கியுள்ளது.

தமிழ்ப்பற்று உணர்வில் முதன்முதலில் மறைமலையடிகள் மன்றம் தொடங்கி பின்னர் முத்தமிழ் இலக்கிய மன்றமாக உருவெடுத்து நடத்தியிருக்கிறார். இவ்விலக்கிய மன்றத்தில் குன்றக்குடி அடிகளார், தமிழ் அறிஞர் அறிவொளி எனப் பல தமிழ்ச் சான்றோர்கள் உரையாற்றியிருக்கின்றார்கள்.

உலகத் திருக்குறள் பேரமைப்புத் தொடங்கி அதன் தலைவராக இருந்து சிறப்பாகப் பணியாற்றி வருகிறார். இப்பேரவையின் நோக்கம், திருக்குறளை தேசிய நூலாக்க வேண்டும் என்பதே. இக்கோரிக்கையோடு வடலூர் வள்ளலார் கோட்டத்திலிருந்து சென்னை வள்ளுவர் கோட்டம் வரை தமிழறிஞர்களுடன் நடந்து சென்றிருக்கிறார்.

முன்னாள் முதல்வர் கலைஞர் கூட்டிய செம்மொழி மாநாட்டில் இவர் உரையாற்றிய போது உலகத் தமிழ் அறிஞர்களின் தொடர்பைப் பெற்றார். அவர்களின் துணையோடு ஐந்தாம் உலகத் தமிழ்ச் சங்கத்தை 15.07-2009 அன்று நிறுவி அதன் தலைவராக செயல்பட்டுவருகிறார்.

திண்டுக்கல் மாவட்டம் சின்னாளப்பட்டியில் அனைத்துலகம் தமிழ் மாமன்றம் கட்டிய தமிழன்னை திருக்கோயிலுக்கு அடிக்கல் நாட்டியதும், பின்னர் அக்கோயிலை தமிழ்வழியில் திறந்து வைத்ததும் இவரே.

இவர் ஒரு சிறந்த சமூக செயல்பாட்டாளர் என்பதை இவர் வகிக்கும் பொறுப்புகளே சாட்சியாகச் சொல்லும்.

1 கடலூர் அனைத்து வணிகர் சங்கத் தலைவர்

2 தென்னக இரயில்வே பயணிகள் நலச்சங்கம் மற்றும் நுகர்வோர் பாதுகாப்புப் பேரவையின் தலைவர்.

3 தமிழ்நாடு மக்கள் சட்ட விழிப்புணர்வு மற்றும் நுகர்வோர் நலச்சங்கத்தின் கௌரவத் தலைவர்.

இவர் பல நூல்களை எழுதியிருக்கிறார். இவரின் படைப்புகளில் சில:

1 அருள் பொழியும் ஆலயங்கள்

2 கவிமுகிலார் ஆய்வில் திருக்குறள்

3 சித்தர்கள் பூமி

4 கவிமுகிலின் தமிழ் முழக்கம்

5 கண்ணுக்கு கண்ணாக (சிறு கதைத் தொகுப்பு)

பல விருதுகளைப் பெற்று தொடர்ந்து ஐம்பது ஆண்டுகளாக தொய்வின்றி ஆற்றிவரும் இவரின் தமிழ்ப்பணி, சமூகப் பணி மற்றும் ஆன்மிகப்பணி மேலும் தொடரவேண்டும்; அதன் பயனை மக்கள் நுகரவேண்டும் என விழைவோம்.

ஊரும் பேரும் - பண்ருட்டி

'பண்ருட்டி' என்பது பண் உருட்டி என்பதின் மரூஉ ஆகும். யாழ் இசைப்பதில் எட்டுவகை வட்டனை உண்டு. அவற்றில் ஒன்று உருட்டல் என்பது. உருட்டலில் கைதேர்ந்த பாணன் ஒருவன் இவ்வூரில் வாழ்ந்ததால் அவனை 'பண்உருட்டி' என அழைத்தனர். நாளடைவில் இப்பெயரே ஊருக்கும் வழங்குவதாயிற்று. இது மருவி தற்போது பண்ருட்டி என அழைக்கப்படுகிறது.

முனைவர் கி.தனவேல், இந்திய ஆட்சிப் பணி

முனைவர் கி.தனவேல், கடலூர் மாவட்டம் புதுகூரைப்பேட்டையில் திரு.ரெ.கிருஷ்ணசாமி -குப்பாயி அம்மாள் இணையருக்கு 14-3-1956 அன்று பிறந்தார். வேளாண்மைக் குடும்பத்தில் பிறந்த இவர், சென்னையில் இந்திய ஆட்சிப்பணி அதிகாரியாகப் பணியாற்றி ஓய்வு பெற்றுள்ளார். புதுடெல்லி இந்திரா காந்தி தேசிய திறந்தநிலைப் பல்கலைக் கழகத்தில் மேலாண்மையில் முதுநிலைப் பட்டம் பெற்றிருக்கிறார்.

தமிழ்நாட்டு வேளாண்மை விரிவாக்கம் மற்றும் மேலாண்மைப் பணிகளில் தகவல் தொழில்நுட்பத்தின் பங்கு என்ற தலைப்பில் ஆய்வு செய்தமைக்காக சென்னைப் பல்கலைக்கழகம் 2018ஆம் ஆண்டு இவருக்கு முனைவர் பட்டம் வழங்கி சிறப்பித்துள்ளது.

இவர் வங்கி அதிகாரியாகப் பணியாற்றியபோது, அரசுப் பணியாளர் தேர்வாணையம் மூலம் துணை ஆட்சியராகத் தேர்வு செய்யப்பட்டு, தஞ்சாவூர் மாவட்டத்தில் துணை ஆட்சியராகத் தனது அரசுப் பணியைத் தொடங்கினார். 1996ஆம் ஆண்டு இந்திய ஆட்சிப் பணிக்குத் தேர்வு செய்யப்பட்டு, சென்னை வணிக வரித்துறையில் துணை ஆணையராகப் பதவி ஏற்றார். அதன்பிறகு மூன்று ஆண்டுகளுக்கு மேல் திருநெல்வேலி மாவட்ட ஆட்சியராகப் பணியாற்றிய பின் பல்வேறு துறைகளில் பணியாற்றி, இறுதியாக தலைமைச் செயலகத்தில் அரசு செயலாளராகப் பணியாற்றி ஓய்வு பெற்றுள்ளார். தன் பணிக்காலத்தில், இங்கிலாந்து, அமெரிக்கா, கனடா, சீனா, பிரான்ஸ், சிங்கப்பூர் உள்ளிட்ட 21 நாடுகளில் சுற்றுப்பயணம் செய்துள்ளார்.

தமிழ்மீதான இவரின் ஈடுபாடும், ஆர்வமும் கவிதைகளாக ஏழு தொகுப்பில் வெளிவந்து தமிழுக்குச் சுவையூட்டியுள்ளன.

1. வழி விடுங்கள்
2. வேணுகானம்
3. தேவதை உலா
4. செம்புலச் சுவடுகள்
5. ஒன்றில் ஒன்று
6. ஊமைச்சங்கு
7. இனியவள் இருபது

சிறப்புகள் : திருச்சிராப்பள்ளி மற்றும் திருநெல்வேலி அகில இந்திய வானொலி நிலையங்கள் மூலம் இவரது இலக்கிய உரைகள் ஒலிபரப்பப்பட்டுள்ளன. இவருடைய தமிழ் இலக்கிய உரைகளுக்காக, முன்னாள் துணைவேந்தர்களான முனைவர் திரு. க.ப. அறவாணன், முனைவர் வா.செ.குழந்தைசாமி, முனைவர் ஔவை நடராஜன், முனைவர் பொற்கோ, முனைவர் கருணாகரன் ஆகியோர்களால் பாராட்டப் பெற்றுள்ளார்.

அமைப்புகளின் விருதுகள்:

★ தென்காசி திருவள்ளுவர் கழகத்தினரால் இவருக்குத் "தமிழ்முகில்" என்ற பட்டம் முனைவர் வா.செ.குழந்தைசாமி அவர்களால் வழங்கப்பட்டது.

★ இளையோர் எழுச்சி ஆண்டு 2000 தேசிய இளையோர் தினவிழாவில் நெல்லை வடக்கு ரோட்டரி சங்கம் இவருக்கு "இளைய பாரதி" விருது வழங்கியிருக்கிறது.

★ தமிழ் தட்டச்சுப் பொறியில் இவரின் சீர்திருத்தம் ஏற்கப்பட்டு தமிழக அரசால் 1997இல் பாராட்டும் பரிசுத் தொகையும் பெற்றிருக்கிறார்.

இவரின் தமிழ்த் தொண்டு மேலும் சிறக்க விழைவோம்.

இம்பீரியல் வங்கி

தமிழகத்தின் முதல் வங்கியான இம்பீரியல் வங்கி, கூடலூர் உப்பனாற்றின் மேற்குக் கரையில் அமைந்துள்ள இந்தக் கட்டடத்தில்தான் இயங்கியது. அண்மை காலம்வரைகூட ஸ்டேட் பேங்க் ஆப் இந்தியா வங்கி இந்தக் கட்டடத்தில் இயங்கியதை நினைவுகூரலாம்

தொழிலதிபர் திரு. சி.கே. அரங்கநாதன்

திரு.சி.கே. அரங்கநாதன் கடலூரில் 1960ஆம் ஆண்டு மே திங்கள் முதல் நாளில் பிறந்தவர். தொழில் துறையில் தன்முனைப்பால் தன்னை உயர்த்திக்கொண்டவர். அதில் ஆர்வத்துடன் ஆழங்கால் பதித்தவர்.

தமிழ்நாட்டைச் சேர்ந்த முதல் தலைமுறைத் தொழில் முனைவார்களில் (entrepreneur) மிக முக்கியமானவர். கெவின்கேர் (cavin care) என்பது இவரால் தொடங்கப்பட்டு மாபெரும் வளர்ச்சி கண்டதொரு நுகர்பொருள் நிறுவனம் ஆகும். தற்போது இவர் இதன் முதன்மைச் செயல் அலுவலராக உள்ளார்.

சிக் இந்தியா என்ற நிறுவனத்தை 1983இல் ரூ.15,000 முதலீட்டில் மிகச் சிறிய அளவில் தொடங்கி, பின்னர் நிறுவனம் பெயர் மாற்றம் கண்டு இறுதியாக 1998இல் கெவின்கேர் நிறுவனம் என்னும் பெயரோடு நிலைத்துத் தன் தொழிலில் வெற்றி பெற்றது. தற்போது மிகப்பெரிய நிறுவனங்களான ஹிந்துஸ்தான் யுனிலிவர், புரோக்டர் & கேம்பிள் போன்ற நிறுவனங்களுக்கு முக்கிய போட்டி நிறுவனமாக விளங்குகிறது.

முக்கிய தயாரிப்புகள்: சிக்க்ஷாம்பு, மீரா சீயக்காய் ஷாம்பு, தேங்காய் எண்ணெய்,கெவின் பால், ஸ்பின்ஸ் (spinz) முகப்பவுடர், சின்னீஸ் (chinnis) ஊறுகாய், மசாலாப்பொடி, ருசி ஊறுகாய், ஃபேரெவர் (fairever) முக அழகு கிரீம்.

இன்று பரவலாக பயன்படுத்தப்படும் சாஷே '(sachet)-ஒருமுறை பயன்படுத்திவிட்டு தூக்கி எறியக்கூடிய ஒரு சிறு பை அல்லது பொதி முதன்முதலில் கெவின்கேரால் அறிமுகப்படுத்தப்பட்டதாகும்.

வழக்குரைஞர் திரு. கோ. மன்றவாணன்

கடலூர் துறைமுகநகரில் திருமதி. சரஸ்வதி-கோபாலகிருட்டினன் இணையருக்கு 16-10-1960 இல் பிறந்தவர் திரு.மன்றவாணன். மெத்தப் படித்தவர், பாவலர், எழுத்தாளர், பேச்சாளர், அரசியல்வாதி, வழக்குரைஞர் எனப் பன்முகத்திறன் பெற்றவர் இவர்.

இவரின் உரைநடைகளிலும், பாக்களிலும் கோர்க்கப்பட்டிருக்கும் சொற்களைப் படிக்கும் போது தமிழின் உணர்வையும் மகிழ்வையும் உணரலாம்; சொற்கள் மனத்தில் மிதக்கும்.

ஆங்கிலச் சொற்களுக்கு இணையான தமிழ்ச்சொற்களை வடிவமைத்துக் கொடுத்து சான்றோர்களின் பாராட்டைப் பெற்றவர்.

இவரின் படைப்புகள்:

1. காலத்தை வெல்லும் கழகம்
2. மனித நேயத்தின் மறுபெயர் அண்ணா
3. இன்னொரு பெரியார் தேவை
4. என் உயிரய் அழய்க்கிறேன்
5. கொத்திச்செல்வேன் வானத்தை
6. கள்ளுண்ணாமை என்றொரு சொல்

இவையன்றி-சமூகம், இலக்கியம், மொழியியல், வரலாறு சார்ந்த நூற்றுக்கும் மேற்பட்ட கட்டுரைகளை இவர் எழுதியுள்ளார். இவரின் பல கட்டுரைகள் "தினமணி", "தினத்தந்தி" நாளிதழ்களில் வெளிவந்து பாராட்டைப் பெற்றிருக்கின்றன.

'திண்ணை' மின் இதழில் இவரின் கட்டுரைகள் தொடர்ந்து வாசகர்களை ஈர்த்துள்ளன. இவர் நடத்திய 'போர் முரசு' என்னும் கையெழுத்து ஏடும், 'அலைகள்', 'கூடல்', வயிறு என்னும் பெயரில் நடத்திய சிற்றிதழ்களும் தற்போது வெளிவரவில்லை.

நூல் வடிவம் பெறாமல் இருக்கும் இவரின் நாநூறு பாக்களையும், இருபது சிறுகதைகளையும் விரைவாக வெளியிட்டு தமிழுக்கு மேலும் மெருகூட்ட விழைவோம்.

திரு.ராஜா வாசுதேவன்-மூத்த செய்தியாளர்

கடலூர் மாவட்டம், காட்டுமன்னார்கோவில் வட்டம், கருப்பேரி என்னும் சிற்றூரில் திரு. வாசுதேவன்- ஆச்சியம்மாள் இணையருக்கு 18-10-1960இல் மகனாக ராஜா வாசுதேவன் பிறந்தார்.

சென்னையில், வார மற்றும் நாளேடுகளில் 1985இல் செய்தியாளராக, துணை ஆசிரியராகப் பணியைத் தொடங்கினார். இந்தியாவில் தனியார் தொலைக்காட்சியில் செய்தி ஒளிபரப்பு 1996 மார்ச்சில் முதன், முதலில் 'சன்' டிவியில் தொடங்கப்பெற்றது; அப்போது தலைமைப் பொறுப்பை ஏற்று செய்தி ஒளிபரப்பைத் தொடங்கினார். இதுவே இந்தியாவின் முதல் தனியார் தொலைக்காட்சிச் செய்தி ஒளிபரப்பாகும்.

மேலும் 'சன்' டிவியின் தெலுங்கு, கன்னடம், மலையாளம் மொழி தொலைக்காட்சிகளில் செய்தி ஒளிபரப்பை முன்னின்று தொடங்கினார். இந்தியாவின், முதல் 24 மணி நேர செய்தி தொலைக்காட்சியான சன் நியூஸ்ஸும் இவரின் பொறுப்பில்தான் 2000 ஆம் ஆண்டில் தொடங்கப்பெற்றதாகும்.

1995இல் சந்தனமரக் கடத்தல் வீரப்பனை அடர் காட்டில் பேட்டிக்கு ஏற்பாடு செய்து, அதை 'சன்' டிவியில் ஒளிப்பரப்ப ஏற்பாடு செய்தவர் இவர். உச்சமாக, விடுதலைப் புலிகளின் தலைவர் திரு. பிரபாகரனை 2002இல் கிளிநொச்சியில், 'சன்' டிவியின் சார்பாகச் சந்தித்து அவருடைய பேட்டியை அங்கிருந்தவாரே நேரலையாக ஒளிபரப்பியதும் இவர்தான்.

இந்திய சுதந்திரப் போராட்டத் தியாகி கடலூர் அஞ்சலை அம்மாள் குறித்து இம்மாவட்ட எழுத்தாளர்களும், பாவலர்களும் சிறப்பாக எழுதியிருந்தாலும் அவை மாவட்ட அளவிலேயே முடங்கிவிட்டன. ஆனால் திரு.ராஜா வாசுதேவன், கடலூர் அஞ்சலை அம்மாளின் வாழ்க்கை வரலாற்றைத் தொகுத்து 2020 இல் புதினமாக வெளியிட்ட பிறகுதான் எல்லை தாண்டி தமிழகம் முழுவதும் உள்ள மக்களிடம் சென்றடைந்தது; அஞ்சலை அம்மாவிற்குப் புகழ் சேர்த்தது; மாவட்டம் பெருமை பெற்றது.

திருமதி. அஞ்சலை அம்மாளின் உருவச்சிலை கடலூரில் அமைக்க தமிழ்நாடு அரசு ஏற்பாடு செய்துள்ளது, இந்நூலின் தாக்கமே. திரு.ராஜா வாசுதேவனுக்கு நன்றி சொல்வோம்.

திரு. தங்கர்பச்சான்-பன்முகத்திறனாளி

தமிழ்த் திரைப்பட உலகில் தனிப்பாதை அமைத்து அதில் பயணித்து மக்களை மகிழ்விக்கும் திரு. தங்கர்பச்சான், பண்ருட்டி வட்டம், பத்திரக்கோட்டை சிற்றூரில் வேளாண் குடும்பத்தில் திரு.பச்சான் - லட்சுமி அம்மாள் இணையருக்கு 1961இல் ஒன்பதாவது பிள்ளையாகப் பிறந்தவர். இயற்பெயர் தங்கராஜ் என்றாலும் செல்லமாகத் தங்கர் என அனைவரும் அழைத்ததினால், தந்தையின் பெயருடன் தங்கர்பச்சான் ஆகி தந்தைக்குப் பெருமை சேர்த்திருக்கிறார். தந்தையார் மரபுவழியாக தெருக்கூத்துக் கலைஞராக விளங்கியவர்.

திரைப்படக் கல்லூரியில் முறையான ஒளி ஓவியம் கற்று, புகழ்பெற்ற ஒளி ஓவியர்களிடம் பயிற்சி பெற்று உலகத் திரைப்படக் கலையை அறிந்தவர். நாற்பதுக்கும் மேற்பட்ட திரைப்படங்களுக்கு ஒளிப்பதிவு இயக்குநராகச் செயலாற்றி புகழ் பெற்றிருக்கிறார்.

கீழ்க்கண்ட திரைப்படங்களின் இயக்குநராகவும் செயல்பட்டு மக்களின் கவனத்தை ஈர்த்திருக்கிறார்.

1 'அழகி' -2002

2 'சொல்ல மறந்த கதை' - 2002

3 'தென்றல்' - 2004

4 'சிதம்பரத்தில் ஒரு அப்பாசாமி' - 2005

5 'பள்ளிக்கூடம்' -2007 (சிறந்த இயக்குநருக்கான தமிழ்நாடு மாநில திரைப்பட விருது – வெற்றியாளர்).

6 'ஒன்பது ரூபாய் நோட்டு' -2007

7 'அம்மாவின் கைப்பேசி' -2013

8 'களவாடிய பொழுதுகள்' -2017

திரு. தங்கர்பச்சான் ஒரு சிறந்த ஒளிப்பதிவாளர், திரைப்பட இயக்குநர் மட்டுமல்லர், அவர் ஒரு சிறந்த எழுத்தாளர் என்பதற்கு அவரால் படைக்கப்பட்ட நூல்களே சாட்சியாக இருக்கின்றன.

புதினங்கள் : 1 'ஒன்பது ரூபாய் நோட்டு' -1996 (இந்நூல் தமிழ்நாடு அரசு விருதினையும், திருப்பூர் தமிழ்ச்சங்க விருதினையும், அக்னி அக்ஷர விருதினையும் பெற்றிருக்கின்றது).
2 'அம்மாவின் கைப்பேசி' - 2009.

சிறுகதைத் தொகுப்புகள் :

1. வெள்ளை மாடு - 1993 (இந்நூல் திருப்பூர் தமிழ்ச் சங்கம் இலக்கிய விருதினையும், லில்லி தெய்வசிகாமணி நினைவு விருதினையும் பெற்றிருக்கின்றது.)
2. குடிமுந்திரி - 2002
3. இசைக்காத இசைத்தட்டு – 2006

கட்டுரைத் தொகுப்பு

சொல்லத்தோணுது -2015

பெற்ற பிற விருதுகள் :

1997 சிறந்த ஒளிப்பதிவாளர்-தமிழ்நாடு மாநில திரைப்பட விருது (திரைப்படம் 'காலெமெல்லாம் காதல் வாழ்க')

1998 "கலைமாமணி" விருது தமிழ்நாடு அரசால் வழங்கப்பட்டது.

2002 சிறந்த இயக்குநர்- எஸ்ஐசிஏ விருது- (திரைப்படம்-அழகி).

2005 சிறந்த நடிகர் ஜெயா தொலைக்காட்சி விருது (திரைப்படம்- 'சிதம்பரத்தில் ஒரு அப்பாசாமி')

2007 தமிழ்நாடு மாநில ராஜாசாண்டோ விருது(திரைப்பட இயக்குநர் பங்களிப்புக்காக).

2007 சிறந்த இயக்குநர் சாந்தோம் விருது (திரைப்படம்- 'ஒன்பது ரூபாய் நோட்டு').

2007 சிறந்த தமிழ் இயக்குநர் சத்யன் நினைவுத் திரைப்பட விருது (திரைப்படம்-'பள்ளிக்கூடம்')

2007 சிறந்த கதை, வசனங்களுக்கான எஸ்ஐசிஏ விருது (திரைப்படம்-'பள்ளிக்கூடம்')

2007 சிறந்த இயக்குநர் விருது- தமிழ்நாடு அரசு விருது (திரைப்படம் 'பள்ளிக்கூடம்').

2015 சிறந்த நூல் - 'தினத்தந்தி' ஆதித்தனார் இலக்கிய விருது (தங்கர்பச்சான் கதைகள்)

பன்முகத்திறன் கொண்டவர்

திரு. தங்கர்பச்சான்-எழுத்தாளர், திரைப்பட இயக்குநர், தயாரிப்பாளர், ஒளிப்பதிவாளர், ஒளிஓவியர், நடிகர், சூழலியல் செயல்பாட்டாளர், சிறந்த மேடைப்பேச்சாளர் எனப் பன்முகத்திறன் கொண்டவர். திசைஎட்டு வாழ் மக்களையும் மகிழ்விப்பவர்!

இவரின் நூல்களை ஆராய்ச்சி செய்து 25க்கும் மேற்பட்ட மாணவர்கள் இளம்முனைவர் மற்றும் முனைவர் பட்டங்களைப் பெற்றுள்ளனர். பல்வேறு பல்கலைக்கழகங்களிலும், கல்லூரிகளிலும் இவரின் படைப்பைப் பாடநூல்களாக வைத்திருப்பதே இவரின் மொழி ஆளுமையையும், பன்முகத்திறனையும் வெளிச்சமிட்டுக் காட்டுகின்றன.

1990இல் தொடங்கிய இவரின் எழுத்துப்பணி, திரைப்படத்துறைப் பணி இன்று வரை தொடர்கிறது. இவரின் செயல்பாட்டால் நமது மாவட்டம் பெருமை கொள்கிறது. தமிழைப் போற்றி தழைக்க விழையும் இவரின் எழுத்தும் பணியும் திரைப்படத் துறையில் தனித்துவம் பெற்று, ஓங்குக புகழோடு என வாழ்த்துவோம்!

ஊரும் பேரும் : அருண்மொழித்தேவன்- அருமொழித்தேவன்

இராஜராஜசோழனின் இயற்பெயர் அருண்மொழித்தேவன். இச்சோழ மன்னன் பல போர்களைப் புரிந்து வாகைசூடி பல்வகை விருதுகளைப் பெற்றிருந்தார். இவ்விருதுப் பெயர்களை அவர் ஆட்சியில் அமைந்த மண்டலங்கள் தாங்கி நின்றன. அவ்வாறே தொண்டை மண்டலம் செயங்கொண்ட சோழ மண்டலமாயிற்று. அதில் உள்ள ஊர்கள் அருண்மொழித்தேவன் என்றும், அப்பெயர் மருவி அருமொழித்தேவன் என்றும் வழங்கலாயிற்று.

இதில் "அருண்மொழித்தேவன்" பரங்கிப்பேட்டை ஊராட்சி ஒன்றியப் பகுதியிலும்; "அருமொழித்தேவன்" காட்டுமன்னார்கோவில் ஊராட்சி ஒன்றியப் பகுதியிலும் அமைந்துள்ளன.

முனைவர் திரு. பல்லவி குமார் – எழுத்தாளர்

தமிழக அரசின் நல்லாசிரியர் விருது பெற்ற முனைவர் திரு. பல்லவி குமார், குறிஞ்சிப்பாடி திரு.பி. சம்பந்தம் -சுசிலா இணையருக்கு 1961 ஆம் ஆண்டில் பிறந்தார். இவரின் இயற்பெயர் ச. குமார்; புனைபெயர் பல்லவி குமார்.

நெடிய படிப்பும், நீள்பட்டறிவும் பெற்ற இவர் முதுகலை வணிகவியல் ஆசிரியராகப் பணியாற்றி பணிநிறைவு பெற்றவர். தஞ்சைத் தமிழ்ப் பல்கலைக்கழகத்தில் நாட்டுப்புறவியல் துறையில் ஆய்வு செய்து முனைவர் பட்டம் பெற்றவர்.

ஆசிரியர் பணியோடு சுருங்கிவிடாமல், தமிழ் வளத்தின் மீதான காதலால் இலக்கியப் படைப்புகளில் கவனம் கொண்டு ஒரு சிறுகதை நூல், மூன்று 'பா' த்தொப்பு நூல்கள், மூன்று கட்டுரை நூல்கள்,பத்து துளிப்பா (ஹைக்கூ) தொகுப்பு நூல்கள், மாணவர்களை நல்வழி கொணர சாரணர் நூல்கள் இரண்டு, பள்ளிச் சிறுவர்களை மகிழ்விக்க ஆறு சிறுவர் நூல்கள், இரு பாலாருக்குமான விளையாட்டு நூல்கள் எட்டு எனப் படைத்ததோடு நில்லாமல், மூன்று மொழியாக்க நூல்களையும் இவர் படைத்துள்ளது, மொழியின் மீதான இவரது ஆளுமையை உச்சி வெயிலெனக் காட்டுகிறது.

வானொலி மற்றும் தொலைக்காட்சிகளின் வழியாக இவர் பங்குகொண்ட பலவேறு நிகழ்ச்சிகளால் மக்களை மகிழ்வித்திருக்கிறார். அவ்வழியாக தமிழுறவுகள் இவருக்கு அறிமுகமாகி அணுக்கமாக இருக்கின்றார்கள் என்பதே இவருக்கான கூடுதல் சிறப்பாகும். பல்வேறு கருத்தரங்கங்களில் பங்கேற்று கலந்துரையாடி சிறந்த கருத்துக்களைப் பதிவு செய்து தன் புலமையைக் காட்சிப்படுத்தியுள்ளார்.

முன்னதாக சில சிற்றிதழ்களை நடத்தி, அதன் தொடர்நிலையாக இப்போது 'தமிழ்ப் பல்லவி' எனும் காலாண்டு இலக்கிய இதழை சீரிய முறையில் நடத்தி வருகிறார். இவரின் நூல்கள் கல்லூரிகளில் பாட நூலாக இடம் பெற்றிருப்பதும்; சில நூல்கள் ஆங்கிலம், இந்தி, மலையாள மொழிகளில் மொழியாக்கம் செய்யப்பட்டுள்ளன என்ற செய்தியும், இவரின் எழுத்து ஆளுமையின் எல்லை விரிவாக்கம் கண்டுள்ளது எனலாம்.

தமிழகத்தில் வெளிவரும் பெரும்பாலான பருவஇதழ்கள், தினஇதழ்களில் இவரின் படைப்புகள் இடம் பெற்றுவருவது

இவருக்கான அடையாளமாகும். சில மொழியாக்கத் திரைப்படங்களுக்கு பாடல், வானொலி தொலைக்காட்சிகளுக்குப் பாடல் என இவரின் பாடல்கள் இன்றும் ஒலித்துக்கொண்டிருக்கின்றன.

சிறந்த எழுத்தாளர் என்ற பாராட்டையும், நிறைய விருதுகளையும் பெற்றுள்ள திரு. பல்லவி குமார் தன் எழுத்துப்பணியை தமிழ் தழைக்க தொடரவேண்டுமென விழைவோம்.

செயின்ட் மேரீஸ் ஹோம் கடலூர்

செயின்ட் மேரீஸ் ஹோம் பள்ளி 1914 இல் தொடங்கப்பெற்றது. திரு. சுப்பராயலு ரெட்டியார்(பின்னாளில் சென்னை மாகாண முதல்வர்) கடலூர் நகராட்சியின் தலைவராய் இருந்தபோது, அவரது ஆதரவோடு மாகாண அரசிடமிருந்து பல ஏக்கர் நிலப்பரப்பை இப்பள்ளிக்குத் தானமாகப் பெற்றுத் தந்துள்ளார். நன்றியின் நினைவாக அப்பள்ளியில் இவரது படத்தை வைத்து, படத்தின் கீழே “கொடையாளர்”(Benefactor of St.Mary's Home) என்று எழுதியுள்ளார்கள்!

ஊரும் பேரும் : திருவாமூர்

திருநாவுக்கரசர் (அப்பர்) பிறந்தமையால் பெருமையுள்ள ஊர் ஆமூர் என்னும் மூதூர் ஆகும். அப்பர் பிறந்த ஊராதலால் ஆமூர் சிறப்புச்சேர்த்து திருவாமூர் ஆயிற்று. “தெய்வ நெறிச் சிவம் பெருக்கும் திருவாமூர்” என்று திருத்தொண்டர் புராணத்தில் சிறப்பிக்கப்பட்டுள்ளது. இவ்வூர் பண்ருட்டி வட்டம்- பண்ருட்டி ஊராட்சி ஒன்றிய எல்லையில் அமைந்துள்ளது.

சாகித்ய அகாதெமி விருதாளர் திரு. இமையம்

கடலூர் மாவட்டம், திட்டக்குடி வட்டம், கழுதூரில் 10-03-1964இல் பிறந்த இவரது இயற்பெயர் வெ. அண்ணாமலை. இவர் முதுகலைப்பட்டம் பெற்று கல்வித்துறையில் பணியாற்றுகிறார். நன்கறியப்பட்ட தமிழக எழுத்தாளர். தனது முதல் புதினமான “கோவேறு கழுதைகள்” மூலம் தமிழ் வாசகர்களுக்கு அறிமுகமானார். இவருடைய முதல் புதினமான “கோவேறு கழுதைகள்” லட்சுமி ஓல்ம்ஸ்ராம் என்பவரால் ஆங்கிலத்தில் மொழிபெயர்ப்பு செய்யப்பட்டுள்ளது (Beasts of Burden). எழுத்தாளர் திரு. சுந்தரராமசாமி “கோவேறு

கழுதைகள்" புதினத்தைப் பற்றிக் கூறுகையில், தமிழ் எழுத்துலகில் கடந்த நூறு ஆண்டுகால வளர்ச்சியில், இந்தப் புதினத்துக்கு இணையானது வேறொன்றும் இல்லை என்று புகழ்ந்து கூறியுள்ளார்.

தமிழ்நாட்டுக் கிராமங்களுக்குள் நிலவும் மனிதநேயமற்ற வேறுபாடுகளைக் கவனப்படுத்துவதன் மூலம் தனது படைப்புகளில் பொருளாதார, சமூகப் பண்பாட்டுத் தளங்களில் நிலவும் முரண்பாடுகளையும் ஆதிக்கத்தின் குரூரங்களையும் முன் வைக்கிறார்.

இவரின் படைப்புகள் : புதினங்கள்:

★ கோவேறு கழுதைகள் – *1994*

★ ஆறுமுகம் – *1999*

★ செடல் – *2006*

★ எங் கதெ – *2015*

★ செல்லாத பணம் – *2018 (சாகித்ய அகாதெமி விருது)*

சிறுகதைத் தொகுப்புகள்:

★ மண்பாரம் – *2002*

★ வீடியோ மாரியம்மன் – *2008*

★ பெத்தவன் – *2013*

★ கொலைச் சேவல் – *2013*

★ சாவு சோறு – *2014*

★ நறுமணம் – *2016*

★ நன்மாறன் கோட்டைக் கதை – *2019*

★ வாழ்க வாழ்க – *2020*

★ இப்போது உயிரோடு இருக்கிறேன் – *2022*

மொழி பெயர்க்கப்பட்ட நூல்கள்

- கோவேறு கழுதைகள் புதினம் - ஆங்கிலம் -*2001* (பீஸ்ட் ஆஃப் பர்டன்)
- கோவேறு கழுதைகள் புதினம் - கன்னடம், மலையாளம் மொழிகளில் வெளியீடு
- ஆறுமுகம் புதினம் – ஆங்கிலம் *2006*
- பெத்தவன் சிறுகதை – ஆங்கிலம் -*2015* *(The Begetter)* கன்னடம், தெலுங்கு, மலையாளம் மொழிகளில் வெளியீடு

விருதுகளும் சிறப்புகளும்

- அக்னி அஷ்ர விருது – *1994*
- தமிழ்நாடு முற்போக்கு எழுத்தார் சங்க விருது – *1994*

- அமுதன் அடிகள் இலக்கிய விருது – 1998
- திருப்பூர் தமிழ்ச் சங்க விருது – 1999
- தமிழக அரசின் தமிழ்த் தென்றல் திரு.வி.க. விருது - 2010
- இந்திய அரசின் பண்பாட்டு அமைச்சகம் இளநிலை ஆய்வு நல்கையை 2002இல் வழங்கியது
- பெரியார் விருது – 2013
- இயல் விருது 2018 – தமிழ் இலக்கியத் தோட்டம், கனடா

சாகித்ய அகாதெமி விருது

2020 ஆம் ஆண்டிற்கான சாகித்ய அகாதெமி விருது "செல்லாத பணம்" புதினத்திற்காக திரு. இமையத்திற்கு வழங்கப்பெற்றது. கடலூர் மாவட்டத்திற்குப் பெருமை சேர்த்திருக்கும் இவ்வெழுத்தாளரைப் பாராட்டுவோம், போற்றுவோம். ஓங்குக அவரின் எழுத்துப் பணியும் புகழும்.

திரு. ஆயிஷா நடராசன் (எ) இரா.நடராசன் கல்வியாளர், சாகித்ய அகாதெமி விருதாளர்

நாற்பது ஆண்டுகளுக்கு மேலாக கடலூரில் இலக்கியப் பணியாற்றிவரும் திரு.இரா.நடராசன் 08-12-1964ஆம் நாளன்று திரு.இராமநாதன்-சாவித்ரியம்மாள் இணையருக்குப் பிறந்தார்.

மெத்தப்படித்த இவர் கடலூரில் புகழ்பெற்ற ஒரு மேல்நிலைப்பள்ளியின் தலைமை ஆசிரியராகப் பணியாற்றுகிறார். கண்ணிரண்டும் ஒன்றையே காணுவது இயல்பு என்றாலும், இவரின் கண்களில் ஒன்று மாணவர்களின் வளர்ச்சிப் பாதையையும், மற்றொன்று அறிவியலையும், தமிழ் இலக்கியத்தையும் உள்வாங்கி துளிர்க்கும் திசை நோக்கியே இருக்கும். இது இவருக்கான தனிச்சிறப்பாகும்.

இவரது "விஞ்ஞான விக்ரமாதித்தன் வேதாளம் கதைகள்" நூலுக்காக 2014ஆம் ஆண்டிற்கான 'பால சாகித்ய அகாதெமி விருதினைப்பெற்று நம் மாவட்டத்திற்கு பெருமை சேர்த்திருக்கிறார். மேலும் "கணிதத்தின் கதை" என்னும் நூலுக்கு தமிழக அரசின் தமிழ் வளர்ச்சித்துறை விருதையும் பெற்றிருப்பது இவரது எழுத்தின் ஆளுமையை தெளிவாகச் சுட்டுகிறது.

இவர் எழுதிய "ஆயிஷா" என்னும் குறுபுதினம், பன்னிரண்டு மொழிகளில் ஒரு லட்சம் பிரதிகள் விற்பனையாகி சாதனை

படைத்துள்ளது. இந்நூலின் தாக்கத்தால் இவர் 'ஆயிஷா நடராசன்' என்ற பெயரால் மகிழ்வுடன் அழைக்கப்படுகிறார்.

இவரை 118 அறிவியல் மற்றும் அறிவியல் புனைகதைகள் அடங்கிய நூல்கள் (பெரும்பாலானவை குழந்தைகளுக்கான அறிவியல் நூல்கள்) எளிய தமிழில் எழுதி வெளியிட்டிருப்பது, இவரின் அறிவியலில் ஆழ்ந்த புலமையையும், அவற்றை எழுத்தில் வடிக்கும் திறனையும் உச்சி வெயிலெனக் காட்டுகிறது.

எது மாதிரியும் இல்லாத புது மாதிரியான இவரின் அறிவியல் நூல்கள் படிக்கும் மாணவர்களின் மனத்தில் தேங்கி மிதக்கும், புரியவைக்கும், தெளியவைக்கும்.

உலகச் சிறுகதை தொகுதிகள் சிலவற்றில் இவரின் சில கதைகள் இடம் பெற்றுள்ளன. நான்கு கதைகள் குறும்படமாக எடுக்கப்பட்டு பன்னாட்டுப் படவிழாவில் விருதுகளையும் பெற்றிருப்பது மகிழ்வான செய்தியாகும்.

இவரின் இனிய படைப்புகளில் சில :-

1 ஆயிஷா (குறுபுதினம்)

2 இது யாருடைய வகுப்பு அறை?

3 ஹிக்ஸ் போசான் வரை இயற்பியலின் கதை

4 10 எளிய இயற்பியல் சோதனைகள்

5 10 எளிய வேதியியல் சோதனைகள்

6 10 எளிய உயிரியல் சோதனைகள்

7 ஒரு தோழனும் மூன்று நண்பர்களும்

8 கணிதத்தின் கதை

9 நம்பர் பூதம்

10 சீனுவாச ராமானுஜன் 125

11 விஞ்ஞான விக்ரமாதித்தன் கதைகள்

12 கலிலியோ (நாடகம்)

13 பிரெடரிக் டக்ளஸ் அமெரிக்க கறுப்பு அடிமையின் சுயசரிதை (மொழி பெயர்ப்பு)

இவர் பெற்ற விருதுகள்

1 வில்லி தேவசிகாமணி விருது

2 விகடன் விருது

3 அப்துல் கலாம் விருது

4 மணவை முஸ்தபா விருது

5 டாக்டர் இராதாகிருஷ்ணன் விருது

6 உயிர்மெய் வழங்கும் சுஜாதா விருது

1990இல் இவர் நடத்திய குரல் இலக்கிய அமைப்பு தமிழக அளவில் சிறப்பான ஓர் இடத்தைப் பெற்று புகழ் பெற்றது. தமிழகத்திலேயே முதன் முதலில் தலித் இலக்கியம் தொடர்பான கருத்தரங்கு ஒன்றை கடலூரில் இரண்டு நாள்கள் நடத்திக் காட்டியவர் திரு. ஆயிஷா நடராசன்.

'புத்தகம் பேசுது" என்னும் மாதஇதழின் ஆசிரியர் இவர்: இத்திங்கள் இதழ் தொடர்ந்து தொய்வின்றி பன்னிரண்டு ஆண்டுகளாக வெளிவந்து கொண்டிருப்பதே இவரின் சாதனை எனலாம்.

வழுவற எழுதவும்; பழுதற பேசவும் அறிந்தவர். ஒரு நூலைப்பற்றி இவர் பேசினால், அந்நூல் நேரீட்டுக்காட்சியாக நம்மிடம் பேசுவது போன்ற உணர்வை அறியலாம்.

சமுதாயப் பிரக்ஞையுடன் செயலொழுங்காக செயலாற்றும் இவரின் பணி மேலும் சிறந்து மேம்படவும், உலக மாணவர்கள் அறிவியல் ஆற்றல் மூலம் உந்துசக்தி பெற பல நூல்களை இவர் எழுதவேண்டும் என்ற விழைவுடன் வாழ்த்துவோம், பாராட்டுவோம்.

ஊரும் பேரும் : ஜெயங்கொண்டம், ஜெயங்கொண்டபட்டணம்

இராஜராஜசோழன் கப்பற்படைகொண்டு பன்னீராயிரம் தீவங்களைக் கைப்பற்றி நிலத்திலும், நீரிலும் வெற்றிபெற்று வீறுற்ற நிலையில் "ஜெயங்கொண்டான்" என்னும் பெயரைத் தனக்கே உரிமையாக்கிக்கொண்டார். இவ்விருதைத் தாங்கி தொண்டை மண்டலம் ஜயங்கொண்ட சோழமண்டலமாயிற்று. இம்மண்டலத்தில் இரண்டு ஊர்கள் விருது பெயராலேயே அமைந்தன.

அவற்றில் ஒன்று 'ஜெயங்கொண்டம் என்னும் ஊர் மேல்புவனகிரி ஊராட்சி ஒன்றிய எல்லையிலும், மற்றொன்று 'ஜெயங்கொண்டபட்டணம் என்னும் ஊர் குமராட்சி ஊராட்சி ஒன்றிய எல்லையிலும் அமைந்துள்ளன.

திரு.அ.அந்தோணிராஜ் (அமலநாயகம்) எழுத்தாளர்

கடலூர் மாவட்டம், பண்ருட்டி வட்டம் சாத்திப்பட்டு சிற்றூரில் திரு. அமலோற்பவநாதன் பெரியநாயகமரி இணையருக்கு 12-02-1965இல் பிறந்தவர் அந்தோணிராஜ் என்னும் அமலநாயகம்.

நெடிய படிப்பும், நீள்பட்டறிவும் கொண்டவர். கல்வித் தகைமைகளை மெருகேற்றி பல நூல்களைப் படைத்திருக்கிறார்.

அமலநாதனின் படைப்புகள் :

1 இரத்தம் வடிக்கும் சிலுவைமரம் (1994)

2 கரையோரத்து அலைகள் (1999)

3 முந்திரித் தோப்பு (2003)

4 பழஞ்சோறு (2008)

5 உடைந்த வாளும் வண்டியிழுக்கும் குதிரைகளும் (2008)

6 ஒத்தையடிப்பாதை (2014)

7 அவந்தான் அய்யாசாமி (2015)

8 காலச்சுவடுகள் (2018)

9 நற்றமிழில் எழுத நடைமுறைக் கையேடு (2018)

சமூகப்பணியில் முனைப்பாகவும் துடிப்பாகவும் செயல்படும் இவர் கடலூர் மஞ்சக்குப்பம் புனித வளனார் மேல்நிலைப் பள்ளியில் முதுநிலைத் தமிழாசிரியராகப் பணிபுரிகிறார்.

சமூகப்பணிகள் :

- தமிழகச் சிந்தனையாளர் பேரவையின் செயலாளராக 2008-2014,
- 'பள்ளிக்கூடம்' என்றொரு அமைப்பை 2009-2014 வரை நடத்தியது,
- சென்னை, புதுச்சேரி வானொலியில் கவிதை, கட்டுரை, நாடகம் அரங்கேற்றியது,
- தமிழக அரசு நடத்திய செம்மொழி மாநாட்டின் சிறப்புமலரில் இவரது சிறுகதைகள் பற்றி விமரிசிக்கப்பட்டது,
- தமிழக அரசின் புதிய பாடத்திட்ட நூல் உருவாக்கக் குழுவில் இடம்பெற்றிருப்பது.

இவரின் தமிழ்ப்பணியையும், சமூகப்பணியையும் போற்றுவோம்.

திரு.பெ.கருணாகரன்-எழுத்தாளர்

திரு.பெ.கருணாகரன் கடலூர் மாவட்டம் விருத்தாசலத்தில் 15- 7- 1965இல் பிறந்தவர். அறியப்பட்ட தமிழக எழுத்தாளர் மற்றும் கவிஞருள் இவரும் ஒருவர். முதுகலை தமிழிலக்கியம் படித்தவர். இதுவரை சுமார் நூறு சிறுகதைகளும் இருநூற்றிற்கும் மேற்பட்ட கவிதைகளும் எழுதியுள்ளார். செய்தி தொடர்பான ஐநூறுக்கும் மேற்பட்ட கட்டுரைகளை எழுதியுள்ளார். ஆனந்த விகடனில் மாணவப் பத்திரிகையாளராக அறிமுகமாகி, பிறகு அதே இதழின் ஆசிரியர் குழுவிலும் ஒருவராகப் பணியாற்றினார்.

அதன்பிறகு கடந்த 25 ஆண்டுகளாக ‘நக்கீரன்’, ‘தினமணி’, ‘குமுதம்’ போன்ற பத்திரிகைகளில் இணையாசிரியராகப் பணியாற்றிய இவர் 2009ஆம் ஆண்டு சூலை திங்களிலிருந்து ‘புதிய தலைமுறை’ வார இதழில் இணையாசிரியராக பணியாற்றி வருகிறார்.

இவரின் படைப்புகள்:

1 அமேசான் காடுகளும் சகாராப் பாலைவனமும் எப்படித் தோன்றின? (குழந்தைகளுக்கான சிறுகதைத் தொகுதி)

2 குளம்பொலி ஞானங்கள் (கவிதைத் தொகுதி)

3 அம்மாவின் புன்னகை (சிறுகதைத் தொகுதி)

பெற்ற விருதுகள்:

இவர் எழுதிய “அமேசான் காடுகளும் சகாராப் பாலைவனமும் எப்படித் தோன்றின?” எனும் நூல் திருப்பூர்த் தமிழ்ச்சங்கம், தமிழ்நாடு முற்போக்கு எழுத்தாளர்கள் மற்றும் கலைஞர்கள் சங்கம், கம்பம் பாரதி இலக்கியப் பேரவை, நொய்யல் இலக்கிய வட்டம் ஆகிய அமைப்புகளின் மூலம் 2009ஆம் ஆண்டின் சிறந்த குழந்தைகள் இலக்கிய நூலாகத் தேர்வு பெற்று பரிசுகள் பெற்றுள்ளது.

இந்நூலுக்கு 2013ஆம் ஆண்டு தமிழ்ப் பேராயத்தின் அழ.வள்ளியப்பா குழந்தை இலக்கிய விருதும் கிடைத்துள்ளது. இவரது புலமையைப் போற்றுவோம்; வாழ்த்துவோம்.

எழுத்தாளர், கவிஞர் - திரு. கரிகாலன்

கடலூர் மாவட்டம், விருத்தாசலம் அருகில் உள்ள, மருங்கூர் எனும் சிற்றூரில் ஆசிரியர் திரு. இரத்தினசபாபதி - இராஜலட்சுமி இணையருக்கு 1965இல் பிறந்தவர் கவிஞர் திரு. கரிகாலன். தந்தை வழியிலேயே இவரும் சிறந்த கல்வி பெற்றிருக்கிறார். முதுகலை ஆங்கில இலக்கியம் மற்றும் ஆசிரியப் பயிற்சியில் பட்டம் பெற்ற இவர் அரசுப் பள்ளி ஒன்றில் ஆங்கில ஆசிரியராகப் பணியாற்றுகிறார்.

கற்பிப்பது ஆங்கிலமாக இருந்தாலும், கல்வித் தகைமைகளை மெருகேற்றி தமிழில் இவர் படைத்திருக்கும் பதிநான்கு கவிதை நூல்களும், பத்து கட்டுரை நூல்களும் நுகர்விலக்கியமாக இன்று தமிழறிந்தோர் கைகளில் தவழ்கின்றன என்பதே இவரின் தமிழ் ஆளுமையை அறிந்துகொள்ளலாம்.

'நிலாவை வரைபவன்' எனும் பின் நவீனத்துவ புதினம் ஒன்றை இவர் படைத்திருக்கிறார். இந்நூலில் தமிழின் செழிப்பைக் காணலாம்.

புதினம் என்றதும், இவரின் மனைவி திருமதி. சு. தமிழ்ச்செல்வியின் நினைவு முட்டிக்கொண்டு முன்வருகிறது. 'மாணிக்கம்', 'அளம்', 'கீதாரி', 'கற்றாழை' ஆகியவை இவ்வம்மையாரின் புதினங்கள் தமிழ் இலக்கிய உலகம் அறிந்தது ஒன்றாகும். இவரின் புதினங்கள், பெண்ணின் நம்பிக்கைகளுக்கு புத்துணர்வு ஊட்டுவனவாக அமைந்துள்ளது மிகச் சிறப்பானது.

இவ்வண்ணம் கணவனும், மனைவியும் தமிழை தமிழுறவுகளிடம் கொண்டு சேர்ப்பதில் அக்கறையுடன் செயலாற்றுவது போற்றத்தக்கதாகும்.

கவிஞர் திரு. கரிகாலன் 'களம் புதிது' எனும் இலக்கிய இதழை நடத்தியிருக்கிறார். அதன் தொடர்பில் சமகால கவிஞர்களை ஊக்கப்படுத்த விரும்பி, சில ஆண்டுகள் களம் புதிது விருது கொடுத்திருக்கிறார். தமிழ் உணர்வோடு நூற்றுக்கும் மேற்பட்ட இலக்கியக் கூட்டங்களை ஒருங்கிணைத்திருப்பதோடு, சுற்றுச்சூழல், மனித உரிமைகள் போன்ற போராட்டங்களில் தன்னை இணைத்துக்கொண்டு சமூகப்பணியாற்றியிருக்கிறார்.

இவரின் இலக்கிய செயல்பாட்டுக்காக தமிழ் அமைப்புகள், கதா, ஏலாதி, தி.ஜா. நினைவு விருது, ஜெயந்தன் நினைவு விருது போன்ற விருதுகளை வழங்கி இவரை சிறப்பித்துள்ளன.

ஆசிரியப் பணி என்ற வட்டத்துக்குள் நிற்காமல் பல்முனைப் பயன்பாடுகள் எனச் சமூகவெளியில் இவரின் பணி இன்றும் தொடர்வதால், போற்றுவோம்,வாழ்த்துவோம்.

எழுத்தாளர் - திரு.இரத்தின புகழேந்தி

கடலூர் மாவட்டம், மருங்கூர் சிற்றூரில் திரு.இரத்தினசபாபதி-இராஜலட்சுமி இணையருக்கு 30-7-1967இல் பிறந்த திரு. இரத்தின புகழேந்தி மெத்தப் படித்தவர். இப்போது விருத்தாசலம் பக்கத்திலுள்ள பூதாமூரில் வசிக்கிறார். அண்ணாமலைப் பல்கலைக்கழகத்தில் பிஎச்.டி படிப்பை முடித்திருக்கிறார்; அரசுப் பள்ளி பட்டதாரி ஆசிரியராகப் பணியாற்றுகிறார்.

தமிழ்மீதான பற்றும் ஆர்வமும் இவரிடம் மாணவர் பருவத்திலிருந்தே தொத்திக் கொண்டன. இதழியலில் ஈடுபாடும், பட்டறிவும் பெற்றதினால் சிற்றிதழ்களான 'களம் புதியது' இணையாசிரியராகவும், 'தளிர்-ஆசிரியராகவும், 'நடவு', 'கருப்புச் சொற்கள்', 'வையம்' போன்ற இதழ்களில் ஆசிரியர் குழு உறுப்பினராக இருந்து வருகிறார்.

இவரின் பணி எழுத்துகளோடு நின்றுவிடாமல்,ஆசிரியப் பணியை உயிர்ப்போடு, சமூக அக்கறையுடன் செயல்படுவது தனித்துவம் ஆகும். அறிவொளி இயக்கத்தில், ஒன்றியத் திட்ட ஒருங்கிணைப்பாளராக இருந்தபோது இவரின் சமூகப்பணியை காட்சியாகவும், சாட்சியாகவும் மக்கள் அறிந்தனர். இவரால் மெருகேற்றப்பட்ட மாணவர்கள், தமிழக ஆளுநரால் வழங்கப்படும் 'ராஜ்ய புரஸ்கர்' விருதினைப் பெற்றிருக்கிறார்கள் என்பதே இவரின் சிறப்பைக் காட்டும்.

நாட்டுப்புறவியலில் மிகுந்த ஈடுபாடு கொண்ட இவ்வாசிரியர், அதற்கான பயிற்சியை முறையாகப் பெற்றதோடு, பல கருத்தரங்கங்கள், பயிலரங்கங்கள், ஆய்வரங்கங்களில் கலந்துகொண்டு பட்டறிவை மேம்படுத்திக்கொண்டு, மாவட்ட மக்களிடமும், மாணவர்களிடமும், நாட்டுப்புறவியலை பரப்புரை செய்து விழிப்புணர்வு ஏற்படுத்தியுள்ளார்.

பன்முகத்திறன் கொண்ட இவரால் படைக்கப்பட்ட நூல்கள்:

1 மண்கவுச்சி களம் மருங்கூர்
2 கலைவிளையும் நிலம்
3 வன்னியசாதிப் பிள்ளைகள்
4 தமிழர் ஓவியம்
5 நகர்க் குருவி
6 சனங்களின் பாடல்கள்
7 மரபுவழி அறிவுமுறை
8 பந்தயக் குதிரைகளா மாணவர்கள்?
9 கிராமத்து விளையாட்டுகள்
10 இது குழந்தைகளின் வகுப்பறை
11 ரதி மன்மதன் கதைப்பாடல்கள்
12 வசீரும் லீலாவதியும்
13 தமிழக நாட்டுப்புற மக்களின் உணவு முறைகளும், பழக்க வழக்கங்களும்
14 தமிழரின் பண்பாட்டு உணவு.

கீழ்க்கண்ட தலைப்புகளில் ஆய்வு செய்திட மாணவர்களுக்கு சிறந்த வழிகாட்டி ஆசிரியராக பணிபுரிந்தமைக்கு கிடைத்த பாராட்டுகள், மாணவர்களின் வளர்ச்சியில் அவர் காட்டும் அக்கறையை வெளிச்சமிட்டுள்ளது.

அ) அனைவருக்கும் சத்தான உணவு (தேசிய குழந்தைகள் அறவியல் மாநாடு பாராட்டுச் சான்று 2003.சி.எம்.எஸ். கல்லூரி, லக்னோ, உத்தரப்பிரதேசம்)

ஆ) பாதுகாப்பான குடிநீருக்கு சூரியாளியின் பயன் (தமிழ்நாடு அறிவியல் இயக்கம் பாராட்டுச் சான்று 2004.)

இ) பயிர் வகைகளின் காலமுறை ஒப்பீடு (தமிழ்நாடு அறிவியல் இயக்கம் பாராட்டுச் சான்று 2006

தன்முனைப்பான உழைப்பால் சிறந்த எழுத்தாளர், பேச்சாளர், நல்வழிகாட்டும் ஆசிரியர், சமூகசெயல்பாட்டாளர் என பன்முகம்காட்டிய இவரின் பணி மேலும் சிறக்க வாழ்த்துவோம்.

நடுநாட்டு எழுத்தாளர் திரு. கண்மணி குணசேகரன்

தமிழ் இலக்கியப்பரப்பில் நடுநாட்டு ஊர்களைக் களமாகக்கொண்டு வட்டாரச் சொற்களை வடித்து எழுதிவரும் திரு.கண்மணி குணசேகரன், விருத்தாசலம் வட்டம், மணக்கொல்லை கிராமத்தில் திரு.வெ.அய்யாதுரை–திருமதி அ.சின்னப்பிள்ளை இணையருக்கு 19-05-1971 அன்று பிறந்தார். இவரின் இயற்பெயர் அ.குணசேகர். புனைபெயர் கண்மணி குணசேகரன்.

செம்புலம் என அழைக்கப்படுகிற நெய்வேலி, விருத்தாசலம், வடலூர், பண்ருட்டி பகுதிகளில் உள்ள மக்களின் வாழ்வியல் மற்றும் அவர்கள் எதிர்கொள்ளும் சிக்கல்களின் ஆழத்தை ஆய்ந்து அதனுடன் தொன்மத்தை இணைத்து வட்டாரச் சொல்லில் காணும் இவரின் எழுத்து வாசிப்பவர்களுக்கு ஓர் ஈர்ப்பைக்கொடுக்கும். கவிதை, சிறுகதை, புதினம், வழக்குச் சொல்லகராதி என்று எழுத்தின் எல்லா வகைமைகளிலும் தனது தனித்துவமான முத்திரையைப் பதித்தவர்.

ஒரு மொழியிலிருக்கும் பழமையான சொற்கள் அழிந்துபோவது என்பது, அதற்கு நாம் அளிக்கும் தண்டனை ஆகும். உரையாடுவதற்கு வாய்ப்பில்லாமல் பழமொழிகளும், சொலவடைகளும் தமிழ் மக்களை விட்டு நெடுந்தூரம் சென்றுவிட்டதை அறிந்த இவர் “நடுநாட்டுச் சொல்லகராதி"யை உருவாக்கியுள்ளார். இந்நூல் தமிழ்நாடு அரசின், தமிழ் வளர்ச்சித் துறையின் 2007ஆம் ஆண்டிற்கான சிறந்த நூலாகப் பரிசு பெற்றிருக்கிறது.

திரு கண்மணி குணசேகரனின் மற்றப் படைப்புகள்:

புதினம்: 1 வந்தாரங்குடி 2 அஞ்சலை 3 கோரை 4 நெடுஞ்சாலை

சிறுகதை :

1 உயிர்த் தண்ணீர்

2 ஆதண்டார்க் கோயில் குதிரை

3 வெள்ளெருக்கு

4 பூரணி பொற்கலை

5 வாடாமல்லி

6 பிராது

கவிதை

1 சிற்றகலில் தொற்றிய தீத்துளி

2 மிளிர்கொன்றை

3 காலிறங்கிப் பெய்யுமொரு மழை
4 மூன்றாம்நாள் பெண்
5 தலைமுறை கோபம்
6 காட்டின் பாடல்
7 காலடியில் குவியும் நிழல்வேளை
8 கண்மணி குணசேகரன் கவிதைகள்
9 உத்திமாக்குளம்

இவர் பெற்ற விருதுகள்

1 எழுத்தாளர் சுந்தரராமசாமி நினைவாக வழங்கிய நெய்தல் விருது
2 நடுநாட்டுச் சொல்லகராதி நூலுக்காகத் தமிழ் வளர்ச்சித் துறையின் விருது
3 கனடா தமிழ் இலக்கியத் தோட்டத்தின் புனைவு விருது
4 கலைஞர் கருணாநிதியின் பொற்கிழி விருது
5 எழுத்தாளர் கி.ராஜநாராயணன் பெயரால் வழங்கப்படும். கி.ரா. விருது

இவரது படைப்புகளின் சிறப்புகள்.

1 "அஞ்சலை" புதினம் வெளியான காலகட்டத்திலேயே கேரளா கள்ளிக்கோட்டைப் பல்கலைக்கழகத்தில் பாடநூலாக வைக்கப்பட்டுள்ளது.
2 வேலூர் திருவள்ளுவர் பல்கலைக்கழகத்தில் "நெடுஞ்சாலை" புதினம் பாடநூலாக வைக்கப்பட்டுள்ளது.
3 சிதம்பரம் அண்ணாமலை பல்கலைக்கழககத்தில் "உயிர்த்தண்ணீர்" என்னும் சிறுகதை பாடநூலாக வைக்கப்பட்டுள்ளது
4 முனைவர், இளமுனைவர் பட்டங்களுக்காக இவரது படைப்புகளை தொடர்ந்து மாணவர்கள் ஆய்வு செய்து வருகின்றனர்.

நடுநாடு எழுத்தாளர் என்னும் சிறப்பை பெறும் திரு. கண்மணி குணசேகரனின் எழுத்தைப் பாராட்டுவோம், அவரின் தமிழ்ப்பணி மேலும் சிறக்க வாழ்த்துவோம்.

திரு.ஜெ.பி. சாணக்கியா, எழுத்தாளர்

திரு.ஜெ.பி.சாணக்கியா ஒரு தமிழக புகழ் பெற்ற எழுத்தாளர். கடலூர் மாவட்டம், முடிகண்டநல்லூர் கிராமத்தில், திரு.எம். அப்பாதுரை - தெய்வக்கன்னி இணையருக்கு 1973ஆம் ஆண்டு மே திங்கள் 28ஆம் நாள் பிறந்தவர். பெற்றோர் இருவரும் ஓய்வுபெற்ற ஆசிரியர்கள்.

அண்ணாமலை பல்கலைக்கழகத்தின் தமிழிசைக் கல்லூரியில் வாய்ப்பாட்டு பயின்ற இவர் ஓவியரும்கூட. தற்போது எழுத்தாளராகவும், திரைப்படத்துறையில் உதவி இயக்குநராகவும் பணிபுரிந்துகொண்டு சென்னையில் வசித்துவருகிறார். இவரது கதைகள் இலக்கிய இதழ்களில் வெளிவந்துள்ளன.

இவரது சிறுகதைகளை மதுரை காமராசர் கல்லூரி, அமெரிக்கன் கல்லூரி தமிழ் மாணவர்கள் பட்ட ஆய்வுக்குப் பயன்படுத்தியுள்ளனர்.

இவரின் படைப்புகள்:

- என் வீட்டின் வரைபடம் 2002
- கனவுப் புத்தகம் 2005
- முதல் தனிமை 2013
- புவியீர்ப்பு விசை சிறுகதை
- ஆண்களின் படித்துறை (கதா - காலச்சுவடு சிறுகதைப் போட்டியில் முதல் பரிசு பெற்றது)

பெற்ற விருதுகள்

- சிறந்த இளம் எழுத்தாளருக்கான சுந்தர ராமசாமி விருது
- கதா விருது

சிறந்த எழுத்தாளரான திரு.ஜெ.பி. சாணக்கியா மேலும் சிறப்பான நூல்களைப்படைத்து தமிழுலகில் மேன்மை பெற வாழ்த்துவோம்.

இந்திய விடுதலைப் போராட்ட வீரர்கள்

ஆங்கிலேயரிடம் அடிமைப்பட்டுக்கிடந்த இந்திய நாட்டின் விடுதலைக்காக லட்சக்கணக்கானோர் இந்தியா முழுவதும் போராடினார்கள். தமிழக மக்களும் திரளாக விடுதலை வேள்வியில் கலந்துகொண்டபோது, கடலூர் மாவட்ட மக்களும் 400 பேர்களுக்குமேல் கலந்துகொண்டு, ஆங்கிலேய அரசிடம் அடிபட்டு, உதைபட்டு, வதைபட்டு, மிதிபட்டு அல்லலுற்றுப் பல்வேறு சிறைக்கூடங்களில் அடைபட்டுச் சிறைத் தண்டனையைப் பெற்றார்கள்.

விடுதலை வேள்வியின் வேர்களாக இருந்த தம் மாவட்டப் போராட்ட வீரர்களுக்கு நாம் நம் நன்றியைப் பதிவு செய்வோம்.

போராட்ட வீரர்கள் அத்துணைப் பேர்களின் பெயர்களையும் பதிவுசெய்து "விடுதலைப் போராட்டத்தில் கலந்து கொண்டவர்கள் யார் யார்? என 1973இல் ஆங்கிலத்தில் ஒரு நூலை தமிழக அரசு வெளியிட்டிருக்கிறது. நம் வணக்கத்தையும் நன்றியையும் அந்த வேர்களுக்குச் செலுத்துவோம்.

கடலூரிலிருந்து விடுதலைப் போராட்டத்தில் கலந்துகொண்டவர்களின் பெயர்கள் தாங்கிய நினைவுத்தூண் ஒன்று இன்றும் கடலூர் முதுநகர் காந்தி பூங்காவில் இருக்கிறது. அத்தூணைக் காணும்போதெல்லாம் வணங்குவது நமக்கான கடமையாகும்.

விடுதலைப் போராட்டத்தில் கலந்துகொண்டு பலராலும் அறியப்பட்ட சிலரைப் பற்றிய செய்திகளை அறிந்துகொள்வோம்.

1. திருமதி. அஞ்சலை அம்மாள்

கடலூரில் பிறந்த திருமதி.அஞ்சலை அம்மாள், பெண்ணடிமைத்தனம் முற்றிலும் ஒழிந்து போகாத காலகட்டத்தில் ஒரு பெண்மணியாகத் தன்னை விடுதலைப் போரில் ஈடுபடுத்திக்கொண்டு பலமுறை சிறை சென்றதென்பது வரலாற்றுச் சாதனையாகும். 1921ஆம் ஆண்டு காந்தியடிகள் ஒத்துழையாமை இயக்கத்தைத் தொடங்கியபோதே அஞ்சலை அம்மாளின் பொது வாழ்க்கை தொடங்கிவிட்டது.

இந்திய விடுதலைப் போராட்டக் களத்தில் மகாத்மா காந்தி தலைமையில் நாடு முழுவதும் மக்கள் கிளர்ந்தெழுந்தனர். அக்காலக்கட்டத்தில் கடலூர் திருமதி.அஞ்சலை அம்மாளும், காங்கிரஸ் தலைவர் என். சீனிவாச ஐயங்கார் மனைவியுந்தான் போராட்டத்தில் கலந்து கொண்டார்கள். இதில் அஞ்சலை அம்மாள் இளம் வயதில் போராட்டத்தில் கலந்துகொண்டது கூடுதல் சிறப்பாகும்.

மகாத்மா காந்தி அவர்களால் தென்னாட்டு ஜான்சிராணி என்று போற்றிப் பாராட்டப்பட்ட திருமதி.அஞ்சலை அம்மாள் 1-6-1890 அன்று கடலூர் முதுநகர் சுண்ணாம்புக்காரத் தெருவிலுள்ள 38 ஆம் எண் கொண்ட இல்லத்தில் திரு.முத்துமணி படையாச்சி - அம்மாக்கண்ணு இணையருக்குப் பிறந்தார்.

அந்நாளில் பெண்கள் பொது நிகழ்வுகளில் கலந்துகொள்ள, கல்வி கற்க, சமூகம் அனுமதித்ததில்லை. அந்நிலையில் திண்ணைப்பள்ளிக்கூடத்தில் 5ஆம் வகுப்பு வரையே படித்த திருமதி. அஞ்சலை அம்மாள் போராட்ட பூமியில் வாழ்ந்த காலங்கள் 70 ஆண்டுகள். திரு. முத்துமணி படையாச்சி, சொந்தமாக ஆசிரியர் வைத்து அஞ்சலைக்குத் தமிழ் மற்றும் ஆங்கிலம் சொல்லிக் கொடுத்தார். அஞ்சலைக்குச் சிறு வயது முதற்கொண்டே செய்தி ஏடுகளைப் படிப்பது, புத்தகங்களை வாசிப்பது போன்ற பழக்கங்கள் இருந்தன. ஆங்கிலம் நன்றாகப் பேசப் பழகியிருந்தார்.

கடலூர் மாவட்டம் சேத்தியாத்தோப்பிற்கு அருகில் உள்ள நற்குணம் என்ற சிற்றூரைச் சார்ந்த திரு.முருகப்படையாச்சியை 1908 ஆம் ஆண்டில் திருமணம் செய்துகொண்டார். திருமணத்திற்குப் பிறகு கணவர்.முருகப்படையாச்சியையும் சுதந்திர போராட்டக்களத்தில் இணைத்துக்கொண்டார். அவரும் பலமுறை சிறை சென்றுள்ளார்.

இவர் திரு.சத்தியமூர்த்தி, திரு.இராஜாஜி, திரு.காமராஜர் ஆகியோருடன் இணைந்து பல சுதந்திரப் போராட்டங்களில் கலந்துகொண்டுள்ளார். நாட்டு விடுதலைக்கான போராட்டங்களில் ஈடுபட்டதற்காக ஆங்கிலேயர்கள் அளித்த சிறைத் தண்டனையைப் பல காலங்களில் பல சிறைகளில் எட்டு ஆண்டுகளுக்குமேல் கழித்திருக்கிறார்.

சுதந்திரப் போராட்ட காலத்தில் ஆங்கிலேயர்களின் அடக்குமுறைகள் தாங்காமல் மகாகவி பாரதியார் பாண்டிச்சேரியில் 1908ஆம் ஆண்டு முதல் 1918ஆம் ஆண்டு வரை பத்தாண்டுகள் தங்கியிருந்தார். அப்போது பாரதியார் வெளியிட்ட பத்திரிகைகளை அஞ்சலை அம்மாள் படிப்பது, அதற்குக் கடிதம் எழுதுவது போன்றவற்றைச் செய்து வந்ததினால் பாரதியின் அறிமுகம் கிடைத்தது. பிறகு 1918ஆம் ஆண்டு பாண்டிச்சேரியை விட்டுப் புறப்பட்ட பாரதியார், கடலூர் எல்லையில் கைது செய்யப்பட்டு, கேப்பர்மலை சிறையில் சிறை வைக்கப்பட்டார். அப்போது அஞ்சலை அம்மாள் தன் கணவருடன் அடிக்கடி சிறைச்சாலைக்குச் சென்று பாரதியாருக்குச் சேவை செய்துள்ளார்.

1934-ம் ஆண்டு பிப்ரவரி மாதம் 17ஆம் நாள் மகாத்மா காந்தி கடலூருக்கு வந்திருந்தபோது, அவரை யாரும் சந்திக்கக்கூடாது என்ற ஆங்கிலேய அரசின் தடை ஆணையை மீறி பர்தா உடையை அணிந்துகொண்டு காந்தியைச் சந்தித்துப்பேசி, மாறுவேடத்தில் காந்தியடிகளை குதிரை வண்டியில் ஏற்றி தமது வீட்டுக்கு அழைத்து வந்து விட்டார். திருமதி. அஞ்சலை அம்மாளின் வீரத்தையும், உறுதியையும் கண்ட மகாத்மா இவள்தான் தென்னாட்டு ஜான்சிராணி என்று புகழ்ந்து வாழ்த்தி பெருமைப்பட்டார். தான் ஜான்சிராணிதான் என ஒவ்வொரு போராட்டக்களத்திலும் உறுதி செய்தார் அஞ்சலை அம்மாள்.

1927ஆம் ஆண்டு செப்டம்பர் 6இல் சென்னையில் நீல் சிலையகற்றும் போராட்டம், 1930-இல் சென்னை- சோழிங்கநல்லூர் உப்பு எடுக்கும் போராட்டம், 1931இல் கடலூர் தேவனாம்பட்டினத்தில் உப்பு எடுக்கும் போராட்டம்.1932-இல் கள்ளுக்கடை மறியல்,

1933இல் அந்நியத்துணி விற்பனைக்கு எதிராகப் போராட்டம் 1940-தனிநபர் சத்தியாகிரகம் எனப் பல போராட்டங்களில் ஈடுபட்டு கடலூர், திருச்சி, வேலூர், கண்ணனூர் மற்றும் பெல்லாரி ஆகிய சிறைகளில் எட்டு ஆண்டுகாலம் கழித்தவர் திருமதி.அஞ்சலை அம்மாள் (கைதி எண் 727).

நிறைமாதக் கர்ப்பிணியாக 1932ஆம் ஆண்டு வேலூர் பெண்கள் சிறையில் தண்டனைக் காலத்தைக் கழித்தபோது, சிறையிலேயே குழந்தை பிறந்துவிடும் என்பதால், அவரை வெளியில் அனுப்பி குழந்தை பிறந்ததும் மீண்டும் சிறையில் அடைத்தார்கள். பெற்றெடுத்த ஆண்மகவுக்கு ஜெயில்வீரன் எனப் பெயரிட்டுப் பின்னர் ஜெயவீரன் என மாற்றம் கண்டது. (திரு.ஜெயவீரன் 7-10-2020 இல் காலமானார்)

திருமதி. அஞ்சலை அம்மாவின் கணவர் திரு.முருகப்படையாச்சி 1932-ஆம் ஆண்டு கடலூர் சிறையில் அடைக்கப்பட்டபோது அவருக்கு வயது 56. தொழில் நெசவு என்று சிறைப்பதிவேடுகளில் பதிவு செய்யப்பட்டுள்ளது. அஞ்சலை அம்மாளும் அவர் கணவர் முருகப்படையாச்சியும் சென்னை சைதாப்பேட்டையில் தங்கி தறிநெசவு செய்து நீண்டநாள் கட்சிப்பணி செய்துள்ளனர். நெசவு செய்த கைத்தறித்துணிகளைச் சுமந்துகொண்டு தந்தைப் பெரியாரோடு சென்று சிற்றூர்களில் விற்றுள்ளனர்.

தொழுநோயால் பாதிக்கப்பட்ட தீவிரமான சுதந்திரப் போராட்ட வீரர் சுப்பிரமணியசிவா 1925ஆம் ஆண்டு மதுரையிலிருந்து கடலூர் வந்தார். இங்கு அவர் பரப்புரை செய்வதற்குச் காவல்துறை தடை விதித்துவிட்டது. அஞ்சலை அம்மாள் பெருமளவு தொண்டர்களைச் சேர்த்துக்கொண்டு தடையை மீறி சுப்பிரமணியசிவா பேசுவதற்கு ஏற்பாடு செய்தார். மேலும் அவரது உடல்நிலை கண்டு தங்க யாரும் இடம் தராநிலையில், அஞ்சலை அம்மாள் தமது வீட்டில் தங்க வைத்துப் பணிவிடை செய்து அனுப்பிவைத்தார்.

இவ்விடுதலைப் போராட்ட இணையரின் மூத்த மகள் 'அம்மாப்பொண்ணு' ஒன்பது வயதிலேயே நீலன் சிலையகற்றும் போராட்டத்தில் கலந்துகொண்டு சிறை சென்றவர். இவரைக் காந்தியடிகள் வார்தாவுக்கு அழைத்துச் சென்று 'லீலாவதி' எனப் பெயர் சூட்டி சபர்மதி ஆசிரமத்தில் வளர்த்தார். அங்குச் செவிலியர் படிப்பை முடித்து, சென்னை வந்ததும், தன்னைப்போல இளம் வயதில் விடுதலைப் போரில் ஈடுபட்ட பன்மொழிப்புலவர் திரு. ஜமதக்னியைத் திருமணம் செய்துகொண்டார் என்பது ஒரு வரலாற்று நிகழ்வாகும்.

திருமதி. அஞ்சலை அம்மாள் 1937 ஆம் ஆண்டு கடலூர் தொகுதி சட்டமன்ற உறுப்பினராகத் தேர்ந்தெடுக்கப்பட்டார். பின்னர் 1946-ம் ஆண்டு கடலூர் தொகுதியிலிருந்து சட்டசபைக்கு இரண்டாவது முறையாகத் தேர்ந்தெடுக்கப்பட்டார்.

இந்திய விடுதலைக்குப் பிறகு நடைபெற்ற தேர்தலில் பண்ருட்டி தொகுதியிலிருந்து போட்டியின்றி தேர்ந்தெடுக்கப்பட்டார். மூன்று முறை சட்டமன்ற உறுப்பினராகப் பணியாற்றிய அஞ்சலை அம்மாள் ஏழை எளிய மக்களின் வளர்ச்சிக்காக, சட்டமன்றத்தில் குரல் கொடுத்துள்ளார்.

பண்ருட்டியைச் சுற்றியுள்ள சிற்றூர்களில் நல்ல குடிநீர் கிடைக்காமல் மக்கள் நரம்புசிலந்தி நோயினால் பாதிக்கப்பட்டிருந்தனர். அத்தகைய சிற்றூர்களில் அஞ்சலை அம்மாள் விழிப்புணர்வுப் பரப்புரை செய்தார். வீராணம் ஏரியிலிருந்து புவனகிரிக்குப் பாசன நீர் செல்லும் பெரிய வாய்க்காலில் ஒரு கிளை வாய்க்காலை ஏற்படுத்தி தீர்த்தாம்பாளையம் என்ற சிற்றூருக்குப் பாசன வசதி செய்தார். அவ்வாய்க்கால் இன்றும் அஞ்சலை வாய்க்கால் என்றே குறிப்பிடப்படுகிறது.

நாட்டு மக்களுக்காக உழைத்த திருமதி. அஞ்சலை அம்மாள் ஒரு தியாகியாக 20-2-1961-ல் இயற்கை எய்தினார். இவரின் நாட்டு பற்றையும்,நாட்டு நலனில் காட்டிய அக்கறையையும் இன்றைய தலைமுறையினர் அறிந்து பெருமிதம் படுவதோடு மக்கள் நலம் காக்க பாடுபடவேண்டும்.

2 திருமதி. அசலாம்பிகை அம்மையார்

திருப்பாதிரிப்புலியூர் அசலாம்பிகை அம்மையார் சிறந்த மேடைப் பேச்சாளராகவும் எழுத்தாளராகவும் திகழ்ந்தவர். மகாத்மா காந்தியைப் பற்றிப் பல நூல்கள் எழுதியவர்.

இந்திய விடுதலைப் போராட்ட பரப்புரையாளராகவும் செயல்பட்டவர். இவருடைய எழுத்தையும், பேச்சையும் கண்டு வியந்து திரு.வி.க. பாராட்டியுள்ளார்.

3 திரு. எஸ்.பி. கல்யாணசுந்தரம் ஐயர்

திட்டக்குடியில் பஞ்சாபதேச ஐயர்-செல்லம்மாள் இணையருக்கு 1914இல் பிறந்தவர். மிகப்பெரிய வேளாண் குடும்பத்தில் பிறந்தவரான இவர், சென்னை மற்றும் திட்டக்குடியில் தனிநபர் சத்தியாக்கிரகம், வெள்ளையனே வெளியேறு போராட்டங்களில் கலந்துகொண்டு இரண்டு ஆண்டுகள், இரண்டு மாதங்கள் சிறைத்தண்டனை பெற்றவர். முதலில் சென்னை சிறைச்சாலை பின்னர் அலிபுரம் சிறைச்சாலை. 1944-இல் அலிபுரம் சிறையிலிருந்து விடுதலை செய்யப்பட்டார்.

4 திரு.எஸ்.கருப்பையா

திட்டக்குடியில் சின்னையா முதலியார்-முனியம்மாள் இணையருக்கு 24-04-1917 அன்று பிறந்தவர் இந்தப் போராட்ட வீரர்.

1940இல் தனி நபர் போராட்டத்தில் முதன்முறையாகக் கலந்துகொண்டு சென்னையில் கைதாகி எழும்பூர் நீதிமன்றத்தால் பதினைந்து தினங்கள் தண்டிக்கப்பட்டு சென்னை சிறையிலிருந்து விடுதலையானார். இரண்டாம் முறையாகத் திட்டக்குடியில் சட்டத்தை மீறியதாக கைதாகி சிதம்பரம் நீதிமன்றத்தால் மூன்று மாதங்கள் தண்டனை பெற்று கடலூர் சிறையிலிருந்து விடுதலையானார். போராட்டத்தில் கலந்துகொண்டதற்காக மூன்றாம் முறையாகக் கைதாகி சிதம்பரம் நீதிமன்றத்தால் பத்து மாதங்கள் சிறை தண்டனை கிடைக்கப்பெற்று அலிபுரம் சிறையில் அடைக்கப்பட்டார்.

விடுதலையாகி வந்த உடன் 1942இல் 'வெள்ளையனே வெளியேறு' போராட்டத்தில் திட்டக்குடியில் கைதாகியபோது சிதம்பரம் நீதிமன்றம் மிகக்கடுமையான தண்டனையாக இரண்டாண்டுகள் சிறைத்தண்டனை வழங்கி அவரை அலிபுரம் சிறைச்சாலைக்கு மீண்டும் அனுப்பிவைத்தது. மகிழ்வுடன் தண்டனையை ஏற்று சென்றவர் அலிபுரம் சிறையிலிருந்து அல்லல்பட்டு மீண்டார்.

5 திரு.சி.என். தண்டபாணிபிள்ளை, சிதம்பரம்

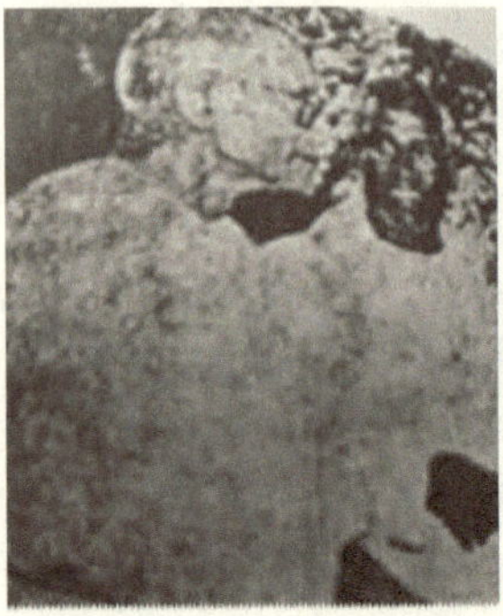

இராஜகோபாலாச்சாரியாரும் தண்டபாணிபிள்ளையும்.

இவர் சிதம்பரம் புதுத்தெரு திரு. நாராயணசாமிபிள்ளை- தில்லைக்கண்ணு அம்மா இணையருக்கு 1892இல் பிறந்தவர். இவர் குடும்பமே நாட்டுப்பற்றில் மூழ்கியிருந்தது. இவர் சிறையில் இருக்கும்போது, இவரின் மனைவி, குழந்தையைத் தூக்கிக்கொண்டுவிடுதைப் போராட்டத்திற்கு ஆதரவாகப் பிரசாரம் செய்தார்.

பஞ்சாப் படுகொலையைக் கண்டித்துச் சென்னையில் இருபத்தையாயிரம் தொழிலாளர்களைக் கூட்டி ஊர்வலம் விட்டு அரசைக் கலங்க வைத்தவர். ஊர்வல முடிவில் திருவல்லிக்கேணி கடற்கரையில் இவர் தலைமையில் பேசிய வ.உ.சி.யும், திரு.வி.க.வும் விடுதலைக் கனலைச் சுடர்விட்டெரியத் தூண்டினர்.

இவர் “தேசபக்தன்” என்ற வாரம் மூன்றிதழ் பத்திரிகை (விலை காலணா) நடத்தி தனிக் கூட்டத்தை உருவாக்கினார். அன்னிபெஸண்ட் அம்மையாரின் “ஹோம்ரூல்” பத்திரிகையின் நிர்வாகியாக சிலகாலம் இருந்தார். இவர் மகன் தில்லைசாமி தன் 11வது வயதில் உப்புப்போரில் தண்டனை பெற்றவர்.

பிள்ளையவர்கள் பாரதியார், வ.உ.சி., திரு.வி.க., ஈ.வே.ரா.பெரியார் இவர்களின் நெருங்கிய நண்பர். ஈரோட்டில் நடந்த அரசியல் மாநாட்டில் தொண்டர் தலைவராக இருந்து பாராட்டப் பெற்றார். சிதம்பரத்தில் நடந்த அரசியல் மாநாட்டில் வரவேற்புக்குழுத் தலைவராக இருந்தார்.

இவர் கடலூர் தொடர்வண்டி நிலைய சந்திப்பில் (junction) சிக்னலராக இருந்தபோது, 24-3-1921இல் கடலூர் பழையநகர் கடைவீதியில் இவரது தலைமையில் மகாகவி பாரதி உரையாற்றினார். இதன் காரணமாக மறுநாள் அரசால் பணி நீக்கம் செய்யப்பட்டார். அடுத்தநாள் மாலை (25-3-1921) கடலூர் கெடில நதிக்கரையில், பரமானந்தம்பிள்ளை, சுதர்சன நாயுடு ஆகியோர் ஏற்பாடு செய்த மாபெரும் பொதுக்கூட்டத்தில் இவர் தலைமைதாங்க... கவியரசர் பாரதியார் விடுதலை வேட்கையைத்தூண்டி பரப்புரை செய்தார். இதனால் மக்களிடையே புதிய எழுச்சி ஏற்பட்டதைக்கண்ட அரசு

தண்டபாணி பிள்ளை மீது வழக்குத் தொடர்ந்ததால் இவருக்கு ஒரே நேரத்தில் இரட்டை சிறைத் தண்டனை வழங்கப்பட்டது. இவருக்குக் கிடைத்த தண்டனையை எதிர்த்து இராஜாஜி கிளர்ச்சி செய்ததன் விளைவாக ஓர் ஆண்டாக சிறைத் தண்டனை குறைக்கப்பட்டது.

6 திரு.தே.நயினியப்ப பிள்ளை. சிதம்பரம்

சிதம்பரம், கமலேஸ்வரன்கோயில் தெருவைச் சார்ந்த திரு. தேவநாயகம்பிள்ளை மகனாக 1896 இல் பிறந்த திரு.நயினியப்ப பிள்ளை ஒரு படித்த வியாபாரி. இவர் சிறந்த நாட்டுப்பற்றுக் கொண்டவர். திறமையான மேடைப் பேச்சாளி. இவர் இம்மாவட்டம் முழுவதும் பயணித்துப் பரப்புரை செய்து மக்களிடம் இந்திய விடுதலை வேட்கையைத் தூண்டினார்.

இவர் மதுக்கடை மறியல், உப்பு சத்தியாக்கிரகம், ஒத்துழையாமை இயக்கம் போன்ற போராட்டங்களில் கலந்துகொண்டதால் இவருக்கு 1928 இல் ஒன்பது மாதங்களும், 1930-இல் உப்புப் போரில் ஓர் ஆண்டும், இறுதியாக 1932-இல் ஆறு மாதங்களும் சிறைத்தண்டனை வழங்கப்பட்டது. சிறை வாழ்க்கை கடலூர், மதுரை, சென்னை, அலிபுரம், திருச்சி ஆகிய ஊர்களில் கழிந்தது. இவர் இம்மாவட்டத்தில் விடுதலைக் கனலை விதைத்தவர்களில் முதன்மை இடத்தைப் பிடித்தவர்.

7 திரு.கி.சுப்பராயலுநாயுடு, பண்ருட்டி

கடலூர் வட்டம், பண்ருட்டி, சப்பாணி செட்டித்தெருவைச் சார்ந்த திரு.கிருஷ்ணசாமி நாயுடுவின் மகன் சுப்பராயலு நாயுடு 1921-இல் பிறந்தவர். இவர் குமாஸ்தா பணியில் இருந்தவர். 1939 முதல் தேசிய வாலிபர் சங்கச் செயலாளர். இந்தச் சங்கமே 1940 முதல் இந்திய விடுதலைப் போராட்டச் சங்கமாக உருவெடுத்தது.

மகாத்மா காந்தியின் அனுமதி பெற்று 26-3-1941இல் பண்ருட்டி சோமேஸ்வரன் கோயிலின் முன்னால் இருந்து சட்டம் மீறி யுத்த எதிர்ப்புக் குரலுடன் நடைப்பயணமாகச் சென்னை சென்று 5-5-1941 அன்று பொதுக்கூட்டத்தில் பேசியதற்காகக் கைதாகி

எழும்பூர் நீதிமன்றத்தால் ஆறு வாரம் கடுங்காவல் தண்டனை விதிக்கப்பட்டு, சென்னை சிறையில் 16-6-1941 வரை இருந்தார்.

23-9-1942 விநாயகசதுர்த்தி அன்று 144 தடையாணையை மீறி திருவதிகையில் பொதுக்கூட்டத்தில் பேசியதற்காகக் கைதாகி 21 நாள்கள் கடலூர் கிளைச்சிறையில் வைக்கப்பட்டு 14-10-1942 இல் கடலூர் நீதிமன்றத்தால் ஆறு மாதத் தண்டனை அளிக்கப்பட்டு அலிபுரம் சிறைக்கு அனுப்பப்பட்டார். 19-4-1943 அன்று அலிபுரம் சிறையிலிருந்து விடுதலையானார்.

8 திரு.எம்.வி.சுதர்சன நாயுடு, கடலூர்

கடலூர், மஞ்சக்குப்பம் திரு.வரதராஜுலு நாயுடு- பங்கஜம் அம்மாள் இணையருக்கு மகனாக திரு.சுதர்சன நாயுடு 1885இல் பிறந்தவர். இவர் ஒரு வைர வியாபாரி. தன்னுடைய தொழிலிலிருந்து விடுவித்துக்கொண்டு, முதன்முதலில் இவர் 1916இல் விடுதலை வேட்கையில் கலந்து கொண்டு போராட்டத்தைத் தொடங்கினார்.

1921ல் ஒத்துழையாமை இயக்கத்தில் கலந்துகொண்டபோது 15 மாதங்கள் சிறைத்தண்டனையையும் ரூ.20 அபராதத்தையும் நீதிமன்றம் வழங்கியது. அபராதத்தொகை செலுத்த மறுத்துச் சிறை சென்று 28-2-1922இல் விடுதலையானார். 13.5.1930இல் உப்பு சத்தியாக்கிரகப் போராட்டத்தில் கலந்துகொண்டு கடலூரில் கைதாகி ஆறு மாத சிறைத்தண்டனையும் ரூ.250 அபராதமும், செலுத்தத் தவறியதால் மேலும் ஆறு வார தண்டனையும் பெற்று கடலூர், சென்னை, பெல்லாரி சிறைகளில் இருந்து 24-12-1930இல் விடுவிக்கப்பட்டார். 1932இல் கள்ளுக்கடை மறியலில் ஈடுபட்டு கடலூரில் கைதாகி 9 மாதத் தண்டனை விதிக்கப்பட்டுச் சென்னை சிறையில் இருந்தார்.

1942இல் வெள்ளையனே வெளியேறு போராட்டத்தில் கலந்துகொண்டார். இதற்காக 12-9-1942இல் கைது செய்யப்பட்டு இரண்டு ஆண்டுகள், நான்கு மாதங்கள் பல்வேறு காலகட்டங்களில் பாதுகாப்பு கைதியாகக் கடலூர், வேலூர், தஞ்சாவூர் மற்றும் அலிபுரம் சிறைச்சாலைகளில் இருந்தவர் 7-12-1944 அன்று விடுதலையானார். இவர் 1932இல் மாவட்டக் காங்கிரஸ் கமிட்டிச் செயலாளராக இருந்துள்ளார்.

இந்திய விடுதலைக்குப்பின் இவர் ஒருமுறை (1956-61) சென்னை மேல்சபை உறுப்பினாகவும் இருந்துள்ளார்.

இவர் எப்பொழுதும் கதராடையே அணிவார். நாலு முழம் அரைவேட்டி, மேலுக்கோர் சிறு துண்டு, அழகிய நரைதாடி, எளிமையான தோற்றம் இவற்றால் மக்கள் மனத்தில் உயர்ந்து நின்றார்.

கடலூர் துறைமுகநகர் முதன்மைச்சாலையில் உள்ள பூங்காவில் கடலூரிலிருந்து இந்திய விடுதலைப் போராட்டத்தில் கலந்துகொண்ட மாவீரர்களின் பெயர்கள் தாங்கிய நினைவுத் தூண் ஒன்று அழகுற அமைக்கப்பட்டுள்ளது. நன்றியுடன் வணங்குவோம்.

9 திரு.பி.தணிகாசலம் பிள்ளை, கடலூர்

கடலூர் பழையநகரம், சிவானந்தபுரத்தில் திரு. ஆர்.பழனியப்பா பிள்ளையின் மகன் திரு. தணிகாசலம் பிள்ளை 1910ல் பிறந்தவர். இவர் இன்டர்மீடியெட் படித்தவர். வியாபாரம் செய்தவர்.

1930இல் உப்பு காய்ச்சும் போராட்டத்தில் கைது செய்யப்பட்டு ஆறு மாத சிறைத் தண்டனை பெற்றிருக்கிறார். 1931இல் விடுதலைப் போராட்டம் தொடர்பாக கள்ளுக்கடை மறியல் செய்து தண்டனை பெற்றிருக்கிறார். சிறையிலிருந்து மீண்டபோது 1933இல் மீண்டும் கைது செய்யப்பட்டு ஆறு மாதங்கள் சிறைத்தண்டனை பெற்று மீண்டிருக்கிறார்.

1985இல் கல்கத்தா காங்கிரசில் கலந்துகொண்டதில் அங்குக் கைது செய்யப்பட்டு மூன்று மாத சிறைத் தண்டனையைக் கடந்திருக்கிறார். 1942 ஆகஸ்டு புரட்சியிலும் கலந்துகொண்டதால் ஓர் ஆண்டு சிறைத் தண்டனை பெற்றார். இவர் தம் தண்டனைக் காலத்தைக் கடலூர், சென்னை, கல்கத்தா, எரவாடா, பெல்லாரி

மற்றும் அலிபுரம் சிறைச்சாலைகளில் கழித்துள்ளார். அவர் வாழ்ந்த காலத்தில் அவரைத் தடியடிபட்ட தணிகாசலம் என்றே மக்கள் அன்புடன் அழைத்தனர்.

10. திரு.மு.பரமானந்தம் பிள்ளை

கடலூர் வட்டம், ஆண்டார்முள்ளிப்பள்ளம் திரு. முருகேசம்பிள்ளை - சொர்ணத்தம்மாள் இணையருக்கு 1894இல் பிறந்தார். இளம் வயதிலேயே இந்திய நாட்டு விடுதலைப் போராட்டத்தில் கலந்துகொண்டவர்.

1916இல் “வந்தே மாதரம்” என எழுதி அதற்காகப் பள்ளியில் பிரம்படிபட்டார். தமிழர் உடையில் இருந்த புரட்சியாளர் வங்காளி, மஜூம்தார் இவருக்குக் கடலூர் கெடில நதிக்கரையில் அரசியல் புரட்சி உபதேசம் செய்திருக்கிறார். புதுச்சேரியில் தங்கியிருந்த பாரதியாரை திரு.சி.என். தண்டபாணி பிள்ளையுடன் சென்று பார்த்து உரையாடி வருவார்.

1920, 1921இல் ஒத்துழையாமை இயக்கத்தில் நண்பர் சண்முகத்துடன் இணைந்து மறியல் செய்ததினால் காவல்துறையினர் இவர்களைப் பிடித்துக் காட்டுக்கூடலூர் காட்டில் விட்டனர். அங்கிருந்து தப்பி வந்து மீண்டும் மறியல் செய்ததினால், கடலூர் நீதிமன்றம் இவருக்கு ஆறு மாதங்கள் சிறைத் தண்டனை விதித்தது.

11. திரு.எஸ்.டி. சின்னசாமி ரெட்டியார்

காங்கிரஸ் கட்சியில் நிர்வாகத் திறமையோடு செயல்பட்ட சின்னசாமி ரெட்டியார் பாரதியாரின் பாடல்களைப் பாடி மக்களைத் திரட்டி கள்ளுக்கடை மறியல், அந்நிய ஆடை எதிர்ப்புப் போராட்டங்களில் ஈடுபட்டுச் சிறை சென்றார். இவரது பூர்விகம் கடலூர்.

12. திரு.கு.இராமச்சந்திரன் செட்டி

கடலூர் துறைமுகநகரில் வசித்த திரு. குருசாமி செட்டியின் மகன் திரு. இராமச்சந்திரன் கடலூர் திருப்பூர் குமரனாகக் கருதப்படுகிறார். 1930ஆம் ஆண்டு முதல் இந்திய விடுதலைப் போராட்டத்தில் கலந்துகொண்டவர், உப்பு எடுத்தல், கள்ளுக்கடை மறியல், அந்நிய துணி மறுப்புப் போராட்டம் ஆகியவற்றில் ஈடுபட்டு கைது

செய்யப்பட்டு பாளையங்கோட்டை சிறையில் இரண்டு ஆண்டுகள் இருந்தார்.

1932ஆம் ஆண்டு பிப்ரவரி மாதம் 28ஆம் நாள் கள்ளக்குறிச்சியில் தேசக்கொடி வணக்கம் விழா நடைபெற்றபோது கொடிக்கம்பத்தில் கொடி ஏற்ற போராட்ட வீரர்கள் நடேச படையாச்சி, சுந்தரம் ஐயர், இரத்தினம் செட்டியாருடன் இராமச்சந்தினும் முனைப்புக்காட்டும்போது காவலர்கள் இவர்களைச் சூழ்ந்துகொண்டு தடுத்தனர். குழுமியிருந்த மக்கள் விரட்டியடிக்கப்பட்டனர். மக்கள் விடுதலை வேட்கையோடு வந்தே மாதரம் என்று உரத்துச் சொல்லியவாறு சென்றனர்

கொடி ஏற்ற முனைப்புக்காட்டிய நால்வரையும் காவல் நிலையத்திற்கு அழைத்துச் சென்று கடுமையாக அடித்தனர். முரட்டுக் காவலர் ஒருவர் மிகுந்த கோபத்துடன் இவர்களைத் தாக்கும்போது இராமச்சந்திரன் படுகாயமடைந்தார். இதனால் பயந்த காவலர்கள் இராமச்சந்திரனைத் திருக்கோவிலூர் செல்லும் பேருந்தில் ஏற்றி அனுப்பிவிட்டனர்.

திருக்கோவிலூர் பேருந்து நிலையத்தில் கடுமையான ஜுரத்துடனும் மயக்கத்துடனும் இறக்கிவிடப்பட்டார்.

பேருந்து நிலைய உணவக உரிமையாளர் திரு. வெங்கட்ராம ஐயர் தொண்டர் நிலைகண்டு வருந்தி அவருக்குத் தேவையான உணவும் மருந்தும் கொடுத்து ஆசுவாசப்படுத்தி பின்னர் கடலூர் பேருந்தில் ஏற்றி அனுப்பினார். கடலூருக்கு வரும்போதே அவரின் உடல்நிலை மோசமானது.

கடலூர் தொண்டர்கள் அவரைத் திருப்பாதிரிப்புலியூரில் இருக்கும் அவரது தங்கை வீட்டுக்கு அழைத்துச்சென்றனர். காவலர்கள் இராமச்சந்திரனின் வயிற்றில் காலணியுடன் மிதித்ததால் கடுமையான பாதிப்பு இருந்தது. மருத்துவச் சிகிச்சை செய்தும் பலனின்றி மரணமடைந்தார்.

தாயின் மணிக்கொடி ஏற்றிட இன்னுயிர் தந்த தியாகச் சுடராக திரு.கு.இராமச்சந்திரன் போற்றப்படுகிறார்.

13. திரு.பி.பாண்டுரங்கன் படையாச்சி, கடலூர்

இவர் மிக எளிய குடும்பத்தில் 1922ஆம் ஆண்டு கடலூரில் பிறந்தார். 1941ஆம் ஆண்டு முதல், இளம் வயதிலேயே அண்ணல் மகாத்மா காந்தியின் கொள்கையால் ஈர்க்கப்பட்டு, இந்திய விடுதலை வேட்கையில் தன்னை ஈடுபடுத்திக்கொண்டார்.

பல போராட்டங்களில் கலந்துகொண்ட நிலையில், 1942ஆம் ஆண்டு நடைபெற்ற "வெள்ளையனே வெளியேறு" ஆகஸ்டு போராட்டத்தில் தீவிரமாக ஈடுபட்டதால் கைதாகி கடலூர் சிறையில் ஒரு மாதம் அடைக்கப்பட்டார்.

சிறையிலிருந்து வெளிவந்த பின், ஒன்பது மாதங்கள் தலைமறைவாக இருந்துகொண்டு விடுதலைப் போராட்டத்தை அவ்வப்போது நடத்தியிருக்கிறார். இவர் தனது 84வது அகவையில் 2006 இல் காலமானார்.

14. திரு.மு.மா.பாவாடைராயன், திட்டக்குடி

எளிய நெசவாளர் குடும்பத்தில் 1923ஆம் ஆண்டு, திட்டக்குடியில் திரு.மு.மாணிக்க முதலியார்-பெரியம்மாள் தம்பதிக்குப் பிறந்தார். ஆலம்பாடி உதவி பெறும் ஆரம்பப்பள்ளியில் ஆசிரியராக இருந்தபோது அண்ணல் மகாத்மா காந்தியின் விடுதலைப் போராட்டத்தினால் ஈர்க்கப்பட்டு, தனது ஆசிரியப் பணியை ராஜினாமா செய்துவிட்டு, விடுதலை வேள்வியில் கலந்துகொண்டார். கள்ளுக்கடை மறியல், அரிஜன ஆலய நுழைவுப் போராட்டத்தில் ஈடுபட்டார். மகுடபதி என்ற நாடகத்தை எழுதி அதில் நடித்து விடுதலை வேட்கையை மக்களிடம் ஏற்படுத்தினார்.

வெள்ளையனே வெறியேறு போராட்டத்தில் 1942ஆம் ஆண்டில் கலந்துகொண்டபோது கைது செய்யப்பட்டு அலிகார் சிறையில் அடைக்கப்பட்டார். பின்னர் கஸ்தூரிபாய் நூலகம் ஏற்படுத்தி, நேதாஜியின் இந்திய தேசிய இராணுவம் குறித்துப் பாடல்கள் இயற்றி மக்கள்முன் பாடி தேசிய விடுதலை உணர்வை ஊட்டியுள்ளார். இவர் தனது 71வது அகவையில் காலமானார்.

15. திரு.ஆர்.இரத்தின ஆசாரி, மஞ்சக்குப்பம்

திரு.இரத்தின ஆசாரி கடலூர் மஞ்சக்குப்பத்தில் 1915இல் பிறந்தார். தனது இளம் வயதிலேயே அதாவது 1941இல் விடுதலைப் போராட்டத்தில் ஆர்வமுடன் கலந்து கொண்டார். இவரது போராட்டம் தனிநபர் போராட்டமாகவே இருந்தது. பேராட்டத்தின் தீவிரம் காரணமாக இவரை காவல்துறை இருமுறை கைது செய்து சிறையில் அடைத்தது. முதல் முறை கடலூர் சிறைச்சாலையிலும், இரண்டாம் முறை பெல்லாரி சிறைச்சாலையிலும் சிறை வைக்கப்பட்டு, மொத்தம் எட்டு மாதங்கள் சிறையில் வாடியிருக்கிறார். இந்திய விடுதலைக்குப் பிறகு இந்திய ராணுவத்தில் சேர்ந்து தேசிய உணர்வோடு பணியாற்றினார். அவர் 26-6-1980 அன்று இயற்கை எய்தினார்.

16. திரு.தெ. இராசலிங்கம்

விருத்தாசலம் வட்டம் கொம்பாடிக்குப்பம் கிராமத்தில் திரு. தெய்வசிகாமணி-சீதா அம்மாள் இணையருக்கு 04-09-1921 அன்று பிறந்தவர் இந்திய விடுதலைப் போராட்ட வீரர். இந்திய விடுதலைப் போராட்டத்தில் மிகத்தீவிரமாகப் பங்கேற்று தன்னை வருத்திக்கொண்டவர்.

1941ஆம் ஆண்டு தனிநபர் இயக்கத்தில் ரூ.200 நீதிமன்றம் தண்டம் விதித்ததைக் கட்டாததினால் மூன்று மாத சிறைத் தண்டனை பெற்றார். 1942ஆம் ஆண்டில் பாதுகாப்புக் கைதியாக கடலூர், சென்னை, அலிபுரம் சிறைச்சாலைகளில் பதினெட்டு மாதங்கள் அல்லல்பட்டார். பல சமயங்களில் ரிமாண்டில் தொடர்ந்து இருந்துள்ளார்.

சிறையில் நடந்த தடியடியில் ஒரு கண் பழுதுபட்டு, மருத்துவ சிகிச்சை பெற்றும் கண்பார்வை திரும்பவில்லை. கலப்பு மணம் செய்துகொண்ட சீர்திருத்தவாதி இவர். இந்திய விடுதலைக்குப் பிறகு, அரசு இவரைப் பாராட்டும் முகத்தான் நல்லூர் ஊராட்சி ஒன்றியத்தில் சமூக நல அலுவலராக நியமனம் செய்ததால் அங்குப் பணியாற்றி ஓய்வு பெற்றார்.

ஊரும் பேரும் : அழிசிகுடி

ஆதன் அழிசி என்னும் பெயருடையவன் ஒரு பகுதியை ஆளும் தலைவன் ஆவான். இவன் பூதப்பாண்டியனுடைய நண்பர்களுள் ஒருவன் என்பது புறப்பாட்டால் விளங்குகின்றது. இவன் ஆண்ட பகுதியை நினைவூட்டும் ஊரே அழிசிகுடி என்னும் சிற்றூர் ஆகும். இப்பெயரில் இரண்டு சிற்றூர்கள் நம் மாவட்டத்தில் உள்ளன.

ஒன்று மேல்புவனகிரி ஊராட்சி ஒன்றிய எல்லையிலும், மற்றொன்று விருத்தாசலம் ஊராட்சி ஒன்றிய எல்லையிலும் அமைந்துள்ளன.

தேசத் தந்தை மகாத்மா காந்தியின் மறைவும்-சோகமும்

1948ஆம் ஆண்டு ஜனவரி 30ஆம் நாள் தேசத் தந்தை மகாத்மா காந்தியை நாதுராம் வினாயக் கோட்சே என்னும் கயவன் சுட்டுக்கொன்றான். நாடு சோகத்தில் மூழ்கியது. கடலூர் மக்கள் நாட்டுணர்வோடு சோகத்தில் இருந்தனர்.

பின்னர் எரியூட்டப்பெற்ற மகாத்மா காந்தியின் சாம்பல் சிறு சிறு கலசத்தில் வைத்து நாடு முழுவதும் அனுப்பப்பட்டது. அந்நிலையில் கடலூருக்கும் மகாத்மா காந்தியின் சாம்பல் அடங்கிய கலசம் வந்தது. அதைக் கடலூர் நகராட்சி அலுவலகத்தில் அலங்கரித்து பொதுமக்களின் அஞ்சலிக்கு வைத்திருந்தனர். மக்கள் திரளாக வந்து அழுதுகொண்டே அஞ்சலி செலுத்தினர்.

அஞ்சலிக்குப்பின் அக்கலசம் அலங்கரிக்கப்பட்ட வண்டியில் பெண்ணையாற்றுக்கு மக்கள் திரளாக உடன் வர எடுத்துச்செல்லப்பட்டது. "இரகுபதி இராகவ இராஜாராம்" என ஒருமித்த குரலில் பாடிக்கொண்டே, அழுதுகொண்டே மக்கள் உடன் வந்தனர்.

பெண்ணையாற்றில் பன்னீராக ஓடிக்கொண்டிருந்த நீரில் கலசத்திலிருந்த மகாத்மாவின் சாம்பல் கரைக்கப்பட்டது. மக்களின் சோகமும் அழுகையும் உச்சம் தொட்டது. உணர்ச்சிப்பெருக்கால் சிலர் கரைந்த சாம்பலோடு நீரில் மூழ்கியதாலும், அதீத சோகத்தால் சிலருக்கு மாரடைப்பு ஏற்பட்டதாலும் அங்கேயே உயிரிழந்தனர் பலர். மகாத்மா காந்திக்கு ஜே என்ற ஒலி விண்ணைத்தொட்டது. முழுமையான சோகத்தில் அன்று கடலூர் மூழ்கியிருந்தது உண்மை.

ஊரும் பேரும் : திருமுதுகுன்றம் (விருத்தாசலம்)

ஈசன் வீற்றிருக்கும் மலைகளுள் ஒன்றாகப் பேசப்பெற்றுள்ள முதுகுன்றம், மணிமுத்தாற்றின் மருங்கே அமைந்துள்ளது. பண்டைக்காலத்தில் இவ்வூரில் இருந்ததாகக் கூறப்படுகின்ற பழமலை இன்று காணப்படவில்லை. எனினும் அப்பகுதியைக் குறிக்கும் "முதுகுன்றம்", பழமலை முதலிய தமிழ்ப்பெயர் மறைந்து தற்போது "விருத்தாசலம்" என்னும் வடமொழிப் பெயரோடு வழங்குகிறது.

ஆன்மிகம்-கிறிஸ்துவம் -இசுலாமியம்

புனித அன்னை பெரியநாயகி தேவாலயம்- கோணான்குப்பம்

கடலூர் மாவட்டம், விருத்தாசலம் வட்டம், முகாசபரூர் ஊராட்சியில் வனப்பகுதியாக இருந்த கோணான்குப்பம் என்னும் சிறிய கிராமத்தில் புனித அன்னை பெரியநாயகி தேவாலயம் அமைந்துள்ளது.

இத்தாலிய அருட்தந்தை கான்ஸ்டன்டைன் சோசப் பெஸ்கியால்(வீரமாமுனிவர்) இவ்வாலயம் அமைக்கப்பட்டது. பதினேழாம் நூற்றாண்டில் அருட்தந்தை பெஸ்கி (வீரமாமுனிவர்) ஏலாக்குறிச்சி (அரியலூர் மாவட்டத்திலுள்ள ஒரு சிறு கிராமம்) என்னும் இடத்தில் பணியாற்றியபோது அவ்விடத்தில் வைக்க மரியாள் (இயேசுவின் தாய்) சிலைகள் இரண்டு கொண்டுவந்தார். தன்னுடைய இடத்திற்குச் செல்ல கோணான்குப்பம் காட்டைக் கடந்து செல்கையில் களைப்படைந்து ஒரு மரத்தின்கீழ் தன்னுடன் கொணர்ந்த இரண்டு சிலைகளுடன் தூங்கிவிட்டார்.

கால்நடைகளை மேய்த்துக்கொண்டிருந்த சிறுவர்கள் புதரின் பின்னால் ஒரு சிலையை மறைத்து வைத்துவிட்டனர். விழித்தெழுந்த அருட்தந்தை பெஸ்கி, ஒரு சிலை காணாமல் போனது கண்டு வருந்தி இருப்பிடம் சென்றடைந்தார்.

குழந்தைப் பேறுயில்லா முகாசபரூர் ஜமீந்தார் கச்சிராயர் கனவில் மரியாள் தோன்றி, தான் காட்டில் இருப்பதாகவும் தனக்கு ஒரு தேவாலயத்தைக் கட்டினால், குழந்தைப் பேறு கிடைக்கும் எனவும் அறிவுறுத்தினார். அதன்படி காட்டில் மரியாள் சிலை கண்டுபிடிக்கப்பட்டு அவ்விடத்தில் ஒரு சிறிய ஆலயம் கட்டி, சிலையை நிறுவி அவ்வூர் மக்கள் வழிபட்டு வந்தார்கள்.

சில காலத்திற்குப் பிறகு அருட்தந்தை பெஸ்கி நடந்த நிகழ்வுகளை கேட்டறிந்து கோணான்குப்பம் வந்து அன்னை சிலையைக் கண்டு மகிழ்ந்தார். தான் பணியாற்ற இவ்வூரே சிறந்தது என முடிவெடுத்து, தற்போதுள்ள தேவாலயத்தைக் கச்சிராயரின் உதவியுடன் கட்டினார். இதுவே அவர் கட்டிய முதல் வழிபாட்டுத்தலமாக அமைந்தது.

அருட்தந்தை பெஸ்கி கோரியதற்கிணங்கி மயிலாப்பூர் மறைமாவட்ட ஆயர், தமிழ்நாட்டின் பரரம்பரிய உடையில் கன்னிமாதா தனது கைகளில் குழந்தை இயேசுவை வைத்துள்ளமாதிரி ஓர் உருவத்தை உருவாக்கிக் கொடுத்தார். இவ்வுருவச்சிலை கோணான்குப்பம் தேவாலயத்தில் மக்கள் வழிபாட்டிற்கு வைக்கப்பட்டு இன்றளவும் உள்ளது.

தேம்பாவணி காவியம் அரங்கேறிய இடம்

அருட்தந்தை கான்ஸ்டன்டைன் சோசப் பெஸ்கி, தமிழ் கற்றுப் பேசி, எழுதி, தக்க புலமையும் எய்தினார். இவர் தன்னுடைய பெயரைத் தமிழ் மீதான பற்றால் வீரமாமுனிவர் என மாற்றிக்கொண்டார். இவர் தமிழில் "தேம்பாவணி" என்னும் காப்பியம் படைத்தார். இக்காப்பியத்தை அன்னை பெரியநாயகி தேவாலயத்தில் 1726ஆம் ஆண்டு அரங்கேற்றினார். பின்னர் 1728-1729ஆம் ஆண்டு மதுரையில் நடத்திய தமிழ் மாநாட்டில் எதிர்ப்புக்கிடையில் அவரது தமிழ்ப் பணிக்கு ஒப்புதல் அளித்து பொது நன்மைக்காகத் தேம்பாவணி காப்பியம் வெளியிடப்பட்டது.

தேம்பாவணியின் சிறப்பைப் பாராட்டி மதுரை தமிழ்ச்சங்கம் வீரமாமுனிவருக்கு இராஜரிஷி என்ற பட்டம் அளித்துச் சிறப்பித்தது. வீரமாமுனிவர், வேதியர் ஒழுக்கம், பரமார்த்தகுரு கதைகள், தொன்னூல் விளக்கம், சதுரகராதி ஆகியவற்றைப் படைத்ததோடு திருக்குறளை (அறத்துப்பால், பொருட்பால்) இலத்தீன் மொழியில் பெயர்த்துள்ளார்.

வீரமாமுனிவரின் திருவுருவச்சிலை பத்து அடி உயரத்தில் மரத்தால் செய்யப்பட்டு வண்ணமிட்டு, இவரைப் பெருமைப்படுத்தும் விதமாக தேவாலயத்தில் வைக்கப்பட்டுள்ளது.

வீரமாமுனிவர்

கூடலூர் துறைமுகநகர் - கிறிஸ்து தேவாலயம்

கூடலூர் துறைமுகநகர் 1803 வரை அரண்மிக்க அரச நகரமாகவே இருந்தது. பின்னர் அரண்கள் பலவும் அழிந்துபட்டன. கூடலூரின் பழைய அரண்மிகு பெருமைக்குச் சான்றாக இப்போது எஞ்சி நிற்பவை இரண்டே இரண்டு கட்டடங்களே; அவற்றுள் ஒன்று கி.பி. 1662 இல் தொடங்கப்பெற்ற கிறிஸ்து சர்ச் (Christ church) என்னும் கிறித்துவக் கோயில்; மற்றொன்று பாக்டரி அவுஸ் (Factory House) என்னும் தொழிற்சாலை மாளிகை.

கிறிஸ்து சர்ச் தொடக்கத்தில் ரோமன் கத்தோலிக்கக் கிறிஸ்துவக் குழுவினரிடம் (Jesuits) இருந்தது. அவர்கள் அப்போது நடந்துகொண்டிருந்த ஆங்கிலோ பிரெஞ்சுப் போரில் பிரெஞ்சுக்காரர்கட்கு உதவியாகயிருந்து கொண்டிருந்ததால், அவர்களிடமிருந்த கிறிஸ்து சர்ச் 1749இல் ஆங்கிலேயர்களால் கைபற்றப்பட்டு, கிறிஸ்துவம் பரப்பும் வேறொரு குழுவிடம் (Society for the propagation of Christian knowledge) ஒப்படைக்கப்பட்டது. ஆங்கிலேயர்கள் 'பிராடெஸ்டன்ட்' (Protestant) என்னும் கிறிஸ்துவப் பிரிவைச் சேரந்தவர்கள்.

இக்கோயிலின் கல்லறைத் தோட்டத்தில் ஆங்கிலேயர் பலரின் அடக்கக்குழிகள் உள்ளன. பாரிக் கபெனியின் உரிமையாளர் திரு. தாமஸ் பாரி கல்லறையும் இங்குதான் உள்ளது. தற்போது இக்குழிகள் சமப்படுத்தப்பட்டு அப்பகுதியும் சேர்த்து தேவாலயம் விரிவுபடுத்தப்பட்டுள்ளது.

ஊரும் பேரும் : திருக்கண்டீஸ்வரம்

கடலூர் மாவட்டம் நெல்லிக்குப்பத்துக்கு வடமேற்கே திருக்கண்டீஸ்வரம் என்னும் ஊர் உண்டு. அங்கமைந்த திருக்கோயில் மிகப்பழமையானதென்பது சாசனங்களால் விளங்கும். சோழமன்னர்கள் காலத்தில் இக்கோயில் சிறப்புற்று விளங்கிற்று. அக்கோயிலின் பெயரான திருக்கண்டீஸ்வரம் என்னும் பெயரே ஊர்ப் பெயராயிற்று.

மஹ்மூதுபந்தர் பரங்கிப்பேட்டை ஜாமிஆ மஸ்ஜித் மீராப்பள்ளியின் வரலாறு

மீராப்பள்ளி, பரங்கிப்பேட்டையின் பெரிய பள்ளிவாசல். மஹ்மூதுபந்தர் பரங்கிப்பேட்டை வாழ் முஸ்லிம்கள் அனைவர்தம் ஊனிலும், உயிரிலும், உணர்விலும் இரண்டறக் கலந்திருக்கும் இணையிலா இறை இல்லம். இப்பள்ளிவாசலுக்கு 359 ஆண்டுகால நீண்ட வரலாறு உண்டு.

கி.பி.1662ஆம் ஆண்டிலிருந்தே அதாவது 359 ஆண்டுகளுக்கு முன்பிருந்தே பரங்கிப்பேட்டை மீராப்பள்ளிவாசல் இயங்கி வருகின்றது. இப்பள்ளிவாசலுக்கு ஆலம்கீர் ஔரங்கசீப் மன்னரின் தளபதி ஜுல்பிகார்கான் பகதூரால் கி.பி 1664 இல் 5.50 ஏக்கர் நிலம் பட்டா வழங்கிப் பதிவு செய்யப்பட்டுள்ள விபரங்கள் அவர்களின் பர்வானா மூலம் தெரியவருகிறது.

பள்ளிவாசல் - பெயர்க் காரணம்

சங்க காலத்தில் அரசர்கள் உடல் அடக்கம் செய்யப்படும் இடங்களை 'பள்ளி' என்று குறிப்பிடும் வழக்கம் இருந்துள்ளது. மேலும் துறவிகள் தங்கி வழிபடும் இடங்களுக்கும் 'பள்ளி' என்ற பெயரே தமிழ்பிராமி கல்வெட்டுகளில் காணப்படுகிறது. ஆதியில் சமண, பௌத்த வழிபாட்டுத்தலங்கள் பள்ளி என்றே

அழைக்கப்பட்டுவந்தன. சைவ, வைணவ வழிபாட்டுத்தலங்கள் கோயில்கள் என அழைக்கப்பட்டன. இன்றளவும் திருச்சிராப்பள்ளி, அகத்தியன்பள்ளி, திருக்காட்டுப்பள்ளி போன்ற ஊர்கள் பள்ளி என்ற பெயராலேயே அழைக்கப்படுகின்றன.

மஸ்ஜிதுகளில் உடல் அடக்கம் செய்யப்படுவதாலும், துறவிகள், வழிப்போக்கர்கள் தங்கியிருந்து வழிபடுவதாலும், முஸ்லிம்கள் வழிபாட்டுத் தலங்களாகிய மஸ்ஜிதுகள், பள்ளி, பள்ளிவாசல் என்று அழைக்கப்படுகின்றன. மஸ்ஜித், தொழுவதற்கும், குர்ஆன் ஓதுவதற்கும், திக்ரு செய்வதற்குமான இடமாகும்.

மீராப்பள்ளிவாசலில் கி.பி.1725, 1737,1872, ஆண்டுகளிலும், பின்னர் தொடர்ந்து சிறு சிறு பணிகளாகவும், பெரிய விரிவாக்கப் பணியாகவும் பல்வேறு காலகட்டங்களில் பெரும் கொடை வள்ளல்களின் உதவியினால் இவ்வாண்டுவரை (2021) செய்யப்பட்டு, இன்று மீராப்பள்ளிவாசல் கம்பீரமாக மிளிர்கின்றது. இப்பள்ளிவாசல் நிர்வாகத்திற்காக பயன்தரத்தக்க சொத்துகள் வாங்கியும், தானமாகப் பெற்றும் பராமரிக்கப்பட்டு வருகின்றது.

இடைக்காலத்தில் தொய்வு ஏற்பட்டாலும், விடாமுயற்சியின் காரணமாக 1974ஆம் ஆண்டு மதரஸா' தொடங்கப்பெற்று, இன்றுவரை சிறப்பாக இயங்கி வருகிறது. மதரஸா மாணவர்களுக்குத் தொடக்க காலத்தில் வீடு வீடாக உணவு எடுத்துக் கொடுக்கப்பட்டது. அவ்வாறு எடுத்துக்கொண்டு போய்க் கொடுப்பதில் காலதாமதமும், உணவில் வேறுபாடும் காணவே, மத்ரஸாவிலேயே சமையல் செய்து உணவளிக்கப்படுகிறது. மீராப்பள்ளிவாசலில் உள்ள மதரஸாவில் காலை, மாலை இரு வேளைகளிலும் 200 மாணவ-மாணவிகள் பயின்று வருகிறார்கள்.

2004ஆம் ஆண்டு டிசம்பர் மாதம் 26ஆம் நாள் காலை சுமார் 7-30 மணியளவில், பரங்கிப்பேட்டையிலும், கடலோரக் கிராமங்களிலும் ஏற்பட்ட ஆழிப்பேரலை (சுனாமி) நூற்றுக்கணக்கான உயிர்களை விழுங்கிவிட்டது. கிராமங்களின் கடலோரப் பகுதிகளில் ஒரு கி.மீட்டர் தூரம் கடல்நீர் நுழைந்து மிகப்பெரிய சேதத்தை ஏற்படுத்தியது.

பேரழிவு நிகழ்ந்தபோது, மீராப்பள்ளி நிர்வாகமும், இஸ்லாமிய ஐக்கிய ஜமா அத் நிர்வாகமும் இணைந்து சாதி, மதம் பாராது மனிதநேயத்துடன் உடனடியாக மீட்பு நடவடிக்கைப் பணியில் ஈடுபட்டன. மீராப்பள்ளி கட்டடப்பகுதியும், இஸ்லாமிய திருமண மண்டபமும் பாதிக்கப்பட்டவர்களுக்காகத் திறந்துவிடப்பட்டது. அவர்களுக்குத் தேவையான உணவைத் தங்குதடையின்றி வழங்கி உதவிசெய்தது பாராட்டக்கூடியதாகும்.

கி.பி.1662அம் ஆண்டில் தொடங்கப்பெற்று, இன்று ஆலமரம்போல் வளர்ச்சியடைந்து பள்ளிவாசல், பல்வேறு மதரஸாக்கள், குளம், அடக்க்ஸ்தலம் என்று விரிவாக்கம்பெற்று, சமுதாய மக்களின் நலன்கருதி ஷாதி மகால், இஸ்லாமிய நூலகம், ஜனாஸா கூடம் என்று பல்வேறு அமைப்புகளைத் தன்னுள் அடக்கி, சமுதாய அரும்பணி ஆற்றிவரும் மீராப்பள்ளிவாசல், பரங்கிப்பேட்டை நகரின் அடையாளச் சின்னமாக விளங்குகிறது.

சீறாப்புராணம் அரங்கேறிய பூமி

முகம்மது நபி(ஸல்) அவர்களின் வாழ்க்கை வரலாற்றைக் கூறும் காப்பியம் "சீறாப்புராணம்". எட்டையபுரம் இலக்கிய வள்ளல் உமறுப்புலவர் பரங்கிப்பேட்டையில் மூன்று ஆண்டுகள் தங்கியிருந்து 'சீறாப்புராணம்' இயற்றியதும், அவரை ஆதரித்து அரவணைத்துக் காத்து சீறாப்புராணம் அரங்கேற்றம் 1842இல் செய்துவைத்த பெருமகனார் அபுல்காசிம் மரக்காயர் வாழ்ந்ததும் இந்தப் பூமியில்தான்.

உமறுப்புலவருக்கு முகம்மது நபி (ஸல்) அவர்களின் வாழ்க்கை வரலாற்றைத் தந்து உதவியவர் காஜி மஹ்மூதுதீபி என்ற கண்ணாட்டி அப்பா ஆவார். இக்காப்பியம் இயற்ற, வேண்டிய உதவிகளைச் செய்துகொடுத்தார். கடிகைமுத்துப்புலவரின் அருமை மாணவர் உமறுப்புலவர் நபிகள் நாயகத்தின் வரலாற்றை 5028 பாடல்களில் (சீறாப்புராணம்) காப்பியமாகப் பரங்கிப்பேட்டை கும்மத் பள்ளி தெருவிலுள்ள அபுல்காசிம் மரக்காயர் இல்லத்தில் உள்ள மேடையில் அரங்கேற்றம் செய்தார். புகழ்மிக்க அந்த மேடை இன்றும் பேணிப் பாதுகாக்கப்பெற்று வருகிறது.

லால்பேட்டை - ஜூம்ஆ பள்ளிவாசல் மற்றும் ஜாமிஆ மன்பஉல் அன்வார் அரபுக்கல்லூரி

கடலூர் மாவட்டம், காட்டுமன்னார்கோவில் வட்டம், லால்பேட்டையில் ஜூம்ஆ பள்ளிவாசல் தொடங்கப்பெற்ற

பிறகு, லால்பேட்டை மக்களின் ஆர்வத்தின் காரணமாக மதரஸா தோற்றுவிக்கப்பட்டு, அதன் வளர்ச்சியின் உச்சமாக 1864ஆம் ஆண்டு, ஜாமிஆ மன்பஉல் அன்வார் அரபிக் கற்றுத்தரும் அரபுக்கல்லூரி தொடங்கப்பெற்றது. அதில் தமிழ்நாடு மற்றும் பல்வேறு மாநிலங்களிலிருந்தும் மாணவர்கள் வந்து அரபிக் கல்வி கற்று வருகின்றனர். இக்கல்லூரியின் 150வது ஆண்டுப்பெருவிழா 2013 ஆம் ஆண்டு கொண்டாடப்பெற்றது. ஜாமிஆவில் சற்றேறக்குறைய 100 மாணவர்களும், காலை, மாலை மக்தப் மதரஸாவில் ஏறக்குறைய 2,000 மாணவ, மாணவிகளும் கல்வி பயில்கின்றனர்.

கடந்த 150 ஆண்டு காலமாய் லால்பேட்டை மக்கள், குறிப்பாக தாய்மார்கள், அரபுக்கல்லூரியில் படிக்கும் மாணவர்களுக்கு உணவு வழங்குவதை ஒரு கடமையாகக் கருதுகின்றனர். அவர்கள் மாணவர்களை ''ஓதற பிள்ளைகள்'' எனச் செல்லமாக அழைத்து, தங்கள் வீட்டுப்பிள்ளைகளுக்கும் மேலாக நினைத்து, சமைத்த உணவில் முதல் உணவை ஓதற பிள்ளைகளுக்கு மதரஸாவிலிருந்து கொடுத்தனுப்பப்பட்ட டிபன் கேரியரில் போட்டு பாசத்தோடும், பரிவோடும் கொடுத்தனுப்பிக்கொண்டிருக்கிறார்கள்.

விண்கல நிபுணர் மதரஸா பேராசிரியர் ஷெய்கு முஹம்மது ஹள்ரத் அவர்களால், தமிழக மாவட்டங்கள் வாரியாக தொழுகை நேரத்தைத் துல்லியமாகக் கணக்கிட்டு, தொழுகை நோன்புகால அட்டவணை தயாரிக்கப்பட்டு, மதரஸாவால் வெளியிடப்படுகிறது. தமிழகத்தின் அனைத்துப் பள்ளிவாசல்களும் அவ்வட்டவணைப்படி செயல்படுகின்றன.

இவ்வூரிலுள்ள பள்ளிவாசல், அரபுக்கல்லூரி மற்றும் மதரஸா அனைத்தும் இவ்வூர் மக்களின் உழைப்பு மற்றும் பொருளாதாரத்தால் மட்டுமே நிர்வகிக்கப்படுகிறது. லால்பேட்டை ஒரு பேரூராட்சி நிர்வாகத்தில் இயங்குகிறது. பேரூராக இருந்தாலும் இவ்வூரில் காவல்நிலையம் இல்லை (தேவைப்படவில்லை), மதியைக் கெடுக்கும் மதுக்கடைகள் இல்லை. இளைஞர்களை ஈர்த்து நோய்ச் சிந்தனைகளை உருவாக்கும் திரையரங்குகள் இல்லை. மக்களைக் குழப்பும் கேளிக்கை அரங்குகள் இல்லை.

சமய நல்லிணக்கத்துடன் வாழும் மக்களைப் பாராட்டுவோம்.

வண்டிப்பாளையம் வந்த வழி தெரியுமா?

கரையேறவிட்டக்குப்பம்- பின்னர் வண்டு நகர், வண்டுபுரம், சித்திபுரம் பண்டிதர்பாளையம் புலவர்பாளையம் என்று அழைக்கப்பட்டு இன்று வண்டிப்பாளையம் என அழைக்கப்படுகிறது.

ஆன்மிகம் : திருக்கோயில்கள்

1 அருள்மிகு பாடலேஸ்வரர் திருக்கோயில்

திருப்பாதிரிப்புலியூர்

ஆலயங்களின் தோற்றம்

உயிர்கள் அனைத்தும் இன்பத்தையே விழைகின்றன. உலகில் பெறும் இன்பங்களுள் நிலைத்த பேரின்பம் என்னவென்று மனிதன் ஆராய்ந்தபோது, அவன் கண்ட பேருண்மையே சமயம் என வழங்கலாயிற்று. சமய வாழ்வின் அருள் அனுபவங்கள் ஆலய வழிபாட்டினாலேயே கிட்டுகின்றன என்பது ஆன்றோர் பட்டறிவு.

தமிழகத்தில் ஆலயங்களின் தோற்றம் என்பது தொல்காப்பியர் காலந்தொட்டே இருந்து வந்துள்ளது என்றாலும், சங்க காலத்தில் அமைக்கப்பட்ட ஆலயங்கள் மண், மரம், செங்கல் ஆகியவற்றால் உருவாக்கப்பட்டதே. பல்லவர் காலத்தில்தாம் கற்கோயில்கள் அமைக்கும் பணி தொடங்கியது. தமிழகத்தினை ஆலயங்கள் செறிந்த நாடாக மாற்றிய பெருமை சோழர்களையே சாரும்.

பல்லவர்கள் காலத்தில் வாழ்ந்த அப்பர், சம்பந்தர், சுந்தரர் தேவாரமும், மாணிக்கவாசகரின் திருவாசகமும், ஆலயம் பற்றிய தகவல்களை ஒருவாறு தருகிறது எனலாம். திருப்பாதிரிப்புலியூர் தலபுராணம், சேக்கிழார் பெரிய புராணம், திருப்பாதிரிப்புலியூர்க் கலம்பகம், திருப்பாதிரிப்புலியூர் தோத்திரக்கொத்து, கரையேறவிட்ட நகர்ப்புராணம், திருப்பாதிரிப்புலியூர் பதிற்றுப் பந்தாதி, அருள்மிகு பாடலேசுவரர் கோயில் கல்வெட்டுச் செய்திகள் ஆகிய ஆவணங்கள் இக்கோயில் வரலாற்றை முழுமைப்படுத்துகின்றன.

அப்பர் பெருமான்

'திருநாவுக்கரசு' என இறையருள் பெற்றபின் இறைவனால் சிறப்புப்பெற்ற அப்பர் பின் சமணர் சூழ்ச்சிகளுக்கு இரையாகாமல் பிழைத்தெழுந்தவரை மகேந்திரவர்மன் என்ற பல்லவமன்னன் கட்டளைப்படி கல்லோடு பிணைத்துக் கடலில் இட்டபோது "சொற்றுணை வேதியன்" என நமச்சிவாயப் பதிகம் பாடவும் கட்டுகள் அவிழப்பெற்றன. கருங்கல் மிதக்க அதனை அலைக்கரங்களால் ஏந்தியே பூந்திருப்பாதிரிப்புலியூர்ப் பாங்கரில் கரையேறினார் திருநாவுக்கரசர்.

இவ்வாறு அப்பர் பெருமான் கரையேறிய காரணத்தால் 'கரையேறவிட்டகுப்பம்' என்ற ஊர் இத்தலத்தின் அருகே உள்ளதைக் காணலாம். அது வண்டிப்பாளையம் என்ற பெயரில் இன்று வழங்கப்படுகிறது. திருப்பாதிரிப்புலியூர் பாடலவனநகர் மீது அப்பர் சுவாமிகள் பாடியருளிய தேவாரப்பாடல்கள் பத்து ஆகும். ஈன்றாருமாயெனக் கெந்தையுமான் உடன் தோன்றினராய் எனத் தொடங்கும் முதற் பாடலிலிருந்து "திருந்தாவமனர்தத் தீநெறிப்பட்டுத் திகைத்து முத்தி" என்று தொடங்கும் பத்தாவது பாடலோடு முடிகிறது.

திருப்பாதிரிப்புலியூர் வரலாறு

கல்வெட்டுகளில் இத்தலம் "இராஜராஜ வளநாட்டுப் பட்டான் பாக்கை நாட்டுத் திருப்பாதிரிப்புலியூர் ஆன பரநிருப பாராக்கிரம சதுர்வேதி மங்கலம் என்றும், 'வடகரை, இராஜேந்திர சோழவள நாட்டு மேல்கானாட்டுத் தனியூர் திரிபுவனமாதேவி சதுர்வேதி மங்கலம்" எனவும், "இராஜேந்திர சோழ வளநாட்டுப் பவித்திர மாணிக்க வளநாட்டுத் திருப்பாதிரிப்புலியூர் எனவும், வடகரைத் தேவதானி பாதிரிப்புலியூர் எனவும் குறிக்கப்பெற்றிருக்கிறது (பட்டான் பாக்கை- இன்றுள்ள பட்டாம் பாக்கம் என்ற கிராமம்). சோழர் ஆட்சியின்போது பட்டான் பாக்கை நாட்டில் அமைந்த ஊர்களில் ஒன்று திருப்பாதிரிப்புலியூர் ஆகும்.

தென்னாட்டில் மரம், செடி, கொடி,மலை, ஆறு ஆகியவற்றின் அருகில் கடவுளை வைத்து வழிபட்டனர். எனவே அவற்றின் பெயர்களே தலப்பெயர்களாயின. இது கடவுள் வழிபாட்டின் தொன்மையைப் புலப்படுத்தும். இவ்வூரில் பாதிரி மரம் தலவிருட்சமாக அமைந்த காரணத்தாலும், புலிக்கால் முனிவர்

இறைவனை வழிபட்டுப் பேறு அடைந்த காரணத்தினாலும் பாதிரிப்புலியூர் எனப்பெயர் பெற்று, திரு என்ற அடைமொழி சேர்ந்து திருப்பாதிரிப்புலியூர் எனப் பெயர் பெறுவதாயிற்று.

இத்தலத்தில் அமைந்திருக்கின்ற தலமரமான வெண்பாதிரிமரம் பல்வேறு காலங்களில் பல்வேறு செடி, கொடிகளில் பூக்கக்கூடிய பல்வேறு மலர்களையும் ஒருசேரத் தன்னகத்தே பூக்கக்கூடியது என்று புராணச்செய்தி அமைந்துள்ளது. இறைவனுக்கு நிகராகத் தெய்வாம்சம் பொருந்திய இப்பாதிரிமரம், மூலவரின் இடப்பாகத்தே முதல் சுற்றில் உள்ளது. (1914-15க்கு முன்பே இம்மரத்திற்குக் கவசம் போடப்பட்டதாக அறியப்படுகிறது.) இக்கோயிலின் இரண்டாவது பிரகாரம் மிகப்பெரிய மதிற்சுவரால் சூழப்பட்டுத் திறந்த வெளியாக மூடப்படாமல் உள்ளது. இதில் தென்மேற்கிலும், மேற்கிலும் நந்தவனம் உள்ளன. மேற்கே அமைந்துள்ள நந்தவனத்தின் நடுவே இக்கோயில் தலவிருட்சமான பாதிரிமரம் உள்ளது.

இவ்வூருக்குப் பல பெயர்கள் உண்டென்பதை, இலக்கியங்கள் வாயிலாக அறியமுடிகிறது. இவ்வூர் **கடைஞாழல், கன்னிவலம், கன்னிகாப்பு, பாடலபுரம், ஆதிமாநகர், உத்தாரபுரம், பாதிரிப்பதி, புலிசை, திருப்பாதிரிப்புலியூர்** எனவும் நூல்களில் கூறப்பெறுகின்றது.

திருப்பாதிரிப்புலியூர் கோயில் கல்வெட்டில் "பாதிரிப்புலியூர்த் திருக்கடை ஞாழற்பெருமானடிகளுக்கு" என்றுவரும் கல்வெட்டின் துணைகொண்டு இக்கோயில் முற்காலத்தில் **"ஞாழற்கோயில்"** என்று வழங்கப்பெற்றிருத்தல் கூடும். ஞாழற்கோயில் என்பதற்குப் புலிநகக் கொன்றை நிறைந்த மரச்சூழலில் உள்ள கோயில் என்பது பொருந்தும்.

திருக்கோயில் அமைந்த காலம்

திருஞானசம்பந்தராலும், திருநாவுக்கரசராலும் பாடல் பெற்றிருப்பதால் கி.பி.7,8ஆம் நூற்றாண்டிலேயே இவ்வூரின் பெருமை மற்றும் வழிபாடு செய்யப்படடிருந்த செய்தி புலனாகிறது. பல்லவர் காலத்திலேயே இக்கோயில் நல்ல அமைப்புடன் விளங்கியிருத்தல் வேண்டும்.

முதலாம் பராந்தகன் ஆட்சிக் காலத்திற்கு முன்பு திருப்பாதிரிப்புலியூரில் சிவன் கோயில் இருந்தது. இக்கோயில் முதலாம் பராந்தகசோழனின் 3வது ஆட்சியாண்டுக் கல்வெட்டு கி.பி. 910க்குரியது எனக்காணப்படுவதால் உறுதியாகிறது. சிவன்

கோயில் கற்கோயிலாக இருந்ததெனத் தெரிகிறது. இம்மன்னன் காலத்துக் கோயிலை ஒப்புநோக்கும்போது திருப்பாதிரிப்புலியூர் சிவன் கோயில் ஆதித்தசோழன் (கி.பி. 871 முதல் கி.பி. 907 வரை) காலத்தில் கட்டப்பட்டிருக்க வேண்டும் அல்லது ஆதித்தசோழன் காலத்தில் தொடங்கப்பட்ட கோயில் முதலாம் பராந்தகசோழனின் ஆட்சியின் தொடக்கக் காலத்தில் முடிக்கப்பட்டிருக்க வேண்டும். இக்கோயிலில் உள்ள கல்வெட்டுகளில் முதலாம் பராந்தகனின் 3வது ஆட்சியாண்டு (கி.பி.910) கல்வெட்டுதான் தொன்மையானதாக உள்ளது.

இக்கோயிலில் உள்ள சிவலிங்கம்தானே தோன்றிய சுயம்புலிங்கம் என்றும், முனிவரால் வழிபாடு செய்யப்பட்ட ஆரிடலிங்கம் என்றும் கூறுகின்றனர். இக்கோயில் கருவறை சதுரவடிவுடையது. இதன் நடுவே ஆவுடையாருடன் கூடிய சுயம்புலிங்கம் பாடலேஸ்வரன் என்ற திருப்பெயரில் வழிபாட்டில் உள்ளது. கருவறையின் உபபீடம் உபானம்,பத்மம், கண்டம் கூடுகளைக் கொண்ட கபோதகம், கம்பு ஆகிய உறுப்புகளைக்கொண்டு பிரதிபத்ர உபபீடம் அமைக்கப்பட்டுள்ளது.

பாடலவனத்தில் அமர்ந்ததால் **பாடலேசன்** என்றும், உமை கன்னியாக இருந்து அருந்தவம் செய்ததால் **கன்னி வனநாதர்** என்றும், ஞாழல் மரமாகிய புலிநகக் கொன்றை சூழ்ந்த பகுதியில் அமர்ந்ததால் **ஞாழல்பெருமானடிகள்** என்றும் (கல்வெட்டில் காணலாம்). கலம்பக நூலில் சிவக்கொழுந்தீசர் என்றும், அப்பரைக் கரையேற்றியதால் தோன்றாத் துணைவன் **கரையேற்றும்பிரான்** என்றும் இவ் இறைவன் அழைக்கப்படுகின்றார்.

தீர்த்தங்கள்

இத்தலத்திற்குக் கடற்கரை பிரம்மதீர்த்தமாகவும், கோயில் முகப்பில் உள்ள திருக்குளம் சிவகரதீர்த்தமாகவும் கருதப்படுகின்றன. கோயில் திருக்குளம் சிவபெருமானின் திருக்கையால் தோற்றுவிக்கப்பட்ட சிவகரதீர்த்தத்தையுடையது. உமையம்மையால் வழிபடப்பெற்ற சிறப்புடன் கூடியது. மேலும் பாலோடை, கெடிலநதி, தென்பெண்ணை நதி, திசைப்பால் பெயர் தீர்த்தம் முதலிய தீர்த்தங்களும் கோயில் தொடர்பாக உள்ளன.

அம்மன் சந்நிதி

பல்லவர் கால சிவன் கோயில்களில் அம்மனுக்கென தனி சன்னதி காணப்படவில்லை. பல்லவருக்குப் பின் வந்த சோழர்கள் காலத்தில்தாம் அம்மனுக்குச் சிவன் கோயில்களில் தனி ஆலயம் நிறுவப்படும் மரபு தொடங்கப்பட்டது. அருந்தவ நாயகி அருள்மிகு பெரியநாயகி அம்மனுக்கெனத் தனியொரு சந்நிதி சிவன் கோயிலுக்கு வடக்கில் தனியாக அமைக்கப்பட்டுள்ளது. பெரியநாயகி, தோகைநாயகி என்பன, இவற்றுள் தோகைநாயகி என்னும் திருப்பெயர் "தோற்றுவார் கரிகுழற்றோகை பாகரே" எனக் குறிப்பிடப்படுவதால் உணரலாம். இத்தலத்தில் உமாதேவியார் பாதிரிமரத்தின் கீழிருந்து தவம் புரிந்தார் என்பது புராணவரலாறு. இறைவி அருவமாகத் தங்கி தவமிருந்து பூஜித்து, இறைவனை மணம் புரிந்த தலம் இது.

அம்மையின் அருந்தவத்தின்போது, பூசனைக்காக தெய்வத்தன்மை பொருந்திய பாதிரிமரம் பலவகை மலர்களை, அதாவது தாழம்பூ, புலிகைக் கொன்றைப்பூ, ஊமத்தம்பூ, செண்பகம், புள்ளை, பிச்சி, எருக்கம்பூ, தாமரை முதலிய பூக்கள் பூத்ததாகக் கூறுகின்றனர்.

கல்வெட்டுகள் சொல்லும் கொடை வரலாறு

அருள்மிகு பாடலேஸ்வரர் கோயிலின் கருவறையின் தெற்குப்புறச் சுவரில் பதின்மூன்று கல்வெட்டுகளும், கருவறையின் மேற்குப்புறச் சுவரில் ஆறு கல்வெட்டுகளும், முன் மண்டபத்தின் தெற்குப்புறச் சுவரில் ஒன்றும், முதற் சுற்றாலையின் தாழ்வாரப் பகுதியில் ஒன்றுமாக மொத்தம் இருபத்தொரு கல்வெட்டுகள் உள்ளன.

இக்கல்வெட்டுகளில் காணப்பெறும் பல்வேறு செய்திகளையும் பல தலைப்புகளில் பிரித்துக் காணலாம். கோயிலில் எரிக்கப்படும் விளக்குகளும் பல்வகைப் பெயர்களைப் பெற்றிருக்கின்றன. காலை, மாலை நேரங்களில் மட்டும் எரிக்கப்பட்ட விளக்குகள் **'சந்திவிளக்கு'** எனப்பட்டன. எப்பொழுதுமே அணையாமல் எரிக்கப்பட்ட விளக்குகள் **'நந்தாவிளக்கு'** எனப்பட்டன. விளக்குகள் எரிக்கப்படும் கால அளவையொட்டி **'முழுவிளக்கு'**, **'அரைவிளக்கு'**, **'கால்விளக்கு'**, **'அரைக்கால் விளக்கு'** எனப் பெயர் பெற்றன. கோயிலுக்குச் செய்த அறங்களில் விளக்கெரிக்கும் அறமே மிகச் சிறந்தது என்பது நம் முன்னோர் கருத்து. தம் நலனுக்காவும், தம் வீட்டார் நலனுக்காகவும், அரசன் நலனுக்காகவும், செய்த

குற்றத்திற்குத் தண்டனையாகவும் மக்கள் கோயில்களில் விளக்கெரித்து வந்தனர்.

நந்தா விளக்கு எரிப்பதற்கு நாள்தோறும் உழக்கு நெய் தேவை. அதற்குத் தொண்ணூற்றாறு ஆடுகளாவது, நாற்பத்தெட்டுப் பசுக்களாவது, பதினாறு எருமைகளாவது கோயிலாரிடம் கொடையாக வழங்கப்பெற்றன. அரைவிளக்கு, கால்விளக்கு, அரைக்கால் விளக்கு என்பதற்கேற்ப வழங்கப்படும் ஆடு, பசு, எருமைகளின் எண்ணிக்கையும் மாறுபடும்.

இவ்வாறு வழங்கப்படும் ஆடுகள், சாவா மூவா ஆடுகள் எனப் பெயர் பெற்றிருக்கின்றன. அவை தங்களுடைய இனங்களைப் பெருக்கிக்கொண்டிருப்பதால் இத்தகைய பெயரைப் பெற்றிருக்கின்றன. அதுபோலவே வழங்கப்பட்ட காசுகளும் "அன்றாடு நற்காசு" எனப் பெயர் பெற்றிருக்கின்றன.

இத்திருக்கோயிலுக்கு அரசர்களும், பொதுமக்களும், அரசு அதிகாரிகளும் தானமாக ஆடுகள், பசுக்கள், எருமைகள், காசுகள், பொன் ஆகியவற்றை வழங்கியுள்ளனர். இக்கோயிலுக்கு நிலக்கொடை செய்த செய்திகளும் கல்வெட்டில் காணப்படுகின்றன. நிலங்களைக் கோயிலுக்கு வழங்கும்போது இந்த இடத்தில் உள்ள நிலம் என்பதைக் குறிப்பிடுவதற்கு அதன் நான்கு புறங்களிலும் உள்ள இன்னாருடைய நிலத்திற்குக் கிழக்கு, மேற்கு, தெற்கு, வடக்கு என்ற முறையில், குறிப்பிட்டுள்ளார்கள். அம்மரபுப்படியே இப்பொழுதும் மக்கள் நிலங்கள் வாங்கும்போதும் விற்கும் போதும் நில எல்லையைக் குறிப்பிடுகிறார்கள்.

இத்திருக்கோயிலுக்கு வழங்கப்பட்டிருக்கும் நன்செய், புன்செய் நிலங்கள் இவ்வூரில் மட்டுமன்றி திருமாணிக்குழி, காராமணிக்குப்பம், பாலூர் போன்ற ஊர்களிலும் உள்ளன. கோயிலுக்கு 76 ஏக்கர் 04 சென்ட் நன்செய் நிலங்களும், 66 ஏக்கர் 75 சென்ட் புன்செய் நிலங்களும் உள்ளன.

பொதுக்கோயில் ஆட்சிமுறை

அருள்மிகு பாடலேஸ்வரர் கோயிலின் பொதுக்கோயில் ஆட்சியைத் **"திருநட்டக்கணப்பெருமக்கள்"** என்ற குழுவினரும், கருவறை தொடர்பான செயல்களை கவனித்தவர் **"திருஉண்ணாழிகைக் கணப்பெருமக்கள்"** எனவும் அழைக்கப்பெற்றனர். இத்திருக்கோயிலில் பூசனை செய்பவர்கள் சிவபிராமணக் குருக்கள் இனத்தவரே. இவர்களே இங்குப் பரம்பரையாய் குருக்களாக இருந்து வருகிறார்கள்.

இங்கு ஐந்து காலப் பூசனைகள் நடைபெறுகின்றன. இறைவனுக்கும், இறைவிக்கும் ஆண்டுதோறும் நடத்தப்படும் சித்திரை வசந்த விழா, வைகாசிப் பெருவிழா, திருக்கல்யாணம் போன்றவை ஆண்டுப் பெருவிழாவாகும். தினமும் வழிபடுதலை காட்டிலும், திருவிழாக்களில் வழிபடுதல் மக்களுக்கு பேருஉவகை தரும் என்பர். பதினான்கு நாள்கள் நடக்கும் வைகாசிப் பெருவிழாக்காலங்களில் காலை, இரவு இரண்டு வேளைகளிலும் சுவாமி பல்வேறு வாகனங்களில் வீதிவலம் வருவது கண்கொள்ளாக் காட்சியாகும். இதில் ஆறாம் நாள் திருவிழா அன்று இரவு மின்விளக்குகளால் அலங்கரிக்கப்பட்ட வெள்ளி இரதத்தில் சுவாமி வீதி வலம் வரும் காட்சியைக் காண பெருந்திரளான மக்கள் கூடுவர். இத்திருவிழாவுக்கென வடக்கிலிருந்தும், தெற்கிலிருந்தும் சிறப்பு இரயில்களும், பேருந்துகளும் இயங்கிய வரலாறும் உண்டு.

2 அருள்மிகு தேவநாத சுவாமிகள் திருக்கோயில் - திருவயிந்திரபுரம்

திருக்கோயில் அமைப்பு

கெடிலக்கரையை ஒட்டியுள்ள ஒரே ஒரு வைணவத் திருப்பதியான திருவயிந்திரபுரம், கடலூர்த் தலைநகரப் பகுதிக்கு மேற்கே 7 கி.மீ. தொலைவில் கெடிலத்தின் கிழக்குக்கரையில் அமைந்திருக்கிறது. வடக்கு நோக்கியோடும் ஆற்றிற்கும் வடக்கு நோக்கியுள்ள மலைப் பிதுக்கத்துக்கும் நடுவே திருவயிந்திரபுரம் பெருமாள் கோயில் உள்ளது. கோயிலின் கிழக்கு வாயிலிலிருந்து மலைக்குப் படிக்கட்டு மேல்நோக்கி செல்கிறது; கோயிலின் மேற்கு வாயிலிலிருந்து ஆற்றுக்குப் படிக்கட்டு கீழ்நோக்கி செல்கிறது.

ஊரின் சிறப்பு

இங்கே வடக்கு நோக்கி ஓடுவதால் கெடிலத்திற்கு 'உத்தர வாகினி' என்னும் சிறப்புப் பெயர் ஈந்து போற்றியுள்ளனர். வடக்கு நோக்கி ஓடும் உத்தர வாகினியாகிய கெடிலத்தின் கிழக்குக் கரையில் திருவயிந்திரபுரம் அமைந்திருப்பதால், இவ்வூர் மிகவும் பெருமைக்கு உரியதெனப் பெருமக்களால் போற்றப்படுகிறது.

திருவயிந்திரபுரம் கோயில் தேவநாதசாமி கோயில் எனவும் தெய்வநாயகப் பெருமாள் கோயில் எனவும் அழைக்கப்படுகிறது. இறைவன் பெயர்: தேவநாதர், தெய்வநாயகப் பெருமாள்: இறைவி பெயர் : வைகுந்த நாயகி, செங்கமலத் தாயார். ஊரின் பெயர் நாலாயிரப் பிரபந்தத்தில் திருவயிந்திரபுரம் எனக் கூறப்பட்டுள்ளது. இப்பெயர் இன்று திருவந்திபுரம் எனச் சுருங்கிவிட்டது.

கோயிலின் கிழக்கு வாயிலின்மேல் கோபுரமில்லை; மேற்கு வாயிலின்மேல் கோபுரம் இருக்கிறது. விழாக்காலங்களில் இறையுருவங்கள் வீதியுலா செல்வது, வருவது எல்லாம் இந்த மேற்கு கோபுர வாயிலால்தான். மேற்குவாயிலே சிறப்பிடம் பெற்றிருப்பினும், கருவறையில் திருமால் நின்ற கோலத்தில் எழுந்தருளியிருப்பது கிழக்கு நோக்கியேயாம். கோயிலின் நடுவிலும் ஒரு சிறு கோபுரம் உள்ளது.

மலைக்கோயிலின் சிறப்பு

கோயிலின் கிழக்கு வாயிலுக்கு எதிரே உள்ள மலைக் கோயிலும் கிழக்கு நோக்கியே அமைந்துள்ளது. 'அயக்கிரீவன்' என்பது இக்கோயிலின் இறைவன் பெயர். அயக்கிரீவன் என்பது திருமாலின் பெயர்களுள் ஒன்று. திருமாலின் தோற்றங்களுள் அயக்கிரீவன் தோற்றமும் ஒன்று.அயம் என்றால் குதிரை; கிரீவம் என்றால் கழுத்து; அயக்கிரீவன் என்றால் குதிரைக் கழுத்துடையவன் என்பது பொருளாம்; திருமாலின் அயக்கிரீவத் தோற்றத்தில் ஒரு புராணக்கதை அடங்கியுள்ளது. அயக்கிரீவன் கோயில் உள்ள மலைக்கு மருந்து மலை எனும் பொருள்பட 'ஔஷத கிரி' என்னும் பெயர் புராணங்களில் சொல்லப்பட்டுள்ளது. இந்த மலையில் மருத்துவ மூலிகைகள் பல உள்ளன; இந்த மலைக் காற்றும் மலையடிவாரத் தண்ணீரும் நோய் தீர்க்கும் மருந்துகளாம்; அதனால் இம்மலை மருத்துவ மலை என அழைக்கப்படுகிறது.

கோயிலின் சிறப்பு

வைணவர்களால் 'நடுநாட்டுத் திருப்பதி' எனச் சிறப்பித்துக் கூறப்படும் திருவயிந்திரபுரம்' திருக்கோயில், திருமங்கையாழ்வாரின் மங்களாசாசனப் பாடல் பெற்றுள்ளது. இவ்வூரில் பல்லாண்டுகள் வாழ்ந்த மிகச் சிறந்த வைணவ ஆசாரியரான வேதாந்த தேசிகர் இவ்வூர் இறைவன்மேல் தமிழிலும் வடமொழியிலும் பல பாடல்கள் பாடியுள்ளார். இவ்வூரைப் பற்றி வடமொழியில் பிரம்மாண்ட புராணம், கந்த புராணம் (சைவக் கந்த புராணம் வேறு), பிருகந் நாரதிய புராணம் முதலிய நூல்கள் உள்ளன.

கருட நதியாகிய கெடிலம் கங்கைக்கு ஒப்பானது எனத் திருமாலால் பாராட்டிப் புகழப்பட்டிருப்பதாகக் கந்த புராணம் (வைணவ புராணம்) முதல் பகுதியில் தெரிவிக்கப்பட்டுள்ளது. தமிழிலேயே மும்மணிக்கோவை, நவரத்தினமாலை முதலிய சிற்றிலக்கியங்களும் இவ்வூரின் மேல் இயற்றப்பட்டுள்ளன.

திருவிழாச் சிறப்பு

திருவயிந்திரபுரத்தில் சித்திரைத் திங்களில் பத்து நாட்கள் பெருவிழா நடைபெறும். ஒன்பதாம் திருவிழா நாளான சித்திரைப் பருவத்தன்று தேர்த் திருவிழா நடைபெறும். அன்று மிகப் பெருந்திரளான மக்கள் இங்கே கூடுவர். இவ்வூரில் பல்லாண்டுகள் வாழ்ந்து நூற்றுக்கு மேற்பட்ட நூல்களையியற்றிய வேதாந்த தேசிகரின் நினைவாக ஒரு மண்டபம் உள்ளது. அம்மண்டபத்திற்கு விழா நாளில் இறையுருவம் கொண்டு செல்லப்படும். இது தேசிகரின் சிறப்பிற்குச் சான்று. தேசிகருக்குக் கருடாழ்வார் அருளுரை வழங்கிய விழா புரட்டாசித் திருவோணத்தில் நடைபெறும்.

ஊர் வரலாற்றுச் சிறப்பு

திருவயிந்திரபுரத்தில் சோழர்,பாண்டியர் முதலியோர் காலத்தைச் சேர்ந்தனவாய் ஐம்பதிற்கு மேற்பட்ட கல்வெட்டுகள் உள்ளன. இவற்றுள் மூன்றாம் இராஜ ராஜ சோழனது கல்வெட்டொன்று மிகவும் குறிப்பிடத்தக்கது. இக்கல்வெட்டுச் செய்திகளையெல்லாம் அடிப்படையாகக்கொண்டு பார்க்குங்கால் அந்தக் காலத்தில் திருவயிந்திரபுரம் அரசியல் அரங்கில் பெற்றிருந்த சிறப்பிடம் புலப்படும்.

திருவயிந்திரபுரச் சீமையை ஆங்கிலேயர்கள் 1749ஆம் ஆண்டு ஆர்க்காடு நவாப்பிடமிருந்து 28,000 ரூபாய்க்கு வாங்கினர். வடமொழியும் தென்மொழியும் பயின்று வந்த இவ்வூர் வைணவ அந்தணர்கள் ஆங்கிலேயர் ஆட்சியில் ஆங்கிலமும் பயிலத்தொடங்கினர். அதன் பயனாய் பல குடும்பத்தினர் ஊரைவிட்டு வெளியேறி நாட்டின் பல்வேறிடங்களில் அரசு அலுவலகங்களில் பணியாற்றுகின்றனர். ஊருக்கு அன்று இருந்த பொலிவு இன்று இல்லையென்றே சொல்லலாம்.

இந்த ஊரில் வடகலை வைணவர்களும் தென்கலை வைணவர்களும் பிணங்கி நீதிமன்றம் வரையும் சென்று வழக்கிட்டுக் கொண்டதுண்டு. அக்காலத்தில் இவ்வூர் மக்கள் கடலூர் பகுதியைக் 'கிழக்கு' என்னும் திசைப் பெயரால் சுட்டும் வழக்கம் இருந்தது. அதாவது, கிழக்கே 'போகிறேன்', 'கிழக்கே போயிருக்கிறார்' என்று சொல்வார்கள். வட்டாரச் சொற்கள் தமிழுக்குக் கூடுதல் மெருகேற்றுகின்றன.

3 அருள்மிகு வீரட்டானேஸ்வரர் திருக்கோயில் - திருவதிகை

திருவதிகை, பண்ருட்டி நகருக்குக் கிழக்கே ஒன்றரை கி.மீ. தொலைவில், கடலூருக்கு மேற்கே 24 கி.மீ. தொலைவில் இருக்கிறது. திலகவதியாரும் திருநாவுக்கரசரும் திருத்தொண்டு புரிந்த இடம் திருவதிகை. பாடலிபுத்திரத்தில் சமணத் தலைவராய் விளங்கிய நாவுக்கரசர் மீண்டும் வந்து சைவராக மாறி, 'கூற்றாயினவாறு' என்று தொடங்கும் முதல் தேவாரப் பதிகம் பாடிச் சூலை நோய் நீங்கப்பெற்ற இடம் திருவதிகை. நாவுக்கரசரால் சைவனாக மாற்றப்பட்ட மகேந்திரவர்ம பல்லவன், பாடலிபுரத்தில் இருந்த சமணக்கோயிலை இடித்துக் கொண்டுவந்து 'குணபரேச்சரம்' என்னும் பெயரில் ஒரு சைவக்கோயில் கட்டிய இடம் திருவதிகை.

திருவதிகை தலத்தின் சிறப்பு

சிவபெருமான் தனது புன்னகையால் முப்புர அரக்கர்களை எரித்ததாகச் சொல்லப்படும் இடம் திருவதிகை; வீரட்டானங்களுள் ஒன்றாகப் போற்றப்படும் இடம் திருவதிகை; தமிழகத்திலேயே முதன்முதலாகத் தேவாரப்பாடல் பெற்ற பெருமைக்குரிய பதி திருவதிகை; திருநாவுக்கரசரின் தேவாரப்பதிகங்கள் பதினாறும், திருஞானசம்பந்தரின் பதிகம் ஒன்றும், சுந்தரரின் பதிகம் ஒன்றும், அருணகிரியாரின் திருப்புகழ் இரண்டும், பிற்கால புராணம் ஒன்றும், மான்மியம் ஒன்றும், உலா ஒன்றும், தொண்ணூற்றாறு கல்வெட்டுகளும் பெற்று திகழும் இடம் திருவதிகை; சிறந்த சைவசித்தாந்த நூலாகிய 'உண்மை விளக்கம்' இயற்றிய 'திருவதிகை மனவாசங் கடந்தார்' என்னும் சான்றோர் பிறந்த இடம் திருவதிகை.

வீரட்டானம்

திருவதிகை கோயிலின் பெயர் வீரட்டானம்; இறைவன் பெயர் அருள்மிகு வீரட்டானேஸ்வரர்; இறைவி பெயர் அருள்மிகு திரிபுரசுந்தரி- பெரியநாயகி; மரம் கொன்றை. கருவறையிலுள்ள லிங்கம் பதினாறு பட்டைகள் கொண்டது. லிங்கத்திற்குப் பின்னால் சுவரில் சுதையால் செய்யப்பெற்ற இறைவன் உருவமும் இறைவி உருவமும் உள்ளன. திருவதிகையில் சிவபெருமான் உமையம்மையைத் திருமணம் செய்துகொண்டாராம்; அதன் அறிகுறியாகத்தான், சிவலிங்கத்திற்குப் பின்னால் அம்மையப்பர் உருவங்கள் அமைக்கப்பட்டிருக்கின்றனவாம். இறைவனுக்கும் இறைவிக்கும் திருமணம் நடந்ததாகச் சொல்லப்படும் திருப்பதிகளில் இப்படி அமைந்திருப்பது மரபாம்.

திருவதிகையில் இறைவி தவமிருக்க, இறைவன் இங்கு வந்து திருமணம் செய்துகொண்டு போனதால், இறைவியின் சிறப்பை அறிவிக்கும் முகத்தான் திருவதிகை பெரிய கோயிலில் சிவன் கோயிலுக்கு வலப்புறம் அம்மன் கோயில் அமைக்கப்பட்டிருக்கிறது; மற்ற ஊர்களில் இறைவன் கோயிலின் இடப்புறத்திலேயே இறைவி கோயில் இருக்கும்.

கோயில் கோபுரத் தொன்மை வரலாறு

கோயிலின் முதல் கோபுரம் நாயக்க அரசரால் பதினாறாம் நூற்றாண்டளவில் கட்டப்பட்டதாகச் சொல்லப்படுகிறது; அதற்குச்

சான்று, கோபுர வாயிலில் நாயக்க மன்னரின் உருவச் சிற்பம் இருப்பதாகும். இரண்டாவது கோபுரம் பாண்டிய வேந்தரால் கட்டப்பட்டதாகக் கருதப்படுகிறது; சான்று, அக்கோபுர வாயிலில் மீன் இலச்சினை அமைக்கப்பட்டிருப்பதாகும். இந்தக் கோபுரம் கட்டிய பாண்டியன், கி.பி.1251-1270 கால அளவில் தமிழ்நாட்டின் பெரும்பகுதியை ஆண்ட சடையவர்மன் சுந்தரபாண்டியனாகத்தான் இருக்க வேண்டும். எனவே இரண்டாம் கோபுரம் கட்டப்பட்ட காலம் பதின்மூன்றாம் நூற்றாண்டின் பிற்பகுதி என்பது புலனாகும்.

திருவதிகைக் கோயில் மிகவும் பழமையானது; பல்லவர், சோழர், பாண்டியர் முதலியோரின் கல்வெட்டுகள் இக்கோபுரங்களில் உள்ளன. அப்பர் வாழ்ந்த ஏழாம் நூற்றாண்டிலேயே இக் கோயில் மிகவும் புகழ்பெற்றிருந்தது.

கோயிலின் தொன்மை

அடுத்தபடியாக, கோயில் கருவறைமேல் உள்ள விமானம் பல்லவர் காலத்து வேலைப்பாடு உடையதாகத் தெரிகிறது; ஆதலின், அது பல்லவ மன்னரால் அமைக்கப்பட்டது என்று கொள்ளலாம். இதற்குக் தக்க சான்று உள்ளது. இந்த விமானம் நிருபதுங்கவர்மப் பல்லவ மன்னனது பதினாறாம் ஆட்சியாண்டில் (கி.பி. 870) திருத்திப் புதுப்பிக்கப்பட்டதாக, கருவறையின் முன் மண்டப வாயில் கல்வெட்டில் தெரிவிக்கப்பட்டிருக்கிறது. விமானத்தின் அடிப்பகுதி கருங்கல்லால் ஆனது.

வீரட்டானர் கோயிலுக்குள், திலகவதியார்க்கும் திருநாவுக்கரசர்கும் தனித்தனிச் சிறு கோயில்கள் உள்ளன. வெளிக்கோபுரத்தைத் தாண்டிக் கோயிலுக்குள் நுழைந்தவுடனேயே வலக்கைப் புறமாக ஒரு சமணச் சிலை தெற்கு நோக்கி அமர்ந்த கோலத்தில் இருப்பதைக் காணலாம். இந்தச் சிலை, ஒரு மன்னனது தோற்றத்தையும் சமண சமயக் குறிகளையும் குறிக்கிறது; எனவே, அப்பர் காலத்தில் சமண சமயத்தைத் தழுவியிருந்த பல்லவ மன்னனைக் குறிக்கும் சிலையாக இருக்கலாம் என உய்த்துணரப்படுகிறது.

இதற்குச் சான்று பகரும் முறையில் கோயில் பெருவிழாவில் ஒரு நிகழ்ச்சி நடத்தப்படுகிறது; அஃதாவது, சமணத்திலிருந்து சைவத்திற்கு மாறியதற்காக நாவுக்கரசரைப் பல்லவன் யானையைக் கொண்டு இடறச் செய்தான் அல்லவா? அதற்கு எதிர்ப்புத் தெரிவித்துப் பதிலடி கொடுக்கும் முறையில் ஆண்டுதோறும் பெருவிழாக் காலத்தில் ஒருநாள் யானை கொண்டுவரப்பட்டு இந்தச்

சமண மன்னனது சிலையை மோதுவதுபோல் ஒரு காட்சி (ஐதீகம்) நடத்தப்பட்டு வருகிறது. இந்தச் சிலை, ஊருக்கருகில் நிலத்தின் அடியிலிருந்து கண்டெடுக்கப்பட்டதாகச் சொல்லப்படுகிறது.

பல்லவன் சமணனாய் இருந்த காலத்தில் திருவதிகையில் சமணக் கோயில்களும் பௌத்தக் கோயில்களும் இருந்தன. நரலோக வீரன் என்னும் குறுநில மன்னன் திருவதிகையில் புத்தபிரானுக்குக் கோயில் ஒன்று கட்டியதாகக் கல்வெட்டு ஒன்று தெரிவிக்கிறது.

திருவதிகை நாடு-ஆண்டவர் வரலாற்றுத் தொன்மை

இன்று ஒரு சிற்றூராகத் தோற்றமளிக்கும் திருவதிகை முன்பு ஒரு பெரிய நகராகத் திகழ்ந்தது. பல காலங்களில் பல ஆட்சிகளில் இவ்வூர் 'திருவதிகை நாடு' என்னும் சிறு பகுதிக்குத் தலைநகராக இருந்திருக்கிறது. பல்லவர்-சோழர் முதலியோர் காலங்களில் மட்டுமன்று; விஜய நகரப் பேரரசர் காலத்திலும்-அஃதாவது பதினேழாவது நூற்றாண்டு வரையிலுங்கூட திருவதிகைக்குத் தலைநகர் தகுதி இருந்தது. அதனால்தான் ஜெயங்கொண்டார் என்னும் புலவர் பெருமான் தமது கலிங்கத்துப் பரணி என்னும் நூலில் 'அதிகை மாநகர்' எனச் சிறப்பித்துக் கூறியுள்ளார்.

அன்று என்பது என்ன? பதினெட்டாம் நூற்றாண்டில்கூட திருவதிகை அரசியல் அரங்கில் இன்றியமையா இடம் பெற்றிருந்தது. ஆங்கிலேயர்க்கும் பிரெஞ்சுக்காரர்க்கும் தென்னாட்டில் நடந்த போரின்போது திருவதிகைக் கோயில் படாதபாடு பட்டது. இதில் ஆர்க்காட்டு நவாப் முகமது அலி, மராத்தியர்கள் ஆகியோரின் திருவிளையாடல்களும் சேர்ந்துகொண்டன. இந் நான்கு தரத்தார் கைகளிலும் மாறி மாறிப் புக்கது திருவதிகைக் கோயில். அவர்கள் இதனைப் படைகளைத் தங்கவிடும் பாசறைக் கோட்டையாகப் பயன்படுத்தினர். படை மறவர்கள் இங்கே தங்கியிருந்துகொண்டு சுற்றுவட்டாரங்களில் சென்று கொள்ளையடித்துக்கொண்டு வந்ததும் உண்டு.

ஆற்காடு நவாப் முகமது அலி 1748 முதல்1795 வரை தமிழகத்தின் வடபகுதியை ஆண்டார். அவர்பால் இருந்த திருவதிகையை 1750ல் டூப்ளே என்னும் பிரெஞ்சுக்காரர் தாக்கி கோட்டைக்கோயிலை எளிதில் கைப்பற்றிக்கொண்டு, எதிர்த்த இந் நவாப்பை ஆர்க்காட்டுக்கு விரட்டிவிட்டார்.

1752இல் முகமது அலி, லாரென்ஸ் என்னும் ஆங்கிலேயரின் துணையுடன் மீண்டும் கோட்டைக்கோயிலைப் பிடித்துக்கொண்டார்.

(லாரென்ஸ் என்னும் ஆங்கிலேய படைத்தலைவனின் பெயர்தான் இன்று திருப்பாதிரிப்புலியூர் கடைத்தெருவின் பெயராகும்.)

1752இல் தோல்வியுற்ற பிரெஞ்சுக்காரரும் மராத்தியரும் 1753இல் மீண்டும் தாக்கி கோயிலைப் பிடித்துக்கொண்டனர். பின்னர் 1760இல் ஆங்கிலேயர்கள் பிடித்து 1947 வரை நிலைப்படுத்திக்கொண்டனர். இந்தப் போராட்டங்களின்போது சிதைந்துபோன கோயில் கோபுரம் பத்தொன்பதாம் நூற்றாண்டின் இறுதியில் பழுதுபார்க்கப்பட்டது. கோயிலைச் சுற்றி பெரிய உயரிய மதில்களுடன் அகன்று விரிந்திருப்பதால், எளிதில் போர்க் கோட்டைகளாகப் பயன்படுத்திக்கொள்ளப்பட்டது.

அன்று மாநகராய்த் திகழ்ந்த திருவதிகை அத் தகுதியை இன்று அண்மையிலுள்ள பண்ருட்டிக்கு அளித்துவிட்டு, தான் ஒரு சிற்றூராய் அமைதி பெற்றுள்ளது.

4. அருள்மிகு வாமனபுரீஸ்வரர் திருக்கோயில், திருமாணிக்குழி

கடலூருக்கு மேற்கே 10 கி.மீ. தொலைவிலும், நெல்லிக்குப்பத்திலிருந்து 6 கி.மீ. தொலைவிலுமாக, கடலூர் திருக்கோவிலூர் நெடும் சாலையை ஒட்டி கெடிலத்தின் தென்கரையில் இருக்கிறது திருமாணிக்குழி என்னும் ஊர். மாவட்ட நெடுஞ் சாலையிலிருந்து தெற்கு நோக்கிச் செல்லும் பாதையில் ஒன்றரை கி.மீ. சென்று இவ்வூரை அடைய வேண்டும். வடக்கே கெடிலத்தையும் தெற்கே கேப்பர்மலைத் தொடர்ச்சியையும் உடைத்தாகி வாணமாதேவி அணையிலிருந்து நீர்ப்பாசனத்தைப் பெற்று வளங்கொழிக்கும் ஊர் திருமாணிகுழி.

பாடல் பெற்ற கோயில்

இவ்வூரின் நீர்வள, நிலவளச் செழிப்பை திருஞானசம்பந்தர் இவ்வூர்மேல் பாடியுள்ள தமது தேவாரப் பதிகத்தில் மிகவும் சிறப்பித்துக் கூறியுள்ளார். நாவுக்கரசரும் இவ்வூருக்கு வந்து வழிபட்டுப் பாடலும் பாடியதாகச் சேக்கிழார் பெரிய புராணத்தில் தெரிவித்துள்ளார். ஆனால் அவரது பதிகம் கிடைக்கவில்லை.

அருணகிரியாரின் திருப்புகழ் இவ்வூருக்கு உண்டு. புராணமும் உண்டு. இவ்வூர் இறைவன் சிவன் பெயர்: மாணிக்கவரதர், இறைவி பெயர்: மாணிக்கவல்லி; மரம்: கொன்றை.

தலவரலாறு

மாணி என்பது திருமாலின் வாமன அவதாரத்தைக் குறிக்கும். திருமால் மாணி வடிவங்கொண்டு மாவலியை அழித்த பின்னர் இவ்வூருக்கு வந்து சிவனை வழிபட்டார் என்பது புராண வரலாறு. மாணி வழிபட்ட இடமாதலின் மாணிக் குழி எனப்பெயர் பெற்றது. கோயிலில் லிங்கம் இருக்கும் கருவறைப் பகுதி சிறிது பள்ளமாக, குழியாக இருக்கும். அங்கே எப்போதும் தண்ணீர் சுரந்து கொண்டிருக்கும். எனவே மாணி வழிபட்ட குழி, மாணிக் குழியாயிற்று என்று பெயர்க் காரணம் கூறப்படுகிறது.

கோயிலின் முதற்பெருவாயிற் கோபுரமாகும்; கிழக்கு நோக்கி உள்ளது. கோபுரத்தின் கிழக்குப் புறத்திற்கு எதிரே ஒரு சிறு மலை இருப்பதைக் காணலாம். இம்மலையில் கார்த்திகைத் திங்களில் கார்த்திகையன்று தீபத் திருவிளக்கேற்றித் திருவிழா நடத்தப்படுகிறது.

இவ்வூர் கோயிலில் கருவறை எப்போதும் திரையிடப்பட்டேயிருக்கும். அதனால் மூலவராகிய லிங்கத்தைக் காணமுடியாது. திரையில் ஒருவகை தெய்வ இனத்தவர் என்று சொல்லப்படும் உருத்திரர்கள் பதினொருவருள் ஒருவராகிய பீமருத்திரர் என்பவரின் உருவம் தீட்டப்பட்டிருக்கும். இவர் உள்ளேயிருக்கும் இறைவனுக்குக் காவலாக இருப்பதாகக் கதை. திரையில் இருக்கும் இந்தப் பீமருத்திரர்க்கே முதலில் எல்லா வகையான பூசனைகளும் நடத்தப்பெறும்; பின்னரே திரை விலகிச் சிவலிங்கத்திற்குப் பூசனை நடத்தப்பெறும். இந்த நேரத்தில் மட்டுந்தான் லிங்கத்தைக் காணமுடியும். இது மற்ற ஊர்களில் இல்லாத ஒரு தனி முறையாகும்.

சோழன் முடிசூட்டிக்கொண்ட திருத்தலம்

திருமாணிக்குழியில் சோழர், பாண்டியர், இராட்டிரகூடர் முதலியோர் காலத்துக் கல்வெட்டுகள் பல உள்ளன. இரண்டாம் குலோத்துங்க சோழன் (*கி.பி.1136-1150*) இவ்வூரில் முடிசூட்டிக்கொண்டதாக ஒரு கல்வெட்டு கூறுகிறது. சோழன், தஞ்சாவூர், கங்கைகொண்ட சோழபுரம் ஆகிய தலைநகரங்களை விட்டுவிட்டு இங்கே வந்து முடிசூட்டிக்கொண்டது ஏன்? இரண்டாம்

குலோத்துங்க சோழன் காலத்தில் பகைவர் எவரும் சோழ நாட்டின் மேல் படையெடுக்கவில்லை.

ஆயினும் சோழப்பேரரசால் ஆங்காங்கே அமர்த்தப்பட்டிருந்த ஆட்சிப் பேராளர்கள் சிலர், தமது மேற்பார்வையில் இருந்த பகுதிகளைத் தமக்கு உரிமையாக்கிக்கொள்ளத் தொடங்கினர்.

இந்த நிலையில், திருமாணிக்குழி பகுதிக்குப் பொறுப்பேற்றிருந்த ஆளுநரும் சோழப் பேரரசுக்கு அடங்காது அப்பகுதியைத் தமதாக்கிக்கொண்டிருக்கலாம். செய்தியறிந்த குலோத்துங்கன் ஆங்குச் சென்று அவரையடக்கி, அப்பகுதிக்கு, தானே தலைவன் என்பதை உறுதிப்படுத்தும் முறையில் திருமாணிக்குழியில் முடிசூட்டிக்கொண்டிருக்கலாம்.

இந்த முடிசூட்டைப் பற்றி வேறு விதமாகவும் கருத்து கூறக்கூடும். மக்கள் சிலர் திருக்கோயில் சிறப்புள்ள திருப்பதிகள் சிலவற்றில் சென்று திருமணம் செய்துகொள்வதுபோல, தேவாரப் பாடல் பெற்ற சிறப்புடைய திருமாணிக்குழியில் சென்று இரண்டாம் குலோத்துங்க சோழன் முதன் முதலாக முடிசூட்டிக் கொண்டிருக்கலாம். எதற்கும் திட்டவட்டமான காரணம் கூறமுடியாது. இந்த இரண்டாங் காரணத்தைவிட முதலில் சொன்ன காரணமே பொருத்தமாய்த் தோன்றுகிறது.

கல்வெட்டுகளில் திருமாணிக்குழி

சோழர் கால கல்வெட்டுகளில் திருமாணிக்குழி பின்வருமாறு குறிக்கப்பட்டிருக்கிறது "விருதராச பயங்கர வளநாட்டு மேற்கா நாட்டு உதவித் திருமாணிக்குழி", "இராஜராஜ வளநாடு மேற்கா நாட்டு உதவித் திருமாணிக்குழி", "சயங்கொண்ட சோழவள நாட்டு உதவித் திருமாணிக்குழி" கல்வெட்டுப் பகுதிகளிலுள்ள விருதராஜ பயங்கர வளநாடு, இராஜராஜ வயநாடு, ஜெயங்கொண்ட சோழவள நாடு என்பன சோழப் பேரரசைக் குறிக்கின்றன. அடுத்துள்ள 'மேற்கா நாடு' என்பது திருமாணிக்குழி வட்டாரத்தின் பெயராயிருக்க வேண்டும். மேற்கா நாடு என்னும் பெயர் ஏற்பட்டதற்கு யாதேனும் ஒரு காரணம் இருக்கத்தான் செய்யும். அடுத்து 'உதவித் திருமாணிக்குழி' என ஊரின்முன் உதவி என்னும் சொல் இருப்பதைக் கூர்ந்து நோக்கின், திருமாணிக்குழி பல வகையிலும் உதவியாயிருந்தமை புலனாகும். அரசியல் அரங்கில் சோழப் பேரரசர்க்குத் திருமாணிக்குழிப் பகுதி பெரிதும் உதவியாய் இருந்திருக்கலாம்.

திருமாணிக்குழி இறைவன் வணிகருக்கு உதவி செய்ததாகச் சொல்லப்படும் புராணக் கதையின் அடிப்படையிலும் 'உதவித் திருமாணிக்குழி' என்னும் பெயர் பொருத்தமாயிருக்கிறது. திருமாணிக்குழி கோயிலில் 'உதவி நாயகர்' என்னும் பெயரில் இறையுருவம் உண்டு என்பது ஈண்டு மிகவும் குறிப்பிடத்தக்கது.

இவ்வூர், வீரபாண்டியன் (பதினான்காம் நூற்றாண்டு) காலத்துக் கல்வெட்டில் 'நடுவில் மண்டலத்துத் திருமாணிக்குழி' எனக் குறிப்பிடப்பட்டுள்ளது. நடுவில் மண்டலம் என்பது, சோழ மண்டலத்திற்கும் தொண்டை மண்டலத்திற்கும் நடுவில் இருப்பது அஃதாவது 'நடுநாடு' என்னும் பொருளைக் குறிப்பதாக இருக்கலாம்.

'கெடிலக்கரை நாகரிகம்'- நூல்-பக்கம் 337

5. அருள்மிகு சிவகொழுந்தீஸ்வரர் திருக்கோயில் - தீர்த்தனகிரி

புராண காலத்தில் இத்தலத்தின் பெயர் திருத்திணைநகர். அருள்மிகு சிவகொழுந்தீஸ்வரர் திருக்கோயில் ஆயிரம் ஆண்டுகளுக்கு முன் அமைந்த தொன்மையான கோயிலாகும். திருக்கோயிலின் மூலவர் அருள்மிகு சிவகொழுந்தீஸ்வரர், தாயார்: அருள்மிகு ஒப்பிலாநாயகி. இக்கோயிலின் தலவிருட்சம்: 'கொன்றை மரம்' ஆகமம் : சிவாகமம். அருள்மிகு சிவகொழுந்தீஸ்வரர் கோயில் சுந்தரரால் தேவாரம் பாடல்பெற்ற தலங்களில், நடுநாட்டுத் தலங்களில் இதுவும் ஒன்றாகும்.

தீர்த்தம் : ஜாம்புவ தடாகம்: முன் வினைப்பயனால் ஜாம்பு (கரடி) வடிவம் பெற்ற மகரிஷி ஒருவர், இத்தீர்த்தத்தில் நீராடி சிவனை வணங்கி சாபவிமோசனம் பெற்றதாலேயே இத்தலத்தின் தீர்த்தத்திற்கு ஜாம்புவ தடாகம் என்னும் பெயர் வந்ததாகச் சொல்லப்படுகிறது.

தலப்புராணம் : நாள்தோறும் சிவனடியார்களுக்கு உணவு அளித்த பிறகே, உணவருந்தும் வழக்கமுடைய தம்பதி தீர்த்தனகிரியில் வாழ்ந்து வந்தனர். அவர்களை சோதிக்கும் பொருட்டு சிவபெருமான், சிவனடியார்களை அவர்கள் கண்களில் படாமல் இருக்கச்செய்தார். தளராமல் சிவனடியாரைத் தேடிய தம்பதியிடம், சிவபெருமானே முதியவராகச் சென்று, அவர்கள் தோட்டத்தில் வேலை செய்து உணவருந்தினார். அவர் விதைத்த திணைப்பயிர்கள் அன்றே அறுவடைக்குத் தயாராக இருந்ததைக் கண்டு தம்பதி சிவபெருமானை அறிந்தனர்.

தலசிறப்பு : அனைத்து ஆலயங்களிலும் ஒரே ஒரு சண்டேஸ்வர நாயனார் மட்டுமே அருள்பாலிப்பார். இங்கு மட்டும் இவர், இவரது மனைவியுடன் சேர்ந்து அருள்பாலிக்கிறார்.

இத்திருக்கோயிலில் சிறப்பு பூசனையாக சிவராத்திரியும், ஐப்பசியில் அன்னாபிஷேகமும் நடைபெறுகிறது. ஆருத்ரா தரிசனம் இக்கோயில் திருவிழாவாகக் கொண்டாடப்படுகிறது.

வரலாற்றுச் செய்தி

1913ஆம் ஆண்டு நவம்பர் மாதம் 10ந்தேதி கடலூர் மாவட்டத்திலுள்ள வீராணம் ஏரியின் ஒரு பகுதியில் உடைப்பேற்பட்டு காட்டுமன்னார்கோயில் லால்பேட்டை குமராட்சி உள்ளிட்ட சிதம்பரம் வட்டம் முழுவதும் கடுமையாக பாதிக்கப்பட்டது.

6 அருள்மிகு மங்களபுரீஸ்வரர் திருக்கோயில் - திருச்சோபுரம் (தியாகவல்லி)

திருச்சோபுரம் (தியாகவல்லி) என்னும் ஊர் கடலூருக்குத் தெற்கே 17 கி.மீ. தொலைவில் கடற்கரையில் உள்ளது. பரவனாறு என்னும் உப்பங்கழியைப் படகு ஏறிக் கடந்து இவ்வூருக்குச் செல்ல வேண்டும். ஆலப்பாக்கம் புகைவண்டி நிலையத்திற்கு வடகிழக்கே 3 கி.மீ. தொலைவில் இவ்வூர் உள்ளது. இவ்வழியாகத் தரைவழியிலும் இத்திருக்கோயிலுக்குச் செல்லலாம்.

இவ்வூர் சிவன் கோயில் திருஞானசம்பந்தரின் தேவாரப் பதிகம் பெற்றது. இறைவன்: சோபுரநாதர், இறைவி : சோபுரநாயகி. திருச்சோபுரத்திற்குத் தியாகவல்லி என்னும் பெயரும் உண்டு. இந்தப் பெயர்தான் வழக்கில் உள்ளது. திருச்சோபுரம் என்னும் பெயர் தேவார வழக்கு.

தியாகவல்லி என்னும் அரசியின் பெயரோடு இவ்வூர் தொடர்பு படுத்தப்பட்டிருக்கிறது. அந்த அரசியின் உருவத்தைச் சிவன் கோயிலில் காணலாம்.

தல வரலாறு

திருச்சோபுரம் கோயில் இருக்குமிடம் தெரியாமல் பல காலம் மணலால் மூடப்பட்டிருந்தது. பத்தொன்பதாம் நூற்றாண்டின் தொடக்கத்தில்தான் கண்டுபிடிக்கப்பட்டது. மாடு மேய்த்த சிறுவர்கள் ஒரு மணல் மேட்டில் ஒரு கலசம் தெரிவதைத் தற்செயலாய்க் கண்டு சொல்ல, பின்னர் கோயில் தோண்டிக் கண்டுபிடிக்கப்பட்டது எனவும்; யாரோ தம்பிரான் ஒருவரால் கண்டுபிடிக்கப்பட்டதாகவும் சொல்லப்படுகிறது. தேவாரத்தில் இந்தக் கோயில் குறிப்பிட்டிருப்பதைக்கொண்டு, இந்தப் பகுதியில் ஒரு கோயில் இருக்க வேண்டும் என அவர் கூறியிருப்பார். பின்னர் கோயில் தோண்டிக் கண்டுபிடிக்கப்பட்டிருக்கலாம்.

சென்னப்பநாயக்கன்பாளையத்தின் உடைமையாளர்களாகயிருந்த குமரப்ப நாயக்கரும் அவர் மகன் சங்கர நாயக்கரும் கோயிலை மூடியிருந்த மணலைத் தோண்டி அப்புறப்படுத்துவதற்கு ஏற்பாடு செய்ததாகச் சொல்லப்படுகிறது. இக்கோயிலில் சோழர்-பாண்டியர் காலத்துக் கல்வெட்டுகள் சில உள்ளன.

7. அருள்மிகு அழகுமுத்து ஐயனார் திருக்கோயில் - தென்னம்பாக்கம்

கடலூர் மாவட்டம், கடலூர் ஊராட்சி ஒன்றியம் தென்னம்பாக்கம் கிராமத்தில் அமைந்துள்ள அருள்மிகு ஐயனார் கோயில் ஒரு கிராமக் கோயிலாகும். இக்கோயில் பதினாறாம் நூற்றாண்டைச் சார்ந்த பழமையான கோயிலாகும்.

கோயிலுக்குள் நுழைந்தவுடன் பெரிய அளவில் யானை, குதிரை சிலைகள் கம்பீரமாக நிற்கின்றன. இதைக்கடந்து உள்ளே சென்றால், இறைவி பூரணி அம்பாள், பொற்கலை அம்பாள் இணையுடன் இறைவன் அழகு முத்தையனார் பக்தர்களுக்குக் காட்சி அளிக்கிறார். மேலும் ஐயனாரின் வலப்புறம் வீரபத்திரர் காட்சி அளிக்கிறார்.

திருக்கோயில் இருக்கும் பகுதியில் அழகர் சித்தர் ஜீவசமாதி உள்ளது. சித்தர் ஜீவசமாதியான கிணற்றை ஒரு கோயிலைப் பராமரிப்பதுபோல பராமரித்து வருகிறார்கள்.

எழிலார்ந்த மரங்கள் அடர்ந்த பசுமை போர்த்திய அமைதியான சூழலில் இக்கோயில் அமைந்துள்ளது. அடிநாளில் இக்கோயிலைச் சுற்றி பனைமரங்களே மிகுந்திருந்தன. சுற்றுப்புற கிராம மக்களுக்குச் சக்திவாய்ந்த இறைகோயிலாக இது இருக்கிறது.

இறைவனிடம் வேண்டுதல்களை ஒரு தாளில் எழுதி அதை மடித்து அருள்மிகு முத்தையனாரின் கையில் மஞ்சள் நூலால் கட்டி மனதார வேண்டி வணங்கினால் அருள் கிடைக்கும் என்பது நம்பிக்கை. வேண்டுதல் நிறைவேறியவுடன், உருவபொம்மைகள் செய்து கோயிலில் வைத்து தங்கள் நேர்த்திக்கடனைச் செலுத்துகின்றனர்.

நாளும் இரண்டு வேளை பூசனையும், சித்திரை மாத திருக்கல்யாணமும் முக்கிய திருவிழாக்களாகும். சுற்றுப்புறக் கிராம மக்கள் கூடி இத்திருவிழாக்களைக் கண்டுகளிப்பது கண்கொள்ளாக் காட்சியாகும்.

நேரம் அறிய சங்கு ஊதிய காலம்

மக்கள் நேரத்தை அறிந்துகொள்வதற்காக, நகராட்சியால் ஆங்காங்கே உயரமான இடத்தில் மின்விசையால் ஒலி எழுப்பும் கருவி அமைந்திருப்பார்கள். அக்கருவி மூலம் காலை 6 மணிக்கும், 10 மணிக்கும், மதியம் 1 மணிக்கும், மாலை 5 மணிக்கும், இரவு 8 மணிக்கும் ஒலி எழுப்புவார்கள். மக்கள் இதை 6 மணி சங்கு ஊதியாச்சு எழுந்திரு என்றும், 8 மணி சங்கு ஊதியாச்சு தூங்கு என்றும் பிள்ளைகளை விரட்டுவார்கள்.

8. அருள்மிகு தில்லை நடராஜர் திருக்கோயில், சிதம்பரம்

வரலாற்றில் சிதம்பரம்

சிதம்பரம் என வழங்கும் சிற்றம்பலம் கி.மு. ஆறாம் நூற்றாண்டுக்கு முன்னரே (இரண்டாயிரத்து அறுநூறு ஆண்டுகளுக்கு முன்னரே) புகழ்பெற்று இன்றுவரை ஒளியோடு விளங்கும் பெருமை உடையது. கோயிலைச் சுற்றி நான்கு புறங்களிலும் பல வீதிகள் அமைந்து நகரம் உருவாகி இருக்கின்றது. இச்சிறப்பு வெள்ளியம்பலமாகிய மதுரைக்கும், பொன்னம்பலமாகிய சிதம்பரத்திற்கும் பொதுவானது.

தில்லை, தில்லைவனம், தில்லைப்பதி, பெரும்பற்றப் புலியூர், புலியூர், பொன்னம்பலம், சிற்சபை, சிற்றம்பலம், சிதம்பரம்,சிதாகாசம் இத்தனை பெயரும் ஒரே ஊர்க்கே என்ற சிறப்பு பெற்ற ஊர் சிதம்பரம்.

கோயிற் சிறப்பு

நம்பியாண்டார் நம்பியால்(மணிவாசகப்பெருமான்) தேவாரப் பதிகங்கள் கண்டெடுக்கப்பெற்ற திருத்தலம் தில்லை திருச்சிற்றம்பலமாகும். சோழ மன்னர்கள் வழிபட்டதாலும், அப்பர், சம்பந்தர், சுந்தரர், மாணிக்கவாசகர் ஆகிய சமயாச்சாரியர்கள் நால்வராலும் பாடப்பெற்றதாலும், திருமூலர், பதஞ்சலி, வியாக்கிரபாதர், நந்தன், இராமலிங்க அடிகள் ஆகியோர் தொடர்பாலும் இத்திருக்கோயிலுக்குப் பெருமை உண்டு.

"அனைத்துலகும் தொழும் தில்லை" என்று மாணிக்கவாசகர் இக்கோயிலைச் சிறப்பித்துள்ளதும், நடராஜர் வடிவம் அனைத்துலக மக்களையும் கவர்ந்திருப்பதும் சிந்திக்கத்தக்கதாகும்.

மண்ணுக்குக் காஞ்சிபுரமும், நீருக்கு திருஆனைக்காவும், ஒளிக்குத் திருவண்ணாமலையும், வாயுவுக்குத் திருக்காளத்தியும் போல, ஆகாயத்திற்கு ஏற்பட்ட சிவலிங்கம் சிதம்பரத்திலிருக்கிறது என்பது சைவர்களின் நம்பிக்கையாகும்.

தில்லை என்ற ஒரு வகை மரம் நிறைந்த வனமாக இருந்ததால் ஆதியில் இந்த நகருக்குத் தில்லைநகரம் என்று மற்றொரு பெயரும் உண்டு. புலிக்கால் முனிவர் வியாக்கிரபாதர் தவம் செய்து சிவபெருமானின் நடனத்தைக் கண்டதால் பெரும்பற்றப்புலியூர் எனப்பெற்றது.

தில்லைப் பெருங்கோயிலானது கட்டடக்கலை, ஓவியக்கலை, சிற்பக்கலை, ஆடற்கலை, இசைக்கலை முதலிய கலைகள் பலவற்றையும் வளர்த்த தனிச்சிறப்புடையதாகத் திகழ்கின்றது.

சிற்றம்பலம்

சித்அம்பலம் என்பதுதான் நாளடைவில் மருவி சிதம்பரம் என்ற பெயரானது. சித் என்பது அறிவு. அம்பலம் என்பது வெட்டவெளி.

தீர்த்தங்கள்

இத்தலத்தில் நடராஜர் ஆலயத்தில் சிவகங்கை தீர்த்தக்குளமும், சிவசக்தி வடிவமாகக் கருதப்படும் கிணறும் உள்ளன. உடற்பிணியால் வருந்திய சிங்கவர்மன் என்ற வேந்தன் இச்சிவகங்கை குளத்தில் நீராடியதால் உடற்பிணி நீங்கி பொன்னிறம் பெற்றதாக வரலாறு கூறுகிறது. சிவகங்கைத் தீர்த்தத்தின் நாற்புறமும் அமைக்கப் பெற்ற மண்டபங்களும் கற்படிகளும் சோழமன்னர் காலத்துத் திருப்பணிகளாகும். மண்டப உட்சுவர்களிலே பளிங்குக் கற்களைப் பதித்துத் திருவாசகமும், திருச்சிற்றம்பலக் கோவையும் ஆகிய எட்டாம் திருமுறை முழுவதையும் கல்வெட்டில் வரையச்செய்து பொருத்தியவர் திருப்பனந்தாள் ஸ்ரீகாசி மடத்தின் அதிபர் காசிவாசி தவத்திரு அருணந்தித் தம்பிரான் சுவாமிகள் ஆவார்.

இவையல்லாமல் மற்றைய தீர்த்தங்களான வியாக்கிரபாதர் தீர்த்தம், அனந்த தீர்த்தம், நாகசேரி தீர்த்தம், புலிமேடு தீர்த்தம், சிவப்பிரியைத் தீர்த்தம், திருப்பாற்கடல் தீர்த்தம், ஓமக்குளம் தீர்த்தம், ஞானப்பிரகாசர் தீர்த்தம், ஆயிகுளம் தீர்த்தம், பிரம்ம தீர்த்தம் முதலியன நகரின் பல பகுதிகளில் உள்ளன.

ஆடல்கலைச் சிற்பங்கள்

சுமார் 51 ஏக்கர் நிலப்பரப்பில் அமைந்துள்ள இக்கோயிலின் நான்கு புறங்களிலும் நான்கு இராஜகோபுரங்கள் அமைந்துள்ளன. ஒவ்வொரு கோபுரமும் 135 அடி உயரம் உடையவை. இந்தக்

கோயிலில் நெடுங்காலமாகப் போற்றப்படும் ஆடல் கலைச் சிற்பங்கள் இடம்பெற்றுள்ளன. சிவபெருமான் ஆடிய 108 கரணங்களும் சுலோகங்களும் மேல கோபுரத்தின் உள்வாயிலில் அழகாகப் பொறிக்கப்பட்டுள்ளன. இது போன்று தெற்கு, வடக்கு, கிழக்கு ஆகிய கோபுரங்களிலும் இக்கரணங்களின் செயல்முறைகள் சிற்ப அமைப்பில் உள்ளன. இதன் பல பகுதிகள் கி.பி. 13-ஆம் நூற்றாண்டில் பல அரசர்களால் கட்டப்பட்டவை. இவை பல்லவர் காலத்திற்கும் முற்பட்டவையாகும்.

அம்பலங்கள்

கேரளத்தில் பெரிய கோயில்கள் யாவும் அம்பலம் என்று குறிப்பிடப்படுகின்றன. அம்பலங்கள் பல இக்கோயிலில் உள்ளன. அருள்மிகு நடராஜப்பெருமான் எழுந்தருளியிருக்கும் சபை சிற்றம்பலம்: அவர் திருமஞ்சனம் ஆடும் இடம் பொன்னம்பலம்: ஊர்த்துவதாண்ட மூர்த்தியின் சிலையுள்ள இடம் நடன அம்பலம்: தீட்சிதர்களின் பொதுக்குழு கூடும் இடம் பேரம்பலம்.

ஆயிரக்கால் மண்டபம் இராஜசபை எனப்படும். திருத்தசபை என்பது குதிரைகள் பூட்டி தேர் இழுப்பதுபோல் பின்னால் சக்கரங்களுள்ள மண்டபம். இவ்வாறு பல சபைகள் இருப்பதால் தில்லை நடராஜருக்கு சபாநாயகர், சபாபதி, அம்பலவாணன் என்ற பெயர்களும் வழங்குகின்றன.

சித்சபையில் நடராஜமூர்த்தி சிவகாமசுந்தரி அம்பாளுடன் ஆனந்த தாண்டவத்தில் காட்சியளிக்கிறார். அங்குதான் சிதம்பர ரகசியமும் உள்ளது. சிவன், விஷ்ணு இருவரையும் ஒரே இடத்திலிருந்து தரிசிக்கும்படி அமைந்திருப்பது இக்கோயிலின் சிறப்பாகும்.

இத்தலம் மிகத் தொன்மையானது என்பதை சிற்றம்பலமும், பொன்னம்பலமும் சந்தனமரத்தால் கட்டப்பெற்றுள்ளதால் அறியலாம். பல்லவர் கண்ட குகைக்கோயிலுக்கும், கற்கோயிலுக்கும் முற்பட்டது.

கிழக்குக் கோபுரம் : விக்கிரம சோழன் எழுப்பியது (மணிவாசகர் பெருமான் வழிபட வந்த திருவாயில்).

தெற்குக் கோபுரம் : ஒரிசா வெற்றிச் சின்னமாக கோப்பெருஞ்சிங்க பல்லவன் எழுப்பியது (சம்பந்தர் பெருமான் வழிபட வந்த திருவாயில்).

மேற்குக் கோபுரம்: கி.பி.1258இல் சடையவர்மன் சுந்தரபாண்டியன் எழுப்பியது (அப்பர் பெருமான் வழிபட வந்த திருவாயில்).

வடக்குக் கோபுரம்: விஜயநகர மன்னர் கிருஷ்ணதேவராயர் கி.பி.1516இல் பொட்டனூரில் தாம் பெற்ற வெற்றிக்கு அடையாளமாக எழுப்பியது. (சுந்தரர் பெருமான் வழிபட வந்த திருவாயில்)

அருள்மிகு நடராஜப்பெருமான் வீற்றிருக்கும் பொன்னம்பலத்திற்குப் பொன்ஓடு வேய்ந்தது முதலாம் பராந்தகச் சோழன் ஆவான். இதன் மேல் தங்கக்கலசங்கள் ஒன்பது உள்ளன. அவை ஒன்பது சக்திகளாகும். மேலும் அதிலுள்ள கைமரங்கள் 64-ம் கலைகளாம். தங்க ஓடுகள் 21,600, மனிதன் ஒவ்வொருநாளும் விடும் சுவாசங்களின் எண்ணிக்கையும், அதற்குப் பொருத்தப்பட்ட ஆணிகள் 72,000 மும் நம்முடைய சுவாச சஞ்சார ஆதாரமான நாடிகளின் கணக்கையும் கொண்டு உடல்போல் அமைந்துள்ளது. இச்சபையில் உள்ள ஒவ்வொரு பொன் ஓட்டிலும் "சிவாய நம" என்று எழுதப்பட்டுள்ளதாக தில்லையுலா கூறுகிறது.

சிதம்பர இரகசியம்

சித்சபையில் அருள்மிகு நடராஜப்பெருமானது வலப்பக்கத்தில் சிதம்பர இரகசியம் அதாவது ஆகாயலிங்கம் மந்திர உருவமாகத் திருவம்பல சக்கரத்துடன் அமைக்கப்பட்டுள்ளது. இது இறைவனின் மூன்று நிலைகளில் ஒன்றான அருவ நிலையைக் குறிக்கும். இத்தலம் பஞ்சபூதங்களில் ஆகாயஸ்தலமாக விளங்குவதால் இறைவனை மந்திரவடிவமாக; யந்திரமாக நிறுவியுள்ளனர். இது மூலஸ்தானத்தின் முக்கியமானதாகும். இங்குள்ள யந்திரத்தைத் திருவம்பலச் சக்கரம் என்றும், சிவசக்தி சம்மேளனச் சக்கரம் என்றும் குறிப்பிடுவார்கள்.

இதற்கு ஆண்டுக்கொருமுறை புனுகுச் சட்டம் சாத்தப்படுகின்றது. தங்க வில்வமாலை திருவம்பலச் சக்கரத்தின் முன்னே தொங்கவிடப்பட்டுள்ளது. இது திருவாசியுடன் அமைந்துள்ளது. இதன் மீது தொங்கும் திரை வெளிப்புறம் கருப்பும், உட்புறம் சிவப்பும் கொண்டதாக உள்ளது. மறைப்புசக்தியே அருட்சக்தியாக மாறி உதவும் என்பதனை இது விளக்குகிறது.

அருள்மிகு நடராஜரின் முன்னிலையில் அருள்மிகு இரத்தின சபாபதியும், அருள்மிகு ஸ்படிக லிங்கமும், இடப்பக்கம் அருள்மிகு சுவர்ணகால பைரவரும், அருள்மிகு நித்திய உற்சவரும் உள்ளனர்.

மிகச்சிறந்த ஆலயமணி

கோயில் என்னும் சிறப்புப் பெயர் பெற்ற சிதம்பரம் அருள்மிகு நடராஜர் ஆலயமணியே உலகில் உள்ள மிகச்சிறந்த மணியாகும். சிகண்டி பூரணம் என்று சித்தர்களால் அழைக்கப்படும் இந்த மணியிலிருந்து எழும் தெய்வீக ஒலி எளிதில் நம்மை ஆழ்நிலை தியானத்தில் ஆழ்த்திவிடும் தன்மை உடையது. 59 நொடிகள் ஒலிக்கும் இந்த சிகண்டி பூரண மணிஓசையே உலகிலேயே மிகச்சிறந்த ஆலயமணி ஓசையாகும்.

தேவாரம் கிடைத்த இடம்

இவ்வாலயத்தின் மேற்குப் பிரகாரத்தில் உள்ள பொல்லாப்பிள்ளையார், நம்பியாண்டார் நம்பியிடம் மூன்று விரல்கள் அடையாளமுள்ள இடத்தில் தேவாரம் இருக்கிறது எனக்கூறியதாகவும், அதன்பேரில் திருமுறைகண்ட சோழன் என்னும் மன்னனும், நம்பியாண்டார்நம்பியும் அந்தணர்களுடன் சென்று கரையான் அரித்ததுபோக மீதமுள்ள தேவாரத்தைக் கண்டுபிடித்தனர். அந்த இடத்தைக் காண்பித்த திருமுறை காட்டிய விநாயகரின் சந்நிதியும் உள்ளது.

காப்பாற்றிய கோயில்

முகமதியர் படையெடுப்புக் காலத்தில் ஹைதர்அலி இக்கோயிலைப் பாசறையாகக் கொண்டான்; கி.பி.1749இல் படைத்தலைவன் கோப் என்பவன் தேவிகோட்டைக்குப் புறங்காட்டி ஓடி வரும்போது தில்லைக்கோயிலைத் தனக்கு அரணாகக் கொண்டான்; கி.பி.1753 இல் பிரெஞ்சுக்காரர்கள் புவனகிரியைக் கைப்பற்றித் தில்லைக்கோயிலை அரணாகக்கொண்டு, ஆங்கிலேயரைப் புறங்காட்டியோடச் செய்தனர்.

பின்னர் கி.பி.1780இல் நிகழ்ந்த மைசூர் போரில் ஆங்கிலேய படையின் ஜெனரல் ஸர் ஹயர்வுட் என்பவன் இக்கோயிலைப் படை தங்கும் இடமாகக்கொண்டு எதிரியைத் தாக்கி பரங்கிப்பேட்டையைக் கைப்பற்றினான். இதனால் இத்தில்லைப் பெருங்கோயிலானது பல்வேறு இடிபாடுகளை அடைந்தது.

அழகிய சிற்பங்கள் அழிவுற்றன. போர் சமயத்தில் சிதம்பரம் வாழ்மக்கள் அனைவரும் கோயிலுக்குள் தஞ்சம் புகுந்ததால் உயிர் தப்பினர்.

கி.பி. 1686க்குப்பின் தில்லை நடராஜப்பெருமான் சிதம்பரத்தினின்று வெளியே புறப்பட்டு 1696இல் மீண்டும் சிதம்பரத்திற்கு வந்துசேர்ந்தார் என்ற செய்தி ஆயிரக்கால் மண்டபக் கல்வெட்டில் குறிக்கப்பெற்றுள்ளது. இவ்விடப்பெயர்ச்சிக்கு அக்காலத்தில் ஔரங்கசீப் படையெடுப்பு தெற்கு நோக்கி வந்ததே காரணம் எனத் தெரிகிறது. தென்னாட்டில் வந்த முகலாயப் படைகள் செஞ்சியில் ஏழு ஆண்டுகள் தங்கியிருந்ததால், இவர்களால் ஏற்படும் அபாயத்தை எண்ணியே அருள்மிகு நடராஜர்பெருமான் சிலை, அருள்மிகு சிவகாமசுந்தரி அம்பாள் சிலை ஆகியவற்றைத் திருவாரூரிலுள்ள தியாகராஜர் ஆலயத்திற்குக் கொண்டு சென்று பாதுகாப்பாக வைக்கப்பட்டதாக வரலாறு கூறுகிறது.

தில்லை நடராஜர் திருக்கோயிலில் கோவிந்தராஜப் பெருமாள் இடம் பெற்ற வரலாறு.

செந்தமிழ் நூல்களிலும் வடமொழி நூல்களிலும் தில்லை பெருங்கோயில் சைவ சமயத்தார்க்குச் சிறப்புரிமையுடைய தலைமைக் கோயிலாகவே போற்றப்பெற்றுள்ளது. சிறப்புரிமை வாய்ந்த சிதம்பரம் நடராஜப்பெருமான் திருக்கோயிலில் கோவிந்தராஜப் பெருமாள் திருவுருவம் எப்பொழுது நிறுவப்பட்டது என்பதும் இக்கோயிலில் வைணவர்களுக்கு எத்தகைய உரிமையுண்டு என்பதையும் வரலாற்று முறையில் நோக்குவோம்.

தேவார ஆசிரியர் மூவர்காலம் வரையிலும் தில்லைப் பெருங்கோயிலில் கோவிந்தராஜப் பெருமாள் சந்நிதி இடம்பெறவில்லை. இக்கோயிலில் கோவிந்தராஜப் பெருமாளை முதன்முதல் நிறுவியவர் கி.பி. 726 முதல் 775 வரை ஆட்சி புரிந்த நந்தி வர்ம பல்லவன் ஆவான்.

சிவனை தொழு குலமாகப் பெற்ற இம்மன்னன் வைணவனாக மாறிய பின்பே தில்லை சிற்றம்பலப் பெருங்கோயில் முற்றத்தில் கோவிந்தராஜப் பெருமாளை நிறுவச் செய்தான்.

நிறுவப்பட்ட பெருமாள் திருவுருவம் நடராஜர் கோயிலைச் சார்ந்த சுற்றுக் கோயில் தெய்வம் (பரிவார தெய்வம்) என்ற அளவிலேயே தில்லை வாழந்தணர்களால் முறைப்படி பூசனை செய்யப்பெற்று வந்தது. சைவ சமயத்தவராகிய தில்லை மூவாயிரவர் பூசனை செய்து வருவதனைக்கண்டு மனம் பொறுக்காத பிற்கால வீர வைணவர்களிற் சிலர் சிறுகச் சிறுகத் தில்லைத் திருச்சிற்றம்பலக் கோயில் நடைமுறைகளுக்குத் தொல்லையுண்டாக்கி வந்தனர்.

அவர்களால் செய்யப்பட்டு வரும் தொல்லைகள் நாளுக்குநாள் அதிகரித்ததால், பூசனைகளும் தடைப்படுவனவாயின.

அதுகண்டு மனம் பொறாத இரண்டாம் குலோத்துங்க சோழன் இவ்வைணவர்கள் செய்யும் தொல்லைகளுக்கெல்லாம் ஒரு காரணமாக உள்ளது, கோவிந்தராஜப் பெருமாள் மூர்த்தமேயென எண்ணி அதனைத் தில்லைப் பெருங்கோயிலினின்றும் அப்புறப்படுத்தினான் என்பதனை இவருடைய அவைக்களப் புலவராகிய கவிச்சக்கரவர்த்தி ஒட்டக்கூத்தர் தாம் பாடிய உலாவிலும் தக்கயாகப் பரணியிலும் குறிப்பிட்டுள்ளார்.

இரண்டாங் குலோத்துங்கன் ஆட்சிக் காலத்தில் தில்லைக் கோயிலிலிருந்து அப்புறப்படுத்தப்பட்ட கோவிந்தராஜப் பெருமாள் திருவுருவத்தை இராமானுஜர் கீழைத் திருப்பதியிற் கொண்டு சேர்த்து அங்கே நிறுவினார், என இராமானுஜ திவ்விய சரிதை கூறுகிறது. இரண்டாங் குலோத்துங்கன் ஆட்சிக் காலமாகிய கி.பி. 12-ஆம் நூற்றாண்டிலிருந்து விஜயநகர மன்னன் கிருஷ்ணதேவராயர் காலம் வரை தில்லைப் பெருங்கோயிலில் கோவிந்தராஜப் பெருமாள் சந்நிதி இல்லையென அறிய முடிகிறது.

இப்போது சிதம்பரம் கோயிலிலுள்ள கோவிந்தராஜப் பெருமாள் திருவுருவம் கிருஷ்ணதேவராயருக்குப் பின் பட்டத்துக்கு வந்த அரசன் அச்சுததேவராயரால் கி.பி.1539இல் புதியதாக நிறுவப்பட்டது என்பது வரதராஜ ஐயங்கார் பாடிய பாகவத புராணத்தில் திருவரங்கப் படலத்திலுள்ள 63,69ஆம் செய்யுட்களால் அறியலாம்.

எழுந்தருளிவித்த பெருமாளை வழிபாடு செய்யும் உரிமையை அரசன் வழியாகப்பெற்ற வைணவர்கள் மெல்ல மெல்லத் தங்களுக்குரியனவாக நடராஜர் கோயிலிடங்களை வலிதிற் கைப்பற்றிக்கொள்ள முயன்று வந்தார்கள்.

வேங்கடபதி தேவமகாராயர் ஆட்சியில் அவனுடைய பிரதிநிதியாகச் செஞ்சியிலிருந்து ஆட்சி புரிந்த வையப்ப கிருஷ்ணப்ப கொண்டம நாயக்கன் என்னும் அதிகாரி வைணவர் முயற்சிக்கு உடந்தையாய்க் கி.பி.1597 இல் நடராஜர் கோயில் முதற் பிரகாரத்திலேயே கோவிந்தராஜப் பெருமாளுக்குத் தனிக்கோயிலை அமைக்கத் தொடங்கினான்.

தில்லைவாழந்தணர்களும், நகரப் பொதுமக்களும் நடராஜப் பெருமானுக்கே உரிய இக்கோயிலில் பெருமாளுக்கெனப் புதியதாகத் தனிக்கோயில் கட்டுதல் வேண்டாம் எனவும் இரண்டாம் பிரகாரத்தில் முன்னிருந்த இடத்திலேயே பெருமாளுக்குப் பூசனை நிகழச் செய்தலே பொருத்தமாகும் எனவும் அதிகாரியை எவ்வளவோ

முறை நயந்து கேட்டார்கள். கொண்டம நாயக்கனாகிய அவ்வதிகாரி வேண்டுகோளைப் புறக்கணித்து, கோவிந்தராஜர் சந்நிதியை நடராஜர் சந்நிதிக்கு மிகவும் அருகிலேயே அமைக்கத் தொடங்கினான்.

அந்நிலையில் தில்லைவாழந்தணர்கள் தங்கள் உயிரைக் கொடுத்தேனும் அவ்வன் செயலைத் தடுத்து நிறுத்த உறுதிபூண்டனர். தாங்கள் உயிரோடிருக்கும் வரை நடராஜர் கோயிலின் உட்புறத்தில் கோவிந்தராஜப் பெருமாள் கோயில் கட்டுவதற்கு இணங்கமாட்டோம் என்று சொல்லி ஒருவர் பின் ஒருவராகக் கோபுரத்தின் மேலேறிக் கீழே வீழ்ந்து உயிர் விடுவராயினர்.

இவ்வாறு இருபது பேர் வரை தற்கொலை செய்துகொண்ட துன்பக் காட்சியைத் தன் கண்களாற் கண்டும் மனமிரங்காத கொண்டம நாயக்கன் கோபுரத்தின் மேலேறித் தற்கொலை செய்ய முந்துபவர்களையெல்லாம் சுட்டுத்தள்ளும்படி உத்தரவிட்டான். அதன்படி தில்லைவாழந்தணர்கள் இருவர் சுடப்பட்டு இறந்தனர். இத்துன்ப நிலையைப் பொறுக்கலாற்றாது தில்லைவாழந்தணர் குடும்பத்தைச் சேர்ந்த அம்மையார் ஒருவர் தமது கழுத்தையறுத்துத் தற்கொலை செய்துகொண்டார்.

நந்திவர்ம பல்லவன் திருமால் மூர்த்தத்தைத் தில்லைக்கோயிலில் நிறுவிய காலத்தில் அத்திருமேனி திண்ணையளவாக அமைந்த சிறிய இடத்திலேதான் வழிபடப் பெற்றது. பின் நானூறு ஆண்டுகள் கழித்து அச்சுததேவராயர் மீண்டும் நிறுத்துகை செய்ததும் அதே இடத்தில்தான். சமயவெறி பிடித்த கிருஷ்ணப்ப கொண்டம நாயக்கன், நடராஜர் சந்நிதி முகப்பிலுள்ள இடத்தையும் சேர்த்துக்கொண்டு கோவிந்தராஜப் பெருமாளுக்குத் தனிக்கோயில் கட்டிவிட்டான்.

மேலும் தாயாருக்கெனத் தனி சந்நிதியை கி.பி.1613இல் விஜயநகர மன்னன் மூன்றாம் சீரங்கராயன் அமைத்தான். இதனால் சைவப்பெருமக்களும், தில்லைவாழந்தணர்களும் வெகுண்டு பெருமாள் சந்நிதியையே அப்புறப்படுத்தும் முயற்சியில் ஈடுபடுவராயினர்.

அந்நிலையில் வைணவர்கள் கி.பி.1862இல் தில்லைப் பெருங்கோயில் பூசனை முறை உரிமையாளராகிய தில்லை வாழந்தணர்களோடு ஓர் உடன்படிக்கை செய்துகொள்ள வேண்டிய இன்றியமையாமை உண்டாயிற்று. வைணவர்கள் தில்லை வாழந்தணர்கட்கு எழுதிக்கொடுத்த உடன்படிக்கையில் தாங்கள் கோவிந்தராஜப் பெருமாளுக்குச் செய்துவரும் நித்திய பூசனைகளைத் தவிர வேறு உற்சவங்கள் நடத்துவதில்லையெனவும், தில்லையில் நடராஜப்பெருமானுக்குத் தொன்றுதொட்டு நடைபெற்றுவரும்

நித்திய பூசனைகளிலும் திருவிழாக்களிலும் தாங்கள் தடையாக இருப்பதில்லையெனவும் ஒப்புக்கொண்டு உறுதி கூறியுள்ளார்கள். இவ்வுறுதியின் பேரில் கி.பி.1867 இல் நீதிமன்றமும் தீர்ப்பளித்துள்ளது.

தில்லைப் பெருங்கோயிலில் சைவரும், வைணவர்களும் ஒன்றுகூடி நடராஜர் கோவிந்தராஜர் ஆகிய இரு பெருந்தெய்வங்களையும் வழிபட்டு மகிழ்தற்குரிய அமைதியான சூழ்நிலை தொடர்ந்து நிலைபெற்றுள்ளது (தில்லைப் பெருங்கோயில் வரலாறு-வித்துவான்.க.வெள்ளைவாரணன்).

சிதம்பரம் நடராஜர் கோயிலில் உள்ள சில அற்புதமான இரகசியங்கள் மற்றும் வியப்புகள்

1. பல கோடி டாலர்கள் செலவு செய்து எட்டு ஆண்டுகளாக ஆராய்ச்சி செய்த சிதம்பரம் நடராஜர் கால் பெருவிரலில்தான் மொத்த பூமியின் காந்த மையப்புள்ளி இருப்பதாக உலக நாடுகள் கண்டுபிடித்துள்ளன. (Center Point of World's Magnetic Equator). இந்தக் கோயில் அமைந்திருக்கும் இடமானது பூமத்திய ரேகையின் சரியான மய்யப் பகுதியாகும் (இவ்வாராய்ச்சியை விஞ்ஞானிகள் மறுக்கிறார்கள்).

இதனை 5000 ஆண்டுகளுக்கு முன்பே கண்டறிந்த திருமூலர் திருமந்திரத்தில் குறிப்பிட்டுள்ளார். திருமூலரின் திருமந்திரம் உலகிற்கு வழிகாட்டும் அறிவியல் நூலாகும். சிதம்பரம் அருள்மிகு நடராஜர் கோயிலில் இருக்கும் அறிவியல், பொறியியல், புவியியல், கணிதவியல், மருத்துவவியல் குறித்தான தகவல் அறிவோம்.

2. பஞ்சப் பூதக் கோயில்களில், ஆகாயத்தைக் குறிக்கும் தில்லை நடராஜர் ஆலயம், காற்றைக் குறிக்கும் காலஹஸ்தி ஆலயம், நிலத்தைக் குறிக்கும் காஞ்சி ஏகாம்பரேஸ்வரர் ஆலயமும் சரியாக ஒரே நேர்க்கோட்டில் அதாவது சரியாக 79 Degrees, 41 minutes East தீர்க்கரேகையில் (LONGITUDE) அமைந்துள்ளன. வானத்திலிருந்து ஒரு பறவை பார்வையில் நோக்கினால் இதைக் காணலாம். இந்தத் துல்லியம் கோயில் அமைக்கப்பட்டபோதே கணிக்கப்பட்டிருப்பது பொறியியல், புவியியல் மற்றும் வானவியலின் அறிவுசார்ந்த வியப்பு ஆகும்.

3. மனித உடலை அடிப்படையாகக்கொண்டு அமைக்கப்பட்டிருக்கும் இக்கோயிலில் உள்ள ஒன்பது நுழைவு வாயில்களும், மனித உடலில் இருக்கும் ஒன்பது வாயில்களைக் குறிக்கின்றன.

4.விமானத்தின் மேல் இருக்கும் பொற்கூரை 21,600 தங்கத்தகடுகளைக்கொண்டு வேயப்பட்டுள்ளது. இது மனிதன் ஒரு நாளைக்குச் சராசரியாக 21,600 தடவைகள் சுவாசிக்கிறான் என்பதைக் குறிக்கின்றது (15x60x24 = 21,600).

5. இந்த 21,600 தகடுகளை வேய 72,000 தங்க ஆணிகள் அறையப்பட்டுள்ளன. இந்த 72,000 என்ற எண்ணிக்கை மனித உடலில் இருக்கும் ஒட்டுமொத்த நாடிகளைக் குறிக்கின்றது. இதில் கண்ணுக்குத் தெரியாத உடலின் பல பாகங்களுக்குச் சக்தியைக் கொண்டு சேர்ப்பவையும் அடங்கும்.

6. திருமந்திரத்தில் திருமூலர்,

“மானுடராக்கை வடிவு சிவலிங்கம்
மானுடராக்கை வடிவு சிதம்பரம்
மானுடராக்கை வடிவு சதாசிவம்
மானுடராக்கை வடிவு திருக்கூத்தே”

என்று கூறுகிறார். அதாவது, மனிதன் வடிவில் சிவலிங்கம், அதுவே சிதம்பரம், அதுவே சதாசிவம், அதுவே அவரின் நடனம் என்ற பொருளைக் குறிக்கின்றது.

7. பொன்னம்பலம் சற்று இடதுபுறமாக அமைக்கப்பட்டுள்ளது. இது நம் உடலில் இதயத்தைக் குறிப்பதாகும். இந்த இடத்தை அடைய ஐந்து படிகளை ஏறவேண்டும். இந்தப்படிகள் “பஞ்சாட்சரப்படி” என்று அழைக்கப்படுகின்றன. அதாவது சி,வா,ய,ந,ம என்ற ஐந்து எழுத்தே அவை.

“கனகசபை” பிற கோயில்களில் இருப்பதைப் போன்று நேரான வழியாக இல்லாமல் பக்கவாட்டில் வருகின்றது. இந்தக் கனகசபை தாங்க 4 தூண்கள் உள்ளன. இது 4 வேதங்களைக் குறிக்கின்றது.

8. பொன்னம்பலத்தில் 28 தூண்கள் உள்ளன. இவை 28 ஆகமங்களையும், சிவனை வழிபடும் 28 வழிகளையும் குறிக்கின்றன. இந்த 28 தூண்களும் 64+64 மேற்பலகைகளைக் கொண்டுள்ளன (BEAM). இது 64 கலைகளைக் குறிக்கின்றது. இதன் குறுக்கில் செல்லும் பல பலகைகள் (CROSS BEAM) மனித உடலில் ஓடும் பல இரத்த நாளங்களைக் குறிக்கின்றன.

9. பொற்கூரையின் மேல் இருக்கும் 9 கலசங்கள், 9 வகையான சக்தியைக் குறிக்கின்றன. அர்த்த மண்டபத்தில் உள்ள 6 தூண்கள் 6 சாஸ்திரங்களையும், அர்த்த மண்டபத்தின் பக்கத்து மண்டபத்தில் உள்ள 18 தூண்கள், 18 புராணங்களையும் குறிக்கின்றன.

10. சிதம்பரம் நடராஜர் ஆடிக்கொண்டிருக்கும் ஆனந்த தாண்டவம் என்ற கோலம் (cosmic dance) என்று பல வெளிநாட்டு அறிஞர்களால் அழைக்கப்படுகிறது.

சிதம்பரம் நடராஜர் கோயிலிலிருந்து உபரிநீரை வெளியேற்ற பூமிக்கடியில் கால்வாய்

சிதம்பரம் அருள்மிகு நடராஜர் கோயிலில் மழைக் காலங்களில் வரும் அதிகப்படியான உபரிநீரினை வெளியேற்றுவதற்காக கி.பி. 10-13ஆம் நூற்றாண்டில் பூமிக்கடியில் கால்வாய் அமைத்து சுமார் 1,200 மீட்டர் தூரத்திற்கு அப்பால் நீரினைக் கொண்டு சென்றுள்ளனர் என அண்ணாமலை பல்கலைக்கழக வரலாற்று ஆய்வாளர்கள் ஆய்வில் தெரிவித்துள்ளனர்.

சிதம்பரம் அருள்மிகு நடராஜர் கோயிலில் உள்ள யானைக்கால் மண்டபத்தின் மேற்குப் பகுதியில் இருந்து நிலவறை கால்வாய் வழியாக மழைக் காலங்களில் வரும் உபரிநீரினைக் கோயிலின் நேர் வடக்கே அமைந்துள்ள தில்லைக் காளிக்கோயில் சிவப்பிரியைக் குளத்தைச் சென்றடையும் வண்ணம் நிலவறைக் கால்வாய் அமைக்கப்பட்டுள்ளது.

இக்கால்வாயினைச் சிதம்பரம் அண்ணாமலை பல்கலைக்கழக வரலாற்றுத்துறை தொல்லியல் ஆய்வாளர்கள் திரு.ஜே.ஆர். சிவராமகிருஷ்ணன், பேராசிரியர் திரு.பி.கலைச்செல்வன் மற்றும் ஆய்வு மாணவர்கள் திரு. சுசேந்திரன், திரு.ராஜன், திரு.பிரபாகரன் ஆகியோர் கொண்ட குழு ஆய்வு செய்தது.

இந்தக் கால்வாய் மூலம் பள்ளமான பகுதியான தெற்கிலிருந்து, மேடான பகுதியான வடக்கு நோக்கி நீர் கொண்டு செல்லப்பட்டுள்ளது குறிப்பிடத்தக்கது. இவ்வகையான கால்வாய் உலகிலேயே வேறு எங்கும் அமைக்கப்படவில்லை. கால்வாய் ஓர் இடத்தில் அகலமாகவும், பின்னர் குறுகலாகவும் என மாறி மாறி வளைவுகளுடன் பாம்புபோல் அமைக்கப்பட்டுள்ளது. பள்ளமான பகுதியிலிருந்து மேடான பகுதிக்கு நீரை அழுத்தத்துடன் வெளியேற்ற இந்தத் தொழில்நுட்பத்தைப் பயன்படுத்தியுள்ளனர்.

நீர் வடிகால் மேலாண்மை : குறிப்பாக, பராந்தக சோழன் கீழணையிலிருந்து மேடான பகுதியான வீராணம் ஏரிக்கு தெற்கிலிருந்து வடக்கு நோக்கி வடவாறு வழியாக நீர்கொண்டு செல்ல வாய்க்கால் அமைத்துள்ளான். பாம்புபோல வாய்க்கால் இருந்தால், தண்ணீர் பனை ஏறும் என்ற பழமொழி இதற்குப்

பொருந்தும். நீரை எளிதாகவும், சிக்கனமாகப் பயன்படுத்தவும், சேமிக்கவும் சிறந்த நீர்ப்பாசன மேலாண்மை நிர்வாகிகளாகச் சோழர்கள் இருந்துள்ளனர் என்பதை இத்தொழில் நுட்பம் காட்டுகிறது.

நிலவறைக் கால்வாய் 1,250 மீட்டர் நீளம் கொண்டது. நில மட்டத்திலிருந்து 119 செ.மீ. ஆழத்தில் அமைக்கப்பட்டுள்ளது. இக்கால்வாயின் உள்அளவு உயரம் 77 செ.மீ, அகலம் 63 செ.மீ. ஆகும். இக்கட்டமைப்புக்கு நன்கு அரைக்கப்பட்ட களிமண்ணைக் கொண்டு உருவாக்கப்பட்ட சுட்ட செங்கற்களைப் பயன்படுத்தி உள்ளனர். இவை 24X15X5 செ.மீ.நீள, அகலங்களைக் கொண்டவை. 1:3:6 என்ற சரியான அளவில் உருவாக்கப்பட்ட செங்கற்களை இந்தக் கட்டுமானத்திற்கு பயன்படுத்தியுள்ளனர். குறிப்பாக செங்கற்களை இணைக்க சுண்ணாம்பு சாந்து பயன்படுத்தப்பட்டுள்ளது. மேலும் 2 அடி அகலம், 5 அடி நீளம் பெரிய கருங்கல் பலகைகளைக் கொண்டு கால்வாயின் மேல்பகுதி மூடப்பட்டுள்ளது.

பிற்கால சோழர் காலம்.: இந்தக் கால்வாயின் கட்டுமான அமைப்பையும், அதன் தொழில்நுட்பத்தையும் பார்க்கும்போது பிற்கால சோழர்கள் காலத்தில் அதாவது கி.பி.10-13 நூற்றாண்டில் இக் கால்வாய் அமைக்கப்பட்டிருக்க வேண்டும்.

இதுபோன்ற கால்வாய் அமைக்கும் திட்டத்தை சுமார் 5 ஆயிரம் ஆண்டுகளுக்கு முன்பு மொஹஞ்சாரா, ஹரப்பா உள்ளிட்ட பகுதிகளில் சிந்துவெளி நாகரிக மக்கள் பயன்படுத்தியுள்ளனர். அதே தொழில்நுட்பத்தைத் தமிழர்களும் பயன்படுத்தியுள்ளதினால், சிந்துசமவெளி நாகரிகத்துக்கும் நமக்கும் தொடர்பு உள்ளது என்பதற்கு இக்கால்வாய் சான்றாகும்.

தேசியக்கொடிக்குச் சிறப்பு

இந்தியாவிலேயே சிதம்பரத்தில் மட்டுந்தான் இந்திய விடுதலை நாள் அன்று நமது தேசியக்கொடி அருள்மிகு நடராஜர் கோயில் கோபுரத்தின் உச்சியில் ஏற்றப்படுகிறது. ஒவ்வொரு ஆண்டும் ஆகஸ்ட் 15ஆம் நாள் அன்று, அதிகாலையில் தேசியக் கொடியை வெள்ளித்தட்டில் வைத்து இறைவன் முன்பாக கோயில் தீட்சதர்கள் பூசனை செய்கிறார்கள். பிறகு அந்தக் கொடியை மேளதாளத்துடன் எடுத்துவந்து கோயிலின் கிழக்குக் கோபுர உச்சியில் ஏற்றி மரியாதை செய்கிறார்கள். இது வேறு எந்த வழிபாட்டுத் தலத்திலும் இல்லாத சிறப்பாகும்.

திரு.சிதம்பரநாத சூரப்ப சோழனார்

திரு. சிதம்பரநாத சூரப்ப சோழனார் சிதம்பரத்தின் அருகில் உள்ள பிச்சாவரத்தின் கடைசி ஜமீன்தார் ஆவார். இவர் சோழப் பேரரசர்களின் வழித்தோன்றலாகக் கருதப்படுகிறார். இவர் சிதம்பரத்தில் வசித்த பிச்சாவரம் வன்னியர் ஜமீன் குடும்பத்தைச் சேர்ந்தவர். இவர் அரசியல் அறிவியலில் முதுகலைப் பட்டம் பெற்றவர். வேளாண்மை செய்து வந்தார்.

பாரம்பரியம் : அருள்மிகு நடராஜர் கோயிலின் திறவுகோலை, சுமார் நூறு ஆண்டுகளுக்கு முன்புவரை சோழனார் மரபினர் பாதுகாத்து வந்தனர். அந்தக் காலத்தில், கோயில் தீட்சிதர்கள் தினமும் காலையில் ஜமீன் குடும்பத்தினரிடமிருந்து கோயில் திறவுகோலைப் பெற்று, இரவில் அவர்களிடம் சேர்ப்பித்து வந்தனர். திரு.சிதம்பரநாத சூரப்ப சோழனார் 1978ஆம் ஆண்டில் சிதம்பரம் நடராஜர் கோயிலில் பட்டாபிஷேகம் செய்விக்கப்பட்டார். இந்த வம்சத்தினர் சிதம்பரம் நடராஜர் கோயிலின் முழு உரிமையும் கொண்டிருந்தனர். ஆனால் இவர்களுக்கு எதிராகக் கோயிலின் நிர்வாகத்தை நடராஜர் கோயிலைச் சார்ந்த தீட்சிதர்கள் கையகப்படுத்திக்கொண்டனர். சோழ மன்னர் மரபினரான சோழனாருக்கு எதிராக தன்னாட்சி முறையில்

செயல்படத் தொடங்கிய தலைமை தீட்சிதரே திறவுகோலை வைத்துக்கொண்டார்.

திரு.சிதம்பரநாத சூரப்ப சோழனார், 2013ஆம் ஆண்டு டிசம்பர் மாதம் பத்தாம் நாள் அன்று தன் 63ஆவது வயதில் இறந்தார். இவரது இறுதிச் சடங்குகள் தஞ்சாவூர் மாவட்டம், பந்தநல்லூர் அருகே செல்லப்பன்பேட்டையில் நடைபெற்றன.

சீறாப்புராணம்

முகமதுநபி(ஸல்) அவர்களின் வாழ்க்கை வரலாற்றைக் கூறும் காப்பியம் "சீறாப்புராணம்". எட்டையபுரம் இலக்கிய வள்ளல் உமறுப்புலவர் இக்காப்பியத்தைப் படைத்து, பரங்கிப்பேட்டையில் 1842இல் அரங்கேற்றம் செய்தார்.

அருள்மிகு தில்லை காளியம்மன் திருக்கோயில் – சிதம்பரம்

சிதம்பரத்தில் அமைந்துள்ள அருள்மிகு தில்லை காளியம்மன் திருக்கோயில், தில்லை அருள்மிகு நடராஜர் திருக்கோயிலுக்கு வடக்கே அரை கிலோமீட்டர் தொலைவில் உள்ளது. கோபசக்தியாக விளங்கும்போது காளியாகவும், போர்சக்தியாக விளங்கும்போது துர்கையாகவும் அருள்பாலிக்கிறார். உக்கிர சிவனின் கனல் கண்களிலிலிருந்து தோன்றியவள் என்பதால் இந்த அன்னைக்குக் காளி என்ற பெயர் வழங்கலாயிற்று.

இத்தலத்தில் இறைவி நின்ற கோலத்தில் மேற்கு நோக்கியவாறு அருள்பாலிக்கிறார். பிரம்மனைப் போலவே நான்கு முகங்களுடன் தில்லை காளி அமைந்திருப்பது ஒரு சிறப்பாகும். மூலவர் சந்நிதிக்கு அடுத்ததாக வீணை வித்தியாம்பிகை அம்மனும், தட்சிணாமூர்த்தி பெண் உருவத்தில் கடம்பவன தட்சிண ரூபிணியாகவும் காட்சியளிக்கின்றனர்.

சிவனுக்கும் பார்வதிக்கும் இடையே தங்களில் யார் அதிக சக்தி கொண்டவர்கள் என விவாதம் ஏற்பட்டது. பார்வதிதேவி, சக்திதான் என வாதிடவே, சிவனும் சக்தியும் ஒன்று என உணர்த்த பார்வதியை

உக்கிர காளியாக மாறுமாறு சிவன் சபித்துவிட்டார். மனம் வருந்திய பார்வதி சிவனிடம் சாப நிவர்த்தி பெற வேண்டினாள். தில்லையில் காளியாகத் தவமிருந்து தன்னை அடைய அருளினார் சிவன். அவ்வாறே பார்வதிதேவி தில்லை நடராஜரை வேண்டியபடியே உக்கிர காளியாக அவதரித்தார்.

பெண்மைக்குரிய நாணத்தால் சிவனின் அடவுபோன்று தன்னால் ஆட முடியவில்லை எனக் காளி கோபம் கொண்டாள். அவளது கோபத்தைப் போக்கும் வகையில் பிரம்மா, வேதநாயகி எனப் புகழ்பாடி நான்கு வேதங்களைக் குறிக்கும் வகையில் நான்கு முகங்களுடன் அருளுமாறு வேண்டினர். அவ்வாறே இத்தலத்தில் காளி பிரம்மனைப்போல நான்கு முகங்களுடன் காட்சி தருகிறாள். இத்தலம் சாப நிவர்த்தித் தலமாகக் கருதப்படுகிறது.

குண்டு சாலையும் - குண்டுஉப்பலவாடியும்

கடலூர் நகரத்தின் ஒரு சாலையிலும், நகரை ஒட்டியுள்ள ஓர் ஊரின் பெயருடனும் 'குண்டு' ஒட்டிக்கொண்டிருப்பதை பார்த்திருக்கக்கூடும். இப்பகுதியில் பீரங்கிக் குண்டுகள் வீழ்ந்தது உண்மை. ஆனால் நடந்தது போர் அல்ல. சொத்து விற்பனை. அந்தச் சொத்தின் பெயர் மராத்தியர்களின் தேவனாம்பட்டினத்திலுள்ள ஒரு கோட்டை. அப்போது ஆங்கிலேயர்களும் இங்கு வணிகம் செய்து கொண்டிருந்ததால், கோட்டையைப் பெரியதாகக் கட்டிக்கொள்ள மராத்தியர்களிடம் அனுமதி பெற்றனர். அடுத்த நிகழ்வாக கி.பி. 1690 இல் இந்தக் கோட்டையும் மற்றும் அதனைச் சுற்றி மராத்தியர்களின் கட்டுப்பாட்டிலிருந்த பகுதிகளும், கிராமங்களும் அவர்களிடமிருந்து ஆங்கிலேயர்களால் மொத்தமாக வாங்கப்பட்டன. வாங்கிய பின்னரே 'புனித டேவிட் கோட்டை' எனப் பெயரிடப்பெற்றது.

இந்தக் கோட்டையை ஆங்கிலேயர்கள் வாங்கியபோது, கோட்டை மற்றும் அதனைச் சுற்றியுள்ள இடங்களின் எல்லைகளை வரையறை செய்வதற்காக புதுமையான வழிமுறை கையாளப்பட்டது. இக்கோட்டையிலிருந்து அனைத்துத் திசைகளிலும் வானை நோக்கி பீரங்கிக் குண்டுகள் சுடப்பட்டு, இந்தக் குண்டுகள் விழுந்த இடம் வரையிலான பகுதிகள் கோட்டைக்குச் சொந்தமான பகுதிகளாகத் தீர்மானிக்கப்பட்டது. அதன்படி குண்டுகள் விழுந்த ஊர் குண்டு உப்பலவாடி' என்றும், குண்டுசாலை என்றும் அழைக்கப்படுகிறது.

நாலாயிர திவ்வியப் பிரபந்தம்

நாலாயிர திவ்வியப் பிரபந்தம் நூலைச் சேகரித்துத் தொகுத்து அதற்குப் பண் அமைத்தவர், காட்டுமன்னார்கோவில் ஊரைச்சார்ந்த ஸ்ரீமன்நாதமுனிகள் ஆவார்.

10 அருள்மிகு (பழமலைநாதர்)விருத்தகிரீஸ்வரர்,திருக்கோயில்-விருத்தாசலம்

அருள்மிகு பழமலைநாதர் கோயில் விருத்தாசலத்தில் அமைந்துள்ள சைவசமய சிவன் கோயிலாகும். மூலவர் விருத்தகிரீஸ்வரர் என்ற பழமலைநாதர், அம்மை விருத்தாம்பிகை என்ற பெரியநாயகி மற்றும் பாலாம்பிகை என்ற இளைய நாயகி ஆவர். சமயக்குரவர்களால் பாடல் பெற்ற இத்தலம் நடுநாட்டு சிவத்தலங்களில் முக்கியமானதாகும். மூவாயிரம் ஆண்டுகளுக்குமுன் கண்டராதித்த சோழனால் அமைக்கப்பட்ட திருக்கோயில் இது. கோயில் அமைப்பு திராவிடக் கட்டடக்கலை வகையைச் சார்ந்ததாகும்.

பிரம்மனும், அகத்தியரும் வழிபட்ட தலம் எனப்படுகிறது. அருணகிரிநாதர் தரிசித்த 14வது தலம் முதுகுன்றம். இன்று இதற்கு விருத்தாசலம் என்ற பெயர் வழங்கி வருகிறது. பழமலை என்பதும் அழகிய பழைய பெயராகும். விருத்தகிரி எனவும் அழைக்கப்படும். இது ஒரு காரணப்பெயர். உலகில் மலைகள் தோன்றுவதற்கு முன்பே பரமன் இங்கு மலையாக எழுந்தருளினார். அதனால் இது பழமலை. இதற்கு விருத்தகாசி எனவும் ஒரு பெயருண்டு.

விருத்தாசலத்தில் இறப்பவர்களுக்கு "வடிவறும்" = மீண்டும் வடிவு (உடல்) எடுக்கும் நிலை தோன்றாது. அத்தகைய உயர்ந்தநிலையாகிய முக்திப்பேறு அவர்களுக்குக் கிடைக்கும். இத்தலத்தில் உயிர்விடும் எல்லா உயிர்களுக்கும் இறைவி பெரியநாயகி தம்முடை ஆடையினால் வீசி இளைப்பாற்ற, இறைவன் பழமலைநாதர் பஞ்சாக்ஷர உபதேசத்தைப் புரிந்தருளி

அந்த உயிர்களைத் தம்முடைய உருவமாக ஆக்கும் தலம் என்பது கந்த புராணம் வாயிலாக நாம் அறியும் செய்தியாகும். ஆகையால் இத்தலம் விருத்தகாசி என்றும் வழங்கப்படுகிறது. அதனால் இத்தலம் காசியைக்காட்டிலும் உயர்ந்தது எனப்படுகிறது. "காசியின் விழுமிதான முதுகுன்ற வரையும் கண்டான்" என்பது கந்தபுராண வசனம் (வழிநடைப் படலம்) இத்தலத்தின் மீது திருநாவுக்கரசர், திருஞானசம்பந்தர், சுந்தரர் பதிகங்கள் பாடியிருக்கின்றனர்.

திருமுதுகுன்றத்தில் உள்ள சிவாலயம் நான்குபுறமும் சுமார் 26 அடி உயரமுள்ள மதிற்சுவரையும்,660 அடி நீளமும், 390 அடி அகலமும் உடைய ஒரு பெரிய கோயிலாகும். ஆலயத்தின் நான்கு புறமும் ஏழு நிலைகளையுடைய பெரிய கோபுரங்கள் காண்போரைக் கவரும் விதமாக நெடிதுயர்ந்து காணப்படுகின்றன. ஆலயத்திற்குப் பெருமை சேர்க்கும் வகையில் ஐந்து பிரகாரம், ஐந்து நந்தி, ஐந்து கொடிமரம், ஐந்து தீர்த்தம் இவ்வாலயத்தில் உள்ளன. கிழக்கே உள்ளே பிரதான வாயில் வழியாக உள்ளே சென்றால் பதினாறு தூண்களை உடைய மண்டபம் இருக்கிறது. முதல் வெளிப்பிரகாரத்தில் விநாயகர் சந்நிதி கிழக்கு நோக்கி சுமார் பதினெட்டு அடி பள்ளமான இடத்தில் அமைந்துள்ளது. பாதாள விநாயகர் என்று அழைக்கப்படும் இவரை வணங்கினால் எல்லாக்குறைகளும் நீங்கி நல்ல வாழ்வு அமையும் என்பது ஐதீகம். விநாயகரின் அறுபடை வீடுகளில் இந்த விநாயகர் இரண்டாவது இடத்தைப் பெற்றுள்ளார்.

இத்தலத்தின் இறைவி பெரியநாயகி அம்மையின் சந்நிதி ஒரு தனிக் கோயிலாக முதல் பிரகாரத்தின் வடப்புறம் கிழக்கு நோக்கி அமைந்துள்ளது.

இரண்டாம் பிரகாரத்தில் நுழைந்தவுடன் தலவிருட்சமான வன்னிமரம் உள்ளது. மூன்றாம் பிரகாரத்தில் 63 நாயன்மார்களின் உருவச்சிலைகளும், பிந்து மாதவப்பெருமாள் சந்நிதியும் உள்ளன. 63 நாயன்மார்கள் பிரகாரத்தின் வடகிழக்குப் பகுதியில் அமைந்திருக்கும் காலபைரவர் மூர்த்தம் காசியில் இருப்பது போன்ற வடிவமைப்புக் கொண்டது. மூன்றாம் பிரகாரத்தின் வடமேற்கில் விருத்தாம்பிகை சந்நிதி உள்ளது. நான்காம் பிரகாரத்தில் இத்தலத்தின் மூலவர் பழமலைநாதர் கருவறை இருக்கிறது. கருவறையின் வாயிலில் இருபுறமும் துவாரபாலகர்கள் சிலைகள் காணப்படுகின்றன.

சைவசமயத்தில் 28 ஆகமங்கள் உண்டு. இவற்றை 28 லிங்கங்களாக இத்தலத்தில் முருகப்பெருமான் பிரதிஷ்டை செய்து பூசனை செய்துள்ளார். ஒவ்வொரு லிங்கத்திற்கும் ஓர் ஆகமப்பெயர்

சூட்டப்பட்டுள்ளது. இந்த லிங்கங்கள் கோயிலின் வடமேற்குப் பகுதியில் தனி சந்நிதியில் அமைந்துள்ளன. இதில் தெற்கு வரிசையில் உள்ள லிங்கங்களின் நடுவில் விநாயகரும், மேற்கு வரிசையில் உள்ள லிங்கங்களின் நடுவில் வள்ளி-தெய்வானையுடன் முருகனும் அருள்பாலிக்கின்றனர். இந்த அமைப்பு வேறு எங்கும் காண இயலாத சிறப்பாகும். இக்கோயிலை ஆகமக்கோயில் என்றும் அழைப்பார்கள். இத்தலத்து முருகப்பெருமானை அருணகிரிநாதர் தனது திருப்புகழில் பாடியுள்ளார்.

சுந்தரர் இத்தலத்து இறைவன் மேல் பதிகங்கள் பாடி 12,000 பொற்காசுகள் பெற்றார். பொற்காசுகளை எடுத்துக்கொண்டு திருவாரூர் செல்வது சிரமாக இருக்கும் என்று எண்ணி, சிவபெருமானிடம் இந்தப் பொற்காசுகள் தனக்குத் திருவாரூரில் கிடைக்கும்படி அருள்செய்ய வேண்டும் என முறையிட்டார். பழமலைநாதரும் பொற்காசுகளை ஆலயத்திற்கு அருகில் பாயும் மணிமுத்தா நதியில் வீசிவிட்டு, திருவாரூர் கமலாய குளத்தில் பெற்றுக்கொள்ளும் படி அருள் செய்ய அதன் படியே பொற்காசுகளைப் பெற்றுக்கொண்டார்..

இக்கோயிலில் ஆடிப்பூர திருவிழா, வைகாசி வசந்த உற்சவம், மார்கழி திருவாதிரை, மாசிமகம் 10 நாள்கள் பெருவிழா ஆகியவை சிறப்பாக நடைபெறுகின்றன.

11. அருள்மிகு கொளஞ்சியப்பர் திருக்கோயில்-(மணவாளநல்லூர்) விருத்தாசலம்

சங்ககாலத்தில் நடுநாடு எனப் போற்றப்பட்ட கடலூர் மாவட்டம், திருமுதுகுன்றம் என்னும் விருத்தாசலத்திற்கு மேற்கே சில கிலோமீட்டர் தொலைவில், பூவும் புள்ளினங்களும், வண்டினங்களும் இசைபாடும் இறைமணம் நிறைந்த மணவாளநல்லூர் என்னும் சிற்றூர் உள்ளது. "குரங்குலாவும் குன்றுரை மணவாள" என்று அருணகிரிநாதர் அருளியவாறு மணவாளரான கந்தபெருமான் எழுந்தருளிய காரணத்தால் இவ்வூர் மணவாளநல்லூர் என்றாகியது.

இத்தலத்தில்தான் அருள்மிகு கொளஞ்சியப்பர் திருக்கோயில் அமைந்துள்ளது. இக்கோயிலில் அருள்பாலிப்பவர் அருள்மிகு கொளஞ்சியப்பர். இக்கோயிலின் தீர்த்தம் மணிமுத்தாறு. தலவிருட்சம் கொளஞ்சிமரம்.

தலவரலாறு : அருள்மிகு கொளஞ்சியப்பர் திருக்கோயில் கடந்த சில நூற்றாண்டுகட்கு முன்பு அமையப்பெற்றது. திருக்கோயில் அமைந்துள்ள இடம் முன்னொரு காலத்தில் அடர்ந்த காடாக இருந்துள்ளது. பசு மாடு ஒன்று அடர்ந்த காட்டில் நிறைந்திருந்த கொளஞ்சிச் செடிகளின் நடுவே தன் கால்களால் சீய்ந்து பலிபீட உருவில் இருந்த கற்சிலையின்மேல் தானாகப் பால் சொரிவது மக்களால் காணப்பட்டு, இது ஒரு புனித தெய்வம் எனக் கருதி வழிபாடு செய்துவரப்பெற்றது.

சுவாமி உருவமின்றி உள்ளதால் என்ன தெய்வம் என்பது குறித்து ஆராய்ந்தபோது, விருத்தாசலம் திருத்தல வரலாற்றில் "தம்பிரான்தோழன்" என்று சொல்லக்கூடிய சுந்தரமூர்த்தி நாயனார், தில்லையிலிருந்து பதிகம்பாடி விருத்தாசலம் சென்று சுவாமி பெயர்களைக் கேள்வியுற்று முதுமைத்தன்மை வாய்ந்த இவர்களால் பொன், பொருள் எனக் கருதி பாடாதொழிந்து சென்றபோது, திருமுதுகுன்றத்து ஈசனாகிய பரம்பொருள் பக்தனோடு விளையாட எண்ணி தனது மைந்தன் முருகனிடம் "சுந்தரன் மதியாது செல்வதால் அவரை எமது இடத்திற்கு வருவிக்கச் செய்" என ஈசன் பிராது கொடுத்த இடம் மணவாளநல்லூர் எல்லை என்பது தெரிய வந்தது. அதன்படி விருத்தாசலம் நகருக்கு மேற்குத் திசையில் "முருகன்தான் பலிபீட உருவில்" அமைந்துள்ளார் என உறுதி செய்யபப்ட்டது.

கொளஞ்சிச் செடிகளின் ஊடேயும், பசுவின் கொளம்பின் மூலமாகவும் வெளிப்பட்ட அவருக்கு அருள்மிகு கொளஞ்சியப்பர் என்னும் திருப்பெயரைச் சூட்டி வழிபட்டு வந்துள்ளார்கள். தமிழ்க் கடவுள் உருவமின்றி அருவுருவ நிலையில் எழுந்தருளி அருள்பாலித்து வரும் திருத்தலமாகவும் விளங்குவதால் இத்தலம் புகழ்பெற்ற திருத்தலமாகத் திகழ்கிறது.

12. அருள்மிகு சிவசுப்பிரமணியர் திருக்கோயில்- வேலுடையான்பட்டு-நெய்வேலி

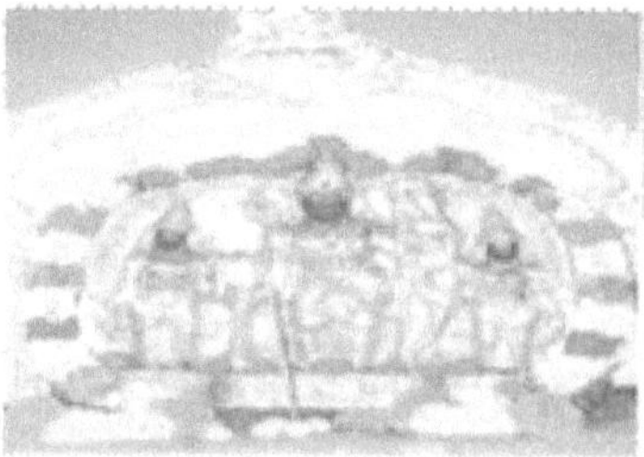

கடலூர் மாவட்டம், நெய்வேலி நகரியத்தில் வேலுடையான்பட்டு என்ற கிராமத்தில் அருள்மிகு சிவசுப்பிரமணியர் திருக்கோயில் அமைந்துள்ளது. இக்கோயில் சுமார் 700 ஆண்டுகளுக்கு முன் சித்திரக் காடவன் பல்லவ வம்சத்து அரசரால் கட்டப்பட்டதாக வரலாறு கூறுகிறது.

கி.பி.1956ஆம் ஆண்டு சுரங்கம் தோண்ட நெய்வேலி பழுப்பு நிலக்கரி சுரங்க நிறுவனத்தார், கிராமங்களைக் காலி செய்து மக்களை வேறு இடங்களில் குடியமர்த்தினர். காலிசெய்யப்பட்ட கிராமங்களுள் வேலுடையான்பட்டு என்ற ஊரும் ஒன்று. ஊரைக் காலி செய்தாலும், மக்களால் வழிபாடு செய்யப்பட்டு வந்த இந்தக் கோயில் மட்டும் அவ்விடத்திலேயே நிலைத்திருக்கிறது.

அருள்மிகு முருகன் அசுரர்களைத் தன் தாயார் கொடுத்த வேலைக்கொண்டு வதம் செய்தார் எனக் கந்தபுராணம் கூறுகிறது. அதனால் முருகன் கோயில்களில் முருகன் கையில் வேலுடன் காட்சியளிப்பார். இக்கோயிலின் மூலவரான அருள்மிகு சிவசுப்பிரமணியர் வில்லுடன் காட்சியளிப்பது இங்கு மட்டுமே. அதனால் இக்கோயில் வில்லுடையான்பட்டி என அழைக்கப்பட்டு, பின்னாளில் அப்பெயர் மருவி வேலுடையான்பட்டு கோயிலாகத் தற்போது அழைக்கப்படுகிறது.

மூலவர் இறைவன் அருள்மிகு சிவசுப்பிரமணியர், இறைவி அருள்மிகு வள்ளி, தெய்வானை; தலவிருட்சம் வன்னிமரம்; தீர்த்தம் கோயில் எதிரில் உள்ள குளம். இங்கு முருகன் சுயம்புமூர்த்தியாக அருள்பாலிக்கிறார். ஒரே கல்லில் வள்ளி, தெய்வானையுடன் வில்லேந்திய சடாமுடி முருகன் அமைந்திருப்பது இக்கோயிலில் மட்டுமே.

இக்கோயிலில் உள்ள முருகன் சிலை பூமியில் புதைந்து கிடந்ததாகவும், நிலத்தை உழுதபோது சிலை வெளிப்பட்டதாகவும் கூறப்படுகிறது. உழும்போது கலப்பை தட்டி நின்றதாகவும், மண்வெட்டி கொண்டு அவ்விடத்தில் வெட்டியபோது மூர்த்தியின் இடது தோளில் சிறு வடு ஏற்பட்டுள்ளதாகவும் கூறப்படுகிறது.

இக்கோயிலில் ஆண்டுதோறும் பங்குனி உத்திரத் திருவிழா வெகுசிறப்பாக நடைபெறும். மூன்றாயிரத்துக்கு மேற்பட்டோர் காவடி மற்றும் பால்குடம் சுமந்து வந்து தங்களது நேர்த்திக் கடனைச் செலுத்துவது இக்கோயிலின் சிறப்பு. இதைக்காண ஒரு இலட்சத்துக்கும் மேற்பட்ட முருக பக்தர்கள் அங்குக் கூடுவர்.

தமிழ்க் கடவுள்' என்று போற்றப்பெறும் அருள்மிகு முருகன் வழிபாடு தொன்று தொட்டு வரும் வழிபாடாகும்.

13 அருள்மிகு பூவராக சுவாமி திருக்கோயில் – ஸ்ரீமுஷ்ணம்

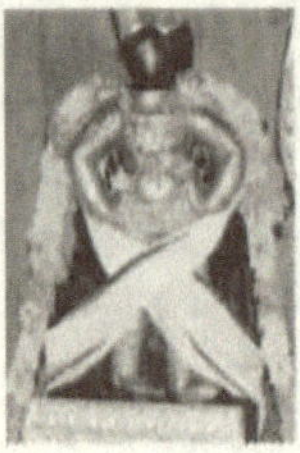

ஸ்ரீமுஷ்ணம் ஊர் கடலூரிலிருந்து 52 கி.மீ. தொலைவிலும், வடக்கில் விருத்தாசலத்திலிருந்து 20 கி.மீ. தொலைவிலும், கிழக்கில் சிதம்பரத்திலிருந்து 45 கி.மீ. தொலைவிலும், மேற்கில் காட்டுமன்னார்கோவிலிலிருந்து 32 கி.மீ. தொலைவிலும், தெற்கில் ஜெயங்கொண்டத்திலிருந்து 24 கி.மீ. தொலைவிலும் உள்ளது.

கடலூர் மாவட்டத்தின் தென்மேற்கே ஸ்ரீமுஷ்ணத்தில் அமைந்துள்ள அருள்மிகு பூவராக சுவாமியின் திருக்கோயில் திராவிடக் கட்டடக்கலை மரபில் கட்டப்பட்ட கோயிலாகும். கோயில் விமானம் பாவன விமானம். இக்கோயிலின் நுழைவாயிலில் ஏழு அடுக்கு இராஜகோபுரம் அமைந்துள்ளது இக்கோயின் சிறப்பாகும்.

தஞ்சாவூர் நாயக்க மன்னன் அச்சுதப்பா நாயக்கர், பத்தாம் நூற்றாண்டின் இடைக்கால சோழர்கள் காலத்தில் இந்தக் கோயிலுக்குப் பங்களித்தான். கிரானைட் சுவர் ஆலயத்தைச்

சுற்றிலும் உள்ள எல்லாக் கோயில்களையும், கோயில் குளங்களையும் இணைக்கிறது. இந்தக் கோயில் புருஷசுகாரா மண்டபம் எனப்படும் மண்டபம் ஒன்றையும் தன்னகத்தே கொண்டுள்ளது. பதினேழாவது நூற்றாண்டில் கட்டப்பட்ட இந்தத் தேர் வடிவ மண்டபத்தை குதிரைகளில் போர் வீரர்கள் இழுத்துச்செல்ல, பின்னால் யானைகள் தொடர்ந்து வருமாறு வடியமைக்கப்பட்டுள்ளது. நாயக்கர் வம்சாவழியினரால் கட்டப்பட்டுள்ள இக்கோயில் முற்றத்தில் உள்ள ஒவ்வொரு தூணிலும் அவர்களின் உருவம் பொறிக்கப்பட்டுள்ளது.

இத்தலத்தில் பெருமாள் சாளக்கிராமத்தால் ஆன சுயம்பு மூர்த்தியாக (தான் தோன்றியாக) அருள்பாலிக்கிறார். தானே தோன்றிய மூர்த்திகளைக் கொண்ட வைணவத் தலங்கள் எட்டு. 1.ஸ்ரீரங்கம் 2.ஸ்ரீமுஷ்ணம் 3.திருப்பதி 4.வானமாமலை 5.சாளக்கிராமம் 6.புஷ்கரம் 7.நைமிசாரணயம் 8.பத்ரிகாச்ரமம்.

ஸ்ரீபூவராக சுவாமி மேற்கு நோக்கி நின்ற திருக்கோலத்தில் காட்சி தருகிறார். முகம் மட்டும் தெற்கு நோக்கி உள்ளது. அம்பாள், அருள்மிகு அம்புஜவல்லி தாயார். தீர்த்தம்: நித்தியபுஷ்கரணி. தலவிருட்சம் : அரசமரம். இக்கோயிலில் குழந்தை அம்மன் சந்நிதி என்று ஒன்று இருப்பதும் வேறு எங்கும் காணாத ஒன்றாகும்.

புராணக்கூற்று

விஷ்ணு பகவான் எடுத்த வராக அவதாரத்தின் நோக்கம் அறிவோம். இரண்யாட்சன் என்ற அசுரன் ஒருவன் பூமாதேவியைத் தூக்கிச்சென்று கடலுக்கடியில் ஒளித்து வைத்துவிட்டான். இதன் காரணமாக, பூமாதேவியைக் காப்பாற்ற விஷ்ணு பகவான் வராக அவதாரம் எடுத்துக் கடலுக்கடியில் சென்று அசுரனை அழித்துப் பூமியை மீட்டு வந்தார்.பூ எனப்படுவது பூமாதேவியை, பூமிக்கோளத்தை வராக அவதாரம் எடுத்து தன் கோரைப்பற்களின் மூலம் தூக்கி வந்ததால் வராகமூர்த்திக்குப் ‘பூவராகர்’ எனப் பெயர் வழங்கலாயிற்று.

கோயிலில் நாள்தோறும் ஆறு கால பூசனைகள் மற்றும் ஆண்டிற்கு மூன்று திருவிழாக்களும் கொண்டாடப்படுகின்றன. விஷ்ணு பகவான் பன்றி அவதாரம் எடுத்துள்ளார். இதன் காரணமாக அவரது அவதாரத்திற்குக் கோரைக்கிழங்கு மிகவும் பிடித்தமான உணவு என்பதால் கோரைக்கிழங்கு பிரசாதம் வழங்கப்படுகிறது (கோரைக்கிழங்கு + அரிசிமாவு+ பூராசர்க்கரை + ஏலக்காய் பொடி+நெய்).

தலத்தின் சிறப்பு (இந்து-முகமதியர் ஒற்றுமைக்கான அடையாளம்)

பல ஆண்டுகளுக்கு முன் ஆதிநவாப் என்பவர் ஓர் ஊரை ஆண்டுவந்தார். ஒரு சமயம் அவர் தீராத நோயில் மிகவும் துன்புற்றதாகவும், அவரைக் கவனித்து வந்த வைத்தியர்கள் கைவிட்ட சமயத்தில், அவ்வூர் வழியாகச் சென்றுள்ளார் மத்வ மதத்தைச் சார்ந்த யாத்ரிகர் ஒருவர், ஸ்ரீமுஷ்ணம் சென்று அருள்மிகு பூவராகமூர்த்தியின் தீர்த்தம், துளசி பிரசாதத்துடன் தன் ஊர் திரும்பிக்கொண்டிருந்தார். அவருக்கு நவாப் பற்றி தெரியவரவே, சுவாமி தீர்த்தத்தையும், துளசி பிரசாதத்தையும் கொடுக்க, நவாப் பூரண குணமடைந்தாராம்.

அதுமுதல் நவாப் பூவராகப் பெருமானிடம் பக்திகொண்டு, அவருக்குத் தொண்டுபுரிய விரும்பி கிழக்குச் சமுத்திரம் எனும் இடத்திற்குச் சுவாமி எழுந்தருளும்போது, வழியில் தங்கியிருப்பதற்குக் கிள்ளைத்தோப்பு என்ற இடத்தில் ஒரு மண்டபத்தை அமைத்து, அங்கு உற்சவம் சிறப்பாக நடைபெற ஏராளமான நிலபுலங்களை எழுதி வைத்தார். இதனைத் தொடர்ந்து பராமரிக்க ஓர் அறக்கட்டளையையும் ஏற்படுத்தினார்.

இன்றும் ஸ்ரீமுஷ்ணம் தலத்தில் மாசி மாதத்தில் நடைபெறும் பிரம்ம உற்சவத்தில் பூவராக சுவாமி தீர்த்தவாரிக்குக் கிழக்குச் சமுத்திரத்துக்கு (கிள்ளைக் கடற்கரை) எழுந்தருளும்போது, முகமதியர்கள் வசிக்கும் தைக்கால் கிராமத்தின் உள்ளே நுழைந்து வீதியில் ஊர்வலமாக வருவது வழக்கம். அப்போது கிராமவாசிகள் சீர்வரிசைகளுடன் எதிர்கொண்டு அழைத்து, நவாப் அடக்கம் செய்யப்பட்டிருக்கும் மசூதியின் மேற்புறவாசல் எதிரில் சுவாமியை நிறுத்தி மாலை அணிவித்து சர்க்கரை, பழம் நைவேத்தியம் கொடுத்து கற்பூர தீபராதனை செய்விக்கின்றனர்.

சுவாமிக்குத் தீபராதனை செய்வித்து, பிறகு கற்பூர ஆரத்தியுடனும், சுவாமி பிரசாதத்துடனும் நவாப் அரண்மனைக்குள் சென்று அங்குப் பட்டாசாலையில் உள்ள அலமாரியில் வைக்கிறார்கள். பின் அரண்மனை வாசலில் நின்றுகொண்டிருக்கும் நவாப் சந்ததியரிடம் தெரிவித்த பிறகு சுவாமி கிள்ளை மண்டபத்திற்கு எழுந்தருளுவார். மாசி மாத தீர்த்தவாரி உற்சவம் இந்து- முகமதியர் ஒற்றுமைக்கு எடுத்துக்காட்டாக இன்றும் விளங்குகிறது.

தலத்தின் சிறப்பு

ஆழ்வார்களால் பாடப்பெறாத தலம் இது. பதினைந்தாம் நூற்றாண்டு காளமேகப்புலவரின் தனிப்பாடலும், அருணகிரியாரின் திருப்புகழுமே இவ்வூரின் தொன்மையை விளக்குகின்றன. அருணகிரிநாதர் தரிசித்த பதினேழாவது தலம் ஸ்ரீமுஷ்ணம். இங்கு வந்த அருணகிரிநாதர், நிதிலேஸ்வரர் கோயிலில் உள்ள முருகனைப் பாடியதாகச் சொல்கிறார்கள். இரண்டு திருப்புகழ் பாடல்கள் கிடைத்துள்ளன. பெருமாளைப் போற்றும் பெருங்குணம் கொண்ட அருணகிரிநாதர் ஆதிவராகப் பெருமாளையும் பாடலில் குறிப்பிட்டுள்ளார்.

ஸ்ரீசைதன்ய மகாபிரபு தனது தென்னிந்திய யாத்திரையில் இங்கும் வந்து தரிசித்திருக்கிறார். அதனால் இது கௌடிய (வங்காள) வைணவர்களுக்கு உகந்த தலமாக இருக்கிறது. காஞ்சி காமகோடி பீடத்தின் 25வது சங்கராச்சார்யார் இந்த ஊரில் பிறந்தவர். அஹோபில மடத்தின் மூன்றாவது பட்டத்து அழகியசிங்கர் இவ்வூரில் சமாதியடைந்தார்.

இக்கோயிலுள்ள சிற்பங்கள் அனைத்தும் மிகவும் நுணுக்கமானவை. கலையுணர்வுடன் கூடிய அழகிய வேலைபாடுடன் அமைந்தவை ஆகும். அதற்கு ஆதாரமாக ஒரு பெண் தலைவாரி பின்னலிட்டு, பூச்சூடி நிற்கும் அழகிய கற்சிலை ஒன்றின் படத்தையும் மற்ற அழகிய சிற்பப்படங்களையும் இங்கே காணலாம்.

14 அருள்மிகு பிரளயகாலேஸ்வரர் திருக்கோயில்-பெண்ணாடம்

கடலூர் மாவட்டம், விருத்தாசலத்திற்குத் தெற்கே அமைந்துள்ளது பெண்ணாடம் என்னும் ஊர். இவ்வூரில் அமைந்துள்ள அருள்மிகு சிவன் திருக்கோயில் ஆயிரம் ஆண்டுகளுக்கு முன்பு கட்டப்பட்டதாகச் சொல்லப்படுகிறது. இக்கோயிலில் அமைந்துள்ள அருள்மிகு சிவபெருமானைத் தேவகன்னியர்(பெண்), காமதேனு (ஆ), வெள்ளையானை(கடம்) ஆகியோர் பூசனை செய்து வழிபட்டதால் இவ்வூருக்குப் பெண்ணாகடம் எனப் பெயர் அமைந்ததாக வரலாறு. இவ்வூரில் ஆறாயிரம் கடந்தையர்கள் (வீரமக்கள்) வாழ்ந்ததால் "கடந்தை நகர்" என்னும் பெயரும் வழங்கப்பட்டதாக அறிகிறோம்.

இத்தலத்தின் தெய்வம் அருள்மிகு பிரளயகாலேஸ்வரர். இத்தலத்தைக் கடுமையான வெள்ளம் சூழ்ந்ததால், சிவன் நந்தியிடம் வெள்ளத்தைத் தடுக்குமாறு கூறினார். சிவனை நோக்கி பார்த்திருந்த நந்தி ஊரை நோக்கி திரும்பி வெள்ளத்தை விழுங்கியது. அதனால் இங்குள்ள சிவன் பிரளயகாலேஸ்வரர் என அழைக்கப்படுகிறார். இறைவி : கடந்தைநாயகி. தலவிருட்சம் : செண்பக மரம்.

தீர்த்தம்

கயிலைத் தீர்த்தம்: கோயிலை அடுத்து மேற்பால் உள்ளது. காமதேனு, சிவபூசனை செய்யும்போது வழிந்தோடிய பால் நிரம்பி குளமாகியது என்பர். பார்வதி தீர்த்தம் : கோயிலின் முன் கீழ்த்திசையில் உள்ளது.

இதற்குப் பரமானந்த தீர்த்தம் என்னும் பெயரும் வழங்கப்படுகிறது. முக்குளம்: இத்தீர்த்தம், ஊரின் வடமேற்கில் அமைந்துள்ளது. இந்திர தீர்த்தம்: ஊரின் கிழக்கில் அமைந்துள்ளது. வெள்ளாறு: இவ்வாற்றில் ஆண்டுதோறும் தீர்த்தவாரி நடைபெறுகிறது.

திருக்கோயிலின் சிறப்பு

இத்தலத்தில் உள்ள நந்தி சிவனை நோக்காமல் ஊர் நோக்கி உள்ளது ஒரு சிறப்பாகும். சம்பந்தர், அப்பர் ஆகியோரால் பாடல் பெற்ற தலம். இராஜகோபுரம் ஐந்து நிலைகளைக் கொண்டது. கோயிலின் முன்வாயிலில் தென்பகுதியில் குடவரை விநாயகரை வணங்கலாம். மதிலையடுத்து உள்ளே பூந்தோட்டம் உள்ளது. வடபகுதியில் முப்பது அடி உயரமுள்ள அழகான கொடிக்கம்பம், பக்கத்தில் கிழக்கு நோக்கிய பிரதோ நந்தி சந்நிதி உள்ளது. மூலவரின் கருவறையின் விமானம் ஐராவதம் வழிபட்டதற்கு அடையாளமாக யானை நிற்பதுபோல் அமைந்துள்ளது.

மூலலிங்கம் சுயம்பு, சற்று உயரமானது. ஆவுடையார் சதுர வடிவானது. கருவறையின் முன்வாயில் தவிர, ஏனைய மூன்று புறங்களிலும் இறைவனைக் கண்டு வணங்குமாறு பலகணிகள் அமைந்திருப்பது சிறப்புடையது. கருவறைக்கு வடபகுதியில் மலைக்குமேல் சௌந்தரேசுவரர் சந்நிதி உள்ளது. தனிக்கோபுரத்துடன் கூடிய இக்கோயிலுக்குச் செல்ல படிகள் உள்ளன.

தல வரலாறு

இந்திரனின் பூசனைக்காக மலர்களைப் பறிக்க வந்த தேவகன்னியர் இத்தலத்து இறைவனைக் கண்டு மகிழ்ந்து மலர்களால் சிவபெருமானைப் பூசனை செய்து வழிபட்டு அங்கேயே தங்கினர். மலர் வாராமை கண்டு இந்திரன் காமதேனுவை அனுப்ப, தேவகன்னியர்களுடன் சேர்ந்து தானும் இறைவனுக்குப் பால் அபிசேகம் செய்து வழிபட்டு அங்கேயே தங்கிவிட்டது.

காமதேனுவைத் தேடிச் செல்லுமாறு இந்திரன் தன் வெள்ளை யானையை அனுப்ப,தானும் பூசனையில் கலந்துகொண்டு, திறந்தவெளியில் இருந்த சிவலிங்கத்தை மறைத்து நின்று, வெயில் படாமல் பார்த்துக்கொண்டு அங்கேயே தங்கிவிட்டது. பொறுமை இழந்த இந்திரன் பூமிக்குத் தேடிவந்து, தன்னால் அனுப்பப்பட்டவர்கள் அனைவரும் சிவபூசனை செய்வதைப் பார்த்து, தானும் சிவபெருமானை வழிபட்டார் என்பது இத்தலத்தின் வரலாறு ஆகும்.

15 அருள்மிகு அமிர்தகடேஸ்வரர் திருக்கோயில் – மேலக்கடம்பூர்

அருணகிரிநாதர் தரிசித்த பதினெட்டாவது தலம் கடம்பூர். திருக்கோயில் உள்ள இடம் காட்டுமன்னார்கோவில் வட்டம் மேலக்கடம்பூர் ஆகும். கதம்பவனம் என்றிருந்த புராணப்பெயர் கடம்பூர் என ஆயிற்று என்கிறார்கள். இது கடம்ப வம்ச மன்னர்கள் ஆட்சிசெய்த இடம்.

இது அற்புத வேலைப்பாடுகள் அமைந்த அழகிய திருக்கோயில். முதல் குலோத்துங்கசோழன் கட்டியது. இராஜேந்திரசோழனால் விரிவாக்கப்பட்டது. முகமதிய அரசர்கள் படையெடுப்பிற்குப் பிறகு கவனிக்காமல் இருந்த இக்கோயிலை மூன்று தலைமுறை நகரத்தார்கள் திருப்பணி செய்து சீர்செய்தார்கள்.கருவறையின் வெளிப்பக்கம் நான்கு புறமும் சக்கரம் அமைக்கப்பட்டு, தேர்போல் காட்சியளிப்பதால் இது கரக்கோயில் எனப்படுகிறது. சமஸ்கிருதத்தில் இதற்கு ‘விஜயம்’ என்று பெயர்.

இறைவன் பெயர் அமிர்தகடேஸ்வரர், இறைவி பெயர் வித்யாசோதி நாயகி. தமிழில் அழகாக சோதிமின்னம்மை என வழங்கப்படுகிறது. மூலவர் சுயம்பு என்றும், நவபாஷாணத்தினால் ஆனது என்றும் பலவாறு சொல்கிறார்கள். பல புராணச் செய்திகளை உள்ளடக்கிய இக்கோயிலுக்கு, நவக்கிரகங்கள் தத்தமக்குரிய நாளன்று இங்குவந்து சுவாமியைத் தொழுவதாக ஐதீகம். அதனால் சிறந்த நவக்கிரகப் பரிகாரத்தலமாக இக்கோயில் கருதப்படுகிறது.

ஆண்டில் மூன்று நாள்கள் (பங்குனி 3,4,5ஆம் நாள்) சூரியஒளி நேராக சுவாமியின் மீது படுகிறது. ஐப்பசி மாதம் பௌர்ணமியின்போது (அன்னாபிஷேகம்) நிலவுஒளியும் சுவாமியின் மீது படுகிறது. அற்புத வேலைப்பாடுகள் கூடிய அருமையான பல மூர்த்தங்களைக் கொண்ட கோயில் இது. திருஞானசம்பந்தர் ஒரு பதிகமும், அப்பர் சுவாமிகள் இரண்டு பதிகங்களும் இக்கோயில் பற்றிப் பாடியுள்ளனர்.

16 அருள்மிகு நெறிகாட்டுநாயகர் திருக்கோயில் - கூடலையாற்றூர்

இத்திருக்கோயில் அருணகிரிநாதர் தரிசித்த பதினைந்தாவது தலமாகும். இத்திருக்கோயில் ஸ்ரீமுஷ்ணம் வட்டம் கூடலையாற்றூர் கிராமத்தில் அமைந்துள்ளது. வடவெள்ளாறும் மணிமுத்தா ஆறும் கூடுமிடத்தில் இவ்வூர் அமைந்துள்ளது. பழைய கோயில் வெள்ளத்தால் விழுந்துவிட, அதே கற்களைக்கொண்டு பிறகு கட்டப்பட்ட கோயில். அதே பழைய விக்ரகங்கள்தாம் நிறுவப்பட்டுள்ளன. கொடிமரமும் பலிபீடமும் இல்லை.

பழைய தலத்திற்குச் சுந்தரமூர்த்தி சுவாமிகளின் பதிகம் இருக்கிறது.

வடிவுடை மழுவேந்தி மதகரி உரிபோர்த்துப்
பொடியணி திருமேனிப் புரிகுழல் உமையோடும்
கொடியணி நெடுமாடக் கூடலை யாற்றூரில்
அடிகளிவ் வழிப்போந்த அதிசயம் அறியேனே.

இந்த 'அதிசயத்திற்குப்' பின் ஒரு வரலாறு இருக்கிறது. சுந்தரர் திருப்புறம்பயத்திலிருந்து விருத்தாசலம் போகும்வழியில் இந்தத் தலத்திற்கு அருகில் வந்தும்கூட அங்குச் செல்லாமல் மேலே நடந்தார். அப்போது எதிரில் வந்த ஒரு பிராமணரிடம் முதுகுன்றம் போகும் வழி கேட்டார். அவரோ, கூடலையாற்றூருக்கு இதுதான் வழி என்று சொல்லி இங்கு வர வழிகாட்டிவிட்டு ஊரை நெருங்கியதும் மறைந்தார். இவ்வாறு வந்து வழிகாட்டியது சிவபெருமானே என உணர்ந்த சுந்தரர், அந்த 'அதிசயத்தை' நினைத்துப் பாடிய பாடல் இப்பதிகம்.

இவ்வூர் திருக்கோயில் சுவாமியின் பெயர் அருள்மிகு நெறிகாட்டு நாயகர். அம்பாள் பெயர் அருள்மிகு புரிகுழல் நாயகி. சுவாமி இங்கு பிரம்மாவுக்கு நடனக்காட்சியளித்ததால், அவருக்கு நர்த்தனவல்லபேஸ்வரர் என்ற திருப்பெயரும் உண்டு. சுந்தரர், சேக்கிழார், அருணகிரிநாதர், இராமலிங்க சுவாமிகள் ஆகியோரால் பாடல் பெற்ற திருத்தலம்.

17 அருள்மிகு வீரநாராயண பெருமாள் திருக்கோயில் – காட்டுமன்னார்கோவில்

கடலூர் மாவட்டம், காட்டுமன்னார்கோவிலில் அமைந்துள்ளது அருள்மிகு வீரநாராயண பெருமாள் திருக்கோயில். சிதம்பரத்திலிருந்து 25 கி.மீ. தொலைவிலும், சேத்தியாத்தோப்பிலிருந்து சுமார் 17 கி.மீ. தொலைவிலும் உள்ளது. இறைவன் -வீரநாராயண பெருமாள்; இறைவி- மரகதவல்லி தாயார்; தலவிருட்சம்-அடுக்கு நந்தியாவட்டை; தல தீர்த்தம்- தேவபுஷ்கரணி.

நாலாயிர திவ்வியப் பிரபந்தம் இசையோடு பாடப்பெற்ற தலம். ஸ்ரீ நாதமுனிகள் அவர்களால் நாலாயிர திவ்வியப் பிரபந்தம் நமக்குக் கிடைத்தது. அதற்கு பண் அமைத்து எல்லா இடங்களிலும் பரப்பியது அவர்தான். இவரும் இவரது பேரன்ஸ்ரீ ஆளவந்தாரும் பிறந்தது இவ்வூரில்தாம். கிழக்கு நோக்கிய இராஜகோபுரம், கோயிலுக்கு முன்பாக கோயிலின் குளம் உள்ளது. இந்தக் கோயில் பராந்தக சோழனால் கட்டப்பட்டது. பத்தாம் நூற்றாண்டைச் சார்ந்த கோயில் இது. பதின்மூன்றாம் நூற்றாண்டில் சதயவர்மன் சுந்தர பாண்டியனால் புதுப்பிக்கப்பட்டது. இவ்வூரில் அமைந்துள்ள வீராணம் ஏரியை அமைத்தவர் முதலாம் பராந்தக சோழன் ஆவார். பேராசிரியர் கல்கி எழுதிய புகழ் பெற்ற, ‘பொன்னியின் செல்வன்’ புதினத்தில் இந்தத் திருக்கோயில் பற்றியும் வீராணம் ஏரி பற்றியும் சிறப்பாகச் சொல்லப்பட்டிருக்கும்.

கோபுரத்தை தாண்டி நாம் உள்ளே செல்லும்போது கொடிமரத்தை காண்கிறோம். அதன் பிறகு பலி பீடம் பின்பு பெரிய திருவடியான கருடாழ்வார் இருக்கிறார். அவரைக் கடந்து உள்ளே சென்றால் இக்கோயில் உருவாகக் காரணமான மதங்க முனிவர் தனி சந்நிதியில் உள்ளார். நம்மாழ்வாரை வணங்கியவாறு மதுர கவியாழ்வார் உள்ள சந்நிதியைக் காண்கிறோம். நாதமுனிகள், நரசிம்மர், ஸ்ரீராமர், ஆண்டாள் நாச்சியார், ஆஞ்சநேயர் தெய்வங்களுக்குத் தனித்தனி கோயில்கள் அமைந்துள்ளன.

இவ்வூர் கோயில் கல்வெட்டுகளில் இவ்வூரின் பெயர் சதுர்வேதிமங்கலம் எனக் குறிப்பிடப்பட்டுள்ளது.

18 அருள்மிகு அனந்தேஸ்வரர் திருக்கோயில் – காட்டுமன்னார்கோவில்

கடலூர் மாவட்டம் காட்டுமன்னார்கோவிலில் அமைந்துள்ளது அருள்மிகு அனந்தேஸ்வரர் திருக்கோயில். சிதம்பரத்திலிருந்து 25 கி.மீ. தொலைவிலும், சேத்தியாத்தோப்பிலிருந்து சுமார் 17 கி.மீ. தொலைவிலும் உள்ளது. இக்கோயிலின் இறைவன்- அனந்தேஸ்வரர்; இறைவி- சவுந்திரநாயகி அம்மன்; தீர்த்தம்- சூரிய சந்திர புஷ்கரணி; புராணப்பெயர் திருவனந்தீஸ்வரம்.

மூலவர் இறைவன் அனந்தேஸ்வரர் கிழக்கு நோக்கியும், இறைவி அம்பாள் சவுந்திரநாயகி தெற்கு நோக்கியும் அருள்பாலிக்கின்றனர். சர்ப்பதோ 'நிவர்த்தி தலமான இங்கு துர்க்கை சன்னதியும் இருப்பதால் இராகுகால பூசனை நடைபெறுகிறது.

தலப்பெருமை : கோயில் கருவறையைச் சுற்றிலும் வரலாற்று சிறப்புமிக்க கல்வெட்டுகள் காணப்படுகின்றன. ஆதித்த கரிகாலன் கொலையுண்ட வரலாறு உள்ளிட்ட தகவல்கள் உள்ளன.

நந்தாவிளக்கு : இராஜராஜசோழனின் பாட்டியும் சோழப்பேரரசியுமான செம்பியன்மாதேவியாருக்குத் திருமணம் நடந்த தலம் இது. அதனால் அனந்தேஸ்வரர் கோயிலுக்குத் தன் பெயரால் நந்தாவிளக்கு அறக்கொடை அளித்துள்ளார் செம்பியன்மாதேவி.

உத்தமசோழன் காலத்தில் பழுவேட்டரையன் கண்டன் சுந்தரசோழன் என்ற பழுவூர் அரசன் தன் தம்பி சத்துருபயங்கரன் என்பானின் ஆத்மசாந்திக்காக நந்தாவிளக்கு வைக்க மானியம் வழங்கியுள்ளான். இந்த விளக்குகளை ஏற்ற எண்ணெய் காணிக்கை கொடுத்தால் குலம் செழிக்கும் என்பதும், முன்னோரின் ஆசி கிடைக்கும் என்பதும் நம்பிக்கை.

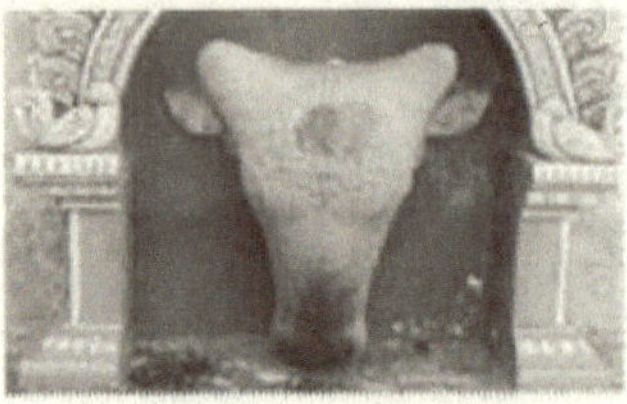

நந்தியின் தலை : கோயில் சுற்றுச்சுவரிலுள்ள தெய்வங்கள் பெரும்பாலும் சிதைந்துள்ளன. முற்காலச் சோழர் காலத்தில் இக்கோயிலில் நிறுவிய நந்தி சிலை, பிற்காலப் படையெடுப்புகள், சூறையாடல்களால் சிதைக்கப்பட்டது. ஆனால் நந்தியின் தலை மட்டும் மிஞ்சியது. இந்தத் தலையைத் தென்புற திருச்சுற்றுச் சுவரில் பதித்து வைத்துள்ளனர். தூண்களின் மத்தியில் காணப்படும் அன்னப்பறவைகளின் உருவம் உள்ள சிற்பங்கள் மிக அரிய படைப்பாகும்.

தலவரலாறு : எட்டு நாகங்களில் ஒன்றான அனந்தன் தனது குறை நீங்க இத்தல இறைவனை வழிபட இங்கு வந்தது. எனவே இவ்வூருக்குத் திருவனந்தீஸ்வரம் என்ற புராணப் பெயர் இருந்தது. தற்போது காட்டுமன்னார்கோயில் எனப்படுகிறது. ஒரு காலத்தில் இங்கு வில்வ மரங்கள் அதிகமாக இருந்தன. கங்கைகொண்ட முதலாம் இராஜேந்திர சோழன் அனந்தேஸ்வரரைத் தனது குலதெய்வமாக வணங்கியுள்ளான். அனந்தன் பூசனை செய்ததற்கு ஆதாரமாக இங்குள்ள இறைவன் திருவுருவக் கையில் நாகம் இருப்பது சிறப்பு ஆகும்.

வைகாசி விசாகம் பத்து நாள் பெருந்திருவிழா இக்கோயிலில் சிறப்பாகக் கொண்டாடப்படுகிறது. ஐப்பசி அன்னாபிஷேகமும் சிறப்பான முறையில் நடைபெறுகிறது.

19 அருள்மிகு பிரணவ வியாக்ரபுரீஸ்வரர் திருக்கோயில் – ஓமாம்புலியூர்

அருள்மிகு பிரணவ வியாக்ரபுரீஸ்வரர் திருக்கோயில், கடலூர் மாவட்டம், காட்டுமன்னார்கோவில் வட்டத்தில் கொள்ளிடம் வடகரையில் உள்ள அழகிய சிற்றூர் ஓமாம்புலியூரில் அமைந்துள்ளது.

காட்டுமன்னார்கோவிலிலிருந்து சுமார் பத்து கி.மீ. தொலைவில் அமைந்துள்ளது இக்கோயில்.

கோயில் வகை-சிவாலயம்; மூலவர்-இறைவன் பிரவணவியாக்ரபுரீஸ்வரர்(துயர் தீர்த்த நாதர்); இறைவி- பூங்கொடி நாயகி என அழைக்கப்படுகிறாள்; பழமை- ஆயிரம் ஆண்டுகளுக்கு முந்தையது; கோயில் சிறப்பு- சுயம்பு குருதலம்.

திருநாவுக்கரசர் தனது பாடலில் இவ்வூரில் எப்போதும் ஹோமங்கள் நடந்தது என்றும், ஹோமப்புகையால் சூழப்பட்டதால் இவ்வூர் ஓமாம்புலியூர் என்று பெயர் பெற்றதாகவும் கூறுகிறார். உமாதேவி அருள்பெற்ற தலம் என்பதால் "உமாப்புலியூர்" என்ற பெயர் "ஓமாம்புலியூர்" என வழக்கில் திரிந்து வந்திருக்கலாம் எனவும் கூறப்படுகிறது.

காவிரியின் வடகரையில் 63 சிவத்தலங்கள் உள்ளன. இவற்றில் தட்சிணாமூர்த்திக்கு முக்கியத்துவம் தரும் வகையில் அமையப்பெற்ற 31வது ஸ்தலம் ஓமாம்புலியூர் பிரணவ வியாக்ரபுரீஸ்வரர் கோயிலாகும்.

உமாதேவியார் ஓம் என்ற பிரணவ மந்திரத்தின் பொருளை அறிந்துகொள்வதற்காக சிவனிடம் உபதேசம் கேட்டார். சிவன் அதற்குரிய விளக்கத்தைச் சொல்லிக்கொண்டிருக்கும்போது அவரது கவனம் திசை திரும்பவே, உமாதேவியாரை மானிடப் பிறப்பு எடுக்கும்படி இறைவன் தண்டனை கொடுத்துவிட்டார்.

அதன்படி உமாதேவியார் பூமிக்கு வந்தார்; அவர் ஓமாம்புலியூரில் தங்கியிருந்த சிவனை வணங்கி உபதேசம் பெற்றார். சிவன் தட்சிணாமூர்த்தியாக உபதேசித்ததால் இது குருமூர்த்தி ஸ்தலமாகக் கருதப்படுகிறது. வியாக்கரபாதரால் வணங்கப்பட்டதால் இவ்வூர் இறைவன் பிரணவ வியாக்ரபுரீஸ்வரர் என அழைக்கப்பட்டார். பாடல்பெற்ற இப்பகுதியில் உள்ள ஈசன் கோயில் வடதளி என்பது தேவாரப்பாடல்களால் தெரிகிறது.

ஊரும் பேரும் : தண்டேஸ்வரநல்லூர்

சண்டேஸ்வர நாயனார், சிவாலயத்தில் சிறப்பாகப் போற்றப்படும் சிவனடியார்களுள் ஒருவர். சிவ வழிபாட்டிற்கு இடையூறு செய்த தந்தையை மழுவால் எறிந்து "அரனார் மகனார்' ஆகிய அப்பெருமானை சண்டேஸ்வரர் என்றும் தண்டேஸ்வரர் என்றும் சைவ உலகம் வணங்குகின்றது. அவர் பெயரால் அமைந்த ஊர் தண்டேஸ்வரநல்லூர், சிதம்பரம் வட்டம்-குமராட்சி ஒன்றிய எல்லையில் அமைந்துள்ளது.

கடலூர் மாவட்டத்தில் மக்களால் போற்றப்பட்ட மாமனிதர்களின் கல்லறைகள் (ஜீவ சமாதிகள்) இருக்கும் இடங்கள்

கடலூர்

மன்னாத சுவாமிகள்: கடலூரிலிருந்து திருவயிந்திரபுரம் சென்று அங்கு பேருந்து நிற்கும் இடத்திலிருந்து சிறிது தூரம் சென்றால் இவரது சமாதியைக் காணலாம்.

மகான் லாட முத்தரசு : கடலூரிலிருந்து நான்கு கி.மீ. தொலைவில் உள்ள கேப்பர் மலை அடிவாரத்தில் இவரது சமாதி உள்ளது.

அழுக்குச் சித்தர் : மகான் லாட முத்தரசு அவர்களின் சமாதிக்கு அருகில் இவரது சமாதியும் உள்ளது.

பகவந்த சுவாமிகள் : கடலூர், புதுப்பாளையத்தின் தெற்கில் கெடிலநதியின் கிழக்குக் கரையோரம் இவரது சமாதி உள்ளது.

தயானந்த சுவாமிகள் : கடலூர், புதுப்பாளையத்தின் தெற்கில் கெடிலநதியின் கிழக்குக் கரையோரம் பகவந்த சுவாமிகளின் சமாதிக்குத் தென்மேற்குப் பகுதியில் உள்ளது.

நித்தியானந்த சுவாமிகள்: கடலூர்-பண்ருட்டி சாலையில் உள்ள அண்ணாகிராமத்திலிருந்து வடக்கே கோழிப்பாக்கம் கிராமத்தில் இவரது சமாதி உள்ளது.

பண்டைக்குல சாமியார் : நெல்லிக்குப்பம், பூலோகநாதர் சிவன் கோயில் எதிரில் இவரது சமாதி உள்ளது.

குமரகுரு பரமேசுவரர் : கடலூர்-பண்ருட்டி சாலையில் உள்ள குமாரபுரத்தில் இவரது சமாதி அமைந்துள்ளது.

திருவம்பல(பொன்னம்பல) அப்பார் : கடலூர், திருவயிந்தபுரம், தேவநாத பெருமாள் கோயிலுக்கு சற்று தொலைவில் உள்ளது.

நொண்டிச்சித்தர் (சிவசண்முக மெய்ஞ்ஞான தேசிகர்) : கடலூர், வண்டிப்பாளையத்தில் அம்பேத்கர்நகர் எதிரில் இவரது சமாதி அமைந்துள்ளது.

சாது சண்முக சுவாமிகள் : கடலூர், கம்மியம்பேட்டை பராசக்தி கோயில் எதிரில் இவரது சமாதி அமைந்துள்ளது.

வெட்டவெளிச்சித்தர் : கடலூர், பெண்ணையாற்றங்கரையில், ஆற்றுப்பாலம் முகப்பு அருகில் இவரது சமாதி அமைந்துள்ளது.

சாந்தானந்தா சுவாமிகள் : கடலூர், பெண்ணையாற்றங்கரையில், ஆற்றுப்பாலம் முகப்பு அருகில் இவரது சமாதியும் அமைந்துள்ளது.

பண்ருட்டி

சுப்பிரமணிய தேசிகர் : பண்ருட்டி, திருவதிகை வீரட்டேஸ்வரர் கோயில் வெளிப்புறத்தில் தென்மேற்கு மூலையில் இவரது சமாதி உள்ளது.

சிவஞான தம்பிரான் : திருவதிகை வீரட்டேஸ்வரர் கோயில் வெளிப்புறத்தில் அமைந்துள்ள சுப்பிரமணிய தேசிகர் சமாதியின் மீதுள்ள சிவலிங்கத்திற்கு எதிரே உள்ள நந்திக்குக்கீழ் இவரது சமாதி உள்ளது.

குமாரசாமி தம்பிரான் : திருவதிகை வீரட்டேஸ்வரர் கோயில் வடமேற்கு மூலையில் மாடம் வடிவில் இவரது சமாதி உள்ளது.

குண்டலப்பரதேசி : திருவதிகை வீரட்டேஸ்வரர் கோயில் வடமேற்கில் அமைந்துள்ள குமாரசாமி தம்பிரான் சமாதிக்குப் பின்புறம் இவரது சமாதி உள்ளது.

வடலூர்

அருள்மிகு இராமலிங்க அடிகளார் தம் வாழ்நாளின் இறுதியில்(1874 ஆம் ஆண்டு) ஒரு நாள் மேட்டுக்குப்பம் சித்திவளாகத்தின் ஓர் அறைக்குள் புகுந்து காப்பிட்டுக்கொண்டார். பின்னர் வெளிவரவேயில்லை.

முருகானந்த அடிகள் : வடலூர், தொடர்வண்டி நிலையம் அருகில் உள்ள இவரது ஆசிரமத்திலேயே இவரது சமாதி அமைந்துள்ளது.

கல்பட்டு ஐயா : இவர் வள்ளலாரின் நெருங்கிய சீடர். வடலூரில் சித்திவளாகம் அருகில் இவரது சமாதி அமைந்துள்ளது.

எலுமிச்சை இராமசாமி சித்தர் : வடலூர் ஓ.பி.ஆர். குருகுலம் அருகில் உள்ள வள்ளலார் நகரில் எண்கோண வடிவில் இவரது சமாதி அமைந்துள்ளது.

சேத்தியாத்தோப்பு : வாய்மூடிசுவாமி சித்தர் : சேத்தியாத்தோப்பு பேருந்து நிலையம் அருகில் சந்தைத்தோப்பு வளாகத்தில் இவரது சமாதி உள்ளது.

தத்துவராய சுவாமிகள் : சேத்தியாத்தோப்பிலிருந்து ஐந்து கி.மீ. தொலைவில் உள்ள எறும்பூர் கிராமத்தில் இவரது சமாதி உள்ளது.

புவனகிரி தில்லை வாத்தியார் சுவாமிகள் : சேத்தியாத்தோப்பு -புவனகிரி சாலையில், பெருமாத்தூரில் இவரது சமாதி உள்ளது.

வெள்ளியம்பல சுவாமிகள் : புவனகிரி கடைத்தெரு பேருந்து நிறுத்தம் அருகில் இவரது சமாதி உள்ளது.

சிதம்பரம் குரு நமசிவாயர் : சிதம்பரம் வேய்கான் தெருவில், காமராஜர் பள்ளி அருகில் இவரது சமாதி உள்ளது.

மறைஞான சம்பந்தர் : சிதம்பரத்திற்கு வடமேற்கே மூன்று கி.மீ. தொலைவில் உள்ள சிங்காரத்தோப்பில் இன்டேன் எரிவாயு கிடங்கு அருகில் இவரது சமாதி உள்ளது.

உமாபதி சிவாச்சாரியார் : சிதம்பரம் அண்ணாமலைநகரில் உள்ள பொறியியல் கல்லூரி அருகிலுள்ள அம்பிகா அரிசி ஆலைக்குப் பின்புறம் இவரது சமாதி உள்ளது.

திருமூலர்: சிதம்பரத்தில் இவரது சமாதி உள்ளது.
அவதூதர் சுவாமிகள்: சிதம்பரம் குரு ஐயர் தெருவின் கடைசியிலுள்ள நந்தவனம் பகுதியில் இவரது சமாதி உள்ளது.

பொன்னம்பல சுவாமிகள்: சிதம்பரம்-காட்டுமன்னார்கோவில் சாலை அருகில் இவரது சமாதி உள்ளது.

சகஜானந்தா சுவாமிகள்: சிதம்பரத்தில் (காட்டுமன்னார்கோவில் சாலையில்) ஓமக்குளம் பகுதியில் இருக்கும் நந்தனார் மடத்தில் இவரது சமாதி உள்ளது.

மௌன சுவாமிகள்: இவரது சமாதி சிதம்பரம், சபாநாயகர் தெருவிலுள்ள மௌனசாமி மடாலயத்தில் உள்ளது.

விருத்தாசலம்: குமாரதேவர்: விருத்தாசலத்திற்குத் தெற்கில் ஆண்டிமடம் செல்லும் சாலையை அடுத்து ஊரின் தென் எல்லையில் அமைந்துள்ள ஸ்ரீகுமாரதேவர் மடத்தில் இவரது சமாதி உள்ளது.

ரெட்டி சிதம்பர சுவாமிகள் : விருத்தாசலம் ஸ்ரீகுமாரதேவர் மடத்தில் உள்ள தட்சிணாமூர்த்தி சந்நிதிக்கு எதிரில் இருக்கும் நந்திக்குக்கீழ் இவரது சமாதி உள்ளது.

ஸ்ரீபரப்பிரம்ம யோக ஞான சுவாமிகள்: ஸ்ரீமுஷ்ணம்-விருத்தாசலம் சாலையில் ஆறுமுகம் செட்டிக்குளக்கரையில் இவரது சமாதி உள்ளது.

ஸ்ரீதாத்தா சுவாமிகள்: விருத்தாசலம், அருள்மிகு பழமலைநாதர் ஆலயத்தின் வடக்குத்தெருவும், மேற்குத்தெருவும் சந்திக்கும் இடத்திலிருந்து செல்லும் மணிமுத்தாநதியின் தென்கரையில் இவரது சமாதி கோயிலாக அமைந்துள்ளது.

நிர்வாண முத்துக்குமார சுவாமிகள்: விருத்தாசலம், மணிமுத்தா நதிக்கரையில் அமைந்திருக்கும் ஸ்ரீதாத்தா சுவாமிகள் சமாதிக்கோயிலிலிருக்கும் சிவலிங்கத்துக்கு முன் உள்ள நந்தியை அடுத்துக் காணப்படும் பலிபீடத்தின்கீழ் இவரது சமாதி அமைந்துள்ளது.

சிவபழனி ஞானி: விருத்தாசலம், மணிமுத்தா நதிக்கரையில் அமைந்திருக்கும் ஸ்ரீதாத்தா சுவாமிகள் சமாதிக்கோயிலிலிருக்கும் சிவலிங்கத்துக்கு எதிரே உள்ள நந்திக்குக் கீழே உள்ள குகையில் இவரது சமாதி அமைந்துள்ளது.

தன் வரலாறு மறந்து தன்னந்தனியாய்

ஆலமரத்தடியில் அசையாது கிடக்கும் இந்தப் பீரங்கி இருக்கும் இடம் -

ஸ்ரீமுஷ்ணம் வட்டம், பாளைங்கோட்டைமேல் என்னும் சிற்றூரில்

வடிநிலம் - முடிவுரையின் தொடக்கம்

மற்ற மாவட்டங்களுக்கு இம்மாவட்டம் வடிநிலமாக மாறிய அவலத்தை சற்று விரிவாகப் பார்ப்போம். கடந்த நூறாண்டுகளுக்கு முன் தஞ்சையோடு சேர்ந்து கடலூர் மாவட்டமும் பொன் விளையும் பூமியாகத்தான் இருந்தது. விவசாயம் செழித்து; விளைநிலங்கள் பூத்துக் குலுங்கின; செல்வம் செழித்தது; மக்கள் மகிழ்ச்சியுடன் வாழ்ந்தனர். ஆங்கிலேயர்களும், பிரெஞ்சுக்காரர்களும், போர்ச்சுக்கீசியரும் இம்மாவட்டத்தைத் தம் ஆளுமைக்குக் கொணர ஒருவருக்கொருவர் சண்டையிட்டுக் கொண்டாலும், ஆளுமைக்குட்பட்ட பகுதிகளில் நிலையான போக்குவரத்து வசதியை ஏற்படுத்திக்கொள்ள தயங்கியதில்லை. அவ்வகையில் சுமார் 150 ஆண்டுகளுக்கு முன் தமிழகத்தின் கடலோரப் பகுதிகளில் இருப்புப் பாதை அமைக்க ஆங்கிலேயர்கள் கடற்கரைப் பகுதிகளின் நிலத்தின் உயரத்தைக் கடல் மட்டத்திலிருந்து கணக்கிட்டார்கள். அந்தக் கணக்கின் விபரங்கள் இன்றும் இரயில் நிலையங்களில் குறிப்பிட்டுள்ளதைக் காணலாம்.

இந்தக் கணக்கெடுப்பில் கடலூர் மாவட்டத்தில் கடலூர் புதுநகர் 3.56 மீட்டர், முதுநகர் 2.74, கிள்ளை 3.05, சிதம்பரம் 5.76 மீட்டர் எனக் கடல் மட்டத்திலிருந்து பூமியின் உயரத்தை கண்டறிந்துள்ளனர். கடல் மட்டத்திலிருந்து நிலத்தின் உயரம் அதிகமாக இருந்ததால், ஆறுகளில் பெருக்கெடுத்த வெள்ள நீர், நிலப்பகுதிகளில் சேதத்தை ஏற்படுத்தாமல் வெகு விரைவாக கடலில் கலந்தது. பல மாவட்டங்களின் வடிநிலமாகவும் வெள்ளம் தாங்கியாகவும் இருந்த இம்மாவட்டம் கால ஓட்டத்தில் இந்நிலை கொஞ்சம் கொஞ்சமாக குறைந்து மாற்றங்கண்டு, தன்நிலை குலைந்து களையிழந்து, செழிப்பிழந்து காணப்படுகிறது.

தற்போது நாமக்கல், ஈரோடு, சேலம், தர்மபுரி, பெரம்பலூர், அரியலூர் மற்றும் விழுப்புரம் மாவட்டங்களின் மழை நீர் வடிநிலமாகக் கடலூர் மாவட்டம் செயல்படுகிறது. ஒவ்வொரு ஆண்டும் கொள்ளிடம், வெள்ளாறு, மணிமுத்தாறு, கெடிலம், பெண்ணையாறு, உப்பனாறு உள்ளிட்ட ஆறுகளில் ஏற்படும் வெள்ளப் பெருக்கின்போது, மண் அதிக அளவில் அரிக்கப்பட்டுக் கடலுக்குக் கொண்டு செல்லப்பட்டது. இந்நிலை பல்லாண்டு காலமாகத் தொடர்ந்ததால் கடலூர் மாவட்டத்தின் நிலப்பகுதி

மிகப்பெரிய தேய்மானத்திற்கு உள்ளாகியது. இதன் விளைவு முன் எடுக்கப்பட்ட உயர அளவிலிருந்து இம்மாவட்டம் 2 மீட்டர் உயரம் தற்போது குறைந்து விட்டது. இதன் காரணமாகவே வெள்ளக் காலங்களில் ஆறுகளில் நீர் மட்டம் உயர்வதாகவும் கடலூர் மாவட்டம் முழு அளவில் பாதிக்கப்படுவதாகவும் சுற்றுச்சூழல் ஆர்வலர்கள் அக்கறையுடன் ஆதங்கப்படுகின்றனர்.

இந்த நீர் மட்ட உயர்வால் கடற்கரைப் பகுதியினுள் கடல் நீர் சுமார் 100 அடிதூரம் முன்னேறி நிலப்பகுதியைக் குறைத்துள்ளது. மேலும் சுமார் 22 கிலோமீட்டர் தூரத்திற்கு நிலத்தடி நன்னீருக்குள் கடல்நீர் ஊடுருவி உவர்ப்பாக்கி விட்டது என்ற தகவலும் கவலை அளிப்பதாக உள்ளது. இம்மாவட்டத்தின் நிலத்தடி நன்னீரை கடல்நீர் விழுங்கி வருகிறது. மேலும் ஆற்றுப்படுகையில் எவ்வித வரன்முறையும் இன்றி, தடுப்பார் இன்றி, சமூக அக்கறையுள்ளவர்களின் கூற்றை மதிப்பாரும் இன்றி மணல் அள்ளப்படுவதால் கடல்நீர் தங்குதடையின்றி ஆற்றுப்படுகை வழியாக நிலத்தடியில் பாய்ந்து குடியிருப்புகளில் தண்ணீரின் தன்மையை சுவையை மாற்றி விட்டது.

ஆழிப்பேரலைத் தாக்குதல், பெரும்புயல் தாக்குதல், நன்னீரில் கடல்நீர் கலப்பு, சில நேரங்களில் கடும் வறட்சி போன்ற அழிவுகளால் கடலூர் மாவட்ட வேளாண்மை மிகவும் பாதிப்புக்குள்ளாகி வருவதாக விவசாயிகள் கவலைப்படுகின்றனர். வடிநிலமாக இயங்கும் இம்மாவட்டம், வெள்ளப் பாதிப்பின்றி, இயற்கை இடர்களால் பாதிக்கப்படாமல், இரசாயனத் தொழிற்சாலைகளால் காற்று மாசுபடாமல், மக்கள் பயமின்றி வாழ வழிவகை செய்யப்பட வேண்டும் என்பதே மக்களின் எதிர்பார்ப்பு.

இம்மாவட்டம் இயற்கைப் பேரிடரைத் தொடர்ந்து சந்தித்து வருகிறது. மத்திய, மாநில அரசுகள் இம்மாவட்டத்தின் மீது தனி கவனம் செலுத்தி பேரிடர் காலத்தின் உயிர் இழப்பு, பொருள் இழப்பு, பொருளாதார இழப்பு போன்றவற்றைத் தடுப்பதற்கான நடவடிக்கை எடுக்கப்பட வேண்டும். அதற்கான வல்லுனர் குழு அமைத்து, திட்டமிட்டு, திட்ட மதிப்பீட்டுக்குத் தேவையான தொகை ஒதுக்கி செயல்பட வேண்டும். பேரிடர் ஏற்படும் ஒவ்வொரு முறையும் அந்நேரம் மட்டுமே பரிவைக் காட்டி, பாசத்தைக் கொட்டி, வருங்கால பாதுகாப்புக் குறித்து வாக்குறுதியும் கொடுத்து மறந்து விடுவதால் பயனில்லை. தற்போது வாழும் மக்கள், அடுத்து வரும் தலைமுறை இடரின்றி வாழும் நிலைக்கு மாவட்டத்தைச் சீராக்குவதே முக்கிய நோக்கமாகச் செயல்பட வேண்டும். மாவட்ட மக்களின் எதிர்பார்ப்பும் இதுவே!

அச்சம் தரும் ஒரு செய்தி!

நச்சுவாயுவால் சீரழியும் உலக நகரங்களில் கடலூரும் ஒன்று. அமெரிக்க விஞ்ஞானியின் ஆய்வில் இந்த அதிர்ச்சி தரும் தகவல் வெளியாகி உள்ளது.

கடலூர் சிப்காட் ரசாயனத் தொழிற்சாலைகள் வெளியேற்றும் துருநாற்றம் மிகுந்த நச்சு வேதியியல் பொருள்கள், காற்றில் கலந்து மக்களின் உயிரை மெல்ல மெல்ல குடிக்கிறது என்ற தகவல் கடலூர் மக்களுக்கு அதிர்வுச் செய்தியாகும்.

'பக்கெட் பிரிகேட்' என்ற முறையில் சிப்காட் பகுதி காற்றைப் பலூன்களில் நிறைத்து அமெரிக்காவில் உள்ள ஆய்வகத்துக்கு அனுப்பி முடிவுகளை ஒன்பது முறை வெளியிட்டிருக்கிறது சிப்காட் சமூக சுற்றுச்சூழல் கண்காணிப்பகம். மனிதனின் உடல்நலத்தைப் பாதிக்கும் 12 நச்சு வேதியியல் பொருள்கள் கடலூர் காற்று மண்டலத்தில் கலந்து இருப்பதாக அந்த ஆய்வறிக்கைகள் தெரிவிக்கின்றன.

கண் பார்வை, நுரையீரல் மற்றும் மலட்டுத்தன்மையை ஏற்படுத்தும் பியூட்டாடைன் என்ற நச்சு வேதியியல் பொருள், அமெரிக்கத் தரத்துடன் ஒப்பிடும்போது 2,463 மடங்கும், தலைவலி மற்றும் உடல் பலவீனத்தை உண்டாக்கும் பென்சீன் 1,500 மடங்கும் இருப்பதாகக் கண்டறியப்பட்டுள்ளது.

அமெரிக்காவின் குளோபல் கம்யூனிட்டி மானிட்டர் என்ற சமூக அமைப்பின் இயக்குநர் டெனிலார்சன் ஆய்வுக்கான உதவிகளை இந்தியா உள்ளிட்ட 19 நாடுகளில் செய்து வருகிறார். இவர் கடலூர் சிப்காட் பகுதியை இருமுறை பார்வையிட்டு பாதிப்பு குறித்து கடுமையாக எச்சரித்திருக்கிறார்.

கடலூர் சிப்காட் காற்றுமாசு குறித்த இவரது ஆய்வறிக்கையின் முழு விவரங்களையும் *www.gcmonitor.org* என்ற இணையதளத்தில் காணலாம் (‘தினமணி’ நாளிதழ் 12-4-2008).

இதற்கு என்ன தீர்வு ? என்ன செய்யலாம்? கடலூர் மாவட்ட மக்கள் மற்றும் உழவர் பெருமக்களின் கருத்தை அரசின் கவனத்திற்கு கொண்டு சென்று செயலாற்ற முனைவோம்

1 எப்பொழுது புயல் உருவானாலும் அப்புயலின் தாக்கத்தால் கடலூரிலும் கடற்கரை ஒட்டிய பகுதிகளிலும் வெள்ளம் சூழ்ந்துகொள்கிறது. கடலூரைச் சுற்றியுள்ள மாவட்டங்களில் பெய்யும் மழைநீருக்கு இந்த மாவட்டமே வடிநிலமாக இயற்கையாக அமைந்திருப்பதினால், அதற்கேற்றாற்போல் மழைநீர் எங்கும் தேங்காமல் நேராக கடலில் பாயும் வகையில் வடிகால்கள் ஏற்படுத்தலாம்.

2 ஆற்றுப்படுகையில் மணல் அள்ளுவதை முறைப்படுத்தலாம் (கேரளா, கர்னாடகம், ஆந்திரா போன்ற மாநிலங்கள் இதை தடுத்துள்ளன. அங்கெல்லாம் தேவைக்கு மனித உழைப்பின் மூலமாகவே மணல் அள்ளப்படுகிறது. நம் மாநிலத்தில் பொக்லைன் இந்திரம் மூலம் அதிக ஆழம் வரை தோண்டி எடுப்பதுபோல் அங்கில்லை.)

3 கடல்நீர் ஊரில் புகுவதைத் தடுக்க பிச்சாவரம் சுரபுன்னைக் காடுகள் (அலையாத்திக் காடுகள்) போல் ஆற்றின் கரைகளில் அமைக்கலாம்.

4 ஒவ்வொரு ஆண்டும் அணைகளிலிருந்து வெளியேற்றப்படும் காவிரி மற்றும் தென்பெண்ணை ஆற்று உபரிநீரால், வீராணம் ஏரி, சேத்தியாத்தோப்பு அணை, வாலாஜா ஏரி மற்றும் பெருமாள் ஏரி மட்டுமே நிரம்புகின்றன. கடலூர் மாவட்டத்தில் மொத்தம் 210 ஏரிகள் இருப்பதாக அறியப்படுகிறது. இவ்வேரிகளுக்கு வரத்து வாய்க்காலோ, வடிகால் வாய்க்காலோ இல்லாமையால், மழைநீர் மற்றும் ஆற்றுநீர் இவ்வேரிகளில் சேமிக்க முடியாமற்போகிறது. இவ்வேரிகளால் பாசன வசதி இல்லையென்றாலும், நீர் சேமிப்பால் அப்பகுதியின் நிலத்தடி நீர்மட்டம் உயரும்; இதனால் கோடை காலத்தில் குடிநீர் தட்டுப்பாடு இல்லாமல் இருக்கும். எனவே மாவட்டத்திலுள்ள அனைத்து ஏரிகளிலும் மழை காலத்தில் நீர் நிரம்பத் தேவையான

நடவடிக்கை எடுக்கலாம். மேலும் கொள்ளிடம், வெள்ளாறு, மணிமுத்தாறு, கெடிலம், பெண்ணையாறுகளில் தேவையான இடைவெளி விட்டு தடுப்பணைகள் கட்டலாம்.

5 கடலோர மீனவர்களின் வாழ்வாதாரமான மீன்பிடி தொழிலை மேம்படுத்தவும், அதற்கான தொழில்முனையம் ஏற்படுத்தலாம்.

6 கடலூர் மாவட்டம் ஒரு வேளாண் மாவட்டம்; மா, பலா, வாழை என முக்கனியும் விளையும் நிலமிது. முந்திரியும், மணிலாப்பயறும் வேளாண்மை உச்சம் தொடும் நிலை. இப்படியான ஒரு சூழலில் இம்மாவட்டத்திற்கென வேளாண்மை சார்ந்த தொழில் முனையம் வேண்டும் என்பது உழவர்களின் விழைவு ஆகும்.

7 நெய்வேலி பழுப்பு நிலக்கரி சுரங்கப் பணியால் கடலூர் மாவட்ட நிலத்தடிநீர் அதலபாதாளத்திற்குச் சென்றுவிட, கடல்நீர் உள்புக நேரிட்டது. இதைத் தடுக்க மாவட்டத்தில் உள்ள ஏரிகளில் 300 முதல் 500 அடி ஆழத்திற்கு ஆழ்துளை கிணறுகள் அமைத்து அதன் மூலம் மழை வெள்ள நீரை நிலத்தினுள் செருவூட்டலாம்.

8 தமிழ்நாட்டிலுள்ள ஏரிகள், குளங்கள், கண்மாய்களை முழுமையாக பாதுகாக்க, பராமரிக்க தனித்துறை ஏற்படுத்தலாம் (மற்ற மாநிலங்களில் இவற்றைப் பாதுகாக்க தனி ஏற்பாடு செய்யப்பட்டுள்ளதினால் விவசாயிகள் மகிழ்வுடன் இருக்கின்றனர்).

9 கேப்பர் மலையின் அடிவாரத்தில் உள்ள கொண்டாங்கி ஏரியும் கேப்பர்மலைப்பகுதியும் நீர்கொள் படுகைகள் நிறைந்த பகுதியாகும். இவ்வேரியைப் பாதுகாத்து ஆழப்படுத்த வேண்டும். இப்பகுதியைப் பாதுகாக்கப்பட்ட சுற்றுச்சூழல் பகுதியாக அரசு அறிவிக்கலாம்.

10 கடலூர் மாவட்டத்தில் என்.எல்.சி. நிறுவனத்தால் பழுப்பு நிலக்கரி மற்றும் பிற தாதுக்கள் வெட்டி எடுக்கப்பட்டதால் ஏற்பட்ட மோசமான விளைவுகளை கருத்தில்கொண்டு, ஒட்டுமொத்த கடலூர் மாவட்டமும் பாதிக்கப்பட்ட பகுதியாக

கடலூர் மாவட்டத் தாது அறக்கட்டளையால் அடையாளம் கண்டு அறிவித்துள்ளது. இச்செய்தியை (10-8-22 நாள் செய்தி) நடுவண் அரசு அமைச்சர் திரு. பிரகலாத் ஜோஷியும் உறுதிசெய்துள்ளார். பாதிக்கப்பட்டுள்ள பகுதிகளில் குடிநீர், மருத்துவம், சுகாதாரம் போன்ற கட்டமைப்பு வசதிகள், பொதுமக்களுக்கு தேவைப்படும் திட்டங்களைத் தயாரித்து, மக்களுக்கு அறிவித்து பின்னர் திட்டத்தை விரைந்து செயல்படுத்த முனைய வேண்டும்.

11 நெசவுத்தொழில் நம் மாவட்டத்தின் அடையாளத் தொழிலாகும். இம்மாவட்டத்தில் உற்பத்தி செய்த கைலிகள் உலக மக்களின் இடுப்பை அழகுபடுத்துகிறது. உற்பத்தியாகும் துணி வகைகள், மற்றும் வேளாண் பொருள்கள் சென்னை துறைமுகம் வழியாக வெளிநாடுகளுக்கு ஏற்றுமதி செய்யப்படுகிறது. இவ் ஏற்றுமதியைக் கடலூர் துறைமுகம் வழியாக முன்பு நடந்ததைப்போல் ஏற்றுமதி செய்ய வழிவகையை விரைவாகக் காணலாம்.

12 மாவட்ட மக்களின் எதிர்பார்ப்பு கடலூர் துறைமுக செயல்பாட்டின் மீதே இருக்கிறது. முன்புபோல் இத்துறைமுகம் ஏற்றுமதி, இறக்குமதி செய்யும் திறனை விரைவில் பெறவேண்டும் எனவும்; அதன் மூலம் மாவட்ட மக்களின் பொருளாதாரம், தொழில்வளம், வேளாண்வளம் பெருகும் என்ற நம்பிக்கை மக்களிடம் உள்ளது.

13 கடலூர் தேவனாம்பட்டினத்திலும், கடலூர் துறைமுகம் பகுதியிலும் உள்ள ஆங்கிலேயரின் அடையாள எச்சங்களைப் பாதுகாத்து பராமரித்து அடுத்த தலைமுறையினருக்கு வரலாற்றை அறியவைக்கலாம்.

14 கடலூர் மாவட்டத்தில் இயங்கும் தொழிற்சாலைகளின் கழிவுகள் ஆற்றில் மற்றும் கடலில் கலப்பதைத் தடுக்கலாம். நகரத்தில் சேரும் குப்பைகளை (மருத்துவமனைக் கழிவுகள் உட்பட) ஆற்றின் கரையோரங்களில் கொட்டப்படுவதைத் தடுக்கலாம். அவற்றிற்கான மாற்று ஏற்பாடு காணலாம்.

15 இனி வருங்காலங்களில் சிப்காட் தொழிற்பேட்டையில் சாயம் மற்றும் இரசாயன உற்பத்தித் தொழிலுக்கு அனுமதி அளிக்காமல் இருக்கலாம்.

16 கடலூர் கடற்கரையை மேலும் செம்மைப்படுத்தி சுற்றுலாத்தலமாக மாற்ற வழிவகை காணலாம்.

17 கடலூர் பெருந்திடல்(மைதானம்) சீரற்று, சீர்குலைந்து குண்டுங்குழியுமாக இருக்கிறது. பெருமைமிகு இப்பெருந்திடலை சிறப்பாக சீராக்கி அழகிய தரைப்புல் வளர்த்து திடல் புருவங்களில் மரங்கள் வளர்க்கலாம், உட்கார மேடை அமைக்கலாம்.

18 கடலூர் மாவட்டத்திற்கான அருங்காட்சியகம், மாவட்ட ஆட்சியர் அலுவலக பழைய கட்டடத்தில் இயங்குகிறது. இயங்குகிறது என்ற சொல் அருங்காட்சியகத்தைப் பார்த்தால், தப்பாகத் தெரியலாம். இருக்கிறது எனலாம். மாவட்ட அருங்காட்சியகம் என்பது மாவட்டத்தைப்பற்றிய ஒரு சுருக்கமான ஆவணம் மற்றும் காட்சிக் காப்பகமாகவே இருக்க வேண்டும். மாவட்ட மாணவர்களுக்கும், மக்களுக்கும் பயனுள்ளதாக அமைய வேண்டும். அதற்குத் தேவையான நடவடிக்கைகளை மேற்கொள்ளலாம்.

19 கடலூர் மாவட்டத்தில் உள்ள படித்த தகுதியுள்ள இளைஞர்களுக்கு நெய்வேலி பழுப்பு நிலக்கரி நிறுவனம் மற்றும் தனியார் நிறுவனங்களில் வேலை வாய்ப்பில் முன்னுரிமை அளிக்கலாம்

சேமக்கோட்டை - சுடுமண் சிற்பங்கள்

கடலூர் மாவட்டம், பண்ருட்டிக்கு அடுத்து ஏழாவது கிலோ மீட்டரில் உள்ள சேமக்கோட்டை - ஐயனார் திருக்கோயில் அருகில், 15 அடிக்கும் குறையாத உயரம் கொண்ட களிமண்ணைக் குழைத்துச் செய்த யானை மற்றும் இரு குதிரைச் சிற்பங்கள் உள்ளன.

இச் சுடுமண் சிற்பங்கள் (டெரக்கோட்டா) நூற்றாண்டுக்குமேல் பழமை வாய்ந்தது என்பதோடு ஆசியாவிலேயே மிகப்பெரிய சுடுமண் சிற்பங்கள் என்ற பெருமையோடு நிற்கின்றன

இணைப்பு : 1

கடலூர் மாவட்டம் பற்றிய பொதுவான விபரம்

1	நாடு	:	இந்தியா
2	மாநிலம்	:	தமிழ்நாடு
3	மாவட்டம்	:	கடலூர்
4	மாவட்டத் தலைநகரம்	:	கடலூர்
5	பரப்பளவு	:	3,678 சதுர கிலோமீட்டர்
6	மக்கள் தொகை – 2011	:	26,05,914
7	ஆண்கள்	:	13,11,697
8	பெண்கள்	:	12,94,217
9	பட்டியல் இனம்	:	7,63,944 ஆண் : 3,83,943 பெண் : 3,80,001
10	பட்டியல் மலையகத்தினர்	:	15,702 ஆண்: 7,943 பெண்: 7,759
11	இந்துக்கள்	:	98.78%
12	இஸ்லாமியர்கள்	:	04.75%
13	கிறித்துவர்கள்	:	03.20%
14	மற்றவர்கள்	:	00.27%
15	மாவட்டச் சராசரி எழுத்தறிவு	:	86.06% – நகர்ப்பகுதி 68.41% – ஊரகப்பகுதி
16	மக்கள் தொகை அடர்த்தி	:	ஒரு சதுர கிலோமீட்டருக்கு 704 நபர்கள்
17	அலுவல் மொழி	:	தமிழ்
18	வருவாய் கிராமங்கள்	:	905

19	கிராம ஊராட்சிகள்	:	683
20	வருவாய் கோட்டங்கள்	:	3
21	வருவாய் வட்டங்கள்	:	10
22	மாநகராட்சி	:	1 கடலூர்
23	நகராட்சிகள்	:	6
24	ஊராட்சி ஒன்றியங்கள்	:	14
25	பேரூராட்சிகள்	:	14
26	சட்டமன்றத் தொகுதிகள்	:	9
27	பாராளுமன்றத் தொகுதிகள்	:	2
28	வாகனப் பதிவு எண்	:	டி.என்.31 கடலூர் டி.என்.91 நெய்வேலி
29	இணையதளம்	:	Cuddalore.nic.in
30	மாவட்ட எல்லைகள்	:	மேற்கே கள்ளக்குறிச்சி மற்றும் சேலம் மாவட்டமும் தெற்கே மயிலாடுதுறை மாவட்டமும், தென்மேற்கே தஞ்சாவூர், அரியலூர் மற்றும் பெரம்பலூர் மாவட்டங்களும், கிழக்கே வங்காள விரிகுடா கடலும், வடமேற்கே விழுப்பரம் மாவட்டமும், வடக்கே புதுச்சேரி மாநிலமும் கடலூர் மாவட்டத்தின் எல்லைகளாக அமைந்துள்ளன.

31	ஆறுகள்	:	1 கெடிலம் ஆறு 2 பெண்ணையாறு 3 பரவனாறு 4 கொள்ளிடம் 5 மணிமுத்தாறு 6 வெள்ளாறு - வடக்கு
32	அணைக்கட்டுகள்	:	1 திருவதிகை அணை 2 வானமாதேவி அணை 3 திருவயிந்திரபுரம் அணை 4 சேத்தியாத்தோப்பு அணை 5 பெலாந்துறை அணை
33	ஏரிகள்	:	1 வீராணம் ஏரி 2 பெருமாள் ஏரி 3 வாலாஜா ஏரி 4 வெலிங்டன் ஏரி
34	வருவாய்க் கோட்டங்கள்	:	1 கடலூர் 2 சிதம்பரம் 3 விருத்தாசலம்
35	வருவாய் வட்டங்கள்	:	1 கடலூர் 2 குறிஞ்சிப்பாடி 3 பண்ருட்டி 4 சிதம்பரம் 5 புவனகிரி 6 ஸ்ரீமுஷ்ணம் 7 காட்டுமன்னார்கோவில் 8 விருத்தாசலம் 9 திட்டக்குடி 10 வேப்பூர்

36	ஊராட்சி ஒன்றியங்கள்	:	1 கடலூர் 2 அண்ணாகிராமம் 3 பண்ருட்டி 4 குறிஞ்சிப்பாடி 5 கம்மாபுரம் 6 விருத்தாசலம் 7 நல்லூர் 8 மங்கலூர் 9 ஸ்ரீமுஷ்ணம் 10 காட்டுமன்னார்கோவில் 11 குமராட்சி 12 கீரப்பாளையம் 13 மேல்புவனகிரி 14 பரங்கிப்பேட்டை
37	நகராட்சிகள்	:	1 நெல்லிக்குப்பம் 2 பண்ருட்டி 3 சிதம்பரம் 4 விருத்தாசலம் 5 திட்டக்குடி 6. வடலூர்

38	பேரூராட்சிகள்		1 அண்ணாமலைநகர் 2 புவனகிரி 3 கிள்ளை 4 பரங்கிப்பேட்டை 5 குறிஞ்சிப்பாடி 6 கங்கைகொண்டான் 7 காட்டுமன்னார்கோவில் 8 சேத்தியாத்தோப்பு 9 ஸ்ரீமுஷ்ணம் 10 லால்பேட்டை 11 மங்களம்பேட்டை 12 பெண்ணாடம் 13 மேல்பட்டாம்பாக்கம் 14 தொரப்பாடி
39	சட்டமன்றத் தொகுதிகள்	:	1 கடலூர் 2 குறிஞ்சிப்பாடி 3 பண்ருட்டி 4 நெய்வேலி 5 விருத்தாசலம் 6 திட்டக்குடி (தனி) 7 காட்டுமன்னார்கோவில் (தனி) 8 சிதம்பரம் 9 புவனகிரி
40	நாடாளுமன்றத் தொகுதிகள்	:	1 கடலூர் 2 சிதம்பரம் (தனி)

கடலூர் மாவட்டத் தரைப்படம்

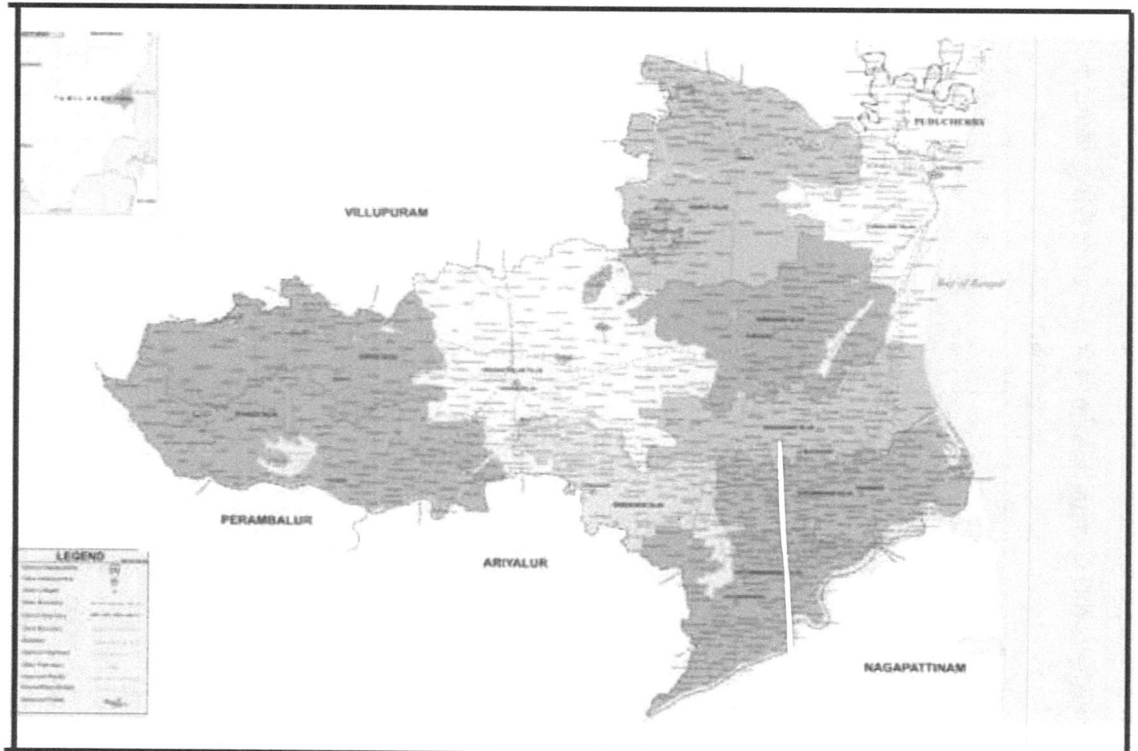

இணைப்பு எண் - 2

விடுதலைப் போராட்ட வீரர்கள் பட்டியல் (முழுமையானது அல்ல)

	பெயர் (திருவாளர்)	முகவரி	சிறைத் தண்டனை
1	அப்துல் ரஹ்மான் சாகிப்	கிரப்பாளையம்	3 மாதங்கள்
2	அப்துல் ரஜாக்	கிரப்பாளையம்	3 மாதம்
3	ஆதிமூலம்	சிதம்பரம்	1 ஆண்டு
4	அமுது	நெய்வேலி	2 1/2 ஆண்டுகள்
5	அப்பாதுரைபடையாச்சி	கடலூர்	6 மாதங்கள்
6	வெ.முத்து ஆசாரி	மஞ்சக்குப்பம்	6 மாதங்கள்
7	இராமநாத ஆசாரி	மஞ்சக்குப்பம்	6 மாதங்கள்
8	இராமசாமி ஆசாரி	சிதம்பரம்	5 மாதங்கள்
9	சு.இராஜகோபால் பிள்ளை	மஞ்சக்குப்பம்	10 மாதங்கள்
10	சம்பந்த ஆசாரி	சிதம்பரம்	6 மாதங்கள்
11	அய்யாசாமி படையாச்சி	கடலூர்	6 மாதங்கள்
12	எம்.வி.பாலகிருஷ்ணன்	மஞ்சக்குப்பம்	1 மாதம்
13	வி.பாலகிருஷ்ணசேதுபதி	மஞ்சக்குப்பம்	3 மாதங்கள்
14	பாரதிசுந்தரேசன்	சாத்துக் கடல்	1 மாதம்
15	ஜி.பாஷ்யம்	கடலூர்	6 மாதங்கள்
16	வ.சந்திரசேகரன்	மஞ்சக்குப்பம்	2 ஆண்டுகள்
17	ஆறுமுக செட்டியார்	கடலூர்	1 ஆண்டு
18	கோவிந்தராச செட்டியார்	பரங்கிப்பேட்டை	2 மாதங்கள்

19	வி.கண்ணையா செட்டியார்	பூந்தோட்டம்	3 மாதங்கள்
20	காசிவைத்திலிங்க செட்டியார்	கடலூர் ஓ.டி.	6 மாதங்கள்
21	காத்த செட்டியார்	சிதம்பரம்	1 ஆண்டு 2 மாதங்கள்
22	குப்புசாமி செட்டியார்	பண்ருட்டி	5 மாதங்கள்
23	மாணிக்கம் செட்டியார்	கீழ்புவனகிரி	6 மாதங்கள்
24	முனுசாமி செட்டியார்	கடலூர் ஓ.டி.	6 மாதங்கள்
25	முத்தையா செட்டியார்	சிதம்பரம்	4 மாதங்கள்
26	ஆர்.நடராச செட்டியார்	அங்குசெட்டிபாளையம்	6 மாதங்கள்
27	பழனி செட்டியார்	குறிஞ்சிப்பாடி	1 ஆண்டு
28	பழனிவேல் செட்டியார்	குறிஞ்சிப்பாடி	1 ஆண்டு
29	டி.எஸ்.பட்டு செட்டியார்	கடலூர் ஓ.டி.	6 மாதங்கள்
30	அ.இராசகோபால் செட்டியார்	கடலூர்	6 மாதங்கள்
31	ஆர்.இராசகோபால செட்டியார்	மஞ்சக்குப்பம்	1 ஆண்டு
32	என்.சுந்தரம் செட்டியார்	நெய்வேலி	2 ஆண்டுகள்
33	எஸ்.சின்னத்தம்பி	கடலூர் ஓ.டி.	1 ஆண்டு
34	பா.மங்களம்	வில்வநகர்	ஆறு வாரங்கள்
35	ஆ.தெய்வநாயகஐயா	கடலூர்	2 1/2 ஆண்டுகள்
36	மு.தண்டபாணிபடையாச்சி	கடலூர் ஓ.டி.	1 ஆண்டு
37	க.தண்டபாணிநயினார்	நெல்லிக்குப்பம்	6 மாதங்கள்
38	டி.டி.தர்மராசன் பிள்ளை	கடலூர்	1 ஆண்டு
39	கனகரத்தினராஜா	பண்ருட்டி	2 ஆண்டுகள் 7 மாதங்கள்
40	எஸ்.எ.அமீது	குறிஞ்சிப்பாடி	1 ஆண்டு 3 மாதங்கள்
41	நாராயண ஐயங்கார்	சிதம்பரம்	1 ஆண்டு

42	எஸ்.இராமச்சந்திர ஐயர்	சிதம்பரம்	1 ஆண்டு
43	டி.எஸ்.கல்யாணராமன் ஐயர்	விருத்தாசலம்	1 ஆண்டு
44	சி.விநாயக முதலியார்	வண்டிப்பாளையம்	1 ஆண்டு 6 மாதங்கள்
45	கே.முருகேச நாயுடு	வடலூர்	6 மாதங்கள்
46	முருவப்பபடையாச்சி	கடலூர் ஓ.டி.	1 ஆண்டு 8 மாதங்கள்
47	முத்துசாமிபிள்ளை	கடலூர் ஓ.டி.	18 மாதங்கள்
48	தண்டபாணி நாயுடு	கடலூர்	2 ஆண்டுகள்
49	சி.கோவிந்தராஜுலு நாயுடு	கடலூர்	1 ஆண்டு
50	எஸ்.நடராஜன்	விருத்தாசலம்	1 ஆண்டு
51	செம்பிய நாட்டார்	சிதம்பரம்	13 மாதங்கள்
52	சொக்கலிங்க படையாச்சி	குறிஞ்சிப்பாடி	1 ஆண்டு
53	எம்.கண்ணையா படையாச்சி	பண்ருட்டி	18 மாதங்கள்
54	எஸ்.தில்லைக்கண்ணு பண்டிதர்	சிதம்பரம்	14 மாதங்கள்
55	கி.நாராயணபந்துலு	கடலூர்	1 ஆண்டு
56	தொ.பரசுராமன் நாயக்கர்	சாத்தப்பாடி	2 ஆண்டுகள்
57	க.பழனி பத்தர்	கடலூர் ஓ.டி.	1 ஆண்டு
58	செ.வடிவேல் பத்தர்	மஞ்சக்குப்பம்	1 ஆண்டு
59	பாவாடைசாமி நாடார்	செம்மண்டலம்	5 ஆண்டுகள்
60	பலராமபிள்ளை	விருத்தாசலம்	2 ஆண்டுகள் 6 மாதங்கள்
01	மா.குமாரசாமி பிள்ளை	மஞ்சக்குப்பம்	2 ஆண்டுகள் 6 மாதங்கள்

62	பி.குமாரசாமி பிள்ளை	மஞ்சக்குப்பம்	1 ஆண்டு 6 மாதங்கள்
63	மா.முத்துரங்கம் பிள்ளை	கடலூர் ஓ.டி.	1 ஆண்டு 8 மாதங்கள்
64	தூ.சா.சுப்ராய செட்டியார்	கடலூர் ஓ.டி.	6 மாதங்கள்
65	சொ.முத்து முதலியார்	கடலூர் ஓ.டி.	13 மாதங்கள்
66	இரா.சீனிவாசநயினார்	கடலூர் ஓ.டி.	6 மாதங்கள்
67	வே.நாராயண நாட்டார்	கடலூர் ஓ.டி.	6 மாதங்கள்
68	வி.கே.பதஞ்சலி	சிதம்பரம்	6 மாதங்கள்
69	சி.எஸ்.எ.அங்கமுத்து பிள்ளை	கடலூர்	6 மாதங்கள்
70	இரா.பாலகிருஷ்ண பிள்ளை	கடலூர் ஓ.டி.	6 மாதங்கள்
71	அ.மு.கனகசபை பிள்ளை	கடலூர் ஓ.டி.	6 மாதங்கள்
72	டி.பி.ரத்தினம்பிள்ளை	கடலூர் ஓ.டி.	6 மாதங்கள்
73	வே.நடராஜன் ஆசாரி	மஞ்சக்குப்பம்	7 வாரங்கள்
74	மு.வேணுகோபால் படையாச்சி	கடலூர் ஓ.டி.	19 மாதங்கள்
75	ச.பரமானந்தராயர்	பரங்கிப்பேட்டை	3 மாதங்கள்
76	நா.ஜெயகோபால்	சிங்காரத்தோப்பு	20 நாள்கள்
77	ஆறுமுக நாட்டார்	கடலூர் ஓ.டி.	6 மாதங்கள்
78	அ.அரங்கசாமி பிள்ளை	விருத்தாசலம்	1 ஆண்டு 5 மாதங்கள்
79	பி.புருசோத்தமன்	கடலூர்	இரண்டரை ஆண்டுகள்
80	டி.ஜெ.ராபிக்குதீன்	நெல்லிக்குப்பம்	ஓர் ஆண்டு
81	ந.தங்கவேல் படையாச்சி	கண்டகாடு	மூன்று மாதங்கள்
82	இராதாகிருஷ்ண ரெட்டியார்	கடலூர்	11 மாதங்கள்

83	பி.வி.கோவிந்தராசு பிள்ளை	கடலூர்	2 1/2 ஆண்டுகள்
84	எஸ்.கே.சம்பந்தன்	குறிஞ்சிப்பாடி	மூன்று மாதங்கள்
85	அ.வெள்ளைய முதலியார்	குறிஞ்சிப்பாடி	6 மாதங்கள்
86	ஆ.கோ.செயராம நாயுடு	ஆடூர்குப்பம்	6 மாதங்கள்
87	என்.எஸ்.இராமலிங்கம்	வடலூர்	6 மாதங்கள்
88	அ.தில்லைகோவிந்தராசன்	நெல்லிக்குப்பம்	ஏழு மாதங்கள்
89	மு.இராஜன்	இராஜபாளையம்	பத்து மாதங்கள்
90	து.இராமகிருஷ்ணன் படையாச்சி	பண்ருட்டி	15 மாதங்கள்
91	இரா.வரதன் நாயுடு	பண்ருட்டி	1 ஆண்டு
92	வீ. இராமானுஜம் படையாச்சி	எஸ்.என்.சாவடி	1 ஆண்டு
93	விட்டல்சீனிவாசராவ்	சிறுகிராமம்	1 ஆண்டு
94	மு.வேலுசாமிராஜபடையாச்சி	பண்ருட்டி	7 மாதங்கள்
95	கே.எச்.வைத்தியநாதன் ஐயர்	கா.ம.கோயில்	11 மாதங்கள்
96	இரா.விநாயகம் பிள்ளை	சிதம்பரம்	10 மாதங்கள்
97	மூ.சுப்பிரமணியபிள்ளை	சிதம்பரம்	10 மாதங்கள்
98	உப்புபூராமூர்த்திராவ்	கிள்ளை	6 மாதங்கள்
99	இரா.ஜெகந்நாத ரெட்டியார்	பூலாமேடு	7 மாதங்கள்
100	ஆ.கிருஷ்ணசாமி படையாச்சி	வடபாதி	15 மாதங்கள்
101	டி.வைத்தியநாதன்	எஸ்.என்.சாவடி	4 மாதங்கள்
102	அரங்கநாதன் செட்டியார்	மஞ்சக்குப்பம்	1 ஆண்டு
103	சாமிநாத பிள்ளை	மஞ்சக்குப்பம்	6 மாதங்கள்
104	சண்முகம்	மஞ்சக்குப்பம்	6 மாதங்கள்
105	டி. ஏகாம்பரம்	மஞ்சக்குப்பம்	1 மாதம்

106	தேவராச ஐயர்	கடலூர்	4 மாதங்கள்
107	சாமிக்கண்ணு படையாச்சி	கடலூர்	6 மாதங்கள்
108	ஆர்.கண்ணன்	நெல்லிக்குப்பம்	2 ஆண்டுகள்
109	கோ.தெய்வநாயகம் பிள்ளை	நெல்லிக்குப்பம்	6 மாதங்கள்
110	மா.தெய்வநாயக முதலியார்	கிருஷ்ணாபுரம்	4 மாதங்கள்
111	ஆர்.கே.பெருமாள்	பண்ருட்டி	3 மாதங்கள்
112	ஆர்.கே.சின்னையன்	பண்ருட்டி	3 மாதங்கள்
113	டி.கே.ஆர்.பாவா பிள்ளை	பண்ருட்டி	4 மாதங்கள்
114	ஜி.வடிவேல் பிள்ளை	பண்ருட்டி	6 மாதங்கள்
115	அ.சீனிவாசவர்மா	பண்ருட்டி	ஓர் ஆண்டு
116	துரைலிங்கம் பிள்ளை	பண்ருட்டி	6 மாதங்கள்
117	ஆர்.விஸ்வநாதன் ரெட்டியார்	ரெட்டியூர்	3 மாதங்கள்
118	ஆர்.ரத்தினசாமி	குச்சிப்பாயைம்	4 மாதங்கள்
119	இராஜகோபால் ரெட்டியார்	உடையார்குடி	17 மாதங்கள்
120	எல்.எஸ்.சுப்பரா பிள்ளை	சிதம்பரம்	3 மாதங்கள்
121	டி.கோவிந்தசாமி படையாச்சி	சிதம்பரம்	3 மாதங்கள்
122	மா.பொன்னம்பலம்	சிதம்பரம்	3 மாதங்கள்
123	கே.சீனிவாச நாயுடு	பாளையங்கோட்டை	5 மாதங்கள்
124	சி.மாரிமுத்து தேவர்	பாளையங்கோட்டை	2 மாதங்கள்
125	அரங்கநாதன் செட்டியார்	சிதம்பரம்	6 மாதங்கள்
126	ஆர்.கோவிந்தராஜன்	சிதம்பரம்	8 மாதங்கள்
127	வி.நாராயண ஐயர்	குமாரமங்கலம்	7 மாதங்கள்
128	இராமகிருஷ்ண ஐயர்	சிதம்பரம்	6 மாதங்கள்

129	எ.குப்புசாமி	பூலாமேடு	2 மாதங்கள்
130	வீ. நடேச படையாச்சி	பி.மானம்பாடி	14 மாதங்கள்
131	யு.சி.இராஜகோபாலன்	புவனகிரி	2 மாதங்கள்
132	என்.துரைசாமி படையாச்சி	கடலூர்	6 மாதங்கள்
133	மா.திருநாவுக்கரசு	காவனூர்	10 மாதங்கள்
134	எம்.ஆர்.அரங்கநாதன்	திட்டக்குடி	2 ஆண்டுகள்
135	சு.இராமமூர்த்தி	திட்டக்குடி	2 ஆண்டுகள்
136	எம்.இராஜூ	திட்டக்குடி	2 ஆண்டுகள்
137	வி.பரமசிவம்	திட்டக்குடி	6 மாதங்கள்
138	டி.என்.வெங்கடராமன்	பெண்ணாடம்	10 மாதங்கள்
139	கு.ஆ.கணபதி நாட்டார்	விருத்தாசலம்	3 மாதங்கள்
140	வி.ஆர்.சிவலோகநாதன்	விருத்தாசலம்	3 மாதங்கள்
141	கோ.கேசவபடையாச்சி	முதுனை	4 மாதங்கள்
142	ஏ.இராமசாமி ஐயர்	விருத்தாசலம்	ஏழு மாதங்கள்
143	டி.ஆர்.இராசலிங்கம்	திட்டக்குடி	3 மாதங்கள்
144	எஸ்.இராமநாதன்	சிதம்பரம்	9 மாதங்கள்

நேதாஜி படை வீரர்கள்

கடலூர் மாவட்டத்திலிருந்து இந்திய விடுதலைக்காக சிங்கப்பூரில் நேதாஜி சுபாஸ் சந்தரபோஸ் திரட்டிய படையில் சேர்ந்து அவருடன் பணியாற்றி மாவட்டத்திற்குப் பெருமை சேர்த்த மாவீரர்கள்:

1 திரு. எஸ். வைரக்கண்ணு	சிங்காரத்தோப்பு
2 திரு.சி.சந்நியாசி	சிங்காரத்தோப்பு
3 திரு.கே.செல்வராஜ்	சிங்காரத்தோப்பு
4 திரு.பி.சுப்பையா	கல்லடிக்குட்டை
5 திரு. அழகய்யா	நெய்வேலி
6.திரு.வி.காளியப்பன்	பெரியகுப்பம்
7 திரு.எஸ்.வீரப்பன்	காட்டுக்கூடலூர்
8 திரு.எம்.கோவிந்தசாமி	அள்ளூர்
9. திரு.கே. பழனிவேலு	மஞ்சக்குப்பம்
10 திரு. இருசப்பன்	தம்னாம்பேட்டை
11 திரு.எஸ்.சீனிவாசன்	சிங்காரத்தோப்பு
12.திரு.பி.கே.சீனிவாசன்	கர்நத்தம் கிராமம்
13 திரு.ஆர்.நாராயணசாமி	மங்கலம்பேட்டை
14 திரு.வெ.ஆறுமுகம்	சிங்காரத்தோப்பு
15 திரு.ஆர்.மொட்டையன்	கவரப்பட்டு
16 திரு.எ.முனியப்பன்	சிங்காரத்தோப்பு

வடிநிலம் - ஆதார ஆவணங்கள்

1 *Who's Who of Freedom Fighters (tamil nadu)*

2 *South Arcot District Government Gazette*

3 கடலூர் மாவட்டச் சுதந்திரப் போராட்டத் தியாகிகள் மலர்

4 கெடிலக்கரை நாகரிகம்– முனைவர் திரு.சுந்தர சண்முகனார்

5 திரு.வி.க. தமிழ்த் தென்றல் - திரு.வி.க.

6 சிதம்பரம் அருள்மிகு நடராஜர் திருக்கோயில் குடமுழுக்கு பத்திரிகை 1983

7 தில்லை பெருங்கோயில் வரலாறு- முனைவர் திரு.க. வெள்ளைவாரணன்

8 தமிழ் வளர்த்த ஞானியாரடிகள் - திரு. வல்லிக்கண்ணன்

9 திருப்பாதிரிப்புலியூர்– பாடலேஸ்வரர் கோயில் வரலாறு. முனைவர் திரு. வை. ராசு

10 வரலாற்றில் திருப்பாதிரிப்புலியூர். அனந்தபுரம் திரு.கோ. கிருட்டிணமூர்த்தி

11 சுந்தர சண்முகனார் வாடாமலர்.

12 கடலூர் மாவட்டத் தடயங்கள் - திரு.நடன.காசிநாதன், ளதிரு. மா.சந்திரமூர்த்தி

13 அஞ்சலை அம்மாள்- திரு.ராஜா வாசுதேவன்

14 காலச்சுவடுகள் (150ஆம் ஆண்டில் புனித வளனார் பள்ளி)

15 தமிழகம் ஊரும் பேரும்-திரு.ரா.பி. சேதுப்பிள்ளை ★

www.ingramcontent.com/pod-product-compliance
Lightning Source LLC
LaVergne TN
LVHW090305051026
849518LV00005B/1651
* 9 7 8 8 1 1 9 1 7 6 9 3 9 *